I0720688

SĨ TRUNG

một lần lầm lỡ

TRUYỆN

CUỐN 1

nhà sách và xuất bản

NAM Á

44, avenue d'Ivry — 75013 PARIS
điện thoại : (1) 45.84.81.87

VÀI HÀNG VỀ TÁC GIẢ

Sĩ Trung, tên thật là Hà Sĩ Trung, bước chân vào làng báo Sàigòn từ 1958. Còn rất trẻ, anh khởi nghiệp văn chương bằng những bài phê bình tân nhạc, kịch trường và điện ảnh rất sâu sắc nhưng không thiếu duyên dáng cho tờ *Lẽ Sống* và *Lẽ Sống Mới*. Từ 1963, do thị hiếu độc giả đương thời, Sĩ Trung chuyển sang viết tiểu thuyết đăng từng kỳ trên các nhật báo trước khi đem xuất bản toàn tập. Ngay lập tức Sĩ Trung được yêu mến và theo dõi mê say. Để khỏi mất độc giả, các chủ báo khác «xin» truyện Sĩ Trung, do đó trong thập niên 60, nhiều khi người ta thấy tên Sĩ Trung trên hai phần ba tuần báo, nhật báo xuất bản tại thủ đô Sàigòn. Như các nhà văn Nam bộ danh tiếng khác Hồ Biểu Chánh, Phú Đức, Sơn Nam, Bình Nguyên Lộc v. v... Sĩ Trung thích giữ cái học và coi nhẹ cái thuật, anh chú trọng đến cách dựng truyện mà ít để ý đến sự trau chuốt văn chương, nhưng không phải vì thế mà để mất cái duyên dáng chữ nghĩa của miền 200 năm đất mới. Như một máy hình cực tốt, Sĩ Trung ghi lại trung thành diễn biến tâm lý nhân vật với một bố cục đặc thù của riêng anh, và cứ thế anh để giòng văn lai láng dễ dàng tuôn chảy từ đầu ngọn bút.

Đã có thời kỳ, do sự ham chuộng của độc giả, Sĩ Trung phải hàng ngày cùng lúc viết bảy *feuilletons* cho bảy tờ nhật báo khác nhau mà không hề lầm lộn nhân vật và diễn tiến câu truyện. Không phải bất cứ ai cũng có một trí nhớ cực tốt như vậy.

Nhiều huyền thoại nói về bản thảo «sạch» của hai danh sĩ Duyên Anh và Mai Thảo. Tôi chưa có hân hạnh được thấy bản thảo của Mai Thảo, nhưng quả thật với Duyên Anh trong suốt gần 2000 trang viết tay tuyệt đẹp của 7 tác phẩm đã trao Nam Á từ năm 1983-1986, tôi chưa tìm được một chữ gạch xóa. Sĩ Trung không được như thế, nhưng với tập thủ bút gần 500 trang cuốn *«Một lần lầm lỡ»* chỉ đếm được hơn 10 chữ bôi bỏ. Nhận xét như vậy không phải để đánh giá tài năng tác giả, nhưng để thấy rõ mạch văn của

Sĩ Trung cuồn cuộn, ồ ạt tuôn trào trên giấy mỗi khi anh cầm bút.

Trở lại Sĩ Trung của thập niên 60, hai tác phẩm đầu tay «*Thương nhớ một mình*» và «*Bóng chim tăm cá*» đã một thời được coi như «best-seller» của Miền Nam, và đưa ngay Sĩ Trung lên hàng các nhà văn có chỗ đứng vững chắc. Cả hai tác phẩm này sau đó đã được soạn thành các vở tuồng cải lương đặc sắc và được trình chiếu nhiều tháng liên tiếp tại hí viện Quốc Thanh (Sàigòn). Và, cho tới 1975, Sĩ Trung đã tạo được một khối độc giả trung thành khổng lồ qua hơn 30 tác phẩm được cho xuất bản kế tiếp 2 cuốn trên.

Tháng 4 năm 1975, giặc Công đánh chiếm Miền Nam, như phần lớn văn hữu khác, Sĩ Trung gác bút ẩn dật quan sát và ghi khắc mọi biến chuyển của cuộc đổi đời bi thảm để đến năm 1981, cùng người vợ đảm đang – mà cũng là người bạn đã khuyến khích Sĩ Trung trong văn nghiệp – và toàn thể 7 con dùng thuyền làm «*boat people*» qua định cư tại Paris, sau nhiều lần vượt biên thất bại nhưng không nản chí. Những quan sát đó chúng ta tìm thấy trong tác phẩm «thứ nhất» của anh tại hải ngoại : «*Một lần lầm lỡ*». Các độc giả trung thành của Sĩ Trung hẳn thấy bút pháp của tác giả có chút thay đổi, nhưng lối dựng truyện vẫn là của Sĩ Trung muôn thuở với tình tiết và bố cục dễ chuyển thành phim ảnh hoặc tuồng, kịch. Hiển nhiên Sĩ Trung đã không phụ lòng những độc giả yêu mến anh và trông chờ anh từ 10 năm qua trong «*Một lần lầm lỡ*» cũng như trong «*Người chiến sĩ cô đơn*» do anh đang sáng tác và cũng sẽ xuất hiện nay mai trong tủ sách Nam Á.

Hiện tại song hành với việc sáng tác, Sĩ Trung còn hoạt động cho Trung Tâm Văn Bút Việt Nam Hải Ngoại với nhiệm vụ Tổng Thư Ký, sau khi được tín nhiệm trong nhiệm kỳ 1983-1985 như một Phó Chủ Tịch cũng của tổ chức này.

Paris, ngày 20-8-1986
MAI TRUNG
Nhà xuất bản Nam Á

PHẦN I

CHƯƠNG I

1.

Cái ly «xây chừng» bị ném từ đàng xa tới chạm mạnh vào mặt kiếng chiếc máy thu thanh. Ly vỡ toang. Mặt kiếng vỡ toang. Một ít nước cà phê đen còn sót lại văng tung tóe cùng với mảnh thủy tinh. Âm thanh đổ vỡ không cắt đứt được tiếng nói của tướng Dương Văn Minh qua làn sóng điện : « ... các đơn vị chiến đấu hãy ở yên tại vị trí của mình để chuẩn bị bàn giao lại cho người anh em ...» Tiếng nhạc đệm lại cất lên ngay sau đó.

Những bước chân gấp rút vội vàng tiến nhanh lại máy thu thanh. Một cánh tay giở cao gạt phăng cái máy đang phát ra điệu nhạc hùng. Máy và nhạc cùng rơi xuống nền gạch một lượt. Sự đổ vỡ cuối cùng kéo theo một giọng giận dữ, tức tưởi, uất nghẹn của Hoàng :

— Khốn nạn ! Chó má ! Trời ơi ! Thế là hết...hết rồi !

12

Hoàng bưng mặt, cong người lại, khóc rấm rứt. Thời gian ngừng hẳn lại và mọi vật trong căn phòng như đông đặc, biến thành từng khối đá tuyết làm tê cóng người Hoàng. Máu tươi rỉ ra từ ngón chân cái Hoàng thấm ướt nền gạch. Anh đã dẫm lên mảnh vỡ; anh không hay biết gì cả và anh chưa nghe vết thương hành nhức dưới chân. Cơn đau buốt của trái tim là cơn đau chính hiện giờ của anh. Anh xây xẩm choáng váng lảo đảo lùi về phía sau, tựa lưng vào vách phòng. Hai tay buông xuôi, Hoàng nhìn trừng trừng chiếc máy thau thanh nằm im lặng dưới đất. Đôi mắt anh đỏ ngầu, hoen lệ.

Tiếng súng bắt đầu nổ dòn từ ngoài đường phố, trong các con hẻm vọng về, vang dội vào tai Hoàng. Tiếng xe lớn nhỏ ngược xuôi, tiếng la hét inh ỏi cùng rủ nhau đổ ụp vào tai Hoàng. Chưa bao giờ anh nghe một thứ âm thanh kỳ quặc như vậy phát ra cùng một lúc. Súng lớn, súng nhỏ nổ dòn như tiếng pháo vào giờ Giao Thừa. Không phải là tiếng pháo. Rõ ràng là tiếng súng. Hoàng không thể lầm ngày tháng của hôm nay. Không phải là ngày Tết. Cũng không phải là một chiến thắng mà cả nước ăn mừng với tiếng pháo, tiếng súng. Hoàng biết rõ, rất rõ, hôm nay là 30/4 và giờ này là 10 giờ 45 phút.

Anh tiến nhanh lại mở cửa sổ, nghiêng người ra ngoài. Máu theo bước chân anh kéo một đường dài trên nền gạch. Muôn ngàn tiếng súng nổ chát chúa đâm thủng màng nhĩ tai anh. Nhiều loạt đạn bay vút qua đầu anh với tiếng xé gió rít ghê rợn. Anh rút người vào trong, hai tay vẫn giữ chặt thành cửa sổ, nửa muốn đóng lại, nửa không. Cảnh tượng phía dưới chao động dữ dội làm anh hoa mắt.

Con đường Trương Minh Ký mỗi ngày, dù ở vào giờ cao điểm, vẫn là một đường khá rộng đủ cho hai chiều xe, người xuôi ngược. Nhưng hôm nay, nó trở thành quá nhỏ, quá hẹp với làn sóng người và xe tấp nập ngược xuôi trong cơn sốt của một ngày lịch sử. Từng đoàn xe Honda chở đôi, chở ba với quần áo, mùng mền chất phía trước, phía sau, len lỏi giữa rừng người chạy bộ về hướng Tân sơn Nhất hoặc về hướng Sàigòn; nhiều, rất nhiều xe Jeep mui trần chở đầy thanh niên trong màu áo Nhân dân Tự vệ rú còi, bóp kèn phóng thật nhanh; những người trẻ tuổi võ trang chỉa súng lên trời bắn hết băng đạn này đến băng đạn khác. Vừa bắn, họ vừa hò hét như điên dại. Từ các hẻm, một số người khác tranh nhau đổ ra đường lớn bắn phụ họa theo. Nhiều thân người ngã xuống vì cuộc tranh tài không giải thưởng ấy.

Tại sao họ bắn loạn xạ như vậy ? Hoàng không thể hiểu nổi. Họ ăn mừng cái ngày «bàn giao lại cho người anh em» ? Hay họ bắn hết một lần cho đã tay để rồi sẽ không bao giờ còn được cầm lại cây súng cạc-bin hay cây M 16 và còn được bắn thêm một phát đạn nào nữa ? Hoàng thấy rõ hai người đàn ông ngã xe Honda văng nằm trên mặt đường, áo ngực thấm ướt máu tươi. Tiếng trẻ con la khóc thảm thiết. Tiếng mẹ gọi con ỏi ỏi. Tiếng chồng gọi vợ lạc mất giữa lớp sóng người dậy cao trên đường phố. Hai chú lính chạy vào con hẻm trút bỏ thật nhanh lớp áo nhà binh. Trên người chỉ còn 1 quần đùi và chiếc áo lá bạc màu. Mũ sắt, cát-két lăn long lóc ở đây, ở đó. Người, xe dẫm đạp, cán lên đủ màu quân phục nằm la liệt bẹp dí khắp nơi.

— Họ đã tới Bà Quẹo rồi !

— Họ đã vượt qua Sư đoàn Dù !

— Họ đã tới Ngã tư Bảy Hiền rồi !

Báo động nóng sốt từng phút, từng giây. Càng lúc ngọn lửa càng lan dần đến sát Hoàng hơn. Anh mím chặt môi, đóng mạnh cửa sổ, quay phắt lại gằn từng tiếng :

— Vậy là hết. Hết rồi !

Anh phóng tới bàn viết, lôi ngăn kéo nắm chặt khẩu Mauser trong tay. Anh lên đạn. Bóp cò. Một tiếng «clắc» khô khan cất lên. Hoàng xem lại vũ khí. Băng đạn còn nằm trong ngăn kéo. Anh lắp đạn vào súng và lên cò. Con đường giải thoát đã vẽ ra trước mắt. Nó sáng rực dưới ánh mặt trời ban mai. Hoàng sẽ theo con đường ấy, ngay một phút sau đây, đi tìm một giải pháp hữu hiệu nhất, ổn thỏa nhất và can đảm nhất của một anh hùng. Hoàng sẽ trở thành anh hùng hay một kẻ chiến bại bị làm nhục. Vinh và nhục chỉ một chút nửa đây sẽ được cụ thể hóa. Chết vinh hơn sống nhục, Hoàng đã dưỡng nuôi ý chí ấy từ cái tuổi đã gieo vào đầu anh quan niệm sống của một con người, một thằng con trai thời chiến. Ai cũng một lần chết, chết trẻ hay chết già, chết vì bệnh tật, tai nạn hay chết do chính mình cũng chỉ một lần thôi. Cái chết đối với Hoàng là một giải thoát và trong tình thế hiện nay càng có ý nghĩa tuyệt đối của một sự giải thoát, giải thoát ra khỏi cái nhục của một chiến sĩ bị loại, bị «chiến hữu vĩ đại» bỏ rơi. Hoàng ôm cứng lấy một đổi trao xứng đáng với kẻ thù. Anh sẽ nằm bên cạnh xác chết khác. Năm viên đạn đồng sáng chói phải hạ ít nhất từ 3 đến 4 đối phương, còn một viên cuối cùng, anh sẽ dành cho anh, cho một đời người chưa tìm ra được ngày vinh quang nhứt của lý tưởng mình đã chọn lựa ở lứa tuổi vừa rời khỏi ghế nhà trường.

Tự sát là cuối đường tuyệt vọng. Tự sát đối với Hoàng là một cái gì tiêu cực gần với hèn nhát. Tự sát phải được đánh đổi với một giá, dù chưa phải là một chiến công hiển hách thì cũng phải là một tấm gương sáng của một kẻ bất khuất đối diện với hung bạo và phi nhân. Hoàng cương quyết đánh đổi bằng một cuộc tự sát ở cuối nẻo đường hầm.

Bên ngoài căn phòng của gã con trai đang đối diện với tử thần, tiếng súng nổ dồn, tiếng người la hét, tiếng máy xe gầm rú, âm thanh kỳ quặc ấy vẫn tiếp diễn như không sao dứt.

— Họ đã về tới đâu rồi ? Về tới sát cổng Phi Long Tân Sơn Nhất và sẽ đổ về đường Trương Minh Ký ?

Hoàng tự hỏi và đoán chừng sức tiến quân của đối phương. Anh quả quyết là chỉ một chút nửa đây, họ sẽ đập cửa phòng anh, gọi mở cửa và anh sẽ ra tay đánh đổi với cái chết đơn độc.

Tiếng chân chạy vội lên cầu thang. Hoàng không còn sợ nửa, nhưng anh vẫn không giữ được bình tĩnh. Họ đã tới. Họ đang tiến lên cầu thang. Họ sắp bắt anh và sẽ giết anh hởn cả một con vật. Anh kéo ghế ngồi đối diện cửa phòng, người ngả hẳn về phía sau, hai tay ghì chặt khẩu Mauser, ngón trỏ lồn vào lẫy cò. Cánh cửa phòng vừa bật tung vì sức mạnh từ bên ngoài, Hoàng sẽ nổ súng ngay tức khắc trước khi họ bắt anh, trói anh, lôi xểnh anh đi và hạ sát anh.

Anh nín thở chờ đợi. Trong tư thế sẵn sàng chiến đấu, Hoàng mím chặt môi, mắt nhìn trừng trừng cửa phòng, ngón trỏ móc vào cò súng. Tiếng gõ cửa từ nhẹ đến mạnh, từ rời rạc đến gấp rút. Hoàng vừa định dõng dạc hỏi thì một giọng nữ cất lên :

— Hoàng, anh Hoàng !

Như sợi dây đàn đang lên thật căng rồi đột ngột bị chùn lại, Hoàng hạ nhanh tay cầm súng xuống, chồm tới hỏi :

— Ai ? Ai đó ?

Anh đã quen thuộc với giọng nói ấy, nhưng ở phút giây căng thẳng tột độ này, anh chưa hẳn tin đó là Yến, người con gái đã đến với anh ở cuối nẻo đường tỉnh.

Tiếng Yến đáp gấp rút :

— Em. Em đây anh. Yến đây.

Hoàng bật đứng lên tiến nhanh lại kéo chốt cửa. Yến lách mình bước vào trong, nhanh gọn như cơn gió lùa. Tóc nàng rối bồng, người nàng đẫm ướt mồ hôi. Một tay xách giỏ ny lông, một tay cầm giày, Yến phờ phạc rã rời gần như kiệt sức.

— Đóng cửa lại đi anh. Gài chốt lại.

Hoàng lúng túng :

— Yến. Em đến đây làm gì ? Chuyện gì vậy hả em ?

Yến buông rời cả giỏ ny-lông lẫn đôi giày. Mắt nàng nhìn trừng trừng khẩu súng trong tay Hoàng. Một cảm giác ghê rợn len nhanh vào khắp người Yến. Nàng cố tìm hiểu thật nhanh ý nghĩ cùng hành động kỳ quặc của Hoàng. Không tài nào Yến đoán ra nổi. Từ lâu Yến biết Hoàng có vũ khí, nhưng chưa bao giờ nàng trông thấy Hoàng sờ mó tới thứ giết người ấy. Mỗi khi nàng hỏi Hoàng giữ súng để làm gì và Hoàng có thích vũ khí không thì Hoàng giải thích là vì cơ quan bắt giữ súng để tự vệ và từ bản chất, anh không thích loại phát minh mà loài người dùng để giết nhau và dành cho kẻ có vũ khí trong tay đàn áp, bóc lột người tay không.

Tại sao bỗng hôm nay Hoàng lôi thứ ghê tởm ấy ra và cầm chắc trong tay ? Yến vặn hỏi lại :

— Hoàng. Anh làm gì vậy hả ?

Nàng từ từ tiến về phía Hoàng, trở tay chỉ khẩu Mauser :

— Tại sao anh ... cầm súng ? Để làm gì vậy hả ?

Hoàng che dấu :

— Chỉ để tự vệ thôi.

— Không, không phải thế. Nếu em không lầm thì ... có phải anh định ...

Yến chỉ nghĩ tới mưu định tự sát đơn thuần của người yêu. Nàng rùng mình khiếp đảm. Liên tưởng đến một phát súng nổ và Hoàng gục ngã trên vũng máu, Yến run lên bần bật. Sắc mặt nàng tái xanh. Đoạn đường còn lại trong cuộc hành trình đi tới đích hạnh phúc của hai người sẽ mất hút trong bão tuyết.

Hoàng cười gượng :

— Em lầm rồi. Anh không thể làm nổi một chuyện anh hùng dám đứng ra đương đầu với họ. Sức mấy mà anh ...

— Em không nghi như thế. Em muốn nói là anh ... định tự tử.

Yến vừa điểm trúng một nửa ý định của Hoàng. Anh vụt nhớ tới quyết định của mình. Anh lắc vai Yến :

— Em, em nghe họ tới đâu rồi ?

Yến lắc đầu :

— Em không biết rõ lắm. Em chỉ nghe người ta nói là họ sắp tới nơi rồi.

— Tới nơi rồi là tới đâu ? Em ... cụ thể hóa sự có mặt của họ cho anh biết đi.

Yến nhìn trừng trừng vào mắt Hoàng :

— Để làm gì ? Có phải để anh tự định đoạt lấy đời anh không ?

Hoàng tiến lại cửa sổ nhìn xuống đường. Vẫn quang cảnh cũ dẫy động trước tầm mắt anh. Rồi một đoàn xe Jeep 4 chiếc lướt qua. Trên mỗi xe, lá cờ xanh đỏ tung bay trong gió. Giòng người dừng hẳn lại hai bên đường đứng nhìn ngọn cờ xa lạ ấy. Nhiều cánh tay dở lên cao vẫy chào; những tràng pháo tay nổi lên xen giữa từng loạt súng nổ.

— Cờ gì vậy ?

— Cờ Mặt Trận Giải Phóng.

— Không biết. Lần đầu tiên mới thấy !

Một người khác :

— Họ là ai vậy ?

— Ai ?

— Những người trên xe và cầm cờ đó ?

— Là Việt Cộng chứ còn ai nữa ?

Có tiếng cãi lại :

— Gì ? Họ là Việt Cộng à ? Ồ ! Mấy chú Nhân dân Tự vệ phường, khóm ấy mà. Tôi biết rõ 3,4 đứa ở xóm tôi.

— Tại sao họ lại cầm cờ Mặt Trận Giải Phóng ?

— Ai biết !

Một giọng cười châm biếm :

— Tụi nó tỏ ra thức thời vụ. Lau sậy ngã rạp theo chiều gió !

Đứng trên cao, Hoàng thấy rõ tất cả. Ngọn cờ xa lạ đối với dân thành phố không lạ đối với anh. Anh đã nhiều lần thấy nó, nắm nó trong tay và nhớ nó rất rõ.

Anh quay lại đã chạm người Yến. Từ nãy giờ Yến đứng sau lưng Hoàng và nàng cũng chú ý theo dõi những gì xảy ra phía dưới đường.

Nàng giục :

— Anh. Mau rời nơi đây đi. Đừng ở đây nữa.

Nàng gỡ khẩu súng trong tay Hoàng tiếp :

— Bỏ vật này lại đây. Đừng đem nó theo. Nguy hiểm lắm.

Hoàng dằn khẩu súng lại, nghiêm nghị :

— Không. Anh đã nhất quyết rồi.

— Cái gì ? Anh nhất quyết chuyện gì chở ?

— Anh ở lại. Đã muộn rồi. Đã hết rồi.

Câu nói ngắn gọn của Hoàng càng xác định điều mà Yến nghĩ về hành động của anh. Rõ ràng là Hoàng muốn tự sát. Con đường trước mặt anh đã không còn một lối thoát nhỏ.

Yến cố gắng đoạt lấy khẩu súng :

— Đưa khẩu súng cho em. Anh không được hành động nông nổi như vậy. Đưa ... đưa cho em.

Hoàng trừng mắt đẩy Yến ra xa :

— Yến. Em hãy để yên cho anh. Em không được can dự vào. Anh đã quyết định rồi. Không, không còn lối thoát nào khác nữa. Họ đã về đến đây. Hết, hết tiệt rồi.

Yến gào thét :

— Nhưng cái chết của anh chẳng lật ngược được thế cờ. Anh chết bằng cách tự sát không hẳn làm anh trở nên một người hùng. Một anh hùng không chọn một cái chết như vậy.

Hoàng chĩa mũi súng về phía cửa, gằn từng tiếng :

— Một phát đạn là một xác địch. Kẻ ngã xuống cuối cùng sẽ là anh, là ... thằng Hoàng này. Anh không mơ ước người sống đề cao cái chết của anh mà anh chỉ muốn cái chết của anh được trả một giá vừa phải.

Yến lặng người nhìn Hoàng không chớp mắt. Nước mắt chợt ứa ra, lăn dài xuống má. Giọng Yến nghẹn ngào :

— Anh Hoàng, anh không ... nghe em sao ? Em van anh mà ... anh Hoàng.

Nàng úp mặt vào đôi tay khóc. Hoàng xúc động. Không phải vì Yến đang tức tủi mà anh chợt nghĩ tới lần từ biệt sắp sửa xảy đến cho cả hai người. Cuộc tình đang ở giai đoạn cuối cùng tuyệt đẹp như du thuyền sắp cập bến mơ bỗng cuốn trôi theo sóng gió từ trùng dương ào ạt bủa vào. Trong tháng 7 nầy, Hoàng-Yến sẽ nắm tay nhau đi thẳng vào tòa lâu đài hạnh phúc sau nhiều năm quen nhau, yêu nhau, tìm hiểu nhau và cùng đi đến quyết định keo sơn, gắn bó.

Anh tiến lại, nắm hai vai Yến nắn bóp :

— Yến ! Cố hiểu anh. Anh van em. Nghịch cảnh bắt buộc anh phải xa em. Nước lũ đã dâng lên tận cổ anh rồi.

Yến lắc đầu rên ri' :

— Anh ... không còn ... yêu em nữa !

— Sao lại không ? Lúc nào và ... bao giờ anh cũng vẫn yêu em.

— Không. Em không tin. Còn yêu em ... sao anh lại ... đòi bỏ em mà đi ?!

— Anh là gỉ em đã biết rồi. Một người như anh, họ sẽ không bao giờ tha chết. Tình báo là kẻ thù số một của chúng. Chúng nó sẽ treo cổ anh, bắn nát sọ anh. Nếu không phải thế thì ... chúng sẽ giam giữ anh trong ngục tối suốt đời. Đằng nào cũng là cái chết. Thà đánh đổi với chúng để hồn anh đỡ hận tủi.

Yến càng nghe tim mỉnh se thắt. Niềm kính trọng đối với Hoàng đã bị tình yêu nóng cháy đẩy lui xuống vực thẳm của tính ích kỷ đặc thù của con người. Nàng buộc cứng Hoàng vào cái phao :

— Nhưng anh phải sống. Anh không thể chết liều như vậy được. Họ không biết anh. Họ chưa biết được anh.

Hoàng trở tay xuống đường :

— Rồi họ sẽ biết. Bọn xu thời nịnh bợ ở chung quanh đây sẽ chỉ chọc, tố cáo anh với chúng nó. Ai cũng biết rõ anh làm việc với chính quyền quốc gia.

Yến cố kéo cái phao vào gần bờ :

— Chính vì vậy mà anh phải trốn ngay bây giờ. Chúng ta còn đủ ngày giờ trốn tránh.

Hoàng trợn mắt :

— Trốn tránh ư ? Tại sao lại phải trốn ? Tất cả đã đổ vỡ, tan nát hết rồi. Sống để làm gì nữa chứ ?

Yến dẫn mạnh hai tay nói như gào thét :

— Nhưng nào có phải lỗi ở anh ? Anh có tội lỗi gì mà phải chọn lấy cái chết vô lý như thế chứ ?

Dưới đường cơn xáo động càng gia tăng cường độ. Tiếng còi hú vang dội. Kéo theo tiếng xích sắt xe thiết giáp nghiến trên mặt đường rõ dần, rõ dần. Một thứ tiếng động nặng nề điếc tai, nhức óc. Nhựa đường bị sức nặng hàng nghìn tấn làm giãn ra, căng thẳng như muốn sụp xuống làm thành vực thẳm. Dấu xích sắt hằn rõ nét làm nhăn nhúm mặt đường. Hai chiếc, bốn chiếc rồi mười chiếc rầm rập rẽ vào đường Trương Minh Ký. Những chiếc nón cối gắn sao vàng ngồi chễm chệ tren cao bên cạnh khẩu đại liên. Phía trước, ống đại bác chĩa thẳng về trung tâm thành phố.

Những người lính thiết giáp xa lạ kia ngồi lặng yên như pho tượng với gương mặt lầm lì, sắt đá. Họ đang vào một vùng đất hoàn toàn xa lạ, khác thường chưa từng trông thấy. Đường phố thênh thang, nhà cao cửa rộng, xe cộ đủ loại xen lẫn với rừng người ăn mặc đủ màu sắc tươi mát làm hoa cả mắt những người suốt tháng năm lặn lội, trốn tránh trong rừng sâu, hoang dã. Họ như đang lạc vào một vùng đất mới, vùng đất của đối phương giờ đã bị bỏ ngỏ. Sức kháng cự yếu ớt của Sư đoàn Dù ở Bà Quẹo vì thiếu đạn chống chiến xa và những đợt oanh kích của các phi tuần phóng pháo ở Hốc Môn, Bà Điểm không phải là trở lực quan trọng của các chiến đoàn thiết giáp T54.

Chúng cần lướt tới, thắng vào giữa trái tim rỉ máu của địch; không một kháng cự nào khả dĩ làm cho kẻ mới tới sợ hãi, khiếp viá !

Một số người qua đường, ở quanh phố hoảng hốt tuôn chạy vào hẻm hoặc chạy vào nhà đóng kín cửa lại. Một số khác nhào tới sát nhửng chiếc T54 reo hò, mừng rỡ và chạy bộ theo phiá sau. Mặt mày hí hửng, vui sướng như mình đang chào đón đoàn quân chiến thắng trở về! Tiếng súng nhỏ càng nổ dồn hơn, nhặt hơn. Các chú bé 10, 12 tuổi không biết lấy súng ở đâu ra, cũng lên đạn bóp cò lia lịa. Có đứa bắn vừa được một phát đã ngã ngửa về phiá sau, quăng súng bụm mặt, che tai, mặt mày tái xanh như tàu lá. Một vài người quanh đó bị lạc đạn ngã lăn ra đất, máu nhuộm đỏ aó quần. Hỗn loạn chưa từng có.

Nhiều tốp thanh niên đập phá cửa nhà giàu bỏ hoang hồi của. Chúng khuân vác máy truyền hình, thu thanh, rượu đủ loại, gạo, nước mắm, dầu hôi, đàn dưỡng cầm, kể cả bàn ghế, tủ giường, mùng màn. Thậm chí đến chén đũa chúng cũng không từ. Tiếng đập phá vang dội khắp nơi. Đồ đạc, của cải vô chủ rơi rớt tung tóe khắp mặt đường.

Tiếng búa, kềm, xà beng nện ầm ầm lên nắp xăng xe hơi. Kẻ cầm chai, người xách thùng nhựa tranh nhau hứng lấy nhiên liệu chảy òng ọc qua vòi cao su do một người đứng trên cao giữ chặt trong tay; miệng anh ta hãy còn ngồm ngoàm xăng dầu. Anh ta réo gọi người nhà đưa thùng nhựa tới, anh ta nạt nộ người xa lạ, đạp tế kẻ nào chen lấn.

Có tiếng chửi thề:

— Tổ cha nó. Của thiên hạ mã nó làm như của nhà nó vậy đó.

— Đ.M. cà chớn há ? Lộn xộn ông chế xăng châm họp

quẹt đốt thành than bây giờ. Tao đập khóa thì xăng trong xe này là của tao. Tao muốn cho ai thì cho.

— Xăng chủa có lấy được thì chia đều cho bà con xài chớ.

— Ê, Đ.M., đi chỗ khác chơi. Đừng giỡn mặt với chánh quyền khó làm việc.

Ở đây, ở đó, trong hẻm ngoài đường, bao nhiêu xe hơi lớn, nhỏ vô chủ bị vứt bỏ khắp nơi đều bị đập khóa rút xăng. Xe Honda, Vespa, Lambretta nằm nghiêng ngả rải rác khắp vỉa hè. Nhiều loạt súng nổ thật gần đoàn người đang cướp xăng dầu. Nhiều tiếng la hét ra lệnh :

— Tránh ra, tránh ra. Để xăng dầu lại. Không một ai được đem đi.

— Xe cộ, xăng dầu bây giờ là của cách mạng. Ai đụng tới sẽ bị xử bắn.

Như ong vỡ tổ, thiên hạ tản ra, nhanh chân bỏ chạy tán loạn. Người nhát gan quẳng bỏ chai, thùng đẩy xăng lủi trốn, kẻ gan lì cố giữ chặt trong tay vật mình đã lấy được, cố tìm đường thoát thân.

Nhóm người can thiệp không phải ai xa lạ. Vẫn là toán Nhân dân Tự vệ trong khu phố giờ đây đã đổi giọng, tay đeo mảnh vải đỏ, mặt mày hung hãn, chĩa súng cạc-bin, M16 vào bạn cùng xóm của mình.

Một người đàn ông đứng tuổi vừa gỡ tay một chú Nhân dân Tự vệ đang bắt giữ mình vừa năn nỉ :

— Năm à ! Tha cho chú lần này đi cháu. Chú lấy được có một can 2 lít thôi mà !

Giọng thằng Năm gắt như kiệu :

— Không tha gì hết. Đụng tới tài sản của Cánh mạng là có tội.

— Đâu có phải. Xăng lấy từ trong xe vô chủ mà Năm.

— Của vô chủ là của Cách mạng. Ông theo tôi về trụ sở Cách mạng.

Một chú Nhân dân Tự vệ khác xen vào :

— Năm ! Tha chú ấy đi. Chỗ quen biết với nhau mà. Mày ăn cơm nhà chú 2,3 lần rồi. Trụ sở Cách mạng có đâu mà bắt giải người ta về ?

Năm bến lến, thả tay «tội nhân» ra, lầu bầu :

— Tạm tha cho ông đó nghen. Còn tái phạm thì đừng có trách Cách Mạng nghen.

Người đàn ông vừa được «tha» nhanh chân lủi vào giữa đám đông chạy cờ về nhà. Nhiều đống chai, thùng xăng được gom lại một chỗ; vài chú bé cầm súng canh giữ. Hết đứng rồi ngồi bên lề đường, các chú bé nhìn chừng về hai hướng như chờ ai đó tới nhận số xăng dầu vô chủ. Ai ? Các chú không biết. Chưa biết !

Đứng bên cửa sổ chờ giây phút quyết liệt đến với hoàn cảnh và thân phận mình, Hoàng đã chứng kiến tất cả cảnh tượng ghê tởm dưới đường.

Anh thở ra hỏi Yến :

— Em trông thấy gì không ?

Yến chau mày hỏi lại :

— Thấy gì ?

— Những khuôn mặt cũ đang thủ diễn vai trò mới trong khu phố anh ở và có lẽ ... ở khắp nơi khác nữa. Một xã hội đang ung rữa. Cháy nhà lòi mặt chuột.

Yến không thấy cảnh tượng đau lòng của một miền đất nước sắp sửa đổi ngôi thống trị, nhưng nàng cũng đã hiểu được điều Hoàng muốn nói. Biến đổi nào cũng làm rỉ máu trái tim mẹ Việt Nam, cũng đẻ ra ít nhiều tệ nạn giựt dọc, cướp của giết người. Luật pháp đang bị bịt mắt thì tội ác dấy động, lộng hành. Ở giữa giai đoạn hỗn mang này, người ta có thể giết nhau, mặc tình giết nhau, dù chỉ vì tự ái nhỏ nhen, vì một câu nói vô tình, vì tư thù, tư oán. Không ai điều tra, bắt giữ, trừng phạt kẻ gây nên tội ác. Vu cáo, chụp mũ sắp sửa trở thành một phong trào được những «người chủ mới» công khai khuyến khích.

Người dân vô tội còn bị tố cáo, bị bắt, bị cầm tù và bị giết oan thì huống chi Hoàng là kẻ đứng trong hàng ngũ đối lập với những người mới đến ? Hoàng đang ở giữa bầy thú dữ. Dù có kiên cường, anh đứng đến đâu, anh vẫn là «Nhứt hổ nan địch quần hồ !». Cái chết của Hoàng, dù là một cuộc đánh đổi, lời hay lỗ đối với Yến vẫn là vô ích, là ghê rợn, là một thua thiệt và đưa đến cho nàng sự mất mát to lớn nhứt đời.

Nàng cương quyết kéo người yêu ra khỏi cơn tuyệt vọng :

— Anh Hoàng, tình thế không thể nào thay đổi được nữa. Nước lũ đang còn ở chân, mình phải tháo chạy, đừng để nước tới trôn. Sẽ không còn kịp nữa. Hãy theo em ngay bây giờ.

Nàng nắm tay Hoàng lôi ra cửa.

Hoàng ghị đứng lại, phản đối :

— Không. Anh không trốn đâu hết. Anh ở lại đây.

Yến gào lên :

— Anh ở lại đây để làm gì chớ ? Để bị bắt, bị tù và bị...

— Không bao giờ họ bắt được anh. Chúng nó chỉ có thể đấm đá, đâm nát xác chết của anh mà thôi. Em về đi. Để mặc anh. Mặc xác anh.

Hoàng gắt gỏng để Yến biết rõ quyết định dứt khóat của anh. Anh gặt mạnh tay cầm súng :

— Chỉ cần một phút cuối cùng là giải thoát.

Yến vừa định nhào tới chụp lấy Hoàng thì có tiếng gõ cửa gấp rút. Cả Hoàng lẫn Yến cùng giật mình quay phắt lại.

Yến khẽ kêu lên:

— Trời ơi ! Chết rồi.

Hoàng nhanh tay mở khóa an toàn khẩu Mauser, chĩa thẳng về phía cửa, giục Yến:

— Em hãy về đi. Về nhanh đi. Để anh đối phó một mình.

— Nhưng...

— Nhanh lên. Về đi. Chúng nớ đã tới rồi.

Tiếng gõ cửa tiếp tục, từng chập, từng chập.

Yến bối rối:

— Nhưng...em không thể về được nữa. Em...

Giọng nàng trở nên bình tĩnh:

— Nếu anh phải chết thì em ở lại đây cùng chết với anh. Em không thể để anh ở đây một mình.

Hoàng khoác tay:

— Không. Em phải sống. Em không thể chết với anh. Anh đã chọn con đường anh đi thì ở phút cuối cùng này anh sẽ chết cho lý tưởng của anh. Em chỉ là một người dân. Họ có thể để yên cho em.

Yến nhìn quanh quất hỏi trổng:

— Nhà chỉ có một cửa ra vào ? Không có cửa hậu hả ?

Hoàng lúng túng:

— Chỉ có cửa sổ thôi. Mà em...không thể nhảy cửa sổ được.

Bỗng Yến bước nhanh lại cửa định kéo chốt. Hoàng hốt hoảng phóng theo giữ lại:

— Kìa. Yến. Em định làm gì vậy hả ?

— Em ra ngoài tìm cách...

— Cách gì ?

Giọng Yến thấp xuống:

— Em ra ngoài tìm cách giữ chân họ lại trong chốc lát. Ở trong này anh vượt cửa sổ thoát thân.

Hoàng kéo Yến ra xa cửa phòng:

— Không. Anh không trốn đi đâu hết. Anh đã nhứt quyết ở lại đây. Anh thề không để bị bắt.

Tiếng gọi cửa lớn hơn và một giọng quen thuộc cất lên:

— Cậu Hoàng ! Cậu Hoàng ơi ! Mở cửa, mở cửa đi cậu.

Trong lúc Hoàng đứng chết sững, Yến chau mày hỏi:

— Ai, ai vậy ? Hình như là...Anh, anh ơi, không phải họ mà là...

Hoàng vẫn đứng lặng yên, mắt nhìn chòng chọc ra cửa phòng. Bên ngoài tiếng đập cửa vọng vào rõ mồn một, một giọng khẩn khoản nối tiếp:

— Cậu Hoàng ơi ! Mở cửa cho tôi vào cậu ơi ! Làm ơn mở cửa đi cậu.

Hoàng nhét khẩu súng vào trong áo, tiến lại mở cửa. Yến đuổi theo:

— Anh, ai vậy anh ?

— Dì Tư Lựu ở phía dưới nhà.

Cánh cửa vừa hé mở, bà Tư Lựu bước vào. Trông thấy Yến, bà dừng lại chào:

— Chào cô ! Nãy giờ tôi nghe tiếng phụ nữ trong này, tôi định...

Hoàng đóng chặt cửa lại, quay sang Yến:

— Đây là dì Tư ở dưới nhà. Dì Tư và anh coi nhau như dì cháu ruột thịt.

Yến cúi chào bà Lựu, liếc mắt nhìn chừng Hoàng. Dù

được Hoàng giới thiệu thân tình giữa anh và người đàn bà đứng tuổi ấy, nàng vẫn chưa thấy yên tâm. Câu nói của bà vừa rồi như có một cái gì gần với hiểm nguy cho Hoàng.

Bà Tư lại ấp úng:

— Cậu Hoàng, tôi muốn nói với cậu...một câu chuyện nhưng...

Hiểu ý bà, Hoàng trấn an:

— Không sao đâu dì Tư. Đây là Yến, bạn rất thân của cháu. Hình như Yến đã một hai lần gặp dì rồi. Có chuyện gì dì cứ nói đi. Dì xem Yến như cháu vậy.

Yến đang sốt ruột muốn dời Hoàng ra khỏi nhà anh. Tình thế không cho phép Hoàng nấn ná lại đây nữa. Càng phút, hiểm nguy càng tiến sát tới cuộc sống và sự an toàn của anh. Dầu sôi lửa đỏ đang nung nấu khắp phố phường. Cơn sốt thời cuộc đang trực tiếp đe dọa mạng sống của từng người một đã sống dưới chế độ vừa sụp đổ.

Bà Lựu kéo Hoàng ra xa, lắp bắp:

— Cậu Hoàng, thằng Dũng, con tôi, vừa bỏ nhà đi rồi.

Hoàng kinh ngạc:

— Hả ? Dũng nó...đi rồi ? Mà nó...đi đâu chớ ?

Bà Lựu mếu máo:

— Nó theo «cách mạng»...cậu ơi !

Hoàng giựt mình:

— Hả ? Nó theo...tụi nó ?

— Tôi hết sức ngăn cản mà nó...vẫn không nghe. Dượng Tư đòi giết nó, nó vẫn nhứt quyết...cậu ơi !

Bà ôm mặt khóc. Hoàng thở ra, quay sang nhìn Yến. Yến chồm tới hỏi khẽ:

— Chuyện gì vậy anh ?

Hoàng nắm vai bà Lựu lay nhẹ:

— Dì Tư, Dũng đi một mình hay có ai khác nữa

không ? Nghĩa là có ai đến nhà rủ Dũng đi không ?

Giọng bà Lựu nghèn nghẹn:

— Nó đi với hai thằng bạn nó là thằng Cu Đen và thằng Tư Thẹo tìm ủy ban cách mạng nghe đâu ở trên quận Tân Bình để xin gia nhập vào đoàn thanh niên yêu nước. Ba nó ngăn cản nó, nó xài xể lại. Nó còn nỗ lòng nào...dọa tố ba nó nữa. Nó buộc tội dượng Tư là...tay sai của Mỹ-Ngụy.

Hoàng tái mặt:

— Trời ơi, trời ! Dũng nó...dám làm như vậy sao ? Hết nói rồi...dì Tư.

Bà Lựu ngước lên nhìn Hoàng qua màn lệ. Bà nắm tay Hoàng siết chặt:

— Cậu Hoàng, tôi không sợ...cho ba nó. Nó hăm dọa dượng Tư vì dượng Tư ngăn cản và đòi giết nó, nhưng tôi không tin nó dám giết ba nó bằng cách đó. Ba nó đã hưu trí từ lâu rồi. Bất quá cách mạng họ chửi rủa ba nó thôi. Tôi chỉ sợ cho cậu thôi...cậu Hoàng à !

Như bị tạt mạnh gáo nước lạnh vào mặt, Hoàng vụt nghĩ tới thân phận mình. Anh đoán rất nhanh câu nói sau của bà Lựu:

— Dì nói sao ? Dũng nó...

— Nó hăm sẽ tố cậu làm việc cho...quốc gia. Nó nói cậu làm...an ninh, tình báo gì đớ. Trời ơi ! Con tôi, thằng Dũng...con tôi !

Yến đã ở sát bên Hoàng từ nãy giờ. Nàng đã nghe rõ những lời bà Lựu. Tai nàng bị ù vì tiếng nổ mà bà Lựu vừa ném thẳng tới trước mặt Hoàng. Nàng chụp tay Hoàng, hốt hoảng:

— Anh ! Vậy là...chết rồi, anh ơi !

Hoàng nghiêm mặt, nhìn trừng trừng nền gạch. Hình

ảnh Dũng đang hiện ra trước mắt anh. Một thằng bé mười tám tuổi, con nhà tử tế, khá giả, bỏ học lớp đệ nhị, thường xuyên trốn theo lũ du đãng, xì-ke trong xóm, đã một lần được gia đình gửi vào trường «bụi đời» Tân Thuận. Ông Lựu đã khổ sở vì nó. Ông đã từ nó nhiều lần, cấm cửa không cho nó về nhà. Bà Lựu thương thằng con trai duy nhứt, năn nỉ ỉ ôi chồng tha thứ nó một lần, hai lần rồi không biết bao nhiêu lần kế tiếp. Vì nó mà ông bà Lựu không giữ được hạnh phúc của vợ chồng ở tuổi già. Ông để hở tiền của là nó lấy trộm ngay. Cả đến đồ xưa quý giá, gia bảo trong nhà, nó cũng không tha. Lên cơn ghiền, Dũng không từ bỏ một hành động tội lỗi nào. Nó được tặng biệt hiệu là vua «chà đồ nhôm» (tức là «chôm đồ nhà») !

Hoàng xem Dũng như em trai. Nhiều đêm, Hoàng ngồi bên cạnh Dũng chuyện trò, tâm sự đến một, hai giờ sáng. Anh cố thuyết phục Dũng từ bỏ xì-ke, xa lánh lũ bạn xấu, trở về với nếp sống lành mạnh, đạo đức để tạo dựng tương lai. Trước mặt Hoàng, nó hứa hẹn, thề thốt nhưng sau lưng Hoàng, nó vẫn theo con đường cũ.

Giờ đây, Dũng rẽ về con đường thứ hai, quên cả cha mẹ mình, quên luôn người bạn cùng chỗ ở với mình, chạy theo những kẻ xa lạ, cầm dao đâm sau lưng thân nhân, bằng hữu.

— Cháu không tin Dũng có đủ can đảm làm một chuyện như vậy.

Bà Lựu khẳng định:

— Tôi là mẹ nó, tôi biết rõ nó hơn ai hết. Cha nó, nó còn hăm tố cáo thì với cậu, nó cơ thể hành động dễ dàng không cần đắn đo, suy nghĩ nhiều. Tôi muốn cậu nên lánh mặt ngay bây giờ. Tránh trước là hơn, đừng để nước tới trôn mới nhảy.

Yến chen vào:

— Dĩ Tư nói phải đó anh. Giữa tình hình hỗn mang, mình không còn biết ai thương ai ghét mình.

Hoàng vẫn chưa dứt khoát với ý định của mình từ đầu. Khẩu súng lục đang cộm ở bụng. Trong một phút, anh xem Dũng như mục tiêu cần thanh toán nếu nó cùng xuất hiện với những kẻ tìm đến bắt anh.

Bà Lựu thúc giục:

— Lánh mặt ngay bây giờ đi cậu. Dượng Tư cũng đã đi rồi.

Hoàng tiến lại cửa sổ nhìn xuống đường. Cảnh cũ vẫn còn nguyên. Tiếng súng bắn chỉ thiên vẫn nổ dòn; xe, người vẫn xuôi ngược tấp nập; màu cờ xanh, đỏ xuất hiện nhiều hơn xen lẫn với ngọn cờ của phía bên kia vĩ tuyến 17.

Anh hỏi trổng:

— Đi đâu bây giờ ?

Yến đáp nhanh:

— Mình đến nhà anh Quang.

— Ở đây hay ở nhà Quang cũng vậy thôi. Đàng nào thì vẫn...

— Nhà anh Quang ở gần Xa cảng Miền Tây. Có gì mình lấy xe đò về quê em ẩn mặt một thời gian rồi liệu định sau.

— Về tỉnh càng dễ bị bắt hơn.

— Nhưng ở chỗ lạ, tông tích anh không dễ bị lộ như là ở đây. Ở đây ai cũng biết anh, nhứt là Dũng. Đi anh, nghe lời em một lần đi. Em van anh.

Bà Lựu hợp sức với Yến nài ép mãi, Hoàng mới chịu rời bỏ căn nhà mà anh định làm nơi tử thủ.

Xuống tới chân cầu thang, bà Lựu móc túi trao cho

Hoàng một xấp giấy 500 đồng:

— Cậu cầm đỡ số tiền này làm lộ phí. Có gì sau này cậu liên lạc với tôi hoặc cho tôi và dượng Tư biết tin tức của cậu.

Hoàng siết chặt tay bà Lựu, gượng tươi cười:

— Cám ơn dì nhiều lắm. Dì giữ tiền mà chi dùng, cháu còn tiền đủ xoay sở ít lâu. Dì nói lại với dượng Tư là cháu không bao giờ quên ân tình của dì dượng đối với cháu bấy lâu nay. Không biết đến bao giờ dượng cháu sẽ gặp lại nhau.

Bà Lựu không cầm được nước mắt:

— Cuộc đời đã...đảo lộn hết rồi. Cha con, vợ chồng, bè bạn phải xa nhau hết. Trước biến đổi...người ta mới biết được lòng dạ của nhau. Xấu hay tốt, lành hay dữ, trong lúc này mới lộ hiện ra. Cậu đi rồi...vợ chồng tôi...chúc cậu gặp nhiều may mắn. Tôi giữ tất cả đồ đạc của cậu. Khi nào cậu trở về tôi sẽ...

Hoàng lắc đầu:

— Chắc cháu không còn quay về nữa đâu dì Tư. Họ đến lấy nhà, tịch thâu đồ đạc, dì Tư cứ để yên cho họ. Nước đã mất rồi thì...xá gì những thứ nhỏ mọn ấy.

Một số đông người tản cư từ sáng qua sau một đêm chịu trận pháo kích dữ dội, giờ lục tục quay trở về nhà. Chồng vợ, con cái, mùng mền, chiếu gối chất đầy trên xe ba gác, xích lô, honda, vespa, lambretta...trên khuôn mặt từng người còn hằn rõ cơn bàng hoàng, khiếp đảm. Họ còn sống sót sau những ngày ghê rợn nhứt của chiến tranh dai dắng trong ba mươi năm mà kẻ muốn thắng cuộc không từ bỏ một hành động tàn bạo nào khả dĩ có lợi cho chiến thắng.

Vài người qua đường nhìn chừng Hoàng, Yến và bà

Lựu. Họ là ai ? Bạn hay thù ? Cái nhìn của họ có ẩn ý dò xét, tìm hiểu hay vô tư vẫn làm ba người lưu ý và dè sợ, nhứt là Hoàng.

Yến giục khẽ :

— Đi anh. Đừng đứng đây lâu có hại.

Hoàng kề vào tai bà Lựu :

— Dì có chỗ nào thủ tiêu vũ khí không ?

Bà Lựu ngạc nhiên :

— Nhà tôi đâu có súng ống gì đâu ?

— Dạ không. Cháu muốn nhờ dì thủ tiêu khẩu súng của cháu. Lúc nãy cháu muốn dấu lại trong phòng cháu nhưng cháu sợ sau đây, họ lục xét thấy được họ sẽ gây lôi thôi cho dì dượng.

Bà Lựu nhìn Hoàng từ đầu đến chân như muốn biết anh đang cất dấu vũ khí ở đâu. Mặt bà hơi xám lại.

Hoàng nói nhanh :

— Nếu dì ngại thì cháu đem theo luôn.

— Úy, không được đâu. Lỡ dọc đường cậu bị xét hỏi thì nguy hiểm lắm. Thôi được, cậu cứ đưa cho tôi rồi tôi liệu sau.

Yến bảo :

— Anh đưa qua cho em. Em cất trong túi xách của em rồi tới chỗ nào vắng người, em liệng đại. Em là đàn bà, họ ít để ý hơn anh.

Bà Lựu ngăn :

— Không được đâu. Cô đi chung với cậu Hoàng, nếu họ tình nghi xét hỏi cậu Hoàng, họ sẽ xét luôn cô. Cứ đưa qua cho tôi. Tôi có một chỗ thủ tiêu kín lắm.

Hoàng còn ngần ngừ thì bà Lựu thúc hối :

— Đâu ? Súng đâu, cậu đưa qua cho tôi.

Hoàng nhìn quanh quất rồi lôi khẩu Mauser trong

người ra, nhét vào tay bà Lựu. Hai người quay mặt vào vách. Yến trông chừng người qua kẻ lại.

Bà Lựu nghe lạnh sau gáy. Lần đầu tiên trong đời, tay bà sờ mó vào một thứ giết người. Bà đút khẩu súng vào nách quay lưng vừa bước vào nhà vừa giục:

— Đi đi cậu. Đi nhanh đi.

Hoàng ấp úng:

— Nhưng dì...

— Mặc tôi. Tôi có cách.

Yến lôi Hoàng đi tới. Hoàng ngảnh lại thấy bà Lựu vừa khuất mình sau cánh cửa hông nhà. Anh thoáng nghe hối hận dâng lên trong lòng. Lỡ trao gánh nặng cho một người khác, nhứt là một người đàn bà yếu đuối, vô tội, Hoàng không an tâm chút nào. Lỡ một mai bà bị bắt bớ, cầm tù vì khẩu súng ấy, Hoàng là kẻ mang trọng tội. Một thoáng, anh muốn trở lui lấy lại khẩu súng nhưng Yến đã kéo anh ra tới lề đường cái.

— Bậy quá ! Không nên !

— Anh vừa nói gì ?

— Không biết dì Tư có kham nổi không ?

Yến trấn an:

— Dì Tư đã nhận thì chắc là dì ấy có cách giải quyết thôi. Nhanh lên anh. Mình đến anh Quang xem tình hình như thế nào rồi liệu định sau.

Hai người nhanh chân đi về hướng cầu Trương Minh Giảng. Giòng thác người và xe ngùn ngụt trôi theo hai chiều. Bóng người mặc quân phục mới với nón cối gắn sao vàng đã xuất hiện trên đường phố cùng với những chiếc nón tai bèo, dép râu. Súng đạn kè kè bên hông, bên vai, mắt họ nhìn chừng đám đông tụ họp ở đó, ở đây. Kẻ đi đường ngang qua họ một cách dè dặt, áy náy ngại ngùng.

Vài kẻ hiếu kỳ bạo dạn đến bên họ mở chuyện. Họ lặng thinh. Họ chỉ lắc đầu hay gật đầu. Không ai biết họ là binh sĩ hay sĩ quan. Tất cả đều không mang «quân hàm». Họ với họ cũng không biết cấp bậc của nhau.

Màu áo lính ngày nào giờ đã tan biến vào dân chúng. Màu áo của một quân đội rất xa lạ với mọi người, giờ đang thị uy khắp nẻo đường đất nước. Một đổi thay quá nhanh, quá ngắn gieo kinh ngạc từ thôn quê đến thành thị. Và có lẽ chính người thắng cuộc cũng không ngờ.

Hoàng và các chiến hữu của anh rơi từ đỉnh cao hy vọng qua những lời sắt đá, đanh thép của các vị nguyên thủ quốc gia kế tiếp nhau ở những ngày cuối cùng của chế độ, xuống vực thẳm tuyệt vọng đau đớn. Giờ đây anh đang lẩn trốn, bên cạnh là người yêu thơ ngây vô tội như triệu triệu đồng bào miền Nam, nạn nhân của một cuộc chiến ý thức hệ đẫm máu nhứt trong lịch sử loài người. Hoàng thấy mình hèn nhất và vô cùng nhục nhã.

Xe phát thanh chạy xuôi ngược. Một giọng trầm trầm đều đều phát ra từ hai đầu loa: «Nghe đây, nghe đây. Sau đây là cương lĩnh của Mặt trận Giải phóng miền Nam và của chính phủ cách mạng lâm thời miền Nam Việt Nam...»

Trên nền trời đầy mây trắng, rất nhiều trực thăng khổng lồ của hải quân Mỹ bay lượn khắp đó đây. Chúng lên cao xuống thấp như bầy kên kên, diều hâu bay trên bãi chiến trường đầy xác chết.

Ngày nào, ở cái tết Mậu Thân máu lửa, người ta thấy cũng hàng loạt trực thăng Mỹ ấy bay lượn, lồng lộn trên vùng trời Sàigòn bắn phá dữ dội làm tan rã một cuộc tiến công đồng loạt và bất ngờ của địch. Nhưng hôm nay, hàng loạt trực thăng ấy không nổ một phát súng, không khạc ra một trái đạn rốc-kết nào. Chúng hấp tấp vội vàng di tản kiều dân Mỹ, lính Mỹ — một đồng minh của quân đội miền Nam Việt Nam, một đồng minh hấp tấp vội vàng ra đi bỏ lại sau lưng những người bạn, những chiến hữu đã lầm lỗ tin tưởng nơi mình trong suốt hai mươi năm xương máu.

Một chiếc trực thăng đáp xuống tòa nhà bốn tầng đường Trương Minh Ký, gần nhà thờ Tân Sa Châu, cách nhà Hoàng không xa lắm. Phi công Mỹ liều mạng hạ cánh trực thăng xuống đây chỉ để cứu người vợ Việt Nam đem đi. Bãi đáp quá nhỏ, chiếc trực thăng gãy cánh quạt nằm lắc lư như con đại bàng trúng đạn. Trông nó vô duyên và vô dụng !

Hoàng nghe đắng cay chất ngất trong hồn. Tai anh bị xoi xé rách nát với những điều trong bản cương lĩnh ấy : «...Hòa hợp hòa giải dân tộc. Xóa bỏ hận thù...Bảo đảm sinh mạng và tài sản đồng bào...Tự do ngôn luận, tự do báo chí, tự do cư trú...Không đụng tới cây kim sợi chỉ của dân...vv...và...vv...»

Hoàng đọc thấy trong ánh mắt của người qua đường một niềm tin và sự an lòng. Hình như ở Yến cũng có hai điều thầm kín ấy.

Anh tưởng chừng mình là kẻ xa lạ đang lạc lõng giữa một rừng người không quen. Chỉ một mình anh thấy rõ và biết rõ một ngày mai đầy máu và nước mắt cho miền Nam yêu dấu này, nhưng dù anh có gào thật to đến rách toang cổ họng cũng chẳng có mấy ai nghe và tin theo anh. Thiên hạ đang sa vào một mê hồn trận, đang bị ru ngủ bởi một huyền thoại của hạnh phúc và thiên đường.

Hoàng và các chiến hữu của anh vừa thua đau một cuộc cờ, nhưng cái đau của anh và đồng bạn sẽ thấm vào đâu so với cái đau sau này của một nửa miền đất nước yêu dấu !

2.

Quang, Lê và Tòng để xe honda tại tòa soạn báo Tin Mai cùng đi bộ ra dinh Độc Lập. Quang phụ trách loạt bài phóng sự, Lê chụp ảnh, còn Tòng đi theo hai bạn đồng nghiệp chỉ để tìm hứng làm thơ. Anh không được ban biên tập bố trí cho công tác nào. Ông chủ nhiệm họp khẩn cấp tòa soạn vào lúc mười giờ sáng để chuẩn bị cho số báo đặc biệt xuất bản vào buổi chiều. Ông không nghĩ đến mãi lực của số báo đặc biệt này mà ông chỉ nhìn thẳng vào nhu cầu khẩn thiết của nó trước tình hình vừa đổi mới. Phải tiếp tục ra báo. Không thể tự ý đình bản trong lúc này. Giữa ý muốn tỏ rõ lập trường và nỗi lo sợ, ông cảm thấy mình hoang mang như người đang đi giữa ban mai sáng đẹp bỗng phút chốc trời sụp tối và ông bị lạc tới một hang đá có lửa sáng rực trời, ở đó, một đoàn người lem luốc, bẩn thỉu đang nhảy múa ăn mừng một chiến thắng. Họ chưa buộc ông vỗ tay, ca hát chúc tụng nhưng ông cảm thấy mình phải ca hát, vỗ tay. Dao, mác nhọn lểu sáng ngời lấp lánh trong ánh lửa sẽ xuyên qua người ông nếu ông quay lưng lại hoặc dừng bước đứng nhìn. Bên cạnh ông còn có gia đình ông, vợ con ông, tài sản to lớn và ông còn nghĩ tới một phần sự sống và sự an toàn của bầy nhà văn, ký giả dưới trướng ông nữa !

Trước lúc Quang, Lê lên đường công tác, ông chủ nhiệm nhắn nhủ:

— Hai chú ráng ghi lại thật đầy đủ quang cảnh dinh Độc Lập ở giờ phút cuối cùng. Ảnh chụp thật rõ. Bài viết thật hay với những chuyện bên lề duyên dáng, dí dỏm. Báo mình có đứng vững hay không là do nơi bài viết của chú Quang. Ở nhà chú Tạo, tổng thư ký tòa soạn sẽ đăng bản Cường lĩnh Mặt trận Giải phóng chạy tám cột với phần dẫn giải rõ ràng, cụ thể cho bà con độc giả hiểu rành mạch và không phải lo sợ !

Quang, Lê có chung một khái niệm về công tác đặc biệt của mình. Hai anh tự đặt mình vào trọng trách của một sử giả tìm đến đại bản doanh của soái tướng vừa thắng trận để làm sáng tỏ lập trường của phe phía mình. Viết không hay, chụp ảnh mờ tối, hai anh sẽ di hại cả tòa soạn và chính bản thân hai anh cũng chẳng được yên đối với những kẻ vừa thắng cuộc.

Len lỏi giữa rừng người kéo về dinh Độc Lập, Quang pha trò với Tòng:

— Anh em hy vọng kỳ này mày sẽ dâng cho độc giả Tin Mai một bài thơ tuyệt vời.

Tòng rùn vai:

— Tao đi theo hai đứa tụi bây chơi cho vui chớ tao

chẳng có y tìm hứng làm thơ gì hết. Từ hồi nào tới giờ, tao chỉ làm thơ tình, thơ lãng mạn chớ chưa hề làm thơ ca tụng có tính cách chính trị.

Anh mỉm cười tiếp luôn:

— Thơ chính trị hay nhứt nước đã có cụ thi sĩ bộ trưởng Tố Hữu rồi. Bên cạnh đó còn có quý ông Huy Cận, Chế Lan Viên nữa. Họ đã là cái máy làm thơ của đảng và Bác.

Lê khuyến khích:

— Hay hoặc dở gì thì các thi sĩ miền Nam cũng phải có bài nói về cái ngày này. Một cuộc đời đã đổi mới. Đêm đen đã đi qua. Giờ là bình minh. Chiến tranh chấm dứt, máu đã thôi chảy, tình người rách nát, lở lói sẽ được băng bó, hàn gắn lại. Biết bao nhiêu ý từ để diễn đạt cảm hứng lai láng của nhà văn, nhà thơ.

Tòng bảo đùa:

— Giỏi quá. Vậy mày làm đi.

— Tao là thợ chụp hình, là phó nhòm chớ có phải thi sĩ như mày đâu. Cảnh vui tao chụp vui, cảnh buồn tao chụp buồn. Tao không thể làm khác đi được.

Quang góp lời cho vui câu chuyện trên quãng đường dài cuốc bộ:

— Úy, nhiếp ảnh gia coi vậy chớ cũng nguy hiểm lắm chớ bộ. Ví dụ chút nữa đây mày chụp cảnh xe tăng thiết giáp, lính tráng, cờ xí, dân chúng ì xèo reo hò, mừng rỡ thì đó là cảnh vui. Còn nếu mày chụp một người vợ lính quốc gia ôm mặt khóc chồng vừa gục ngã hay một đứa bé gào khóc thảm thiết bên xác cha thì tất nhiên đó là cảnh buồn. Phó nháy cũng là một nhà sáng tạo có tâm hồn.

Lê lè lưỡi, rùng mình:

— Ối giời ơi ! Bố biểu con làm thế thì bố muốn giết

con rồi. Chụp cảnh đó mà tưởng lên mặt báo thì có nước con ở tù «mút mùa lệ thủy». Vừa thôi cha nội.

Một người đàn ông lướt nhanh qua mặt ba ký giả, đeo máy thu thanh trên vai. Quang, Lê, Tòng nghe rõ giọng xướng ngôn viên giới thiệu trên đài phát thanh:

— Sau tiếng nói của nghiệp đoàn kiến trúc sư yêu nước, đây là lời phát biểu của đại diện của tổng hội Phật giáo yêu nước...

Lê quay sang Quang hỏi:

— Có nghe rõ không ?

Quang gật đầu:

— Rõ. Chắc thế nào cũng sẽ có đại diện nhà văn, nhà báo yêu nước lên đài phát biểu. Nhưng mà ai mới được chớ ?

Tòng xen vào:

— Chắc là Vũ Hạnh hoặc Sơn Nam chớ không còn ai khác. Hai anh ấy có nhiều thành tích kháng chiến và từng bị ở tù nhiều năm.

— Đó là bên nhà văn, còn nhà báo mình là ai ?

— Ồ ! Ai cũng được miễn là có tiếng nói đại diện cho một giới.

Quang nghiêm nghị:

— Nói trên đài trong giờ phút này không phải là chuyện giỡn chơi được. Nói bậy ở tù rục xương.

Tòng so vai:

— Dĩ nhiên là vậy rồi, nhưng mình nghĩ là trước khi nói, người đại diện phải viết ra giấy và được cách mạng họ kiểm duyệt trước hoặc là họ viết sẵn cho mà đọc. Họ viết sao thì đọc vậy, đọc như trả bài vậy thôi.

Lê nhìn quanh quất:

— Ê ! Giữ miệng giữ mồm cha nội. An ninh chìm nổi

khắp nới đó nghen. Lỗ lọt vào tai họ là...bị vô hộp ngay. «Thần khẩu hại xác phàm», khổ lắm ngài thi sĩ lẩm cẩm của ta ơi !

Ba người đã tới phiá trước dinh Độc Lập. Mấy phút qua, không ai nói thêm một lời nào nửa. Lời cảnh cáo của Lê thực sự gieo lo sợ vào tâm tư mọi người. Một câu nói hở trong lúc này sẽ bị ghép vào trọng tội, tội phản động, chống cách mạng. Phạm vào tội đó giờ đây chẳng khác nào trước đây bị ghép vào «tội Việt cộng». Việt cộng đã bị chánh quyền cũ đặt ra ngoài vòng pháp luật thì đối với chánh quyền mới, phản động, chống cách mạng là tù tội không có ngày ra, là chết không kịp trối, là một cái gì ghê rợn nhất.

Một ngòi bút là sức mạnh của một sư đoàn, ý nghĩa siêu hình ấy không còn thuộc về chức năng của những cây viết dưới chế độ quốc gia nửa. Nó đã thuộc về những kẻ từ phương Bắc, từ trong rừng đổ xuống miền Nam và đổ về thành thị rồi.

Tuy không ai giải thích cho ai, Quang, Lê và Tòng cũng đã ngầm hiểu rõ như vậy. Ba người đang nhớ tới lời dặn dò gần như ra lệnh của ông chủ nhiệm Tin Mai là cố hết sức biến ngòi bút của họ thành một thứ vật triều cống dâng lên kẻ đang thắng, thành một vật hy sinh để tế thần. Những số báo đặc biệt chỉ có bốn trang, không tiểu thuyết, không quảng cáo, không tử vi bói toán, không có gì cả ngoài bài xã luận công kênh, ngoài bài viết «nâng bi», hình ảnh có lợi cho cách mạng...vv...sẽ là lớp sơn mới được phết lên tấm ván cũ với hy vọng được dùng trở lại nửa ! Những mỹ từ trong bản cương lĩnh như nào là tự do ngôn luận, tự do báo chí...vv...quả là sức đá nam châm thu hút số đông vị chủ nhiệm, ký giả, nhà văn yếu đuối.

Quang kêu lên:

— Ồ ! Đông quá ! Đông chưa từng thấy !

Suốt quãng đường từ nhà thờ Đức Bà đến hàng rào sát dinh Độc Lập rộng bao la đầy ắp người và xe thiết giáp. Hàng cây cổ thụ như những chiếc dù khổng lồ đủ che kín hàng vạn mái đầu phía dưới. Người qua, kẻ lại, tới tới lui lui, réo gọi nhau ời ới. Càng lúc thiên hạ từ các ngả đường kéo tới càng đông hơn.

Những chiếc xe bọc sắt T.54 giàn hàng ngang theo cánh cung chĩa mũi đại bác thẳng vào dinh. Ngay trước cửa sắt chính, bốn, năm thiết giáp nằm chình ình như những con vật khổng lồ đang há miệng chờ đớp sống các con mồi. Một chiếc ủi sập một cánh cửa sắt nằm nửa trong nửa ngoài. Bên trong sân dinh cũng la liệt thiết giáp còn mới và rất sạch. Hình như chúng nó chưa đụng một trận nào từ khởi điểm về tới tận đây.

Rất đông binh sĩ mang dép râu, đội nón cối đứng hàng ngang trước cửa dinh, lưng quay vào trong, tay hườm súng chĩa thẳng về phía trước.

Quang, Lê kéo nhau tiến vào sát cửa rào. Tòng lững thững chen vào giữa rừng người. Quang rút tập và viết ra cầm sẵn trong tay. Lê xem lại máy ảnh lần cuối. Đến trước hàng rào binh sĩ đứng gác, Quang dừng lại, bộ tịch lúng túng.

Lê khẽ bảo:

— Tới hỏi xin vào đi.

— Không biết họ có cho vô không ? Tao chẳng thấy thằng ký giả nào quen mặt ở bên trong rào sắt hết.

— Không chừng tụi nó đã lọt vào dinh cả rồi. Mình tới hơi muộn. Mày trình thẻ nhà báo ra là họ cho vào ngay.

Quang ngập ngừng một phút rồi đánh bạo đến trước mặt một người lính ấp úng:

— Anh...anh ơi ! Tôi...vào được không ?

Người lính nọ lặng thinh. Quang xoay người lại nhìn Lê. Lê hất hàm bảo Quang hỏi một người lính khác.

Quang rẽ ngang ba bước hỏi người lính thứ hai:

— Tôi...chúng tôi vào trong dinh được không anh ? Chúng tôi là nhà báo.

Người lính thứ hai vẫn lặng thinh, mặt tỉnh bơ, mắt nhìn thẳng về phía trước.

Quang, Lê tưởng chừng như mình đang đối diện với những pho tượng gỗ. Hai anh lúng túng chưa biết xoay sở cách nào khác.

Vừa thấy một người lính nhỏ thó, ốm yếu từ sau cánh cửa sắt nghiêng đỡ bước ra, Quang đánh bạo bước vào giữa khoảng cách hai người lính. Một giọng Bắc ngắn gọn cất lên:

— Đứng nại. Không được vào !

Mũi lưỡi lê dí sát vào người Quang. Quang giựt mình đánh thót, nhảy lùi về phía sau. Lê muốn bật cười qua cử chỉ của Quang. Anh hỏi:

— Gì vậy mày ?

— Suýt chút nữa tao bị đâm lòi ruột. Họ «đếch» cho vào.

— Mày chìa thẻ ký giả ra cho họ xem.

Quang lắc đầu:

— Không xong rồi. Mày có giỏi thì làm đi.

Lê nghiêm mặt bảo:

— Để tao !

Anh móc túi lấy thẻ nhà báo, tiến lên. Anh lựa một người lính khác, mặt mũi non choẹt với chiếc nón cối phủ

44

kín gần tới mũi. Anh cúi đầu chào :

— Chào đồng chí !

Nghe hai tiếng «đồng chí», người lính trẻ ngước lên nhìn Lê. Lê thấy trong ánh mắt kia có một cái gì phảng phất ngây thơ, non dại. Anh đoán chừng chú ấy trạc tuổi mười lăm, mười sáu, lứa tuổi học trò, lứa tuổi chưa đáng gây nên tội ác mà đã phải cầm thứ giết người trong tay. Bỗng dưng Lê có một cảm tình với chú ấy.

Anh nhỏ nhẹ :

— Chúng tôi là ký giả, phóng viên của một tờ báo lớn thủ đô. Chúng tôi được nhà báo cử đến đây viết phóng sự và chụp ảnh quang cảnh dinh Độc Lập ở ngày đại lễ. Đồng chí cho chúng tôi vào trong làm phận sự của một ngòi bút. Đây, thẻ nhà báo của chúng tôi đây.

Lê bật người về phía sau vì giọng Bắc miền Cao Bằng, Lạng Sơn gắt gỏng và mũi lưỡi lê chĩa vào bụng anh :

— Không biết. Ra ngoài kia. Không được vào.

Quang phì cười. Lê lùi sát vào Quang thở ra :

— Hết ý ! Họ không hiểu gì cả.

Người lính Lê trông thấy khi nãy chạy đến hỏi gì chú lính trẻ vừa tặng cho Lê một bài học khiếp vía. Anh ta nhìn hai ký giả như dò xét đoạn tiến lại hất hàm hỏi :

— Hai anh muốn gì ?

Quang liếc sang Lê. Lê đáp :

— Chúng tôi là ký giả nhật báo Tin Mai. Chúng tôi muốn vào bên trong dinh để viết phóng sự và...

Người lính nghiêm giọng :

— Không được. Tất cả ký giả ngụy đều bị cấm vào dinh. Chỉ có ký giả, phóng viên cách mạng mới được phép ra vào chỗ lầy.

Quang bạo dạn hơn một chút :

— Nhưng chúng tôi muốn ghi lại tất cả những hình ảnh trung thực của ngày bàn giao chính quyền giữa quốc gia và cách mạng để độc giả báo chúng tôi được tường tận.

Giọng Nghệ An rắn rỏi :

— Ngay từ hôm nay, chúng ta đã có báo chí cách mạng xã hội chủ nghĩa rồi. Nhân dân sẽ đọc báo mới với lội dung nành mạnh và nập trường sáng tỏ. Nhân dân không cần đến báo chí ngụy toàn nà thứ dâm ô đồi trụy và đầu độc.

Như bị tạt nước vào mặt, Quang và Lê cảm thấy chới với, ngộp thở. Lần đầu tiên bị nhiếc mắng tàn tệ trong suốt cuộc đời làm báo, hai anh nghe máu nóng trong người sôi lên. Thông thường một bài viết bị chê dở thôi, một tấm ảnh bị chê thiếu sáng tạo thôi, Quang và Lê đã bị chạm tự ái quá nặng nề rồi. Ở đây, nghề nghiệp bị xúc phạm, thiên chức bị làm nhục, cả một nền báo chí bị lăng mạ, hai anh tưởng chừng như mình vừa bị xô té, bị chà đạp dưới chân. Quang phản đối yếu ớt :

— Cũng tùy theo báo chớ không phải tất cả đều như anh chửi bới.

Đôi mắt người lính trợn tròn ; có một ánh lửa chiếu thẳng vào mắt Quang :

— Tôi lói cho mà biết. Tôi lắm vùng trong Sàigòn lày rất nâu, tôi biết rõ tất cả bộ mặt phản cách mạng của các anh. Trước khi xin ra báo, các anh đã ký tên vào bản cam kết của bọn thông tin nà chống cộng triệt để. Có đúng vậy không ? Vậy báo chí Sàigòn nà gỉ lếu không phải nà một mặt trận chống cách mạng, chống chủ nghĩa xã hội ?

Lê chống chế :

— Đó là công việc của các vị chủ báo và đường lối của bộ thông tin. Còn chúng tôi chỉ là ký giả, phóng viên chuyên nghiệp.

— Ý anh muốn lói các anh chỉ nà lạn nhân ?

Anh ta bật cười. Giọng cười của kẻ chiến thắng nghe dòn và sảng khoái:

— Lếu lói các anh nà vô tội thì đồng bào sống trong các vùng giải phóng cũng nà vô tội vậy. Thế tại sao bọn Mỹ Ngụy bố ráp, càn quét và thẳng tay giết những người ấy ? Chúng ló có quan liệm rằng dân sống trong vùng giải phóng đều nà việt cộng, nà cộng sản hay không ?

Quang nói cho có nói còn thâm tâm anh nghĩ là nên rút lui càng nhanh càng tốt cho an ninh của hai người:

— Chúng tôi không dính dấp gì tới quân sự. Chúng tôi chỉ là...thường dân.

Người lính vỗ nhẹ lên vai Lê, ôn tồn:

— Thôi được rồi ! Lói sơ cho các anh hiểu vậy thôi. Không sao đâu. Chính phủ cách mạng bao dung khoan hồng nắm. Chúng tôi chủ trương xóa bỏ hận thù, hòa hợp hòa giải dân tộc. Các anh về nghiên cứu kỹ cường nĩnh của Mặt trận Giải phóng miền Nam, các anh sẽ thấy rõ đâu nà chính, đâu nà ngụy và đâu nà yêu dân yêu lước, đâu nà bán dân hại lước.

Lê ngước nhìn bàn tay nắm đen của người lính. Anh nghe như nó có gai nhọn đâm thủng da thịt anh, xuyên qua tim anh, làm anh đau buốt. Anh lùi về phía sau. Người lính rút tay về, trên môi còn đọng lại nụ cười mai mỉa.

Anh ta nói với theo bước chân vội vàng của Quang, Lê:

— Lếu quả tình hai anh và các ký giả nhà văn khác bị chủ bảo chèn ép, bóc nột thì kể từ đây, các anh đã được giải phóng. Các anh sẽ sống một cuộc sống mới có ý nghĩa để phụng sự tổ quốc xã hội chủ nghĩã.

Quang, Lê lùi dần rồi quay lưng tiến nhanh về phía đám đông. Người lính «bậc thày» kia rảo bước về nhà gác cánh phải của dinh Độc Lập. Quang, Lê như người ngủ say vừa được gọi dậy. Ngơ ngác, bàng hoàng hằn rõ trên khuôn mặt hai anh.

Quang lắc đầu thở ra:

— Vậy là hỏng rồi ! Tiêu tán đường rồi.

Lê nhíu mày hỏi:

— Hỏng chuyện gì ?

— Bài phóng sự về ngày cuối cùng của dinh Độc Lập. Biết viết cái gì khác bây giờ ?

— Ồ ! Tao tưởng mày muốn nói về chức năng nghề nghiệp cầm bút chớ. Còn về phóng sự thì mình có cách khác. Tao chụp quang cảnh bên ngoài dinh với xe tăng, thiết giáp, quân đội, dân chúng. Còn mày tả về sự tưng bừng náo nhiệt này rồi mở cuộc phỏng vấn tốc hành người đi xem, các binh sĩ...vv...Về tòa soạn mình xào nấu lại thành một thiên phóng sự hấp dẫn. Viết là biệt tài của mày.

Quang lững thững bước đi như kẻ mất hồn. Những lời nhiếc mắng khi nãy còn ngân nga trong tai anh. Anh bị người qua kẻ lại lấn suýt té mấy lần nhưng anh không buồn phản đối. Anh vụt nhớ tới câu nói của Vĩnh, bạn anh, một ký giả kiêm soạn giả cải lương từng bị giam ở trại Phú Lợi: «Nếu một mai kháng chiến thành công, cách mạng thắng thì tất cả ký giả, nhà văn đang hành nghề ở miền Nam cần phải học tập đường lối sáng tác mới để thích hợp với cuộc sống mới, nếp sống mới. Tụi bay viết bừa bãi quá, sống trác táng quá và những cái tụi bay suy nghĩ và diễn đạt qua ngòi bút đầy dẫy tính chất tư bản. Tụi bay đầu độc độc giả hồi nào tụi bay không hay biết.

Văn hóa Mỹ chỉ đưa tới sự băng hoại của tư tưởng và tâm hồn...»

Quang biết Vĩnh là một cựu kháng chiến lúc nào cũng vọng tưởng về một ngày quốc gia sụp đổ và chế độ mới thay thế sẽ là Mặt trận Giải phóng miền Nam. Anh sẽ được hồi tịch và sẽ nắm giữ một bộ phận quan trọng của ngành văn nghệ thành phố. Quang để ý thấy Vĩnh thường gặp gỡ các ký giả khác như Quốc Phượng, Sơn Nam, Vũ Hạnh, Tô Nguyệt Đình, họa sĩ Ớt...là những đồng chí của anh thuở tổ chức nội thành chưa bị phá vỡ. Họ gặp nhau trong sòng xì phé, trận cờ tướng, tiệc rượu và ngay cả ở nhà thờ. Họ dàn cảnh để che mắt các cơ quan an ninh tình báo. Vĩnh càng tỏ rõ lập trường của mình từ sau cuộc xuống đường của nhóm «ký giả ăn mày». Từ đó, Vĩnh gặp gỡ các đồng chí cũ thường xuyên hơn. Quang biết rõ Vĩnh và các ký giả kia đã móc nối với mật khu quanh vòng đai Sàigòn, nhưng anh không làm một tên điểm chỉ, chó săn. Anh kết thân với Vĩnh vì tình văn nghệ; anh mến Vĩnh vì Vĩnh nói cho anh nghe nhiều điều mới mẻ, tiến bộ, nhất là trong phương pháp luận biện chứng. Từ một ký giả có tinh thần quốc gia cực đoan, Quang biến chất dần dần và trở thành một thứ «ba rọi» nửa nạc nửa mỡ, cũng yêu quốc gia mà cũng khoái Việt cộng.

Đi xem một tuồng hát có nội dung đấu tranh chống độc tài áp bức, chống bạo lực cường quyền, mượn bối cảnh ngày xửa để đả kích ngầm chính quyền hiện hữu, Quang về viết bài phê bình sân khấu khen nức nở. Mỗi lần đoàn Phước Chung về Sàigòn trình diễn là anh đeo sát theo viết bài tán dương ca tụng soạn phẩm, đào, kép của đoàn này. Phước Chung là đoàn hát tập thể duy nhứt ở miền Nam do Mặt trận Giải phóng miền Nam núp trong bóng tối lèo lái, lãnh đạo.

Giờ đây những lời của Vĩnh đang vang vọng trong tai Quang hòa nhịp với luận điệu chỉ trích của người lính khi nãy làm Quang nửa tỉnh nửả mê.

Lê vỗ vai Quang hỏi:

— Quang, mày làm gì như kẻ mất hồn vậy hả ?

Quang khẽ giật mình ngước lên lắc đầu:

— Không. Không có gì hết.

— Thôi đi, đừng có dấu. Nếu tao không lầm thì mày sợ viết không được những gì xảy ra bên trong dinh Độc Lập rồi về tòa soạn sẽ bị ông chủ nhiệm xài xể rồi cho mày nghỉ việc. Có phải vậy không nào ?

— Trước sau gì rồi tụi mình cũng nghỉ viết một thời gian mà thôi.

Lê trố mắt:

— Tại sao lại nghỉ viết ?

— Mày không nghe người lính khi nãy nói hay sao ? Rồi sẽ có báo cách mạng ra đời.

— Ối ! Cha nội đó là lính tráng mà biết cái cóc khô gì. Giới lãnh đạo văn nghệ, báo chí mới quyết định vấn đề của chúng ta. Trong tình hình mới, chánh quyền mới cần có nhiều báo để thông tin, tuyên truyền cho chế độ.

Từ đàng xa, tiếng Tòng gọi vọng lại. Quang, Lê xuyên qua đám đông đến trước mặt Tòng. Một tốp nữ học sinh mặc áo dài trắng cầm hoa đi ngang qua ba người tiến về các xe thiết giáp. Dẫn đầu là một cô giáo mặc áo bà ba, vai vắt khăn rằng.

Lê hỏi trổng :

— Các cô ấy làm gì vậy cà ?

Tòng cười đáp:

— Các em tặng hoa cho các chiến sĩ thiết giáp. Từ nãy

giờ tao thấy rất nhiều đoàn học sinh đi tặng hoa khắp nơi quanh đây.

Một bầy con nít vừa chạy vừa reo:

— Ngộ, ngộ quá tụi bay ời ! Chạy mau lại xem đi. Mau lên.

Quang, Lê, Tòng nhìn theo. Lũ trẻ chạy tới bao quanh một thiết vận xa. Nhiều người cùng kéo đến chỉ trỏ nói cười huyên thuyên. Lê kéo hai bạn tiến lại đứng phía sau đám đông, nhón gót nhìn vào giữa vòng vây. Phía sau xe thiết giáp có treo mấy giỏ tre nhốt gà, vịt, heo và hai con chó mực gầy như cây que.

Có tiếng tắc lưỡi khen:

— Ồ, thật là hữu hiệu. Vừa chiến đấu vừa sản xuất.

— Như vậy biểu sao họ không thắng cho được ? Giỏi thật ! Hay thật !

Mấy chú lính ngồi trên xe vẫn tỉnh bơ như không nghe lọt những lời tán thưởng của dân chúng phía dưới.

Một cụ già ngước lên hỏi:

— Xin lỗi, các ông từ đâu về vậy ?

Không một ai trả lời. Những người trên cao lặng thinh.

Một người khác trỏ tay chỉ mấy giỏ súc vật hỏi tiếp:

— Gà vịt heo chó này là của các anh nuôi hay là mua vậy ?

Vẫn không có câu trả lời. Một người khác tự động giải đáp thay cho những người tịnh khẩu:

— Thì của mấy ổng nuôi để tăng gia sản xuất và tự túc trong lúc đánh giặc chở gì nữa. Lính tráng người ta như vậy đỏ chở có đâu...

Ông ta bỏ lửng câu nói nhưng mọi người đều hiểu ra những tiếng bình phẩm sau cùng.

Lê sửa soạn máy định chụp vài «bô», nhưng vừa lúc anh đửa máy lên nhắm thì tử trên xe tăng có tiếng quát:

— Ê ! Anh kia không được chớp bóng.

Lê hạ nhanh máy xuống, mặt mày ngơ ngác. Một thanh niên đửng bên cạnh Quang xỏ xiên:

— Nuôi với nấng cái con mẹ gì ! Họ cổm gà vịt, chó heo của dân trên đường tiến quân đó ! Tăng gia sản xuất mà có cả chó nữã sao ?

Quang quay lại nhìn. Gã thanh niên quay gót rời xa đám đông thật nhanh. Quang ngắm hai con chó mực nằm thè lưỡi trong lồng tre, nước bọt sôi hai bên mép. Anh nhìn vào dinh Độc Lập, liên tưởng đến những nhân vật bại trận đang trực diện với kẻ chiến thắng.

Tòng đập lên vai Quang :

— Trởi ởi ! Xém chút nữã tao quên rồi.

— Chuyện gì ?

— Mày đã gặp Đào chửa ?

Quang sửng sốt :

— Đào ? Ở đâu ?

— Ở đây. Tao vừa gặp Đào. Cô ta đi kiếm mày đó.

Lê pha trò :

— Đeo dính nhử sam. Hở ra một tí là đi kiếm rồi. Trong tình thế này mà nàng vẫn đi tìm chàng. Thiệt là mê ly.

Quang nhìn dáo dác cố tìm bóng Đào. Hàng vạn ngưởi đang chen chúc trước tầm mắt, Quang không thể nhận ra Đào. Anh muốn gặp Đào không vì một lý do nào khác hơn là để biết nàng tìm anh ở chốn này có mục đích gì. Anh không tin Đào xuất hiện nổi đây chỉ để gặp anh như bao nhiêu lần gặp nhau ở một không gian khác. Chắc chắn nàng đã đến tòa soạn tìm gặp Quang mà Quang vắng mặt là nàng ngồi chờ cho đến khi nào anh trở về. Chưa một lần nào Đào tìm đến gặp Quang tại nơi anh đang công tác.

Quang có linh cảm lần này Đào tìm gặp anh với một lý do đặc biệt cơ tính cách khẩn trương.

Anh tách rời hai bạn đi vào rừng người.

Tòng giữ tay anh lại hỏi:

— Mày đi đâu đớ?

— Kiếm Đào.

— Dễ gì kiếm được. Để tao với Lê cùng đi tìm cô ta. Mày đứng đây chờ tụi tao. Gặp được Đào tụi tao sẽ dẫn trở lại đây cho mày.

Quang từ chối:

— Không được. Tao cần gặp Đào. Đứng đây chờ tao sốt ruột lắm.

Lê đề nghị:

— Hay là cả ba đứa cùng đi tìm. Đứa nào gặp được Đào sẽ dẫn tới đây chờ. Nửa tiếng đồng hồ, cả ba cùng trở lại đây xem thử có ai tìm ra được cô ta chưa?

Ba người cùng chia tay nhau đi về ba hướng khác nhau. Mắt Quang không rời một bóng phụ nữ nào. Anh muốn vừa đi vừa gọi tên Đào nhưng anh không dám làm một việc bất bình thường như vậy. Thiên hạ sẽ nhìn anh qua hình ảnh một gã loạn thần kinh!

Đến trước nhà gác cánh trái dinh Độc Lập, Quang đứng lại. Đôi mắt anh sáng rực chiếu thẳng về một cặp trai gái đang nói chuyện với nhau. Nhìn kỹ, Quang nhận ra người con trai là Duy, ký giả viết truyện dài cho báo Hừng Đông, còn người con gái bên cạnh không ai khác hơn là Đào. Anh mừng quýnh chạy tới. Đào đã trông thấy Quang. Nàng rời Duy chạy về hướng Quang. Mái tóc nàng bay trong gió.

Quang chụp nắm tay Đào:

— Em ! Em kiếm anh hả ?

Vừa thở, Đào vừa đáp:

— Em...em kiếm anh từ nãy giờ, mệt...mệt gần chết.

— Để làm gì ? Có chuyện gì không em ?

Duy trờ tới bắt tay Quang:

— Toa cũng có mặt ở đây nữa à ?

— Mình đi làm phóng sự.

Duy ngạc nhiên:

— Uả ? Báo Tin Mai còn ra nữa sao ?

— Còn. Số báo đặc biệt xuất bản ngay chiều nay.

Duy mỉm cười:

— Chủ báo tham quá. Giữa tình hình này mà còn ra báo. Định hốt cú chót sao đây ?

Quang đính chánh:

— Không phải tham mà vì một lý do khác.

— À, moa hiểu rồi. Chắc là ông chủ nhiệm toa sợ tự ý đình bản là chống đối cách mạng chớ gì ?

Duy rùn vai:

— Ổ ! Mà có tiếp tục xuất bản và hết lời ca tụng cách mạng đi nữa thì rồi đây cách mạng họ cũng dẹp tiệm các báo Sàigòn hết. Ở miền Bắc có tờ báo tư nhân nào đâu ? Toàn là báo của nhà nước, của đảng.

Duy vỗ nhẹ lên vai Quang bông đùa:

— Thôi, moa đi nghen. Toa ráng viết bài cho hay để được cách mạng thương và tin dùng sau này.

Đoạn, anh đưa hai tay lên ra dấu:

— Còn moa thì bẻ bút kể từ ngày hôm nay. Kể như hết viết tiểu thuyết được nữa rồi.

Anh chào Đào rồi theo đường Công Lý về hướng chợ

Quách Thị Trang .

Quang nhìn theo Duy lẩm bẩm :

— Thằng sao mà yếu đuối quá. Chưa gì đã tuyệt vọng. Phải uyển chuyển theo tình thế chở !

Đào gật gù :

— Anh Duy nói cơ phần đúng đó anh. Chắc không còn tờ báo nào được tiếp tục xuất bản nữa đâu.

Quang cằn nhằn :

— Em cũng tin như vậy nữa. Duy nó khác, anh khác. Nó thuộc nhóm nhà văn, nhà báo của Nguyễn Cao Kỳ. Tụi nó chịu ân sủng của Kỳ quá nhiều nên Duy nó biết trước thân phận của nó.

Đào lắc tay Quang hỏi :

— Anh ! Anh đã xong công tác chưa ?

— Chưa. Mà chi vậy ? Có chuyện gì quan trọng không em ?

Đào ngạc nhiên :

— Anh rời tòa soạn lâu lắm rồi mà chưa xong công tác sao ?

Nhìn vào dinh, Quang đáp giọng buồn buồn :

— Họ không cho tụi anh vô.

Đào gật gù :

— Vậy cũng hay ! May thì đúng hơn.

Quang cau mày :

— Em nói gì kỳ cục vậy ? May với hay là sao ?

Nắm tay Quang kéo đi tới, Đào tươi cười :

— Nếu họ cho anh vô trỏng thì em hết mong gặp được anh. Chờ tới trưa trớt anh trở về tòa soạn thì trễ hết.

Nàng không buông tay Quang như thể nàng sợ lạc mất anh. Thiên hạ từ các ngả đường kéo về trước dinh Độc Lập càng lúc càng đông hơn. Xe đạp, xe honda làm tắc nghẽn sự lưu thông. Tiếng máy xe đinh tai, khói xe mù mịt. Hàng loạt quân xa nhãn hiệu Trung Quốc —molotova — lớn nhỏ nhấn kèn inh ỏi. Tiếng tu huýt dẹp đường rít lên the thé.

Những bộ mặt nghiêm nghị, lạnh lùng trên xe thu hút sự chú ý của mọi người chung quanh. Họ đã làm chủ tình hình. Họ không sợ một biến động nhỏ từ trong đám đông ném thẳng vào họ. Giòng nước từ trên cao ồ ạt đổ xuống. Không một vật nào đủ sức lội ngược trở lên.

Quang đứng lại hỏi:

— Trễ hết là sao ? Chuyện gì vậy hả ?

Kéo Quang đứng nép vào tường ngôi nhà đối diện với bờ rào sắt dinh Độc Lập, Đào bảo khẽ:

— Anh về nhà em ngay bây giờ đi. Ba má em muốn gặp anh, gấp lắm. Anh Hoàng và chị Yến có lẽ hiện giờ đã tới nhà em rồi. Anh Hoàng cũng muốn gặp anh.

Quang trố mắt:

— Về nhà em...ngay bây giờ ? Mà...tại sao lại có cả Hoàng và Yến ở đó nữa ?

— Trên đường tới nhà anh, em gặp anh Hoàng và chị Yến. Hai người đến nhà tìm anh để...trốn tránh. Biết anh đã đi vắng, em mời anh chị ấy về nhà gặp ba má em luôn. Trong khi em đến tòa soạn kiếm anh thì anh Hoàng, chị Yến đi thẳng tới nhà em.

Quang nói nhanh:

— Không, không thể được. Anh còn phải về tòa soạn viết bài phóng sự gấp cho kịp số báo đặc biệt ra chiều nay.

— Nhưng anh có vô trong dinh được đâu mà viết bài ?

Quang lủng túng:

— Vô được hay không thì...anh cũng phải viết. Không có bài anh, tờ báo sẽ...gặp lôi thôi.

Anh gỡ tay Đào ra bảo:

— Có chuyện gì gấp cũng phải đợi anh viết xong bài cái đã. Bài vở xong, anh sẽ chạy đến nhà em ngay. Bây giờ anh phải đi quan sát quang cảnh trước dinh để lấy tài liệu.

Anh vừa quay gót thì Đào níu tay anh lại:

— Anh Quang, bỏ hết đi. Anh về nhà em ngay bây giờ. Công việc gấp lắm rồi. Không thể chờ anh lâu được.

Quang tỏ vẻ bực dọc:

— Mà chuyện gì mới được chớ ?

Đảo mắt nhìn quanh, Đào kê sát vào tai Quang:

— Cả nhà đợi anh về để cùng ra đi. Tàu bè đã chuẩn bị sẵn sàng rồi. Đỗ xuống Phú Xuân là lên tàu ngay. Ba má em đã mua được một gia đình có tàu khá lớn. Cả nhà họ cùng ra đi với mình. Họ cũng là người Bắc di cư cùng làng với ba má em.

Quang nghe lỗ tai mình nổ lùng bùng. Anh không ngờ Đào ném đến trước mặt mình một sự kiện mà anh không bao giờ nghĩ tới. Ra đi, bỏ quê hương xứ sở trong lúc này có phải là một hành động điên rồ không ? Ngày đầu tiên của một trang sử mới là ngày Quang bỏ lại sau lưng tất cả để trốn đi sao ? Anh vừa mới trách Duy : «Thằng sao mà yếu đuối quá ! Chưa gì đã tuyệt vọng rồi. Phải uyển chuyển theo tình thế chớ !» Như vậy điều mà Đào vừa đưa ra rõ ràng không phù hợp với anh một chút nào hết.

Anh tròn mắt gằn mạnh từng tiếng:

— Ra đi ? Trốn đi ?

Đào đưa ngón trỏ lên môi:

— Suỵt ! Anh nói khẽ chớ ! Có ai nghe được, nguy hiểm lắm.

Nàng đẩy Quang đứng nép vào gốc một cây me bên lề

đường giải thích:

— Ba má em và cả nhà em đã dự định ra đi theo tàu Trường Xuân nhưng đã trể rồi. Sáng sớm hôm nay, ba em liều mạng xuống Phú Xuân bắt liên lạc với bác Cả Tín để bàn chuyện ra đi. Ba em cho bác Tín năm mười lượng vàng và bác ấy đã ưng thuận cùng đi với tụi mình. Ba má em sai em đi tìm anh để cùng ra đi. Gặp anh Hoàng, chị Yến, em rủ luôn. Phần anh Hoàng thì dễ rồi, còn chị Yến thì còn có gia đình chị ấy nữa, nhưng em cho cả nhà chị Yến theo luôn. Tàu rộng, đủ sức chở cả trăm người.

Đào chép miệng nói tiếp:

— Tội anh Hoàng lắm. Không nhờ chị Yến kịp thời can thiệp thì anh ấy đã tự sát rồi. Anh muốn đánh đổi cái chết với vài tên Việt cộng. Mình phải cứu anh ấy.

Quang gằn giọng:

— Lại thêm một thắng yếu đuối nữa. Nó điên thì đúng hơn.

— Anh Hoàng có lý của ảnh. Làm lớn trong ngành tình báo, ảnh biết rõ số phận của ảnh đối diện với kẻ thù. Nếu không bị giết thì cũng ở tù không có ngày về.

— Nhưng ai giết nó chớ?

— Coi kìa ! Anh hỏi gì kỳ cục vậy ? Thì Việt cộng, cách mạng giết anh chớ còn ai nữa ?

Giọng Quang nghiêm nghị đầy tin tưởng:

— Nó chưa nghe nói gì về bản cường lĩnh của Mặt trận Giải phóng miền Nam hay sao ? Hòa giải, hòa hợp dân tộc, xóa bỏ hận thù có nghĩa là chính phủ cách mạng sẽ kết hợp với mọi phe phái chính trị, với các phong trào, đoàn thể nhân dân, hận thù sẽ được xóa bỏ để mọi tầng lớp xã hội cùng nhau xây dựng lại đất nước bị tàn phá sau 30 năm chiến tranh. Cách mạng sẽ không giết một ai hết kể cả các nhân vật quốc gia. Như thế đó, Hoàng nó cũng sẽ được ân xá và tha thứ.

Đào nhìn Quang với ánh mắt thương hại hơn là hờn dỗi. Nàng không ngờ Quang đang đóng vai trò một cán bộ cách mạng tuyên truyền cho bản cương lĩnh kia. Quen nhau rồi yêu nhau và được cha mẹ chấp thuận, Đào chỉ biết Quang là một ký giả mặc áo quốc gia thuần túy. Chưa bao giờ Quang có một lời nói, thái độ gì phảng phất hơi hướm cộng sản cả. Bất quá, Đào chỉ biết Quang có tư tưởng tiến bộ là chống bất công xã hội, có tinh thần dân tộc, yêu nước nồng nàn qua bài vở anh viết mà thôi. Một người quốc gia chân chính cũng cửu mang lý tưởng ấy và mơ ước dân tộc Việt Nam sớm thoát khỏi chiến tranh sống trong thanh bình thịnh vượng để ngoi lên khỏi tình cảnh chậm tiến lạc hậu mà đua chen cùng thế giới, năm châu.

Đào hãnh diện có một người yêu không tầm thường và sẽ làm vợ một ký giả, văn nhân có tâm hồn cao đẹp. Ông bà Tín Lập, cha mẹ nàng và Vũ, Hùng, hai em trai nàng cũng mến và quý Quang hết mực. Tuy là gia đình người Bắc, cả nhà Đào chấp nhận cho phép nàng lấy Quang, một người Nam. Ông bà Tín Lập di cư vào Nam từ năm 54, sống trong Nam trên hai mươi năm, ông bà hiểu rõ bản chất của người Nam: nóng nảy, bộc trực, dễ tính và ngay thẳng. Quang là tiêu biểu trung thực của bản chất ấy.

Bỗng dưng hôm nay, ở giờ phút đổi đời này, Đào nghe lọt vào tai những lời xa lạ, xa lạ hoàn toàn với gã con trai mà nàng yêu nồng nàn và tin tưởng tuyệt đối.

Nàng nhìn thẳng vào mắt Quang, nghiêm giọng hỏi:

— Anh tin tưởng bản cương lĩnh ấy ư?

Quang say sưa:

— Đó là một chính sách khôn ngoan. Cách mạng bắt

buộc phải làm như vậy. Không lẽ họ giết sạch cả triệu lính quốc gia, nửa triệu công chức các ngành, trong đó có ngành tình báo của thằng Hoàng hay sao ?

— Đó là một cái bẫy !

Quang mỉm cười:

— Cần gì phải đưa bẫy ra ? Họ đã thắng thì nếu muốn bắt giữ, bắn giết thì dễ quá. Ai ngăn cản được họ ?

Đào hậm hực:

— Hừ ! Kinh nghiệm ở miền Bắc sau năm 54 đã dạy cho đồng bào ở lại ngoài đó một bài học đầy máu và nước mắt rồi. Dòng họ nhà em còn kẹt lại ở miền Bắc bị tù tội chết gần sạch rồi anh à. Đừng tin những gì cộng sản nói.

— Ồ ! Hồi đó khác. Bây giờ khác. Chuyện ngoài kia là của cộng sản, còn chuyện hôm nay là của Mặt trận Giải phóng miền Nam. Hai cái khác hẳn nhau.

— Cũng một thứ thôi. Cộng sản miền Bắc hay Mặt trận Giải Phóng miền Nam chỉ khác nhau ở tên gọi.

Đào đã vỡ mộng. Vỡ mộng không phải ở tình yêu của Quang. Nàng vẫn biết, vẫn tin Quang còn yêu mình tha thiết. Nàng vỡ mộng ở chuyến đi của Quang cùng với gia đình nàng. Nàng muốn oà khóc lên. Uất ức cuồn cuộn dâng lên trong lòng.

Nàng cố đè nén, hỏi thẳng:

— Vậy là anh không muốn ra đi với em phải không ?

Quang hỏi lại:

— Nhưng tại sao lại phải trốn đi chớ ?

— Anh nhứt quyết ở lại với cách mạng ? Anh trả lời dứt khoát cho em biết đi.

Quang nắm tay người yêu, dịu dàng:

— Đào ! Chiến tranh tàn khốc kéo dài trên xứ sở chúng ta đã trên 30 năm. Nếu đem bản đồ Việt Nam ra lấy

mũi kim xâm từng lỗ, từng lỗ ấy tượng trưng cho một viên
đạn, một quả bom hay một trái phá thì từ ải Nam Quan
chỉ mũi Cà Mau sẽ không một chỗ nào còn nguyên lành
nữa. Tan nát, đổ vỡ hết rồi. Máu và nước mắt đã chảy quá
nhiều rồi. Ba mươi năm mới có một ngày này. Hòa bình
đã đến trên mọi nẻo đường đất nước. Dù cho quốc gia
thắng hay cộng sản thắng thì ý nghĩa của hai chữ Hòa Bình
cũng làm cho người Việt Nam mừng rơi nước mắt.

Giọng anh tha thiết hơn :

— Tại sao chúng ta không ở lại đây, trên quê hương
thanh bình này để cùng chia xẻ với đồng bào ruột thịt
niềm vui sướng đã đánh đổi bằng máu xương và nước
mắt ? Anh chỉ là một ký giả, gia đình em chỉ là một
thương gia, chúng ta có tội gì đối với cách mạng mà run sợ
đến nỗi phải trốn ra đi ?

Đào rưng rưng nước mắt:

— Anh...anh không hiểu gì hết ! Anh chủ quan...rồi
anh sẽ hối hận.

Quang nhìn về đám đông vây chặt đoàn chiến xa và
những người lính từ xa mới tới. Anh nói với chính mình:

— Quốc gia cũng có nhiều thối nát, bất công. Cần có
một cuộc đổi đời để nhân dân miền Nam tìm một sinh khí
mới. Anh muốn ở lại để nhìn thấy một   sự đổi thay ở
tận cùng cơ cấu xã hội. Hối hận chưa xảy đến. Giờ đây hòa
bình đã đến, chiến tranh đã tàn lụi, mọi người dân đang
thở bầu không khí mới. Anh còn mẹ già. Anh...

Đào quay gót, giọng nàng tức tưởi :

— Anh đã phản bội chính anh. Em về, em...đi. Anh ở
lại mà tận hưởng hạnh phúc với cách mạng, với cộng sản.
Em...không ngờ...

Nàng bỏ chạy. Quang đuổi theo gọi:

— Đào ! Chờ...chờ anh. Đào...em !

Đào chạy thẳng. Quang tiếp tục đuổi. Mọi người chung quanh đứng lại nhìn hai người.

Có tiếng bình luận:

— Ở ngày vui mà lại khóc lóc. Gì kỳ cục vậy ?

— Chắc là vợ con gì của «lính ngụy» bị bắt hay bị giết đó.

— Giống như một canh bạc. Kẻ thắng cười vui sướng. Người thua buồn khóc là chuyện thường tình. Đời, c'est la vie ! Tình, c'est l'amour !

Trên khắp đường phố, cơn sốt vẫn ở độ cao. Bên trong dinh Độc Lập, đại tướng Dương Văn Minh đang dở cao hai tay hay xuôi hai tay, đầu gục xuống trước mũi súng của kẻ thù. Một trang sử lật qua. Ngàn thứ đổi thay sẽ đến, trong đó cơ cả lòng người và tình yêu.

*

Ông Tín Lập ngồi trong một góc quán cà phê sát chân cầu Tân Thuận. Ông nhìn chừng ra ngoài đợi một bóng người quan trọng xuất hiện: Ba Sanh lái tắc xi (*). Địa điểm hẹn đúng là quán này rồi. Giờ giấc cũng đã tới nhưng Ba Sanh vẫn chưa có mặt. Ông Tín Lập sốt ruột cứ nhìn đồng hồ luôn. Một phút trôi qua, ông nghe lửa càng cháy cao trong ruột. Lương thực, quần áo còn nằm chình ình ngoài xe đậu bên kia lề đường.

Ông hỏi Vũ:

— Nó biết quán cà phê này không ?

(*) Ghe nhỏ có gắn máy đuôi tôm để chở người vượt biển ra tàu lớn (ghi chú của tác giả)

Vũ quả quyết:

— Ảnh nói với con là mỗi lần tải hàng lên là ảnh ăn uống ở quán này.

— Đã trễ mười phút rồi.

— Chắc ảnh cũng sắp đến thôi. Ba hãy bình tỉnh.

Ông Tín Lập thở ra:

— Sốt ruột quá. Nó không tới là hỏng cả ! Ở nhà mọi người đang chờ mình trở về.

Một bóng người xuất hiện ở cửa quán. Vũ bật đứng lên:

— Ảnh..ảnh kìa ba !

Ông Tín Lập nhìn ra thấy Ba Sanh. Ông mừng quýnh nhưng vẫn bảo Vũ:

— Ngồi yên, đừng chộn rộn người ta để ý.

Ba Sanh bước vào trong nhìn dáo dác. Quán chưa đông khách lắm, nhưng Ba Sanh cũng chưa trông thấy «thân chủ» mình. Ông Tín Lập vẫy tay gọi:

— Chú Ba ! Lại đây.

Ba Sanh tiến nhanh lại bàn và không cần được mời, anh ta ngang nhiên kéo ghế ngồi xuống.

— Sao chú tới muộn vậy ?

— Dạ cháu ở nán lại chờ xem cho thật kỹ rồi mới đi.

Ông Tín Lập tười cười gật gù:

— Cũng không muộn lắm. Cháu làm vậy là tốt lắm. Quan trọng ghê lắm chứ chẳng phải chuyện giỡn chơi. À, cháu ăn uống gì kêu đi rồi mình lên đường cho sớm.

Ông chủ quán hất hàm hỏi Ba Sanh:

— Ba, mày ăn uống gì không, gọi đi ?

Ba Sanh búng tay bảo:

— Bác cho cháu xin cái xây chừng, ít đường.

Ông quán gọi vào trong:

– Cho Ba Sanh cái xây chứng xỉu thòn nghen.

Ông Tín Lập và Vũ nhìn Ba Sanh với ánh mắt của kẻ thọ ơn đang đối diện với ân nhân. Anh ta chịu trách nhiệm tải trước áo quần, lương thực xuống tàu ông Cả Tín ở Phú Xuân rồi 10 giờ tối nay, anh quay trở lên đón người nhà ông bà Tín Lập tại chợ Phú Xuân đưa ra con tàu đậu ở Tắc Đời Nợ. Ông Tín Lập đã trao cho Ba Sanh hai lượng vàng trái núi. Còn lại một cây, anh ta sẽ lấy nốt ở giờ phút mọi người đã lên tàu.

Ba Sanh nhìn ngang dọc rồi nhìn thẳng vào mặt ông Tín Lập, hạ thấp giọng:

– Bác ơi ! Chuyện không xong rồi !

Như bị gai nhọn đâm vào chân, ông Tín Lập giật nẩy người, mặt tái lại:

– Hả ? Chuyện gì không xong ?

Vũ cũng điếng hồn. Một chú bé, con chủ quán, bưng tách cà phê tiến đến sau lưng Ba Sanh. Tách cà phê run trên tay nó. Mặt nước đen chao động tràn đầy xuống dĩa. Nó kéo dài giọng nói quen thuộc:

– Nước sôi, nước sôi.

Vũ đỡ tách cà phê đặt trước mặt Ba Sanh. Đợi thằng bé rời xa, Ba Sanh báo cáo:

– Cả nhà bác Cả Tín đều bị bắt. Chiếc ghe đã bị tịch thâu và căn nhà đang được canh giữ. Lính cách mạng gác trong, gác ngoài cẩn mật. Không một ai được tới gần.

Ông Tín Lập đập tay xuống bàn kêu lên:

– Trời ơi là trời ! Vậy là…hỏng hết rồi ! Trời giết tôi rồi.

Vũ ngồi chết lặng. Nó muốn hỏi Ba Sanh mà hai quai hàm nó đã cứng lại. Ba Sanh không dám nhìn gương mặt nhăn nhó đau đớn của «thân chủ» mình. Ông Tín Lập hỏi:

— Tại sao chú biết chỗ ?

— Trước khi lên đây, cháu ghé qua nhà gặp bác Cả để biết rõ giờ giấc đổ quân để cháu canh giờ cho thật chính xác. Vừa gần tới nơi thì cháu trông thấy thiên hạ trong xóm bu đen trước cửa nhà bác Cả. Lính tráng tùm lum. Hồn phi phách tán, cháu chạy ghé về nhà cháu hỏi xem chuyện gì đã xảy đến cho gia đình bác Cả. Anh rể của cháu cho biết là mưu định của bác Cả đã bị lộ.

Ông Tín Lập ngồi cứng đờ như pho tượng gỗ. Nước mắt ứa ra lăn dài xuống má. Nội trong ngày nay, ông đã khóc hai lần. Lần đầu, ông khóc khi vừa nghe lời tuyên bố của Tổng thống Dương Văn Minh trên đài phát thanh. Ông đã gieo người rời xuống ghế nệm sa-lông, ôm đầu kêu lên: «Vậy là hết rồi ! Tiêu tan hết rồi ! Một lần di cư trốn cộng sản vào Nam chưa đủ để được yên thân đến trọn một đời. Họ đuổi theo mình». Bà Tín Lập nghẹn ngào: «Mồ hôi nước mắt đổ ra trong 30 năm trời, giờ coi như...công dã tràng xe cát».

Bà hỏi chồng một lối thoát. Ông Tín Lập lau nước mắt đáp:

— «Còn một miền đất nào nửa để mình di cư lần thứ hai ? Chỉ còn con đường duy nhất là...vượt biển».

— «Rồi đi về đâu ? Đến nước nào hả ông ?»

— «Cứ ra đi cái đã. Tới đâu tính tới đó».

— «Nguy hiểm lắm ông ơi ! Sóng to, gió cả, mình sẽ làm mồi cho cá».

Ông Tín Lập ngước lên nghiêm giọng:

— «Thà chết còn sướng hơn ở lại đây. Đồng bào di cư là kẻ thù của họ. Ra đi là chọn lấy cái chết, nhưng trong cái chết cơ kẽ hở của sự sống. Còn sống sót, ta sẽ tìm được tự do. Ở lại đây, chỉ là cái chết dần mòn».

Và ông bắt ngay liên lạc với ông Cả Tín. Cùng chung chí hướng, ông Cả Tín chấp thuận ngay đề nghị của người bạn đồng hương đã cùng đi trên chiếc tàu Pháp từ Bắc vào Nam cách đây hai mươi mốt năm. Tiệm kim hoàn Tín Lập ở Hòa Hưng giờ chỉ là cái vỏ không. Ông bà Tín Lập tóm góp vàng vòng đem hết về nhà riêng. Nếu thoát được ra nước ngoài, ông bà và con cái sẽ ở không ăn đến suốt đời.

Mọi dự định tuy nhanh chóng nhưng tốt đẹp ngay từ đầu. Ông Cả Tín đã chuẩn bị tàu, dầu mỡ đâu vào đó. Sáng sớm mồng một tháng năm, tàu sẽ rời Tắc Đời Nợ ra cửa Vũng Tàu. Mọi người sẽ thoát, sẽ đi về một chân trời, ở đó rực rỡ ánh sáng tự do.

Từ một đỉnh cao hy vọng, ông Tín Lập vừa bị ném mạnh xuống vực thẳm thất vọng. Người ông rời rời mãi vẫn chưa chạm đáy vực.

Ba Sanh đay nghiến:

— Tổ mẹ nó. Cũng tại thằng bộ đít cách mạng đó mà ông bà Cả mới sa lưới.

Ông Tín Lập trợn mắt hỏi:

— Thằng nào vậy ?

— Thằng đầu trâu mặt ngựa Hai Đờn ở gần nhà bác Cả. Trước đây nó trộm dầu của chủ đem bán lấy tiền nhậu nhẹt và cờ bạc. Nó bị bác Cả đuổi nên giờ nó oán hận đem mọi chuyện tố lên cách mạng.

— Tại sao nó biết dự tính của bác Cả chứ ?

Ba Sanh thở ra:

— Tại con Oanh, con gái út của bác Cả. Nó là bạn cùng lớp với con gái thằng Đờn. Oanh nó đến từ giã bạn nó. Thằng Đờn nghe được câu chuyện chạy đi tố giác. Bác biết không, hiện giờ nó được kết nạp vào du kích xã, đội nón tai bèo, mang dép râu và đeo súng lục.

Ông Tín Lập ngả người ra sau, hắt một tiếng thở dài:

— Trời ơi trời ! Cho con nít biết làm chi vậy không biết nữa. Chết hết cả đám rồi.

Giọng Ba Sanh thật buồn:

— Bác biết không, tội nghiệp vợ chồng bác Cả hết sức. Họ trói thúc ké bác trai, còn bác gái thì trói chung với bầy con, kể cả thằng con nhỏ nhứt. Họ đeo trước ngực hai bác tấm bảng đề chữ: «Phản quốc. Trốn ra nước ngoài». Họ dẫn cả nhà đi diễu qua các ngã đường trong xã rồi mới giải về trụ sở. Có những tiếng la lớn phát ra từ trong đám đông đứng xem hai bên đường: «Phản quốc, phản quốc. Giết chúng nó đi. Xử tử, xử tử !». Bác gái và lũ con khóc rấm rức còn mặt mũi bác trai thì vẫn tỉnh bơ như không có chuyện gì xảy ra.

Ông Tín Lập khẽ kêu lên:

— Trời ơi ! Tội nghiệp biết chừng nào.

Hai thanh niên đội nón lưỡi trai nhưng bên cánh tay lại đeo băng màu đỏ với hai chữ G.P. vàng tươi, bước vào quán. Hai người nhìn dáo dác như muốn tìm ai. Ba Sanh bảo khẽ:

— Coi chừng. Họ vào quán kìa !

Ông Tín Lập đóng kịch bảo Vũ hỏi lớn tiếng:

— Ăn gì đi con. Ăn nhanh lên rồi về.

Một trong hai thanh niên nọ bước tới trước mặt Ba Sanh hỏi:

— Anh làm gì ở đây ?

Ba Sanh đáp giọng thật tỉnh:

— Tôi ăn đồ, uống cà phê.

— Cho xem giấy tờ.

Ba Sanh vừa móc túi lấy thẻ kiểm tra vừa dí dỏm hỏi:

— Anh là cách mạng hả ?

— Anh không thấy gì sao ?

— Thấy. Hai chữ G.P. trên cánh tay anh.

— Vậy sao còn hỏi ?

Ba Sanh tươi cười :

— Tại vì hồi nẫy tôi gặp các ông lính cách mạng, tôi không bị mấy ổng xét hỏi giấy tờ gì cả.

Giọng thanh niên nọ hậm hực :

— Mỗi người có trách nhiệm riêng của mình. Anh cự nự phải không ?

Ba Sanh khoa hai tay :

— Ồ ! Anh đừng nóng, đừng nóng. Tôi nào dám cự nự đâu. Nói cho có nói vậy thôi.

Ném một cái nhìn đỏ lửa vào mặt Ba Sanh, người thanh niên lật qua lật lại thẻ kiểm tra, đoạn nghiêm giọng hỏi :

— Anh có đi lính quốc gia không ?

— Không. Không bao giờ.

— Tại sao không ? Anh sanh năm 1953, năm nay anh đã 22 tuổi rồi. Tại sao lại không bao giờ đi lính cho ngụy ?

Ba Sanh so vai :

— Liên tục trốn quân dịch. Một lần bị bắt đưa lên Quang Trung, tôi trốn thoát về và tiếp tục trốn lính nữa. Anh là dân ở trong này chắc anh dư biết trốn quân dịch là gì rồi.

Gã thanh niên tỏ vẻ lúng túng. Anh ta trả thẻ kiểm tra lại cho Ba Sanh giở giọng kẻ cả :

— Trốn đi lính cho ngụy thì giờ đây anh nên đi lính cho cách mạng nghe chưa ? Thanh niên trong giai đoạn lịch sử mới, mọi người phải góp phần xây dựng lại quê hương, đất nước đã bị mỹ-ngụy tàn phá.

Ba Sanh mỉm cười :

— Dù sao tôi vẫn là ngụy thỉ cách mạng đâu có cho tôi đi lính mà đi. Tôi cơ thành tích gỉ đối với cách mạng đâu. Tôi chỉ là thường dân thôi mà.

Cảm thấy hơi nhột nhạt, gã thanh niên cố chống chế:

— Không đi lính thỉ anh nên tham gia vào phong trào thanh niên yêu nước phường, khóm. Ở đâu cũng phục vụ cách mạng được hết miễn là mình có tinh thần.

Anh ta nhìn sang ông Tín Lập làm ông hơi sợ sợ. Ông tự trấn an mình bằng cách bưng tách cà phê sửa lên môi hớp một ngụm nhỏ. Gã thanh niên bỏ đi về cánh trái, tiếp tục hạch hỏi mấy người khách trong quán. Từ nãy giờ, gã thanh niên thứ hai đang chất vấn một thực khách trẻ với lời nạt nộ, hằn học. Anh ta nắm chặt tay thanh niên nọ, truyền lịnh:

— Mày theo tao về ủy ban nhân dân cách mạng. Mau lên.

Thanh niên bị bắt phản đối:

— Tôi làm gỉ mà mấy ông bắt tôi chở ?

— Mày là lính dù của mỹ-ngụy.

— Nhưng tôi đã bị thương và giải ngũ lâu rồi.

Ông chủ quán can thiệp:

— Tư, tha cho Tú đi cháu. Nó là cháu bà con của vợ chú. Cho chú xin đi Tư.

Tư từ chối:

— Không được. Nó làm trời lắm, chú biết không ? Hồi nó còn đi lính dù, nó hăm đánh tụi tôi mấy lần.

Ông chủ quán cười mơn trớn:

— Ối ! Chuyện đó cũ rồi Tư. Bỏ qua đi cháu. Cho chú xin đi. Ờ, mà hai cháu muốn ăn uống gỉ cứ gọi. Chú không lấy tiền đâu. Ăn thả cửa đi hai cháu.

Gã thanh niên xét giấy tờ Ba Sanh chen vào:

— Cách mạng không ăn hối lộ của ai hết. Có tội là trừng trị, có công là tưởng thưởng. Tụi tôi không ăn uống gì hết. Tụi tôi đang làm nhiệm vụ do cách mạng giao phó.

Gã thanh niên tên Tư điểm vào mặt Tú:

— Nể lời chú Tám, tao tạm tha cho mày lần này. Tội của mày còn đó, rồi đây cách mạng sẽ nói chuyện với mày sau.

Một tốp bảy, tám thanh niên mang phù hiệu G.P. ở cánh tay đi ngang qua quán, những tiếng chửi thề đệm theo sau mỗi câu nói. Hai gã trong quán đuổi theo nhập bầy.

Tú bực dọc chửi:

— Quân khốn nạn. Thừa nước đục thả câu. Đồ khốn kiếp. Lũ cách mạng «ba mươi» thật dễ ghét.

Ông chủ quán vỗ về:

— Thôi đi Tú. Dượng khuyên con. Lúc này nóng nảy không có lợi gì hết. Giữ mồm, giữ miệng cho khéo là tốt hơn hết.

— Mới hôm qua tụi nó còn là nhân dân tự vệ canh gác phường, khóm, phá làng phá xóm, trộm cắp, chọc gái bất kể quân thần. Hôm nay đã nộp đầu chạy theo Việt cộng, cách mạng làm trời. Đúng là một lũ sớm đầu tối đánh, đầu trâu mặt ngựa. Nói thiệt nghe, hồi còn đi lính mà cháu gặp bọn nó kiểu này thì chết nhăn răng với cháu rồi.

Ông chủ quán so vai:

— Gió thổi mạnh theo chiều nào thì lau sậy ngả rạp theo chiều đó. Chỉ có cây to, bóng cả mới ngã mà thôi. Đời là thế, lòng dạ con người ta là vậy. Hơi sức đâu mà giận với tức !

Ba Sanh hỏi khẽ ông Tín Lập:

— Thưa bác, bây giờ mình tính sao đây ?

Ông Tín Lập thở ra:

— Còn biết tính lẽ nào nữa ? Hỏng cả rồi !

Ba Sanh móc túi lấy ra một gói giấy nhỏ đưa tới trước mặt ông Tín Lập:

— Bác à, thiệt tình cháu tiếc quá. Phải chi bác Cả không bị bắt, mọi chuyện êm xuôi thì khuya nay bác và gia đình đã ra đi an toàn. Tắc Đòi Nợ kín đáo lắm. Tàu chạy chừng vài giờ là ra tới cửa biển Vũng Tàu. Công việc không thành, cháu xin gởi lại bác hai cây, chờ một dịp khác vậy.

Ông Tín Lập ủ bàn tay Ba Sanh trong đôi tay mình, dịu dàng:

— Mưu sự tại nhân, thành sự tại thiên. Mỗi người đều có số cả. Dù chuyện bất thành, bác vẫn mến cháu và mang ơn cháu. Vàng bạc tiền của rồi có ngày cũng sẽ hết, sẽ mất. Còn tình người là vật đáng quý, tồn tại mãi với thời gian. Bác tặng luôn cho cháu đó. Cháu giữ mà chi dụng. Thôi, giờ bác về.

Ba Sanh cố từ chối không nhận số vàng mà lẽ ra, nếu chuyến đi thành công, anh có quyền nhận lấy một cách xứng đáng. Ông Tín Lập cứ ép mãi làm anh không biết xử trí cách nào. Nhà tuy nghèo nhưng Ba Sanh sống trong sạch. Anh đốn củi ven rừng Sác đem bán lấy tiền nuôi gia đình. Đồng tiền kiếm ra thật khó nhọc. Vậy mà anh vui và hãnh diện với chính bản thân mình.

Anh siết tay ông Tín Lập, nhìn thẳng vào mắt ông:

— Thưa bác, nếu bác còn giữ ý định ra đi thì cháu xin tìm đường đi cho bác. Khi nào có cơ hội, cháu sẽ liên lạc với bác ngay. Còn nếu bác có chỗ nào chắc chắn, bác nhắn một tiếng, cháu sẽ đem ghe đến tận nơi đưa rước bác và cả gia đình ra tàu lớn. Cháu nguyện không lấy của bác thêm một đồng nào nữa hết.

Vỗ nhè nhẹ lên tay Ba Sanh, ông Tín Lập gật gù:

— Tốt lắm ! Tốt lắm ! Bác ghi nhớ tấm lòng quý hóa của cháu. Lúc đó, nếu cháu muốn đi theo luôn, bác sẽ đài thọ cho cháu luôn.

Ba Sanh lắc đầu:

— Cháu không đi đâu hết bác à ! Cháu còn mẹ già, các em nhỏ dại phải nuôi nữa. Dốt nát như cháu đến xứ người làm chi ? Có biết nghề ngỗng gì đâu mà làm ăn ?

Giọng anh trở nên cứng rắn:

— Cháu ở lại xem cách mạng họ làm nên trò trống gì. Ai mừng thấy Việt Cộng thắng chớ riêng cháu, cháu không mừng. Chính phủ nào rồi mình cũng là người dân thôi. Làm dân thì lúc nào cũng khổ, suốt đời bị thiên hạ ở trên đè đầu, đè cổ.

Ông Tín Lập vẫy tay gọi chủ quán tính tiền. Ông quán tiến lại tươi cười hỏi:

— Định đi à ?

Câu hỏi vô tình của ông làm ông Tín Lập và cả Ba Sanh hỏi giật mình. Vũ đứng lên rảo bước ra cửa quán. Nó nhìn xuống bến nước Tân Thuận thấy vài chiếc «o-bo» cắm cờ xanh đỏ chạy tới lui. Sóng dậy đổ xô về hai bờ sông. Ghe thuyền nhấp nhô nhảy trên đầu sóng. Mặt mày nó buồn rười rượi.

Ba Sanh đỡ lời ông Tín Lập:

— Bác đây về. Tôi cũng phải về.

Ông quán vừa tính tiền các món ăn uống vừa nói với Ba Sanh:

— Hồi nãy thằng Ba mày bị xét giấy tờ, tao cũng phát lo.

Ba Sanh cười:

— Cám ơn chú Tám. Cháu chẳng sợ chút nào. Đi làm củi ở ven rừng Sác, cháu gặp mấy ổng hoài. Mấy ổng cũng xét giấy tờ cháu vậy, nhưng thái độ không đáng ghét như cái thẳng chết bầm khi nãy. Thứ thiệt nó khác, còn thứ «bản sao» thấy ghét quá.

Ông quán khôi hài:

— Từ giờ phút này trở đi mình phải ráng chịu cho quen. Khôn cũng chết, dại cũng chết, biết mối là sống. Tao già rồi, tao nhịn hết. Tụi nó có kêu tên cha tao ra chửi, tao cũng nhịn. Biết mối sống nghe Ba. Nhớ kỹ lời của chú !

Ba Sanh theo ông Tín Lập và Vũ ra tới chiếc Toyota MART II. Bỗng ông Tín Lập giật mình quay lại bảo:

— Quên nữa !

— Bác để quên gì trong quán ? Để cháu...

— Không phải. Bác muốn nói...bị đánh đau, anh Tín có thể...

Ông bỏ lửng câu nói. Mặt ông hơi biến sắc. Ông Cả Tín và cả gia đình bị bắt đe dọa an ninh của chính ông và mọi người thân. Hiểu ý ông, Ba Sanh trấn an:

— Không sao đâu bác ! Bác đừng lo sợ. Bác Cả lì và gan dạ lắm. Dù có bị tra tấn đến chết, bác ấy cũng không khai bác đâu. Cháu biết rõ bản tính anh hùng của bác Cả mà.

Anh nói thêm cho ông Tín Lập yên tâm:

— Cách đây hai năm, bác Cả bị quốc gia bắt vì tình nghi liên lạc với Việt cộng. Bị tra tấn liên miên mà bác Cả chẳng hề nhận chịu.

— Nhưng đó là chuyện không có, còn bây giờ là chuyện anh ấy có nhúng tay vào.

— Có hay không có gì bác Cả cũng không khai đâu. Bác cứ tin cháu đi. Hễ bác Cả không khai thì gia đình bác sẽ an toàn. Bác Cả gái và tụi nhỏ đâu có biết nhà của bác đâu mà chỉ cho cách mạng.

Ông Tín Lập giục Vũ lên xe. Nón cối, nón tai bèo, dép râu cùng với những cánh tay mang «ba-sa» nền đỏ chữ vàng tới lui tấp nập trước mặt, sau lưng làm ông thêm hồi hộp. Trong xe, trong cốp chất đầy lương thực, áo quần. Những bằng chứng ấy là những bản án tử hình của cả nhà ông và bè bạn của Đào. Ông không biết trút bỏ tất cả thứ ấy ở đâu ngay bây giờ ?

Trên đường, từ nhà tới đây, ông đã sợ bị chận xét và bắt bớ. Bây giờ chở những thứ đã trở thành vô dụng đó về nhà, ông lại càng sợ hơn. Đi đã khó mà về lại càng khó hơn. Ý ông muốn bỏ luôn xe đi bộ về nhà, nhưng ông suy nghĩ: để xe nằm đây lâu thế nào cũng gây chú ý cho mọi người. Chính quyền mới sẽ khám phá ra đồ đạc trong xe. Bảng số xe sẽ dẫn họ đến tận nhà bắt ông ngay. Số đăng bộ nằm tại Nha Giao thông Vận tải. Việc truy tầm địa chỉ chủ xe thật quá nhanh chóng và dễ dàng.

Ông Tín Lập đang lúng túng, bối rối ở giữa ngã ba đường. Đổ vỡ của chuyến đi chỉ làm ông thất vọng, buồn rầu. Chiếc xe hơi với ngần ấy lương thực, quần áo đang thực sự trực tiếp đe dọa ông và gia đình. Áo quần còn có lý do để mà chối cãi. Nếu bị xét hỏi dọc đường, ông sẽ bảo là đi tản cư vừa mới trở về nhà. Còn gạo sấy, mì khô, thuốc chống đói, chống say sóng, bánh in ăn no lâu, thuốc cảm, chanh, củ sắn...vv...nhiều đến cả bao bố. Bị xét hỏi, ông phải trả lời làm sao đây ? Đi tản cư mà đem theo thứ ấy mà làm gì vậy ?

Không thể ở lâu hơn được nữa. Nhiều cặp mắt hiếu kỳ đã chiếu thẳng vào xe và ba người. Ông Tín Lập đánh liều, mở cửa lên xe, mở máy.

Ba Sanh cúi xuống hỏi khẽ :

— Ở này bác, lương thực, quần áo đâu ?

Ông Tín Lập hất hàm về phía sau :

— Tất cả ở trong xe.

— Bác chở ngược về à ?

— Chớ biết làm sao bây giờ ?

— Chà ! Nguy hiểm lắm đó bác. Dọc đường lỡ bị chận lại xét hỏi là bác sẽ bị bắt. Hay là bác...

Ba Sanh muốn bảo ông Tín Lập giao tất cả đồ đạc nguy hiểm kia cho mình, nhưng anh không dám mở lời vì anh chợt nhớ lại chuyến đi vừa đổ vỡ. Giao hết lương thực cho anh làm gì bây giờ ? Nói ra anh sợ sẽ bị hiểu lầm là mình muốn nuốt luôn những thứ đó, ngoài hai cây vàng còn đang trĩ nặng túi quần anh.

Ông Tín Lập đẩy cần số lao xe tới. Ba Sanh nghe văng vẳng tiếng ông :

— Liều. Tới đâu hay tới đó.

Ba Sanh đứng lặng yên nhìn theo chiếc xe chở đầy «chất nổ». Nó lắc lư trên đường đá gồ ghề, lởm chởm, rẽ sang phải leo lên dốc cầu Tân Thuận. Bóng cán bộ, binh sĩ tấp nập trên cầu.

Ba Sanh lầm rầm cầu nguyện :

— Lạy trời phật gia hộ độ trì, che chở bác ấy thoát nạn. Nam Mô A Di Đà Phật !

3.

Mùi khét lẹt nồng nực bay tỏa cả một khu phố. Có vật gì cháy. Mùi vải, mùi cao su. Mọi sinh hoạt sôi nổi, nóng bỏng của những ngày đầu giờ đã lắng dịu, nhưng lòng người trước cuộc đổi thay lớn lao và đột ngột vẫn còn âm ỉ cháy. Ngọn lửa thời cuộc đã đốt ra tro mọi chính kiến dị đồng, trong đó có cả lập trường dứt khoát đối với đối phương. Người ta quên rất nhanh quãng thời gian ba mười năm tràn ngập máu lửa để sống với hiện tại, với những gì đang xảy ra và sẽ xảy ra ngay ngày hôm sau.

Bà Tín Lập từ sau bếp chạy lên nhà trên, réo gọi Hùng. Vừa chạy bà vừa hít hít mũi, lầm bầm:

— Cái gì khét quá vậy kìa ?

Hùng từ trên lầu phóng xuống:

— Mẹ gọi con ?

Bà Tín Lập hỏi:

— Mày có đốt cái gì trên lầu không ?

Hùng ngỡ ngác:

— Con đốt cái gì đâu ?

— Không đốt sao nghe khét dữ vậy chớ ?

Hùng hít hít:

— Ờ, khét thật. Cái gì cháy vậy cà ?

Bà Tín Lập lên cầu thang:

— Coi chừng dây điện chạm cháy nhà đó. Mày đi tìm khắp trong nhà coi có cái gì cháy không ?

Tiếng Đào ngoài phòng khách vọng vào:

— Không phải trong nhà mình đâu mẹ. Mùi khét đâu ở hàng xóm bay tới. Con, anh Hoàng, chị Yến đã nghe mùi khét từ nãy giờ.

Bà Tín Lập vẫn chưa an tâm:

— Dù sao mình cũng phải coi kỹ lại trong nhà mình. Mà cho dù có cháy ở xóm, mình cũng phải biết lửa củi xuất phát từ đâu để mà chạy.

Bà giục Hùng theo mình tiến thẳng lên lầu. Đào ngồi trở xuống ghế thở ra:

— Anh Quang vẫn chưa về. Không biết có chuyện gì không ?

Yến ngồi sát bên Hoàng. Hai người trầm ngâm, không ai nói với ai thêm một lời nào nữa. Đào ra cửa vén màn ngó mông ra ngoài. Bóng Quang vẫn biền biệt.

Hoàng đứng lên:

— Tôi về !

Yến bật dậy, chau mày hỏi:

— Anh về ? Mà...anh về đâu mới được chớ ?

Nàng réo gọi Đào:

— Chị Đào ! Anh Hoàng...đòi về kìa chị.

Mặt nàng nhăn nhó, khổ sở. Đào quay trở lại đến trước mặt Hoàng:

— Tại sao anh lại về ? Về đâu mới được chở ? Không lý anh trở về nhà anh sao ?

Yến tiếp lời Đào:

— Chắc là nhà anh đã bị họ chiếm rồi. Anh không thể quay trở lại đó được nữa.

Hoàng cất giọng buồn buồn:

— Tôi phải đi. Tôi không thể ở đây lâu hơn nữa.

Đào nắm tay anh tươi cười:

— Ồ ! Tại sao vậy ? Anh cứ ở đây với gia đình em, chờ ba em tìm một chuyến đi khác. Thế nào rồi tụi mình cũng đi được. Vả lại, anh Quang có ý muốn gặp anh đó. Ảnh nói tới trình diện và đăng ký ở tòa đại sứ Đại Hàn cứ rồi về liền.

Hoàng lắc đầu:

— Không. Tôi không muốn gặp nó nữa. Nó không còn là bạn của tôi.

Giọng anh trở nên bực dọc:

— Giờ nó đã khác rồi. Nó chạy theo cách mạng.

— Chưa hẳn đâu anh. Anh ấy đang bàng hoàng trước tình thế mới. Ảnh tin tưởng cuộc đổi đời này sẽ đem lại những gì mới mẻ, huy hoàng cho nhân dân miền Nam. Mình đừng vội buộc tội, trách móc ảnh.

— Tôi không trách móc, không buộc tội nó. Nó có quyền lựa chọn đường đi thích hợp với lý tưởng của nó. Tới một ngã ba đường, người ta có thể chia tay nhau đi về lối rẽ mà mình cho là đúng. Tôi chỉ sợ cho thân tôi thôi.

Đào ngó Yến. Nàng hiểu rất nhanh điều Hoàng muốn nói rõ hơn về con người Quang. Bỗng dưng nàng cảm thấy nhợt nhạt đối với Yến. Người yêu của Yến vẫn là một chiến sĩ quốc gia, khí phách vẫn còn nguyên vẹn dù tánh mạng đang bị đe dọa. Còn người yêu, người chồng tương lai của mình thì đã nghiêng ngả, đã biến chất. Đào không muốn Quang là một thứ lau sậy trước cơn giông bão mà Quang phải là một gốc cổ thụ thẳng đứng trước cuồng phong. Dù bị bật rễ đổ xuống, Quang vẫn là một loài danh mộc.

Đào bào chữa cho người yêu:

— Trong tình thế hiện nay ai cũng có niềm vui nỗi buồn, hân hoan và lo sợ. Kẻ thương, người ghét, không ai biết trước được. Điều anh lo sợ rất đúng, nhưng với anh Quang, em nghĩ, anh không nên nghi sợ như vậy. Ngoài tình bạn, anh còn là ân nhân của anh Quang nữa. Không có anh che chở, tận tình giúp đỡ, Quang đã kẹt từ lâu rồi.

Từ sau cái chết của Ngô Đình Diệm năm 1963, Quang đã tới tuổi đi lính. Anh không thích không vì sợ chết mà vì anh không muốn cầm súng giết người, nhất là giết người đồng chủng. Đánh ai và giết ai đây ? Việt cộng dù ở bên kia chiến tuyến vẫn là người Việt Nam. Bắn hạ một kẻ thù của quốc gia, Quang không cho đó là một hành động yêu nước. Nếu phải làm một chiến sĩ chống cộng, anh thích được làm một chiến sĩ văn hóa dùng ngòi bút mà chiến đấu. Thuở ấy, Quang chỉ thấy con đường lý tưởng trước mặt là văn hóa, văn nghệ và anh đứng ở bên này chiến hào chĩa ngòi bút qua bên kia chiến hào. Anh chưa quen với Sơn Nam, Vĩnh hay bất cứ một nhà văn, ký giả thiên cộng nào. Anh chưa bị lung lạc, khuynh đảo. Anh thấy người kháng chiến là yêu nước. Nhưng lớp sơn Mác-Lê phủ lên người kháng chiến, Quang chưa thấy, chưa biết được.

Anh trốn lính, trốn chui trốn nhủi, ở hết nhà người bạn này, anh đến ăn nhờ ở đậu nhà người bạn khác. Đêm ngồi viết bài hay nằm ngủ, anh cứ giật mình đánh thót mỗi lần có tiếng chó sủa dồn dập ở đầu làng, cuối xóm. Trong những cuộc hành quân, bố ráp của cảnh sát, Quang leo nóc nhà nằm rạp trên mái ngói hoặc chui vào lu đậy nắp lại nín thở chờ đến sáng. Nghề dạy nghề, cảnh sát nắm hết «nghệ thuật trốn lính» của dân. Tủ đựng quần áo, dù đã khóa chặt, cũng bị khám xét cẩn thận. Nhiều thanh niên chui vào tủ đứng ép mình bên trong quần áo và người nhà khóa tủ lại, vẫn bị cảnh sát lôi ra còng tay ném lên xe cây. Trốn tránh bằng cách đó đã lỗi thời rồi ! Chui vào lu đầy nước, có người đã chết ngộp hoặc chết lạnh. Cảnh sát cũng đã «rành sáu câu» lối trốn đó. Leo lên nóc nhà nằm rạp trên mái ngói ? Cũng không còn hiệu quả nữa. Dưới gầm giường, trong cầu vệ sinh, sau hè, trên cây, bất kỳ ở một góc tối nào, cảnh sát đi bố vẫn lục lọi tìm ra kẻ «bất phục tòng».

Quang phải nhờ tới lòng nhân của ông bà Xưởng ở nối vách với căn phòng anh. Ông bà Xưởng làm khóm trưởng. Trong mỗi cuộc bố ráp bắt lính, ông Xưởng phải theo chân cảnh sát. Nhà của khóm trưởng được miễn trừ. Ông bà Xưởng thưởng văn nhân, ký giả. Ông bà biết Quang trốn lính. Ông bà cho phép anh đục cửa sổ ăn thông qua nhà mình. Hai cây trong hàng song cửa có thể tháo rời ra và lắp vào dễ dàng là lối thoát của Quang. Nghe có bố ráp, anh mở nhanh cửa sổ, đẩy hai song cửa ra, chui qua nhà người bạn láng giềng. Anh lắp song cửa trở lại và khép hờ hai cánh gỗ. Cảnh sát trông thấy hàng song cửa sổ bằng sắt vẫn còn nguyên, họ không thể tưởng tượng nổi người trốn quân dịch, kẻ bất phục tòng có phép màu biến qua bên kia được.

Và Quang đã thoát nạn trong nhiều cuộc hành quân

cảnh sát. Ông Xưởng biết trước đêm nào có bố ráp, ông thông báo cho Quang hay. Ông tâm sự với anh: «Kẹt quá, tôi phải làm khóm trưởng. Từ chối hoài mà trên quận cứ ép tôi phải tiếp tục vai trò mà tôi chẳng mê chút nào. Bà con lối xóm có kẻ thương người ghét, thương thì ít, ghét thì nhiều. Mỗi lần con cái họ bị bắt, họ kéo đến trách tôi, nhờ tôi xin giùm. Mà làm sao tôi xin cho được ? Can thiệp không được thì tôi bị nhiếc mắng. Có người còn ác miệng nói tôi là điểm chỉ cho chánh quyền bắt thanh niên trốn quân dịch ! Tôi làm khóm trưởng mà hai thằng con tôi có khỏi đi lính đâu, chú thấy không ?».

Ông thở ra nói tiếp: «Đánh giặc mà bắt lính thì chỉ có thua mà thôi ! Có tinh thần chiến đấu, người lính mới hăng say giết giặc ngoài mặt trận. Lính bị ép buộc tòng quân chỉ làm bia đỡ đạn ! Tụi con tôi có biết tụi nó chết cho ai và cho lý tưởng gì đâu !».

Quang biện hộ cho chính mình: «Cháu không muốn cầm súng bắn giết người đồng loại, đồng chủng với mình. Đành rằng ngoài mặt trận, người ta bắn mình và theo bản năng sinh tồn và phản ứng tự vệ, mình phải bắn trả lại, nhưng cháu thấy giết một người là mình có tội và người Việt giết người Việt là một điều tủi nhục của tổ quốc Việt Nam».

Ông Xưởng gật gù: «Cậu nói đúng. Tôi cũng thấy như vậy, nhưng tôi làm khóm trưởng, các con tôi khó lòng trốn tránh. Ở trên, họ biết rõ gia cảnh và con cái của tôi. Riêng đối với cậu, vợ chồng tôi rất quý. Quân đội có thêm một người lính như cậu cũng chẳng đánh thắng được Việt cộng trong một sớm một chiều. Để cậu được tự do, cậu viết sách viết báo cho tụi tôi đọc. Một ngòi bút mạnh hơn một sư đoàn kia mà !».

Quang nghe mát lòng mát dạ, nhưng anh vẫn lo sợ một ngày nào đó anh sẽ có mặt ở Trung tâm 3. Ngoài đường, ở tòa soạn, trong quán nước, bất kể ở đâu, Quang sẽ bị xét hỏi và bắt giữ. Thẻ nhà báo sau thời chính phủ Phan Huy Quát không còn hiệu lực hoãn dịch nữa. Dưới chính phủ này, một ký giả, nhà văn được Nghiệp đoàn Ký giả Nam Việt hay Nghiệp đoàn Ký giả Việt Nam xác nhận là đoàn viên và được Nha Thông tin Báo chí bộ Thông tin chuẩn duyệt, sẽ ngang nhiên đi đứng dù đang ở tuổi quân dịch. Nếu có tổng động viên, họ sẽ được động viên tại chỗ và mang cấp bậc trung úy giả định, tiếp tục công tác với tờ báo nhà.

Quang thấy chân trời mở rộng trước tầm mắt mình. Từ chỗ trốn chui trốn nhủi như một con chuột, anh dong ruổi khắp các miền đất nước từ mũi Cà Mau ra tới vĩ tuyến 17. Cây cầu lịch sử Hiền Lương ngăn đôi hai miền Nam, Bắc đã cấm anh tiến xa hơn nữa. Đêm ngủ, anh hết phập phồng lo sợ. Tiếng chó sủa chỉ làm anh giật mình thức giấc. Những cuộc hành quân cảnh sát không còn xua đuổi anh chạy trốn nữa. Anh ở yên tại nhà, mở rộng cửa cho nhân viên công lực vào. Anh chỉ việc chìa thẻ nhà báo ra là cảnh sát chào hỏi tử tế rồi rút lui ngay. Cuộc đời vẫn còn đẹp đối với anh.

Nhưng nội các Phan Huy Quát chỉ tồn tại đôi tháng rồi bị khai tử quá nhanh chóng. Hội đồng Nhân dân Cách mạng ra đời với trung tướng Nguyễn Văn Thiệu nắm quyền Tổng thống và thiếu tướng Nguyễn Cao Kỳ làm Thủ tướng đặc quyền của nhà văn, ký giả mà Quang và một số đông đồng nghiệp anh đang thụ hưởng bị hủy bỏ. Tất cả ai cũng phải thi hành nghĩa vụ quân sự không miễn trừ cho bất cứ ai trong tuổi quân dịch. Kẻ câm, người điếc, đui què còn bị bắt lên Quang Trung. Chỉ có ba tàu hoặc con ông cháu cha lắm bạc, nhiều tiền mới được hoãn hoặc miễn dịch.

Quang bị đẩy trở về con đường cũ: trốn lính. Hai lần anh vừa lãnh lưởng ở tòa soạn ra đã bị xe tuần cảnh chộp đầu quăng lên xe. Anh được thả xuống ở một góc đường vắng sau khi đã «cúng đường tam bảo» trọn tiền tháng lưởng.

Đến giai đoạn không còn chịu đựng nổi nữa, Quang định tự tử. Trốn tránh mãi, Quang không thể tiếp tục viết lách gì nữa. Thà chết còn sướng hơn suốt tháng năm lẩn trốn như một con vật bị săn đuổi.

Hoàng phải ra tay cứu bạn. Anh chở Quang về tận Chưởng Thiện nhờ quận trưởng Đẩy làm căn cước mới cho Quang. Quang đổi tên, đổi họ, tăng thêm tuổi, quá tuổi đôn quân. Trung tá Đẩy mến anh em văn nhân, ký giả, ông không lấy của Quang một đồng. Đã thế, ông còn nuôi Quang luôn hai, ba tháng trời, cơm nước có lính dâng tới miệng.

Hoàng hết lòng hết dạ lo cho Quang, che chở Quang tới cùng. Nhờ Hoàng chạy lo, Quang đã trở thành một công dân hợp pháp. Ngoài tình bạn, Quang còn xem Hoàng là một đại ân nhân.

Câu nói của Đào không làm vởi đi nỗi âu lo của Hoàng trước một người bạn cũ mà giờ đây đã đổi mới tư tưởng, lập trường.

Anh cười khẩy:

— Dò sông dò biển còn dễ hơn lấy thước mà đo lòng người. Kẻ thức thời nên tự lo cho mình trước. Gặp lại tôi, nó kẹt lắm. Dù sao tôi vẫn là cái gai nhọn của một chính quyền mà Quang nó muốn phụng sự.

Yến nói phân hai:

— Chưa gặp lại ảnh, mình cũng khó biết hư thật thế nào ? Lương tâm của một văn nghệ sĩ dù sao cũng không độc ác như người làm chính trị chuyên nghiệp.

Vũ về tới. Nó chạy vào phòng khách thở dốc.

Đào hỏi :

— Em đi đâu về mà thở như vừa đánh đô vật xong vậy hả ?

Vũ gieo người xuống ghế :

— Ở nhà bác Cảnh.

— Bác Cảnh ? Nhà bác ấy có xa nhà mình lắm đâu ?

— Em phải «phi thân» về nhà báo tin ngay kẻo muộn.

Đào, Yến và Hoàng nhìn Vũ trân trối. Không ai đoán nổi nó sắp kể lại chuyện gì, một câu chuyện có lẽ không phải bình thường. Nó ngó ra cửa hỏi trống :

— Có thể như vậy được sao ?

Đào sốt ruột, chồm tới giục :

— Mà chuyện gì mới được chớ ? Nói mau cho mọi người cùng hiểu đi.

— Việt cộng vào đây sẽ trị tội nhà giàu, những người có nhiều quần áo lòe loẹt, mấy bà mấy cô uốn tóc, để móng tay dài và sơn đỏ chói. Họ sẽ rút móng tay dài của các bà các cô.

Vừa nói nó vừa nhìn mười đầu ngón tay sơn đỏ của chị nó và Yến. Đào khẽ giật mình cúi nhìn đôi tay. Yến cũng vậy. Hai người có chung cảm giác rợn rợn khi liên tưởng tới cảnh người ta dùng kềm rút móng tay mình.

Đào hỏi nhanh :

— Mà ai nói với em như vậy chứ ?

— Bác Cảnh gái. Bác cắt hết móng tay và lột sạch sơn đỏ. Bác nói bác nghe cán bộ, bộ đội đồn đại như vậy. Đàn bà con gái ở miền Bắc không bao giờ để móng tay dài và không hề biết màu sơn sơn móng tay.

Dấu kín đôi bàn tay dưới lớp áo, Đào hốt hoảng:

— Trời ơi ! Có thể như thế được sao ?

Hoàng gật gù:

— Có thể chỉ đúng một phần. Theo tôi hiểu thì ·Việt cộng không chủ trương rút móng tay mà chỉ sẽ cấm để móng tay dài và sơn xanh, đỏ. Tôi từng đọc sách nói về phụ nữ miền Bắc. Ngoài đó, đàn bà, con gái lao động đầu tắt mặt tối ở công, nông trường, ở nhà máy xí nghiệp, họ không được để móng tay dài. Còn nước sơn móng tay là một loại hóa chất họ không bao giờ biết tới, chưa bao giờ trông thấy.

Anh tiếp luôn, giọng quả quyết:

— Cho dù họ không ngăn cấm thì rồi đây, đàn bà phụ nữ trong Nam cũng phải tự động cắt ngắn móng tay và từ bỏ các nước sơn. Kẻ mạnh là khuôn mẫu bắt buộc kẻ yếu phải nghe theo và làm theo mình.

Vũ khuyên chị:

— Chị nên cắt ngắn móng tay đi và lấy acétol tẩy sạch nước sơn đi kẻo họ rút móng tay đau lắm. Dám chết lắm à chị ơi !

Nó nói tiếp:

— Còn bác Cảnh trai thì đốt hết trơn hết trọi mấy bộ đồ vết, cà vạt bác ấy cũng đốt luôn. Còn giày thì bác chặt nát bấy ném vào thùng rác. Bác Cảnh soạn áo quần cũ, rách ra mặc.

Bà Tín Lập xuống lầu nghe lọt câu chuyện, bà lắc đầu:

— Hèn chi mà mùi khét xông lên nồng nực cả xóm. Chưa gì mà bác ấy đã lo xa.

Vũ biện hộ cho hành động của ông Cảnh:

— Con thấy bác ấy lo xa là phải đó mẹ. Để cho «cách mạng» họ biết mình giàu có là mình không yên thân đâu. Màn the cửa sổ, cửa trước, bác Cảnh lột xuống hết. Bác gái cởi bông tai, lột cà rá, hột xoàn dấu hết.

Đào lo sợ ra mặt. Ông bà Cảnh có tiệm bán xe gắn máy honda, xe đạp và đồ phụ tùng ở Ngã Bảy Chợ Lớn. Ông bà giao tiệm cho vợ chồng đứa con trai lớn trông nom. Ban ngày ông bà đến tiệm lo buôn bán, tối lại, ông bà về ngôi biệt thự lộng lẫy nghỉ ngơi. Của chìm của nổi rất nhiều. Giữa gia đình ông bà Cảnh và ông bà Tín Lập, không biết ai giàu hơn ai ?

Đào nghĩ tới cảnh nhà mình. Nếu vợ chồng người bạn láng giềng ấy lo sợ mình quá giàu thì gia đình nàng cũng không thể dửng dưng được trước sự dòm ngó của những kẻ mới đến. Giờ đây, giàu là một trọng tội, là nỗi lo sợ điếng hồn của người tiền rừng, bạc bể.

Nàng nói với chính mình:

— Liệu dàn cảnh có qua mặt được họ hay không ? Ai ai cũng đều biết bác Cảnh giàu có và... gia đình mình có tiệm vàng.

Bà Tín Lập nghe lạnh cả tay chân. Trong một thoáng bà tưởng tượng ra cảnh rồi đây «cách mạng» sẽ vét sạch hết tiền bạc của cải của bà. Công trình xây dựng sự nghiệp suốt mấy chục năm qua bỗng chốc tiêu tan hết cả. Bà là dân Bắc di cư, bà không còn lạ gì với những tin tức từ xứ sở bà đưa vào nói về phong trào đấu tố địa chủ, phú nông cường hào ác bá, tư sản mại bản hay tư sản dân tộc ngay sau khi miền Bắc được hoàn toàn «giải phóng». Thân nhân ruột thịt của ông bà còn kẹt lại miền Bắc sau năm 54, tuy không giàu lắm, cũng đã bị đấu tố đến chết hoặc bị bắt cầm tù trong các trại tập trung, trại cải tạo.

Thoát thân được vào Nam, ông bà làm giàu nhờ tiện tặn, nhờ tài kinh doanh khéo léo. Ông bà cứ ngỡ mình sẽ tận hưởng cảnh giàu sang đến chết. Giờ đây, ông bà sắp sửa gặp cảnh bà con, thân nhân ông bà ở miền Bắc cách nay hơn hai chục năm.

Bà ôm mặt khóc mùi:

— Trời ơi là trời ! Chạy đàng mồ...gặp đàng mả. Gia tài...sự sản sẽ...tiêu tan hết !

Đào tiến lại ôm vai mẹ an ủi:

— Mẹ ! Mẹ đừng quá lo sợ. Chuyện gì phải tới sẽ tới thôi. Mẹ có lo rầu cho lắm thì cũng chẳng cứu vãn được.

Giọng bà Tín Lập tức tửi:

— Tao tự vận chết...chết là khỏe...cái thân tao. Để gia tài sự sản...lọt vào tay kẻ khác, trời ơi, làm sao tao sống cho nổi !

— Bố đang chạy lo chuyến đi. Đi được, mình sẽ mang theo tất cả. Mình chỉ chịu mất nhà thôi.

Bà Tín Lập đẩy nhẹ con gái ra, lảo đảo lên cầu thang:

— Không dễ gì...đi được đâu. Họ...tới nhà trong đầu hôm sớm mai đây nè ! Tao uống thuốc độc...chết cho rồi.

Đào đuổi theo gọi:

— Mẹ, mẹ ! Mẹ đừng quẫn trí làm liều như vậy không nên. Con...con van mẹ, mẹ ơi !

Có tiếng hon da dừng lại trước cổng nhà. Vũ chạy ra xem. Thấy Quang, nó cười gượng hỏi:

— Anh về đó à ?

Quang hỏi lại:

— Có chị ở nhà không em ?

— Có. Có cả anh Hoàng, chị Yến nữa.

— Vậy à ? Để anh vào gặp tụi nớ.

Quang dựng xe sát tường rào đầy hoa hồng và hoa

móng tay. Một cành hồng vướng tay anh; gai nhọn đâm anh. Anh giật nhanh tay về kêu lên:

— Ai ui ! Mẹ tổ, gai bén quá !

Anh đưa vết thương lên miệng nút. Giọt máu ứa ra. Anh nghe nhức nhối muốn khóc được.

Anh chửi:

— Tổ mẹ nó. Đốn hết cha nó cho rồi. Trồng chẳng ích lợi gì mà chỉ có hại thôi.

Vũ cười bảo:

— Tại anh đụng nó chớ nó có tìm anh mà đâm anh đâu ? Hoa hồng là cục cưng của chị Đào đó à ! Chị săn sóc tối ngày.

Quang hậm hực:

— Rồi đây ở đó mà cưng với yêu, săn với sóc.

— Tại sao vậy anh ?

Quang không đáp, đi nhanh vào trong. Vừa đi anh vừa nút vết thương. Hoàng đã trông thấy người bạn cũ. Anh nhìn Quang không với ánh mắt còn trìu mến như ngày nào nữa và anh tưởng chừng giữa hai người đã có một cách ngăn không gần gũi được nữa.

Hoàng đứng lên định lánh mặt nhưng Quang đã bước vào phòng khách gọi:

— Hoàng ! Hoàng !

Hoàng lặng thinh không đáp. Yến không dám vồn vã với Quang như trước đây mỗi lần gặp nhau. Nàng đứng một chân bên người yêu và một chân bên người bạn cũ, nàng hỏi một câu có hai nghĩa:

— Anh trở lại đó à ?

Quang thản nhiên:

— Xong việc tôi về. Thay vì về thẳng nhà, tôi tạt qua đây. Tôi đoán chừng hai ông bà còn tá túc trong nhà Đào

88

chưa đi đâu.

Hoàng hất hàm bảo Yến:

— Đi em !

Quang chận lại:

— Khoan đã. Ở chơi. Tao muốn nói chuyện với mày.

Hoàng nghiêm mặt hỏi:

— Chuyện gì ? Có chuyện gì đáng nói nữa đâu ?

— Ồ ! Sao mày nóng nảy dữ vậy ? Tao có làm gì mất lòng mày đâu mà mày làm mặt lạ với tao ?

Giọng Hoàng lạnh như nước đá:

— Tao biết rõ thân phận của tao. Tao chấp nhận tất cả, kể cả cái chết. Đời người ai cũng chết chỉ một lần. Nếu phải sống thì nên sống thật xứng đáng. Sống nhục thà chết còn sướng hơn.

Quang mỉm cười hỏi:

— Mày chửi khéo tao đó à ?

Hoàng rùn vai:

— Tao không chửi ai hết. Tao có quyền gì chửi mày ? Chửi bới trong lúc này rất tai hại. Một lời tố cáo nhẹ nhàng đã đủ cho tao bị bắt, bị tù tội không có ngày ra !

Quang nhìn sang Yến:

— Tôi không hèn như nó nghĩ đâu chị. Mỗi người có lối đi riêng, niềm tin riêng. Tôi không buộc nó nghe theo tôi và nó, nó cũng đừng bắt tôi phải làm theo ý muốn của nó.

Hoàng nổi nóng:

— Tao không bắt buộc mày làm theo ý muốn của tao. Tao là một thằng quốc gia đang bại trận, còn mày, mày đang thuộc về phía chiến thắng. Giữa tao với mày, ai là kẻ có ưu thế ?

Quang vẫn điềm tĩnh:

— Hoàng ! Ơn nghĩa của mày đối với tao, tao không bao giờ quên. Luôn luôn tao ghi nhớ công ơn của mày. Tao vẫn xem mày là người bạn thân nhất đời tao.

Hoàng khoa tay :

— Thôi, thôi ! Đừng nhắc tới chuyện ân, nghĩa. Càng biết rõ đời tư, dĩ vãng của nhau, người ta càng dễ giết nhau hơn. Tao đã quên chuyện gì tao đã làm cho mày.

Quang bước tới gần Hoàng hơn :

— Hoàng, mày đã coi tao như một kẻ thù rồi ư ?

— Trước mặt Việt cộng, cách mạng, tao là kẻ đáng tội chết hay ít ra là kẻ đáng bị giam giữ trọn đời. Tình báo, mật vụ là kẻ thù không đội trời chung của họ.

Quang nắm tay Hoàng lắc mạnh :

— Hoàng, tao không là gì cả. Tao cũng vẫn là một ký giả thuộc chế độ cũ. Tao có là cách mạng, cách miếc gì đâu ?

Hoàng gạt tay Quang ra, đứng sát vào tủ búp-phê, anh muốn có một khoảng cách giữa hai người. Đào đứng giữa cầu thang theo dõi câu chuyện giữa bạn và người yêu. Sắc mặt nàng đau khổ. Nàng mến trọng Hoàng và thương Quang quá. Đối với Đào, Quang đang đi trên dây và cố giữ thăng bằng còn Hoàng thì anh đang hò hét phía dưới. Nàng muốn gọi Quang trở lui đừng tiến tới nữa và bước xuống cùng đứng chung với mọi người.

Hoàng so hai vai, bĩu môi :

— Giòng nước đã tới ngã rẽ, mỗi người có quyền đi theo lối riêng của mình. Nếu cần, người ta có thể xô bạn xuống nước cho con thuyền nhẹ bớt thì cứ việc ra tay.

Quang nói bóng gió :

— Mọi giòng nước đều đổ ra biển. Đường nào rồi cũng trở về La Mã.

Hoàng cau mày :

— Mày muốn nói gì ?

— Trong cuộc chiến đấu dành giật tự do cho tổ quốc, độc lập cho xứ sở, hạnh phúc cho đồng bào, no cơm ấm áo cho toàn dân, mỗi phe phía đều có cái lý của mình. Bên nào có chính nghĩa sẽ thắng cuộc.

— Chính nghĩa là cái gì ? Là thắng cuộc ư ? Bọn cướp kéo về làng đánh thắng mọi người là có chính nghĩa sao ?

— Ố ! Mày so sánh quá đáng nếu không muốn nói là sai lệch. Làm cách mạng không phải là đi ăn cướp. Đánh đuổi ngoại xâm dành lại chủ quyền dân tộc là hành động yêu nước.

Hoàng nghiêm mặt nhìn thẳng vào Quang hỏi :

— Ngoại xâm nào ?

Quang trầm tỉnh :

— Pháp rồi Mỹ, Đại Hàn, Úc, Phi, Thái Lan...vv...

— Nhưng có xác Mỹ, Đại Hàn, Úc, Phi, Thái Lan nào đếm được trong cuộc chiến vừa xảy ra không ? Chỉ có thây người Việt Nam tràn ngập trên đường phố, ngoài đồng ruộng, trong rừng sâu mà thôi. Chiến tranh đã được Việt hóa và chỉ có người Việt bắn giết người Việt. Như vậy có phải là một cuộc xâm lăng của miền Bắc đối với miền Nam hay không ?

— Dù muốn dù không, miền Nam của chúng ta đã nằm trong hệ thống chiến lược toàn cầu của Mỹ.

— Còn miền Bắc thì sao ? Họ có lệ thuộc vào Nga xô, Trung cộng hay không ?

Quang trắng trợn bày tỏ quan điểm của mình :

— Nhưng người ta chưa thấy xác người Nga hoặc Trung cộng nào trên chiến trường Việt Nam, trong khi đó đã có hàng vạn lính Mỹ và đồng minh bỏ thây từ vĩ tuyến

17 đến mũi Cà Mau. Tận ngoài Bắc cũng có tù binh Mỹ và xác phi cỏ Mỹ.

Hoàng nghe máu trong người sôi lên, lồng ngực mình tức nghẹn. Bây giờ anh mới biết rõ người bạn chí thân đã trở giọng đặc sệt của kẻ thù. Chỉ mới nghe Đào thuật lại những gì Quang nói với nàng trước dinh Độc Lập, anh đã thất vọng và giận Quang đôi phần. Giờ đây nghe Quang phát biểu thẳng thứng quan điểm chính trị, anh hoàn toàn thất vọng và căm giận Quang hơn cả kẻ thù.

Anh cố bình tĩnh đánh trả lại:

— Trực tiếp tham dự hay núp lén xúi biểu, chỉ đạo và bắt người dưới tay chết thay cho mình, cho chủ nghĩa của mình, tôi thiết tưởng, nếu nói là một tội ác, thì tội ác vẫn ngang nhau. Kẻ bị thua thiệt và đau nhức nhứt vẫn là người Việt Nam. Tôn thờ và phục vụ một chủ nghĩa ngoại lai để bắt xương máu của dân tộc Việt Nam đổ ra, bọn người của các anh có tội với lịch sử và dân tộc này.

Hoàng trỏ tay vào mặt Quang gằn mạnh từng tiếng:

— Tôi đã lầm bản mặt anh. Anh ăn cơm quốc gia mà thờ ma Cộng sản. Tôi...tôi đã vô tình tiếp tay cho giặc.

Hoàng sực nhớ lại khẩu súng Mauser mà anh nhờ bà Lựu thủ tiêu. Nếu có vũ khí trong tay ở phút giây này, anh đã giết chết tức khắc người bạn đã biến thành thù.

Đào không thể lặng yên được nữa. Tình thế đã căng thẳng giữa bạn và tình. Nàng chạy xuống cầu thang can gián:

— Thôi cho em xin đi hai anh. Đừng bàn chính trị nữa. Đừng xem nhau như kẻ thù. Hai anh là bạn thiết của nhau mà.

Hoàng tiếp tục đẩy Quang lùi xa, thật xa ra con tim mình:

— Tôi không có một người bạn như thế đó. Tôi đã lầm kết nghĩa trước đây với kẻ thù.

Anh nghiêng đầu cố dấu cơn xúc động làm anh muốn khóc. Vì quá thương Quang mà bây giờ anh mới nghe thật nhiều đau đớn xé nát con tim mình. Khi chúng ta chưa xem một người nào đó là tri âm, tri kỷ thì sự phản bội của họ làm chúng ta ít đau đớn hơn là khi mình đã trót cho họ trọn cả con tim và niềm tin yêu tuyệt đối. Nếu người tình phản ta, xa ta, ta đau xót lắm, nhưng một người chồng hay vợ đã sống chung với nhau dài lâu với nhiều mặt con mà phản ta, xa ta, ta càng đau xót, hận tủi vô vàn. Bao nhiêu kỷ niệm cứ vây chặt lấy ta và cứ mãi mãi nhắc nhở ta kẻ phản bội.

Quang chép miệng thở dài:

— Hoàng nó nóng quá ! Anh thảo luận trên quan điểm của một người dân chớ có phải anh đóng vai cán bộ cách mạng đâu. Chúng ta tìm hiểu đâu là chính đâu là tà và bên nào có chính nghĩa để góp công sức xây dựng lại đất nước bị tàn phá và hàn gắn vết thương xứ sở bị lở lói trong mấy chục năm trời máu lửa.

Hoàng trỏ tay ra đường gắt gỏng:

— Họ đã về rồi đó, họ có chính nghĩa rồi đó. Mày khỏi cần phải thảo luận nữa. Họ là chính, đây là tà.

Anh vỗ mạnh lên ngực, tiếp luôn:

— Kẻ tà này đang ở đây nè, mày gọi họ vào bắt đi đi. Trước khi góp sức xây dựng lại đất nước, hàn gắn vết thương xứ sở, mày nên lập công đầu cái đi. Phải làm cho họ tin thì mới được họ dùng.

Quang mỉm cười:

— Ồ ! Tao lại hèn hạ vậy sao ? Vả lại họ không bắt ai hết. Họ sẽ làm đúng theo bản cương lĩnh hòa hợp, hòa giải dân tộc, xóa bỏ hận thù. Họ đang cần nhiều bàn tay xây dựng.

Hoàng hỏi thẳng:

— Mày không chịu chỉ bắt tao phải không ? Tao đi khỏi rồi sau này mày đừng hối tiếc là đã để tao thoát nhé.

Quang lắc đầu:

— Mày vẫn đánh giá lầm tao và vội vàng phê phán cách mạng. Còn mới mẻ quá mà !

Hoàng đi nhanh ra cửa. Yến, Đào đuổi theo gọi:

— Anh Hoàng !

— Khoan đi đã anh Hoàng ! Ở lại với tụi em, anh ơi !

Hoàng thoát ra ngoài. Anh nhất quyết rời xa Quang, càng nhanh càng tốt. Nghe một kẻ thù lý luận, anh không nóng tiết bằng nghe một người bạn nói giọng của kẻ thù. Đạn thù bắn từ phía trước mặt tới vẫn đem đến một cái chết, nhưng hồn người nằm xuống sẽ thơ thới, nhẹ nhàng vì mình đã chết cho màu cờ tổ quốc, cho lý tưởng mình đã chọn lựa. Còn đạn của chiến hữu đã bị kẻ thù mua chuộc, nhồi sọ, từ phía sau bắn tới thì hồn người nằm xuống đau xót, hờn tủi không nguôi.

Hoàng tưởng chừng như mình vừa lãnh một viên đạn của Quang từ phía sau bắn tới. Người anh lao đao. Mắt anh mờ lệ. Anh nghe nhức nhối trong tim ! Trời tháng tư oi nồng. Một vài áng mây đen lở lửng trên cao không đủ làm nguội bớt ánh nắng chói chang, nóng bức.

CHƯƠNG II

Ninh bấm chuông mấy lượt vẫn chưa thấy người trong nhà xuất hiện. Tiếng chó sủa vang dội. Đào mở cửa sổ lầu nhìn sang nhà Hạnh, người bạn láng giềng, chồng bị thương trong tết Mậu Thân và đã giải ngũ. Thấy người khách lạ ăn mặc cán bộ, Đào hơi e ngại. Ninh không đội nón cối nhưng mang dép râu, quần ka-ki, áo sơ mi dài tay bỏ ngoài quần. Hình ảnh đó đã bắt đầu quen mắt đối với dân thành phố. Một người đàn ông ăn mặc như thế đó là nam cán bộ, còn đàn bà mặc quần đen, áo bà ba trắng kẹp tóc hay tóc uốn cao là nữ cán bộ từ miền Bắc vào.

Nam nữ cán bộ trong Nam từ trong rừng về thì đàn ông đội nón tai bèo, đàn bà vắt khăn rằng trên vai. Tuy biến cố xảy ra không lâu lắm nhưng mọi người đã biết phân biệt giữa nam nữ cán bộ miền Bắc, miền Nam rồi.

Thấy bộ đội, người ta cũng dần dà biết ai là lính, ai là quan, quan lớn, quan nhỏ. Dù đeo một, hai sao trên cổ áo, cũng chỉ là binh nhứt hay binh nhì. Sao mà có gạch ngang ở dưới là cấp bậc sĩ quan. Sĩ quan cộng sản cũng gọi là thiếu úy, trung úy, đại úy nhưng họ không có cấp bậc chuẩn úy hay chuẩn tướng. Trên trung úy và dưới đại úy là thượng úy. Trên trung tá và dưới đại tá là thượng tá. Cấp tá thì dưới hàng sao có hai gạch ngang.

Tiếng chuông điện tiếp tục vang lên và tiếng chó sủa vẫn rang rảng đinh tai nhức óc.

Đào chồm người ra ngoài hỏi:

— Ông tìm ai vậy ?

Ninh đáp lại nhưng tiếng chó sủa át hẳn tiếng của Ninh. Đào nghe không ra. Hỏi và đáp đôi ba lượt mà Đào vẫn không nghe ra gì cả. Nàng đóng cửa sổ xuống lầu, mở cửa rào bước sang cửa rào nhà Hạnh.

— Ông muốn hỏi ai ?

Ninh đáp:

— Tôi muốn tìm người quen. Có phải đây là nhà của Hạnh, Võ Thị Hạnh không ?

Đào gật đầu:

— Đúng, nhà của chị Hạnh. Mà ông...là gì...của chị ấy ?

Ninh tươi cười:

— Chúng tôi...chỉ là bạn của nhau thôi. Tên tôi là Ninh.

«Bạn của nhau ?» Đào ngạc nhiên và khó tin. Hạnh là người trong Nam, còn người đàn ông kia là cán bộ của miền Bắc thì sao gọi là «bạn của nhau» được ? Đào chợt nhớ tới Hùng, đại úy phi công, chồng Hạnh. Cũng không phải là «bạn của nhau» nốt. Một đàng quốc gia, một đàng cộng sản chỉ là kẻ thù của nhau thôi. Hùng cũng không thể nào là dân «cách mạng nằm vùng» được. Trong ngày 30-4 cũng như sau đó, Hùng vẫn ở nhà với vợ con và thỉnh thoảng chở Hạnh bằng xe honda về Long An tải gạo lên ăn. Gạo ở thành thị đã bắt đầu khan hiếm. Tổ bán gạo của phường đã mọc lên và sổ mua gạo tiêu chuẩn đã phân phối cho từng hộ gia đình. Hộ khẩu đã được kiểm soát chặt chẽ. Lương thực, thực phẩm do nhà nước quản lý. Cũng như số lớn gia đình lo xa, vợ chồng Hùng-Hạnh đưa nhau về quê vừa để thăm bà con vừa để tải ít gạo thơm, nếp dẻo để dành ăn trong nhà. Gạo phân phối, tuy giá rẻ hơn thị trường tự do nhưng cứng cơm và lộn quá nhiều sạn, thóc. Mỗi lần trước khi vo gạo phải dành ra cả giờ để lượm sạch những thứ «nấu không bao giờ chín» ấy.

Đào đánh bạo hỏi:

— Nhưng ông là cán bộ...kia mà ? Còn chị Hạnh là...

Đoán hiểu được thắc mắc của Đào, Ninh giải thích:

— Tôi là cán bộ miền Nam tập kết ra Bắc. Trước kia tôi và Hạnh là bạn học với nhau cùng trường Huỳnh Khương Ninh. Chúng tôi xa nhau đã hai mươi mốt năm. Tôi mới được chuyển về Nam tuần qua. Ngay sau khi rời tàu Sông Hương ở bến Bạch Đằng, tôi đi tìm Hạnh ở xóm cũ. Trời ơi ! Sài gòn thay đổi nhiều quá. Tôi đi lạc mãi mới kiếm ra Đất Hộ, nhờ lấy nghĩa trang Mạc Đĩnh Chi làm chuẩn.

— Rồi sao ông biết chị ấy ở đây mà tìm đến ?

— Người lối xóm toàn là dân mới về ở Đất Hộ khoảng trên dưới hai mươi năm. Không một ai biết gia đình Hạnh đã đi về đâu. May nhờ một bà cụ bạn cũ của ba má Hạnh chỉ cho tôi địa chỉ này.

Đào gật gù tỏ ý đã hiểu ra phần nào sự liên hệ giữa

Ninh và Hạnh. Nàng cho Ninh biết Hạnh và chồng đã về quê từ hôm qua và gởi nhà nhờ nàng trông giùm.

Nghe nói tới chồng của Hạnh, Ninh cau mày hỏi:

— Hạnh đã có chồng rồi sao ?

— Anh chị ấy đã có một con, cháu Trang Đài năm nay được tám tuổi rồi.

Ninh cúi đầu, cắn môi ra chiều nghĩ ngợi. Tuyệt vọng thoáng hiện trong đôi mắt của anh. Đào nhìn Ninh đăm đăm; nàng nghe trong câu hỏi trổng của gã đàn ông đối diện với nàng có một cái gì không được bình thường. Nàng muốn tìm hiểu, nhưng e ngại chưa dám mở lời.

Lưởng, chủ tiệm hớt tóc OSCAR, vừa được ủy ban nhân dân phường đề cử làm tổ trưởng dân phố, đến từng nhà réo gọi bà con xách chổi ra đường làm công tác vệ sinh chủ nhật. Vợ Lưởng theo sau thúc hối, đôn đốc bà con quét dọn thật sạch, không để sót một cọng rác, một lá cây. Giọng Lưởng the thé, chua hơn dấm.

Đi ngang qua cửa nhà Đào, Lưởng vẫy tay gọi:

— Cô Đào cũng phải...

Ninh quay lại nhìn anh ta. Chợt nhận ra cán bộ, anh ta đổi mặt đằng đằng sát khí, tươi cười nói với Đào:

— À mà thôi ! Cô Đào bận...tiếp khách thì...khỏi làm công tác vệ sinh. Cô cứ tự nhiên tiếp khách nghen, để bà con khác làm cũng được rồi.

Đào nói nhanh:

— Dạ, ông tổ trưởng thông cảm. Rồi...tôi sẽ quét sau vậy.

Lưởng khoát tay:

— Thôi, thôi được rồi. Cô cứ tự nhiên tiếp khách đi. Thiếu một cô thì...công tác cũng xong mà !

Anh ta cúi chào Ninh :

— Xin...xin lỗi đồng chí. Tôi vô phép cắt ngang...câu chuyện của cô Đào và đồng chí. Thiệt là bậy.

Ninh xua tay :

— Không sao ! Không sao ! Anh cứ tự nhiên hoàn thành tốt công tác.

Lương chắp tay xá Ninh đi thụt lùi. Đến trước nhà bên cạnh, anh ta làm mặt nghiêm nghị, hét vọng vào trong :

— Chủ nhà đâu ? Cho người ra làm công tác vệ sinh đi. Hôm qua đã thông báo trước rồi mà bây giờ chưa chịu ra. Không chấp hành nghiêm chỉnh chỉ thị của phường gì hết vậy ?

Có tiếng từ trong nhà đáp lại :

— Dạ, dạ tui ra ngay, ra ngay.

Đào muốn phì cười trước cử chỉ đầy kịch tính của Lương. Nàng và cả xóm đều biết rõ thực chất của con người Lương. Trong cuộc di cư vĩ đại của đồng bào miền Bắc năm 54, nhờ làm con đỡ đầu của một ông cha, Lương được giao công tác cứu trợ. Ăn chận từ tiền bạc, lương thực thực phẩm của người đồng hương, đồng cảnh, vợ chồng Lương từ tay trắng trở nên giàu có. Là thợ cạo ở Bắc, Lương mua lại một ngôi nhà cũ luôn cả đất mở tiệm hớt tóc. Hoa, vợ anh ta học một khóa uốn tóc, hóa trang rồi cùng chồng mở rộng cơ sở thành thẩm mỹ viện Oscar. Chạy theo phong trào xây nhà cho Mỹ thuê, Lương đập phá ngôi nhà cũ dựng lên một cao ốc năm tầng lầu. Bốn tầng trên, anh ta cho thuê, còn tầng trệt, anh vẫn mở thẩm mỹ viện Oscar. Lương có người anh rể làm sĩ quan cảnh sát, tuy chỉ là trung úy nhưng quen lớn với các cấp chỉ huy ngành công an, cảnh sát thành phố. Anh ta công khai nuôi gái điếm trong nhà để đi khách cho lính Mỹ. Còn Hoa thì tối ngày làm mặt, làm tóc cho «chị em ta». Tiền của tràn vào nhà như nước. Gái điếm gọi Lương bằng «Ba Lương» và gọi Hoa bằng «Má Hoa».

Một hôm, Tú Đen, một gái điếm ăn khách nhứt của Lương đi khách cho tên Mỹ đen say rượu. Tú Đen thừa lúc khách mệt ngủ say, bỏ ngay cái bóp đầy nhóc đô-la rồi lén trốn. Bất ngờ tên Mỹ đen tỉnh giấc bắt Tú Đen quả tang. Hắn đấm đá Tú Đen túi bụi. Tú Đen chống cự lại, cắn tay hắn thật mạnh, tuôn chạy ra cửa phòng, nhưng nàng vẫn bị nắm tóc kéo ngược lại. Tên Mỹ đen xốc nàng lên hai tay ném xuống lầu. Từ tầng thứ tư, Tú Đen rơi chạm mặt đất, vỡ sọ chết tức khắc. Án mạng nổ ra rùm beng. Quân cảnh Mỹ và chánh quyền địa phương kéo tới mở cuộc điều tra.

Ai cũng tưởng đâu Lương đã hết thời và phải dẹp tiệm, nhưng rồi đâu vào đó, án mạng được xử «chìm xuồng» nhờ người anh rể của Lương giỏi chạy chọt. Lương mất một số tiền lớn. Tiệm Oscar vẫn mở cửa và Lương vẫn tiếp tục nuôi điếm càng nhiều, càng phát đạt hơn trước.

Lương đề xướng phong trào «Thanh nữ hớt tóc». Anh ta tuyển chọn vài cô gái đẹp dạy hớt tóc trong một tuần rồi cho hành nghề. Oscar đánh quỵ những tiệm hớt tóc trong vùng. Ngồi cho một cô gái đẹp hớt tóc, cạo râu, lấy ráy tai, dũa móng tay, móng chân cho mình, đàn ông, con trai nào lại không thích ? Đôi bàn tay nõn nà, thon dài của cô thợ vuốt tóc, vuốt mặt mình và khi ngả người nằm dài trên ghế, đầu chạm vào bộ ngực căng đầy của cô thợ, khách hớt tóc nhắm nghiền đôi mắt thả hồn bay bổng tận chín tầng mây. Gặp khách đa tình xin hôn tay một cái hay nựng má cho đã thèm, các cô thợ được lịnh của Lương phải chiều theo và để yên cho vui lòng khách. Tiền «buộc-boa», Lương chỉ lấy một nửa còn một nửa anh ta cho thợ.

Suốt ngày tiệm Oscar đông nghẹt khách. Khách phải làm «cỏ». Khách phải kiên nhẫn chờ và có nhiều khách vừa mới hớt tóc hai ngày trước đã trở lại hớt nữa !

Trước 30-4, Lưởng tom góp tiền bạc, vòng vàng, hột xoàn bồng bế vợ con lái xe ra Vũng Tàu tìm cách trốn đi. Tới Quán Chim, anh ta bị chận lại, đuổi trở về. Anh ta lạy lục xin chia nửa tài sản cho lính nhưng anh vẫn bị rượt bắn trối chết. Tuyệt vọng hoàn toàn, Lưởng chọn giải pháp «tử thủ» tại nhà. Không biết đào đâu ra hai trái lựu đạn loại tấn công, anh ta cầm trong tay nghiến răng đe dọa:

— «Việt cộng vào đây ông chơi xả láng với chúng nó. Một trái ông tung vào chúng nó, còn một trái ông cho nổ giết sạch cả nhà chớ nhứt định không để chúng nó bắt...»

Lan, cô thợ số một của Oscar nghe rõ lời nguyền sắt thép của Lưởng. Lời xầm xì to nhỏ của Lan bên tai khách lọt vào tai Lưởng. Anh ta đuổi Lan tức khắc. Lan không nhịn, đánh trả lại bằng cách đòi Lưởng một số tiền trị giá hai lượng vàng, nếu không, nàng sẽ tố cáo với «cách mạng». Lưởng căm giận cành hông nhưng phải cắn răng chấp thuận yêu sách của Lan.

Lan rời tiệm Oscar ra đi, nhưng Lưởng vẫn ngay ngáy lo sợ ngày đêm. Anh ta phải hăng say phục vụ chính quyền mới tại địa phương ngay từ buổi đầu để tự cứu mình. Cán bộ, bộ đội phường hớt tóc được miễn phí. Mấy chục phòng phía trên, anh ta sẵn sàng hiến cho «cách mạng» sử dụng. Gian phòng hớt tóc và sửa sắc đẹp là trụ sở thường trực của tổ dân phố. Khi nào ủy ban nhân dân phường cần họp đột xuất, Lưởng đóng cửa tiệm ngay. Lưởng và vợ hiến trọn cuộc đời và sự nghiệp cho «cách mạng». Anh là dân Bắc 54, nay anh đã thành Bắc 75, nói nôm na là «cách mạng 30».

Ninh nhìn theo Lưởng gật gù:

— Nhân dân miền Nam có tinh thần phục vụ rất tốt. Trước khi xuống tàu trở về Nam, tụi tôi hỏi sợ sợ.

Đào mỉm cười hỏi:

— Các ông sợ gì?

— Mấy mươi năm sống với địch, người dân bị nhồi sọ, đầu độc tưởng chúng tôi là ác quỷ, mặt cơ nanh, giết người không gớm tay.

Ninh cười nói tiếp:

— Báo chí ở Sàigòn vẽ hí họa về cán bộ, bộ đội chúng tôi trông thật dễ sợ, như nào là răng hô mã tấu, nào là chín, mười thằng Việt cộng đeo lá đu đủ không làm lá đu đủ rớt...vv...và...vv...

— Và đến hôm nay, các ông còn sợ nữa không?

— Không, đã không còn sợ mà còn yên tâm hơn bao giờ hết. Đứng trên tàu Sông Hương nhìn xuống bến thấy nghìn, vạn dân chúng đứng chào đón bộ đội, cán bộ, tôi bồi hồi xúc động. Tập kết ra Bắc, chúng tôi mỏi mòn chờ đợi ngày trở về miền Nam. Chúng tôi đã sống những «ngày Bắc, đêm Nam».

Anh nhìn lên nền trời xanh biêng biếc, tiếp giọng say sưa:

— Ôi, miền Nam yêu quý của tôi ơi! Tôi mơ ước ngày trở về Nam như mơ ước trở lại với một người tình. Chúng tôi rời Cao Lãnh tập kết ra Bắc những tưởng chỉ hai năm sau, chỉ hai năm sau thôi rồi sẽ trở về.

Anh chép miệng thở ra:

— Không ngờ phải chờ tới hai mươi mốt năm dài đằng đẵng. Thời tiết khắc nghiệt của miền Bắc làm chúng tôi nhớ muốn chết được khí hậu ôn hòa, hiền lành của miền Nam. Chiến tranh cứ mãi kéo dài làm chúng tôi gần như tuyệt vọng.

Đào tò mò:

— Ông đánh giặc chắc cũng đã nhiều năm ?

— Không, tôi là cán bộ giảng dạy đại học chớ không phải là bộ đội. Tôi tốt nghiệp kỹ sư ở Liên Xô.

Đào không còn lo sợ như lúc đầu vừa trông thấy Ninh nữa. Dáng dấp, lời lẽ của Ninh khác với số đông những kẻ mới tới. Là kỹ sư và là một giáo sư, theo Đào đoán, Ninh không thuộc lớp người sẽ gieo tai họa đến cho gia đình nàng. Nàng mời Ninh vào nhà trong thời gian chờ đợi Hạnh trở về.

Ngồi giữa căn phòng khách sang trọng, Ninh cảm tưởng mình đang ngồi ở một nơi nào được gọi là thiên đường. Từng du học ở Nga, anh đã từng lui tới nhà người Nga khá giả, nhưng anh chưa thấy ở «thiên đường cộng sản» đó có một căn phòng khách bày biện, chưng dọn sang trọng toàn là thứ đắt tiền như vậy.

Đào đến bên tủ rượu mời:

— Ông dùng rượu chi ? Huýt-ky hay mạc-ten ?
Ninh tươi cười:

— Dạ, cám ơn. Tôi không biết uống rượu. Nếu có thể cô cho tôi xin một bình trà.

Đào ngạc nhiên:

— Ông uống trà ?

— Ở ngoài Bắc, tụi tôi thích trà lắm. Cứ U.T.Q. suốt ngày.

— UTQ là sao ?

— Là «uống trà quế» đó mà ! Nói UTQ chớ còn ở Bắc có trà Thái Nguyên ngon lắm. Mỗi lần uống trà, tôi nhớ tới vị hương trà «hai con cua». Hồi còn đi học ở Sài-gòn, tôi thường hay đến tiệm trà người tàu ở gần ga xe lửa

Mỹ Tho - Chợ Lớn mua trà hiệu hai con cua cho ông ngoại tôi. Trà hai cua nước xanh thơm ngào ngạt. Còn tới mùa sầu riêng, tụi miền Nam chúng tôi nhớ Lái Thiêu, Thủ Dầu Một như nhớ mùi da thịt của người tình.

Đào cười:

— Thì ra các ông cũng tình cảm ghê nơi.

Giọng Ninh nghiêm nghị:

— Tình cảm lắm chớ cô. Nếu không giàu tình cảm thì chúng tôi không đi kháng chiến. Thấy người dân bị bức hiếp, sống trong vòng nô lệ của đế quốc Pháp, chúng tôi bỏ học, anh em, gia đình vào khu kháng chiến. Chúng tôi muốn giải phóng dân tộc, đem lại độc lập cho tổ quốc và tự do cho nhân dân.

Đào hỏi đố:

— Và hôm nay các ông đã giải phóng chúng tôi ?

Ninh so vai:

— Cái đó thì còn tùy quan niệm của mỗi người. Như gia đình cô giàu có, sang trọng, đời sống gia đình cô đầy đủ sung sướng, giải phóng không có ý nghĩa của nó. Có phải vậy không cô ?

Đào khẽ đáp:

— Tôi không dám nghĩ khác hơn. Tôi hay gia đình tôi chỉ là một chiếc lá nhỏ nằm trong cơn lốc của điều mà các ông gọi là giải phóng. Xin phép ông, tôi ra sau pha trà hầu ông.

Nàng đi nhanh ra sau bếp. Còn lại một mình, Ninh nói nhỏ:

— Thật là dịu dàng và khéo léo.

Anh hình dung toàn diện con người Đào và mơ ước mông lung. Người con gái miền Nam ấy, dù là gốc Bắc, toát ra một nữ tính mà anh chưa gặp được trong suốt hai mười một năm trời bị lưu đày ở xứ Bắc. Anh đã khẳng định thân phận mình là kẻ lưu đày trong những «Đêm Bắc Ngày Nam» và ý nghĩa «Lưu đày» càng sáng tỏ hơn lúc anh bước lên tàu Sông Hương ở bến Hải Phòng chào vĩnh biệt «thành trì chủ nghĩa xã hội».

Ngôi biệt thự này, căn phòng khách này và người con gái ấy đã đảo lộn tất cả những gì mà Ninh đã nghe đầy tai về cuộc sống của nhân dân miền Nam. Nhìn bóng mình trong gương tủ rượu, anh thấy sao tiều tụy và quê mùa quá. Đôi dép râu, quần ka-ki màu cứt ngựa, áo sơ mi dài tay bỏ ngoài quần đã ngả màu có thể làm cho nhiều người nể sợ nhưng giờ đây, chúng nó làm Ninh cảm thấy ngường ngượng. Trước mặt Đào, Ninh không còn nhớ tới mình là một cán bộ mà chỉ còn là một gã con trai ăn mặc xấu xí, vụng về đối diện với một thiếu nữ xinh tươi sang trọng.

Đào bưng trà, tách lên đặt trước mặt Ninh, tươi cười mời:

— Mời ông xơi nước. Nhà còn ít trà ngâu, ông dùng đỡ. Không biết có ngon bằng trà Thái Nguyên không ?

Mùi trà trộn lẫn với mùi nước hoa từ người Đào toát ra làm Ninh ngây ngất.

Đưa tách trà bốc khói lên môi, hớp một ngụm nhỏ, Ninh nói bóng gió:

— Dù trà kém ngon nhưng tôi thưởng thức hương vị quê hương và tình người miền Nam.

Đào cười nụ:

— Ông ca ngợi quá lời chớ người miền Nam chúng tôi không có gì đáng được ca ngợi cả. Cách mạng đang đào bới chửi rủa chúng tôi.

Sắc mặt Ninh rắn lại:

— Tôi là người Nam, tôi thông cảm người miền Nam.

Họ có tội tình gì ? Mỹ-Ngụy nếu có tội thì tội nào phải là đồng bào ? Chửi bới nếp sống của người miền Nam là một sự sai lầm. Chính trị không phải là công lý và công lý chưa chắc đã hoàn toàn đúng.

Ninh nhìn thẳng vào Đào hỏi :

— Tại sao cô và gia đình cô không đi ?

Đào khẽ giật mình :

— Đi...đi đâu ? Ông muốn nói gì ?

— Đi ra nước ngoài. Tôi nghe nói trước 30-4 và hiện nay cũng có nhiều người trốn ra đi.

Đào hồi hộp, nàng tưởng chừng như người cán bộ đối diện đã đoán biết mưu định của gia đình nàng.

Nàng cố làm mặt tỉnh đáp :

— Không, không ! Chúng tôi không đi đâu hết. Mà tại sao lại phải đi chớ ?

Ninh càng làm Đào lo sợ hơn. Anh cười cười :

— Cô đừng sợ. Tôi không tố cáo ai cả.

Đào lấy giọng kẻ vô tội hỏi :

— Nếu tôi không lầm thì ông đến đây để điều tra chúng tôi ?

Ninh khoa tay :

— Ồ ! Cô đừng ngộ nhận như vậy. Tôi muốn kiếm Hạnh cơ mà. Tôi có ý điều tra gì đâu. Tôi nghĩ rằng người giàu có khơ lòng sống chung với chủ nghĩa xã hội.

Đào rùn vai :

— Chủ nghĩa nào cũng được miễn là...người dân được sống yên, được tự do và no cơm, ấm áo. Ông có nghĩ như thế không ?

Hớp thêm một ngụm trà, Ninh đắp :

— Tôi hy vọng miền Nam sẽ không phải như miền Bắc trước kia sau khi hiệp định Giơ-neo ký kết. Miền Nam thuộc về Mặt trận Giải phóng và sẽ theo một chế độ như chính quyền cách mạng đang hô hào: Độc lập, Hòa bình, Hạnh phúc và Trung lập. Nếu thực hiện đúng như vậy thì người giàu có như cô sẽ còn sống được chớ còn nếu áp dụng đúng như ở miền Bắc trước kia thì tôi tưởng cô và gia đình cô nên tìm cách ra đi.

Đào nép sát vào câu nói của Ninh để né tránh hoài nghi của anh:

— Chính vì tin tưởng như ông vừa nói mà bố mẹ tôi ở lại không ra đi. Bố mẹ tôi và cả chính tôi nữa, chúng tôi muốn góp một bàn tay xây dựng lại đất nước tan nát sau ba mươi năm chiến tranh.

Bên nhà Hạnh lại có tiếng chó sủa vang. Đào chạy tới cửa nhìn sang. Trông thấy Hạnh đang bước xuống xe xích lô, Đào tiến nhanh ra ngoài. Hạnh trả tiền xe, lúi húi lôi bao gạo nhỏ và mấy bị lác đẫy thức ăn vào sát cổng rào.

Đào đến bên Hạnh khẽ gọi:

— Chị Hạnh !

Hạnh giật mình quay lại:

— Kìa chị Đào. Chị làm tôi giựt mình.

Nàng thở ra tiếp luôn:

— Dạo này tôi yếu tim quá. Cái gì cũng làm tôi giựt mình, hồi hộp.

— Chị mới ở quê lên hả ? Còn anh Hùng đâu ?

— Về tới cầu Phú Lâm, xe honda bị nổ bánh. Sợ tôi mệt, anh Hùng biểu tôi đi xích lô về trước. Anh tìm mua vỏ xe về sau. Ở nhà có gì lạ không chị ?

Đào chưa kịp trả lời thì Hạnh kêu lên:

— Thôi chết rồi !

Nàng vừa trông thấy Lưởng, Hoa và một số đàn bà, con gái từ ngã tư đi ngược lại. Trên tay người nào cũng cầm chổi. Nàng mở cửa rào, lôi nhanh bị gạo, các thức ăn vào trong:

— Chị Đào, vào, vào trong này đi chị.

Đào theo Hạnh vào trong. Hạnh khép kín cửa lại, nép mình vào góc cột. Đào cười bảo:

— Không sao đâu, chị đừng sợ.

Nàng muốn nói là tổ trưởng Lương không dám la rầy Hạnh về «tội» không làm công tác vệ sinh chủ nhật. Anh ta vẫn chưa quên bóng người cán bộ đã đứng trước nhà Hạnh.

Hạnh le lưỡi:

— Tụi tôi định về từ sáng sớm để kịp quét đường, nhưng bà nội con Đài cầm ở lại mãi. Tội nghiệp bà già tom góp đủ thứ cho tụi tôi đem về ăn. Trời ơi! Để khỏi kỳ họp tổ đọc báo thứ ba tới đây, tụi tôi nghe ổng phê bình chửi xiên chửi xéo.

Đào trấn an:

— Không sao đậu. Em nói không sao là không sao mà. Chị yên tâm đi.

— Ổng dòm ngó gia đình tôi dữ lắm.

— Anh chị sợ gì? Anh Hùng đã giải ngũ từ lâu và anh là thương binh nữa.

— Dù gì đi nữa, mình đề phòng vẫn hơn. Lính giải ngũ hay thương binh vẫn là kẻ thù của cách mạng!

Đào chờ phụ Hạnh đem hết đồ đạc vào nhà mới hỏi:

— Chị Hạnh, chị có quen với ai ở ngoài Bắc mới về không?

Hạnh đáp nhanh không cần suy nghĩ:

— Không. Tôi chẳng quen một ai hết.

Nàng cười nói tiếp:

— Trong lúc này có quen với bộ đội, cán bộ cũng đỡ

lắm chớ bộ. Tôi thấy nhiều người treo hình bà con thân nhân làm bộ đội, cán bộ trong nhà. Có người còn dán luôn huy chương, bằng khen thưởng của người nhà ở Bắc vào Nam ngay trong phòng khách. Những thứ đó giống như lưỡi ông Tiêu để cho cô hồn, các đảng sợ. Kẻ thì lấy bùa đeo để phòng thân, người thì mượn hỏi bộ đội, cán bộ để «lấy le», để thiên hạ biết rằng ta đây thuộc gia đình cách mạng.

Đào hỏi rõ hơn:

— Nhưng chị có quen ai người miền Nam tập kết ra Bắc không ?

Hạnh dừng tay soạn thức ăn, chau mày hỏi trổng:

— Người miền Nam tập kết ?

Nàng vụt nhớ lại người xưa. Tên và hình ảnh Ninh như một ánh chớp lóe sáng trong tiềm thức nàng. Ánh chớp ấy kéo theo tiếng sét long trời lở đất khi Đào nói tiếp:

— Người ấy tên là Ninh. Họ gì em không biết.

Tên Ninh chỉ có nàng và gia đình nàng biết, nhưng đã từ hai chục năm qua, cả nàng lẫn gia đình không còn ai nhớ và nhắc tới nữa. Hùng vẫn không biết trong đời nàng có một người tên Ninh đi qua. Hùng chỉ biết Hạnh có một đời chồng trước và một đứa con trai, năm nay hai mươi hai tuổi, tên là Thái, anh một mẹ khác cha với Trang Đài. Thái không sống chung với mẹ và cha ghẻ. Nó bỏ nhà đi hoang lúc mười sáu tuổi. Nó mang nhiều sắc lính. Binh chủng cuối cùng của nó là Biệt kích dù. Thỉnh thoảng Thái tạt về thăm mẹ và em gái. Nó không thuận với Hùng. Mỗi lần nói chuyện với Hùng là nó sừng sộ, gây gổ. Những lần bị cha ghẻ đánh chửi vẫn ám ảnh tâm trí nó. Nó hỏi Hạnh cha ruột nó đâu, Hạnh chỉ đáp gọn lỏn là cha nó đã chết rồi. Đời nó bơ vơ, cô độc, nó chỉ còn một chút tình máu mủ là Hạnh và Trang Đài. Nó thương mẹ và em gái — tuy không cùng một dòng máu — Nó bỏ nhà ra đi để mẹ được sống yên phận với Hùng. Hạnh tuy đã tròm trèm tuổi bốn mươi nhưng vẫn còn đẹp, còn tươi như chỉ mới ngoài hai chục. Hùng ghen tương thường hay hành hạ đánh chửi nàng. Anh cũng ghen luôn cả tình mẫu tử mà Hạnh dành cho Thái.

Một lần tạt về thăm mẹ, Thái trông thấy vết bầm ở má Hạnh, nó hỏi mẹ lý do. Hạnh nói dối là mình trợt té đập má vào cạnh bàn. Thái không tin. Nó nhứt quyết cho rằng cha ghẻ nó đã đánh đập mẹ nó. Chờ Hùng đi bay về, nó điểm vào mặt Hùng hăm dọa: «Nếu cậu còn đánh má tôi một lần nữa, tôi sẽ giết cậu chết tức khắc. Làm đàn ông, cậu vũ phu quá. Đánh vợ con tàn nhẫn, cậu không xấu hổ sao ? ».

Hùng thấy Thái mặc đồ dù, anh hỏi ngán. Anh biết rõ là chống cự lại nó, nó giết anh thực. Anh nói và lả với nó và hứa sẽ không đánh đập Hạnh nữa. Lần nào về thăm Hạnh, nó cũng mua cho Trang Đài vài món quà, tuy rẻ tiền nhưng đượm tình anh em cùng mẹ khác cha. Lính trốn nó không có dư. «Tiền lính tính liền», «30 tây đầu tháng, 3 tây đã cuối tháng». Chỉ khi nào nó đào ngũ đăng vào một binh chủng mới, nó mới có một số tiền «đăng lính» và mua cho Trang Đài quà cáp xứng đáng.

Hạnh khóc mỗi lần gặp lại con. Nàng muốn nói thật cho nó biết cha ruột nó hiện giờ ở đâu và đang làm gì, nhưng nói thật ra để làm gì ? Thái có đi gặp được cha đâu mà trái lại có hại cho nó nữa. Có họ hàng, thân nhân ở bên kia vĩ tuyến 17, người dân thường còn gặp khó dễ thì huống chi Thái là một người lính ? Vả lại, lỗ Hùng hay bất cứ ai biết được đời chồng trước của nàng còn sống và là cộng sản thì hậu quả đến với nàng sẽ không đo lường nổi.

Từ sau 30-4 đến nay, Hạnh chờ đợi tin tức của Thái. Con nàng còn sống hay đã chết ? Tại sao nó chưa về gặp lại nàng ? Đời sống của một biệt kích dù mỏng manh như sương khói.

Chờ tin con chưa có thì giờ đây tin Ninh lại đến. Câu chuyện cũ từ hơn hai chục năm qua đột ngột quay trở lại. Hạnh nghe đầu choáng váng, tai lùng bùng và toàn thân lạnh toát. Nàng chết lặng. Đào nắm tay nàng lay gọi:

— Chị Hạnh ! Chị Hạnh !

Hạnh ngồi trở xuống, hai tay bởi tung đồ đạc trong giỏ lác, lắc đầu lia lịa:

— Không...không. Tôi...tôi không quen...người ấy.

Đào đã hiểu được phần nào sự liên hệ giữa Ninh - Hạnh. Rõ ràng hai người không là «bạn cũ của nhau» mà là «cây đa cũ bến đò xưa» của nhau. Đào nói thầm trong lòng như vậy.

Nàng nắm vai Hạnh lay nhẹ:

— Chị Hạnh, dù gì đi nữa chị cũng nên gặp ông ấy. Ổng đã lặn lội tìm chị khắp nơi ngay từ lúc vừa đặt chân lên Sài Gòn.

Hạnh hốt hoảng hỏi:

— Anh...anh ấy kiếm tôi...ở đây ?

— Ổng Ninh đang ở bên nhà em.

Ninh đợi Đào trở vào hồi lâu. Nghe tiếng chó bên nhà Hạnh sủa, anh đoán chừng Hạnh đã về tới. Anh ra khỏi nhà Đào lần sang nhà Hạnh. Con chó bị cột chồm tới sủa dữ dội. Ninh xô hai cánh cửa kiếng của phòng khách. Cửa đóng chặt. Anh nhìn vào trong. Màn tuyn màu đục che kín tầm mắt anh. Anh theo đường vào ga-ra đi thẳng tới cửa hông nhà. Đào vừa bước ra trông thấy Ninh. Nàng tươi cười bảo:

— Kìa, ông đã qua tới. Chị Hạnh đã về. Tôi định trở về gọi ông thì ông đã...

Ninh ôn tồn:

— Dạ, cám ơn cô. Tôi đoán chừng Hạnh đã về nên tôi tự động qua đây. Hạnh đâu rồi cô ?

— Chị đang soạn đồ đạc trong kia. Thôi, ông vào gặp chị đi.

Có tiếng xe vespa dừng lại trước cửa nhà Đào. Đào chạy ra nhìn sang thấy Lê đang nhón gót ngó mông vào trong. Lê tới kiếm nàng ắt có tin tức gì về Quang. Nàng nhanh chân chạy về nhà.

Chuyện tình và cuộc tao ngộ của Hạnh-Ninh, nàng bỏ lại sau lưng. Chuyện đời của Quang, chuyện tình của nàng cuốn hút nàng vào giữa cơn xoáy trốt của trái ngang. Nàng tha thiết mong Quang quay trở về cùng đi chung với nàng, với Yến, với Hoàng, với tất cả mọi người đồng cảnh ngộ.

Sau lưng nàng, Hạnh, Ninh đang lặn hụp, nhào lộn, chới với trong cuộc trùng phùng đầy nước mắt.

Hạnh đã trông thấy người xưa hiển hiện trước mắt. Nàng tưởng mình đang nằm mơ thấy Ninh trở lại sau hai mươi năm xa cách bặt tin. Nàng đã nghe, đã thấy rất đông dân tập kết trở về và con tàu Sông Hường cập bến Bạch Đằng cũng lọt vào tai nàng nhưng nàng không bao giờ nghĩ rằng ở chuyến tàu xuôi về Nam lần đầu tiên ấy lại có người chồng cũ. Hạnh cũng không hề có một mảy may ý nghĩ về sự có mặt của Ninh, nói cho đúng hơn là Hạnh yên trí người đàn ông, cha ruột của Thái, đã chết từ lâu ở miền Bắc rồi. Duy có một lần, khi nghe tin chuyến tàu Sông Hường chở cán bộ, bộ đội tập kết trở về Nam, Hạnh thoáng nhớ tới Ninh, nhớ mình có liên hệ với một người đi tập kết, nhưng Hạnh quên rất nhanh ngay sau đó. Tâm trí nàng bị đảo lộn trước một cuộc đổi thay quá lớn, quá mau và người đàn ông mà nàng luôn luôn nghĩ tới là Hùng. Trong con tim nàng chỉ có Hùng. Ninh đã chết thực sự trong đời nàng rồi.

Hạnh muốn lẩn trốn, nhưng Ninh đã gọi:

— Hạnh ! Em Hạnh ! Anh đã về đây em !

Hạnh không cất chân lên được nữa. Nàng đứng gục đầu, đôi tay siết chặt vạt áo.

Ninh bước tới đặt tay lên vai Hạnh:

— Em có nhận ra anh không ?

Hạnh nghe luồng khí lạnh từ chỗ tay Ninh chuyền đi khắp cở thể nàng. Cũng bàn tay ấy ngày nào đặt lên vai mình, Hạnh lại thấy ấm áp lạ lùng. Một thứ cảm giác êm ả rần rật chạy trong từng thớ thịt thấm vào tận trái tim. Nàng nghe lòng mình say sưa ngây ngất. Nhưng giờ đây, bàn tay của Ninh lại lạnh buốt như băng tuyết. Nàng rùng mình.

Ninh bước tới gần hơn định quàng tay ôm Hạnh:

— Anh về rồi em không mừng sao ? Hai mười mấy năm trời...

Hạnh tiến lên phía trước vuột khỏi vòng tay Ninh. Nàng vẫn cúi gầm mặt:

— Tôi đã có chồng rồi !

Ninh thở ra:

— Anh đã biết ! Và em...đã quên anh rồi !

Hạnh xoay người lại nhìn Ninh. Ninh đã gìa và gầy hơn xưa nhiều, gường mặt anh hẳn rõ nét gian khổ, phong trần. Dù cố ép lòng, không để lòng mình bị khuấy động vì hình ảnh người xưa, Hạnh vẫn không giữ được bình tĩnh trước ánh mắt buồn da diết và tuyệt vọng của người chồng cũ.

Nàng cố lấy giọng nghiêm nghị:

— Tôi đã chờ anh trong suốt bảy, tám năm trời. Không thư từ, tin tức, tôi...những tưởng...

Hạnh nghẹn lời không nói tiếp được nữa. Nàng bưng mặt khóc. Ninh gật gù:

— Em những tưởng anh đã chết rồi và em đi lấy chồng khác.

Anh chồm tới, đưa bàn tay gồng cứng ra trước:

— Những anh còn sống và vẫn sống. Đất nước đã chia đôi, chiến tranh ngày càng ác liệt thì làm sao anh thông tin, liên lạc được với em chớ? Bao nhiêu lần anh xin về chiến đấu ở miền Nam để hy vọng liên lạc với em và con những người ta không cho anh đi. Người ta biết anh có vợ, có con ở trong này.

Giọng anh trầm xuống:

— Hạnh, suốt hai mươi mốt năm trời sống ngoài kia, ngày đêm anh nhớ tưởng đến em và con. Anh chỉ mong có một ngày trở về, bất cứ ngày đó là ngày gì cũng được, miễn sao anh được trở về gặp lại...vợ con anh.

Hạnh tiến thêm lên một bước, úp trán vào tường sụt sùi. Tiếng nói của Ninh vẫn trong ấm như ngày nào nhưng Hạnh nghe như từng lời anh thốt ra có gai nhọn đâm thủng tai nàng. Tim nàng se thắt. Nàng đang sẩy chân rơi xuống biển hồ mặc cảm tội lỗi. Nàng sắp chết đuối. Càng vùng vẫy nàng càng chìm sâu hơn. Trong hai người, ai là kẻ phản bội? Chính là nàng.

Hạnh tự buộc tội mình. Nàng uất nghẹn kêu lên:

— Trời ơi là trời!

Ninh hỏi:

— Hạnh ! Em không thể chờ anh được sao ?

— Em đã chờ đợi...trong bảy, tám năm trời.

— Không lâu hơn nửa được sao ?

— Em và con...bơ vơ quá ! Người ta đã dí mẹ con em.. vào bước đường cùng.

Ninh cau mày hỏi :

— Ai ? Ai dí em vào con đường cùng ? Người ta nào hả ?

— Tân, đồng chí của anh trong tổ công tác thành.

Ninh la lớn :

— Thằng Tân ? Nó...nó làm gì em chớ ?

— Anh đi tập kết, Tân ở lại nằm vùng. Tổ chức vỡ, Tân bị bắt, bị tra khảo. Tân chỉ bắt thêm mấy người khác. Quốc gia biết em là vợ cán bộ tập kết kêu lên gọi xuống điều tra. Em khai thiệt tất cả. Anh biết không, em và con khổ sở vô cùng, có lần em định tự vẫn nhưng nghĩ đến con em cắn răng chịu đựng.

Ninh đưa nắm tay lên nghiến răng :

— Thằng chó chết phản bội. Em có biết hiện giờ nó ở đâu không ?

Hạnh lắc đầu :

— Em không biết.

Sau một phút soáy căm hận vào người đồng chí cũ, Ninh hỏi :

— Rồi sau đó em đi lấy chồng ?

Đến lúc Hạnh thấy cần biện hộ cho hành động của mình :

— Em đã gặp Hùng. Hùng hết lòng giúp đỡ mẹ con em. Em phải tìm một lối thoát cho đời mẹ con em. Em phải có chồng, em phải có một người đàn ông bên cạnh, bất kể là ai, vì khi em có chồng khác là chánh quyền buông tha em, để yên cho mẹ con em.

Ninh hỏi cho có hỏi những câu hỏi của anh làm Hạnh nghi ngại:

— Hùng là sĩ quan ngụy ?

Hạnh nghiêng đầu nhìn Ninh. Nàng che chở Hùng:

— Anh ấy đã giải ngũ từ lâu. Hùng là một thương phế binh.

Ninh cười nhạt:

— Kể ra đời em cũng hay hay. Chồng trước là cách mạng, là cộng sản. Chồng sau là quốc gia, là ngụy. Hai kẻ thù cùng đi vào cuộc đời một người đàn bà !

Anh đi tới sát bên Hạnh. Hạnh vẫn đứng yên. Trong đầu nàng, Hùng đang là kẻ yếu thế còn Ninh là người đang ở thế thượng phong. Ninh thừa sức giết hại Hùng, nhưng Hạnh đã chọn rồi một chỗ đứng giữa hai người. Nàng không còn là vợ của Ninh. Nàng đang là vợ của Hùng. Ai đụng chạm tới Hùng là đụng chạm đến chính nàng. Tình xưa đã nguội lạnh trong hai chục năm qua. Tình yêu đối với Hùng vẫn nóng bỏng trong tim Hạnh. Con đường trở về với Ninh đã mất lối. Với Ninh, Hạnh chỉ còn nhớ mơ hồ những kỷ niệm.

Ninh hỏi giọng nghiêm trang:

— Hùng đâu rồi ?

Hạnh cau mày hỏi lại:

— Để làm gì ?

— Anh muốn biết Hùng đâu rồi ?

— Để bắt hay để giết...anh ấy ?

Không để Ninh kịp trả lời, Hạnh võ trang bảo vệ Hùng:

— Hiện giờ anh là kẻ chiến thắng, anh muốn hãm hại Hùng lúc nào cũng được hết, nhưng Hùng không có tội tình gì trong câu chuyện tôi quên anh đi lấy chồng khác. Hùng không cướp vợ của anh. Hùng gặp tôi, yêu tôi rồi lấy tôi trong lúc tôi không có chồng. Tôi...tôi không thể bỏ Hùng để trở lại làm vợ anh được nửa.

Ninh mỉm cười:

— Ô ! Em làm gì dử vậy ? Anh có ý giết, hại chồng em hồi nào đâu ? Anh muốn gặp Hùng để biết mặt...chồng em thôi.

Hạnh vẫn chưa dám tin lời Ninh. Nàng vẫn ngờ vực Ninh muốn trả thù kẻ đã cướp mất nàng.

Nàng bênh vực Hùng:

— Chiến tranh nào rồi cũng kết liễu, rồi cũng có kẻ thắng, người bại. Cái lý của kẻ mạnh bao giờ cũng thắng. Thắng là chính, thua là tà, là ngụy. Anh hãm hại hay giết chết Hùng có phải vì Hùng là tà, là ngụy hay vì Hùng là chồng tôi ?

Ninh rùn vại:

— Anh chẳng giết, chẳng hại ai hết. Anh chỉ muốn biết mặt cha ghẻ...

Anh chợt nhớ tới Thái. Anh chụp lấy tay Hạnh lắc mạnh:

— Con...con anh đâu ? Nó còn sống hay đã chết ?

Giọng Hạnh thật buồn :

— Thái...còn sống !

— Nó được bao nhiêu tuổi rồi ?

— Ngày anh đi, con nó vừa hai tuổi.

Ninh tính nhẩm:

— Sau hai mươi năm, năm nay nó được hăm hai, hăm ba tuổi. Hạnh, hiện giờ con nó ở đâu ? Ở chung với em hay là...

— Thái đã đi lính.

Ninh hốt hoảng:

— Nó đi lính ? Trời ơi ! Cha đi cách mạng, con đi lính quốc gia. Cha con là...kẻ thù của nhau !

Anh lắc vai Hạnh chất vấn:

— Tại sao em cho con đi lính chớ ? Em quên rằng cha nó là...

Hạnh thản nhiên:

— Tới tuổi nghĩa vụ quân sự, nó phải tòng quân. Dù em không cho thì người ta cũng bắt nó đi thôi.

— Nhưng tại sao em không cho con trốn ? Thiếu gì thanh niên trốn quân dịch ?

— Trốn ở đâu ? Trốn làm sao khỏi ? Vả lại, nó...

— Vả lại sao ?

— Nó tình nguyện nhập ngũ.

Ninh ôm đầu khổ sở:

— Trời ơi, trời ! Con...con tôi đi lính...đánh lại...cha ruột của nó.

Anh ngước lên, quắc mắt:

— Em có cho nó biết cha ruột của nó là ai không ?

Hạnh ôn tồn đáp:

— Cho con nó biết để làm gì ? Nó có theo anh được đâu ?

— Sao lại không ? Một khi nó biết anh là ai và đang ở đâu, nó sẽ có thể trốn vào khu hoạt động một thời gian rồi xin ra Bắc tìm cha ruột nó, tìm anh.

— Tôi không muốn xa Thái mãi mãi. Tôi không muốn mất con như đã mất cha nó.

Ninh hậm hực:

— Hừ ! Một người vợ của chiến sĩ cách mạng đi lấy chồng quốc gia, chồng ngụy rồi muốn thằng con cầm súng bắn cha ruột của nó. Thật tôi...không ngờ.

Hạnh nghiêm mặt:

— Anh đừng buộc tội tôi. Anh nên buộc tội những kẻ gây ra chiến tranh thì đúng hơn.

— Nhưng nếu em muốn thì em vẫn có thể tránh được một cuộc...cốt nhục tương tàn.

Hạnh thừa thắng xông lên:

— Cả một dân tộc Việt Nam đã và đang dãy chết trong một cuộc cốt nhục tương tàn kéo dài trong ba mươi năm. Tôi chỉ là đàn bà, là dân, tôi làm sao ngăn cản nổi ?

Ninh giữ mạnh hai tay, thở dài; anh hỏi:

— Thái nó có về đây không ?

— Từ sau 30-4, nó chưa về.

— Hay là con nó...đã chết rồi ?

— Em cũng...lo sợ như vậy.

Hạnh đổi cách xưng hô. Nàng có chung với Ninh nỗi lo sợ về sinh mạng của đứa con chung. Giọt máu của Ninh đã tượng hình trong người nàng. Đứa con đầu lòng đã đem đến cho hai người rất nhiều hạnh phúc. Ninh xin phép cấp trên cho Hạnh và Thái theo mình tập kết ra Bắc, nhưng cấp trên của anh đã viện lý do Thái còn nhỏ quá không đủ sức chịu đựng một cuộc hải trình nhiều thời gian. Họ đã cương quyết từ chối. Ninh đã khóc ở giờ chia tay với vợ và con. Bao nhiêu năm ở Bắc, anh đếm từng tuổi đời của con. Anh mong mỏi và hy vọng Thái lớn lên sẽ theo con đường của cha đi. Và Ninh cũng phập phồng lo sợ nghịch cảnh xảy ra cho cha con anh khi Thái đã lớn và chiến tranh vẫn còn đó: cha con, anh em bắn giết nhau ngoài mặt trận. Anh xin chuyển về Nam vừa để gặp lại Hạnh, Thái vừa để tìm cách đưa con vào rừng cùng hoạt động với mình. Đôi lần anh muốn trốn đi, nhưng trốn là đi vào cõi chết, là đi vào ngục Hỏa Lò miền Bắc. Bạn bè anh được chuyển vào Nam đã chết trên dãy Trường Sơn hoặc phơi thây giữa đường mòn Hồ Chí Minh hoặc ngã gục khi vừa đặt chân lên miền đất quê hương yêu dấu.

Dù biết như thế song Ninh vẫn muốn trở về. Có chết ở trong Nam thì thể xác anh cũng được nằm dưới lòng đất quê hương mình. Anh cho rằng chết ở miền Bắc là một điều đáng ân hận.

Hạnh, Ninh cùng hướng tâm tưởng về đứa con chung chưa biết còn sống hay đã chết cho màu áo mà nó đã chọn lựa. Hai người tuy không hẹn mà cùng nhau đi đến một cuộc hòa giải tạm bợ để lo cho con. Tình duyên ngang trái, chính kiến dị đồng lùi lại phía sau, nhường bước cho tình mẫu tử, phụ tử.

Ninh hỏi trổng:

— Bây giờ biết tìm con ở đâu ?

Hạnh bảo:

— Anh là cách mạng, anh đi đứng dễ dàng hơn bọn em. Anh tìm đến bộ chỉ huy biệt kích dù hỏi thăm.

Ninh lắc đầu:

— Hết chỗ nói ! Thái nó chọn thứ binh chủng dữ dằn nhứt mà đầu quân.

— Còn hơn là nó trở thành du đãng, lưu manh. Ít ra con nó cũng muốn làm anh hùng. Đúng hay sai còn do nơi...

— Thôi, mình đừng nói tới chính kiến nữa. Giờ hãy tập trung đầu óc đi tìm tông tích của con, con chúng ta.

Hạnh khẽ hỏi :

— Hiện giờ anh ở đâu ? Anh ở nhà chị Thuận hay cô Tuyên ?

— Ngay sau khi về tới Sài gòn, anh đi tìm nhà chị Thuận và Tuyên. Ba má đã qua đời, còn chị Thuận và chồng con đã trốn ra nước ngoài trong chuyến tàu Vàm Cỏ. Tuyên và chồng con nó còn ở lại. Tụi nó nghèo quá mà con cái thì đông. Tụi nó bảo anh về ở chung nhưng anh còn có công tác của anh. Anh ở trường Luật cũ, trong ủy ban quân quản. Trường Luật sẽ biến thành trường Kinh tế.

Anh nắm tay Hạnh, dịu dàng:

— Thôi, giờ anh về. Anh sẽ trở lại xem có tin tức gì của Thái không ?

Hạnh nói nhanh:

— Hay là em sẽ đến tìm anh...

Sợ Ninh hiểu lầm, nàng tiếp luôn:

— Em sẽ đến trường Luật tìm anh khi có tin tức gì về con.

Ninh mỉm cười:

— Em sợ chồng em ghen chứ gì ?

Hạnh cúi đầu khẽ đáp:

— Em không muốn Hùng khó nghĩ vì sự có mặt của anh. Trong lúc này Hùng đang rối trí.

— Hùng có ý nghĩ ra đi không ?

— Không. Tụi em ở lại. Ra đi không còn là một chuyện dễ nữa. Phải có vàng mới đi được. Lỡ bị bắt lại, nguy hiểm lắm.

Siết chặt tay người vợ cũ, Ninh bảo:

— Gặp chuyện gì khó khăn, em tin cho anh biết. Anh sẵn sàng giúp đỡ em và...Hùng trong khả năng của anh. Tiền bạc thì anh không có nhưng về tinh thần thì anh thừa có.

Đưa Ninh ra tới giữa sân, Hạnh vụt hỏi:

— Anh đã có vợ khác chưa ?

Ninh dừng bước, nhìn vào đôi mắt đã ráo lệ của Hạnh:

— Anh đã lầm lỡ một lần lớn nhứt trong đời là cưới một người vợ miền Bắc. Anh ân hận quá !

Hạnh mỉm cười :

— Một người vợ Bắc có gì đáng trách mà anh cho là lầm lỡ và ân hận ?

— Anh không nói một người vợ Bắc mà anh muốn nhấn mạnh một người vợ miền Bắc, một người vợ đảng viên. Chuyện dài dòng, phức tạp lắm. Để có dịp, anh sẽ giải thích cho em rõ. Giờ anh phải về. Có lẽ thủ trưởng anh đang tìm anh dữ lắm.

Hạnh hơi yên lòng. Biết Ninh đã có vợ khác, nàng trút bỏ được một phần tội lỗi. Dù Ninh có hạnh phúc hay không với người vợ đảng viên ấy, Ninh cũng đã làm một việc như nàng đã làm. Vì hoàn cảnh hay vì tự nguyện làm lại cuộc đời thì Ninh cũng không còn đủ tư cách của kẻ kiên trì chờ đợi buộc tội người tình cũ đã cất bước sang ngang.

Ninh nhìn đắm đăm vào mắt Hạnh. Cái nhìn của Ninh chan chứa thèm thuồng hưởng xưa vị cũ. Hạnh vẫn còn đẹp và quyến rũ, cái đẹp và sức quyến rũ của người đàn bà ở lứa tuổi hoàn chỉnh nhất. Đào đẹp và quyến rũ ở lứa tuổi đôi mươi, còn Hạnh đẹp và quyến rũ ở lứa tuổi bốn mươi. Ninh là kẻ lạc loài từ phương xa trở về quê nhà dấu yêu. Anh đang đứng dưới tàng cây ngước nhìn lên trái chín tươi ngon sai quằn trên cao. Anh thèm nếm lại hương vị ngày xưa, thèm quá, thèm đến rỏ dãi. Những trái chín đã có chủ rồi. Anh không có quyền đụng tới. Anh đã một lần bỏ rơi ra đi theo mơ ước của đời anh. Người khác đã đến làm chủ cây lành, trái ngọt của ngôi vườn nhà anh mất rồi.

Hạnh nhận ra điều thầm kín ẩn náu trong ánh mắt

Ninh. Nàng chỉ còn thương hại Ninh thôi. Nàng không muốn và không có quyền muốn cho người chồng cũ một thỏa mãn nào dù chỉ là một nụ hôn phớt nhẹ qua làn da.

Nàng đẩy nhẹ Ninh ra cửa rào:

— Anh về. Thái nó có về, mẹ con em sẽ đến gặp anh.

Ninh nắn bóp cổ tay Hạnh:

— Anh về. Mong sao Thái còn sống để cha con anh gặp lại nhau. Anh mong tin lắm. Được trở về Nam và gặp vợ con là hai điều mơ ước của anh trong suốt hai mươi mấy năm trời. Anh đã về đây. Em đã bước thêm bước nữa, giờ anh chỉ còn mỗi một sở nguyện là gặp lại Thái, con anh.

Hạnh-Ninh chia tay nhau. Lòng mỗi người chĩu nặng khối buồn. Hạnh đứng lặng yên bên cửa rào nhìn theo Ninh. Bóng người xưa bước đi rã rời trên đường phố. Bộ đồ rộng thùng thình bay bay trong gió. Mắt Hạnh nhòa lệ. Người chiến sĩ yêu nước ngày xưa giờ đã trở về trong lớp áo cộng sản làm run sợ mọi người. Hạnh bàng hoàng trước một sự thật phũ phàng. Nàng không tin mình đang tỉnh. Nàng cũng không cho rằng mình đang mơ. Hồn nàng đang chập chờn giữa tỉnh giữa mơ !

CHƯƠNG III

Quán lều cà phê mọc lên như nấm khắp các vỉa hè. Một tấm ny lông, vài áo mưa quân đội kết lại vối nhau một đầu căng vào bờ tường công sở, một đầu căng vào hai thanh tre dựng xiên xiên, năm ba bàn gỗ, chục ghế con, mười tách, diã, một lò than hay củi, một bình thủy keo cà phê với hai ba cái lược bằng thau hay vợt bằng vải... bao nhiêu đó đã đủ mở một quán cà phê hè phố rồi. Chủ nhân là hai, ba thanh niên, thiếu nữ, đa số là sinh viên, góp vốn lại mở quán. Chẳng còn biết việc gì làm kiếm ra chút tiền phụ tiếp với gia đình, họ rủ nhau lập lại phong trào «cà phê ôm», «bia ôm». Nhưng giờ đây, khách chỉ uống cà phê thôi chứ không còn «ôm» nữã. Bia đã trở thành xa xí phẩm chỉ dành cho khách xộp. Uống bia cũng chỉ để giải khát, để tiêu sầu chớ không có thêm mục «ôm». Ôm nhau ngoài đường, ban ngày hay trong bóng đêm đã bị kết tội:«Vi phạm nếp sống văn minh mới».

Các chủ quán cà phê hè phố tiếp khách rất vụng về. Khách ngồi chờ cả nửa giờ vẫn chưa có cà phê, nước chanh tươi hay chanh muối. Chủ quán pha cà phê đổ tháo tùm lum, vừa đứng lên là đã đánh rơi cả tách lẫn dĩã. Làm đổ, bể họ cười đùa vui vẻ, chế nhau, cự nhau rồi tiếp tục làm lại tách khác, ly khác.

Khách vẫn kiên tâm chờ đợi, không buồn mà cũng không trách mắng. Họ thông cảm chủ quán, họ hiểu rõ mình tìm đến với ai và những ai đó là hạng người gì. Chủ và khách cùng một cảnh ngộ. Vả lại khách cũng không có việc gì gấp rút, cần thiết giải quyết sau tách cà phê, ly chanh muối. Có được một chỗ nghỉ chân bên lề đường ngồi ngắm ông đi qua bà đi lại, ngắm nền trời xanh, mây trắng qua tàng me, đếm từng lá me bay bay trong gió... Khách nhàn du đủ thấy sướng rồi.

Tách cà phê, ly chanh muối chỉ là cái cớ để được ngồi lâu hơn. Cà phê khét mùi cơm cháy, gạo rang có ngon lành gì; Chanh tươi hay chanh muối với đường đen như nước màu có ngon lành gì. Vậy mà quán vẫn đông khách.

Hoàng đi lang thang từ sáng sớm qua khắp đường phố trung tâm Sàigòn giờ đã bị thay tên. Cái tên «thành phố Hồ Chí Minh» đối với Hoàng như mũi dao nhọn chích vào trái tim anh mỗi khi có người đọc lên, gọi thay cho hai chữ Sàigòn yêu dấu.

Anh ghé lại quán «Kinh Kha» trên lề đường Lê Thánh Tôn nằm sát bờ tường bên hông thư viện. Hai chữ «Kinh Kha» nguệch ngoạc trên tường gợi cho Hoàng nỗi niềm trắc ẩn. Anh tưởng chừng như đây là quán lá bên bờ sông Dịch Thủy, có tráng sĩ Kinh Kha đang ngồi đợi Cao Tiệm

Ly trước giờ sang Tần.

Bà chủ quán, một người con gái trẻ, đẹp, mảnh khảnh mặc áo bà ba lụa trắng, tóc thắt bím xõa hai bờ vai, bước tới lễ phép hỏi:

— Thưa ông dùng chi?

Hoàng nhìn thức uống bày lửa thưa trên chiếc bàn con, ngước lên hỏi lại:

— Cô có bán rượu trắng không?

Thiếu nữ ngạc nhiên:

— Rượu trắng?

— Tôi muốn uống một ly nhỏ cho ấm bụng. Tôi nghe hơi đau đau.

Thiếu nữ mỉm cười:

— Ở đây mà bán rượu trắng, tụi tôi bị bắt ngay. Cấm bán rượu mạnh. La-ve là nước chót.

Gã thanh niên đang lúi húi thổi lửa, cất tiếng hỏi:

— Mỹ Duyên ơi, khách dùng chi đó?

Hoàng chọn thức uống:

— Cô cho tôi cà phê cũng được.

Mỹ Duyên gật đầu:

— À, phải đó ông. Đau bụng uống cà phê pha hơi đậm và đừng cho đường sẽ đỡ ngay. Ông chờ tôi một chút.

Mỹ Duyên trở gót đi nhanh vào trong. Nàng kề tai gã thanh niên thì thầm:

— Ổng đòi uống rượu đế, anh Đạt ơi !

Đạt trố mắt nhìn Hoàng:

— Đòi ba xi đế ?

— Ổng nói đau bụng nên muốn uống ly đế cho đỡ đau.

Đạt cười:

— Rồi, tới cữ con sâu rượu hành hạ rồi. Bợm nhậu

lên cơn ghiền đòi rượu chớ đau bụng đau dạ gì.

Mỹ Duyên ngắm Hoàng đăm đăm:

— Tưởng ổng sang như vậy chắc không phải là bợm nhậu đâu, chắc là ổng đau bụng thiệt đó.

Đạt phì cười:

— Nhậu mà có tướng sang tướng hèn nữa. Đệ tử Lưu Linh có đủ hạng hết cô ơi !

Hai thanh niên bước vào quán kéo ghế ngồi gần Hoàng. Một trong hai người khôi hài:

— Quán lá bên giòng sông Dịch Thủy đây rồi mà tráng sĩ Kinh Kha và nhạc sĩ Cao Tiệm Ly chưa thấy đến. Cô lái đò Mỹ Duyên vẫn ngày ngày pha cà phê chờ đợi tráng sĩ sang Tần thích khách Thủy Hoàng.

Người thứ hai phụ họa:

— Đời xưa có Kinh Kha hy sinh thân mình để trừ bạo chúa mà cứu triệu triệu sinh linh đồ thán. Đời nay biết ai là tráng sĩ Kinh Kha ?

— Ê, Châu ! Nói khẽ vậy cha nội. Họ nghe được là đi cải tạo mút mùa đó nghen. Họng mày to quá !

Châu giựt mình nhìn dáo dác. Thấy Hoàng ngồi trầm ngâm bên cạnh, anh e ngại. Hoàng vờ như không nghe lọt câu nói của Châu. Anh nhìn về hướng dinh Gia Long rút thuốc đốt hút. Mùi thuốc Vàm Cỏ đã quen, anh nghe khói thuốc rất đậm đà. Một tráng sĩ Kinh Kha sang Tần diệt trừ bạo chúa. Hoàng mỉm cười nhủ thầm:«Mình không thể là tráng sĩ Kinh Kha. Mình chỉ là thằng sĩ quan tình báo đang lẩn trốn» !

Mỹ Duyên đến trước mặt Châu, Đỉnh hỏi:

— Hai anh dùng chi ?

Đỉnh pha trò:

— Cho tụi mình bình trà xã hội chủ nghĩa.

Châu phụ họa:

— Và hai cái tách cách mạng.

Mỹ Duyên lườm hai người bạn cùng khoa:

— Vừa thôi nghen. Cứ cái giọng đó có ngày Chí Hòa kêu à nghen.

Châu, Đỉnh cười vang. Nhớ lại Hoàng, hai anh tắt vội tiếng cười. Hoàng muốn cười theo Châu, Đỉnh. Anh nhìn hai người với ánh mắt đầy tình cảm. Anh muốn nói nhỏ : «Hai bạn đừng sợ tôi. Tôi không phải là thành phần như hai bạn tưởng. Tôi là người cùng hoàn cảnh với hai anh».

Mỹ Duyên điểm vào mặt Châu, Đỉnh:

— Cười cho cố rồi có ngày khóc lòi con mắt ra. Thần khẩu hại xác phàm. Đã có nhiều tay ăn nói ẩu tả bị «tém» rồi đó nghen.

Châu nắm tay Mỹ Duyên âu yếm hỏi:

— Em định bỏ học luôn nhảy ra làm chiêu đãi viên à?

Đỉnh nghiêm giọng:

— Thôi nghen, nắm tay nắm chân coi chừng Đạt nó tạt nước sôi phỏng mặt bây giờ. Đừng có lạm dụng chính sách «làm chủ tập thể».

Mỹ Duyên thở ra:

— Học với hành cái gì nữa ? Đời bây giờ học cho lắm cũng làm cu li thôi. Lương kỹ sư vài chục đồng một tháng chỉ đi được vài buổi chợ.

Châu cười bảo:

— Em nói câu đó chớ không phải anh à nghen.

Đỉnh tiếp theo luôn:

— Còn tui, tui hổng có nghe câu nói đó. Đừng có bắt tui làm chứng. Tội nghiệp tui lắm.

Mỹ Duyên rùn vai:

— Đó là một thực thể chớ không phải là một sự

xuyên tạc hàm hồ. Cách mạng cần lao động giỏi, lao động tốt và...lao động cao thì chỉ có công nhân, nông dân mới đạt ưu điểm đó. Dân trí thức như bọn mình bây giờ không còn quan trọng lắm.

Hoàng muốn góp ý với Mỹ Duyên, nhưng nghĩ thân phận và hoàn cảnh hiện tại của mình, anh phải giả câm, giả điếc. Anh vẫn chủ trưởng:«khôn cũng chết, dại cũng chết, biết là sống». Nghệ thuật sống còn trong thời buổi này là như thế đó.

Một tốp ba người ghé lại trước quán nhìn vào. Hai người ăn mặc cán bộ, người thứ ba mặc đồ «giải phóng» với chiếc nón tai bèo nhưng lại mang túi da theo kiểu cán bộ miền Bắc. Họ hội ý với nhau rồi bước vào kéo ghế ngồi cách Hoàng không xa lắm.

Có tiếng báo động của Châu:

— Suỵt ! Im hết đi !

Mỹ Duyên đi nhanh vào trong. Nàng không đến hỏi khách. Đạt hỏi khẽ:

— Họ uống gì vậy ?

— Chưa biết. Kệ họ.

— Ừ, kệ họ. Lo cho người mình trước. Cho họ chờ chởi Còn Châu, Đỉnh tụi nó uống gì vậy nói anh làm luôn ?

— Thì vẫn thứ cũ: hai cái xây chừng ít đường.

— Chắc là «à la ghi» nửa rồi. Tụi nó thiếu nợ hơi nhiều rồi đó. Khách khứa mà toàn thứ đó không thì chỉ một tháng sau là tụi mình sập tiệm dẹp quán.

— Thấy kệ. Anh em đều nghèo cả. Khó giúp nhau mới thảo, nghèo thương nhau mới quý.

Cán bộ một hỏi trổng:

— Hồi trước thành phố Hồ Chí Minh có nhiều quán xá như vậy không nhỉ ?

Ông giải phóng đáp:

— Cũng có nhiều nhưng không mọc ở lề đường mà ở trong quán, trong tiệm đàng hoàng.

Cán bộ hai thắc mắc:

— Ở Hà Nội làm gì có cảnh này ?

Cán bộ một cải chính:

— Sau khi tiếp thu Hà Nội, cảnh hỗn độn như vậy vẫn có, nhưng chỉ sau một thời gian ngắn, nhà nước dẹp hết bắt tất cả đi vào lao động sản xuất.

Ông giải phóng biểu đồng tình:

— Đúng vậy. Rồi đây những thứ làm bẩn thành phố mang tên Bác sẽ bị dẹp bỏ hết. Mình phải đưa bọn «ăn bám xã hội» này đi vào nề nếp, đi vào lao động sản xuất làm ra vật chất, của cải cho đất nước.

Thấy Mỹ Duyên bưng cà phê ra cho Châu, Đỉnh, Hoàng, anh ta hất hàm gọi:

— Ê, chủ quán !

Mỹ Duyên nghe rõ nhưng nàng không trả lời, nàng bình tĩnh đặt tách cà phê trước mặt Hoàng tươi cười mời:

— Ông uống liền cho nóng. Chúng tôi pha hơi đậm.

— Cám ơn cô. Khách gọi cô kìa.

— Kệ họ. Mấy ổng thì chỉ có «ê với ép», chẳng lịch sự chút nào. Họ không bao giờ biết cám ơn ai. Tiếng «cám ơn» không có trong tự điển ở miền Bắc.

— Ê, chủ quán ! Lại đây !

Châu, Đỉnh ngó nhau cười.

Ông giải phóng hất hàm hỏi:

— Hai anh cười gì ?

Đỉnh thản nhiên đáp:

— Chúng tôi vui trong bụng cười vậy thôi.

— Có gì vui mà cười ? Các người cười chế nhạo chúng

tôi đấy à ?

Chậu làm mặt ngỡ ngác:

— Ủa, gì kỳ lạ vậy ? Các ông có gì mà tụi tôi cười chế nhạo ?

Ông giải phóng đứng lên. Khẩu K.54 lòi mũi ra khỏi vạt áo đen. Cán bộ hai nắm tay anh ta ghì ngồi xuống bảo:

— Thôi, bỏ qua đi cậu.

Giọng ông giải phóng hậm hực:

— Để tui cho tụi nó một bài học. Đã không biết thân mà còn ở đó...cà chởn.

Cán bộ một hỏi:

— Cà chởn là cái gì vậy ?

Mỹ Duyên thấy tình hình hơi căng, nàng tiến lại hòa giải:

— Thôi, các anh cho tôi xin đi. Có chuyện gì đáng cho nhau một bài học đâu. Nào, quý vị uống gì nào ?

Ông giải phóng vẫn chưa nguôi còn giận, anh ta vừa ngồi trở xuống ghế vừa hăm dọa:

— Hắn chưa biết tui là ai chắc ? Phường nẫy thuộc quyền quản lý của thẳng này kia mà. Chọc giận cho dẹp hết quán, lều nay mai.

Mỹ Duyên không chút nao núng trước câu đe dọa của anh ta. Quán lều đã từng bị xua đuổi nhiều rồi. Bị đuổi ở hè phố này, quán lều mọc lên ở hè phố khác. Dựng một cái quán chỉ mất độ nửa giờ là xong ngay.

Quán «Kinh Kha» của Đạt, Mỹ Duyên cũng đã «di tản» tới lần thứ ba rồi.

Cán bộ một hỏi Mỹ Duyên:

— Có cháo trắng không ?

Mỹ Duyên giựt mình:

— Cháo trắng ?

— Cô cho mỗi người một tô. Tất cả ba tô.

Mỹ Duyên đứng chết trân. Hoàng, Châu, Đỉnh muốn phá lên cười, nhưng không ai dám. Ông giải phóng đang nhìn họ đăm đăm.

Cán bộ hai châu mày hỏi:

— Sao cô đứng đó ? Không bán à ?

Ông giải phóng kề vào tai hai cán bộ thì thầm, rồi ngồi trở xuống ghế bảo Mỹ Duyên:

— Cô cho một cà phê đen và hai ly chanh muối. Nhớ bỏ đường thiệt ngọt.

Một vài thanh niên định ghé vào quán Kinh Kha, trông thấy có mặt cán bộ, giải phóng, liền tạt qua quán bên cạnh. Mỹ Duyên lắc đầu, thở ra đến bên Đạt cầu nhầu:

— Họ mà ngồi tới tối quán mình sẽ vắng như chùa Bà Đanh cho mà coi. Ngày mai hết tiền mua cà phê, đường, sữa...

Đạt nói khẽ:

— Kệ họ. Họ là bố mình. Tên giải phóng đó hình như là Phường Phó hay Phường Trưởng của phường này. Hắn hách lắm.

— Chắc hắn là dân nằm vùng.

— Mấy bố uống gì vậy ?

Mỹ Duyên pha trò:

— Họ đòi ăn cháo !

— Trời đất ! Sao họ không đòi ăn thịt chó luôn đi ?

Mỹ Duyên cười rũ ra. Tiếng cười làm mọi người cùng quay lại nhìn nàng. Đạt bảo:

— Đừng cười nữa cô ơi ! Họ tưởng mình cười họ, họ lại gây sự nữa bây giờ. Khổ lắm. Để yên cho con kiếm chút cháo độ nhựt. «Đói» lắm rồi !

Có tiếng ca Lệ Thu cất lên từ quán «Bụi Đời» vọng lại.

Bản nhạc Lệ Đá với giọng ca truyền cảm của Lệ Thu làm ngây ngất lòng người. Ông giải phóng đứng lên bước sang quán «Bụi Đời» ra lịnh:

— Tắt ngay ! Tắt ngay ! Cấm hát nhạc vàng, nhạc ngụy nghe rõ chưa ?

Chủ quán «Bụi Đời» vâng dạ chạy tới tắt máy cát-xét. Một vài tiếng «ồ» cất lên trong số khách quán «Bụi Đời» và ở mấy quán gần bên.

Ông giải phóng trừng mắt nhìn quanh. Sắc mặt đằng đằng sát khí. Im lặng hoàn toàn. Có người cúi xuống né tránh đôi mắt của anh ta. Anh ta điểm vào mặt chủ quán «Bụi Đời» hăm dọa:

— Nếu còn hát nhạc vàng, nhạc ngụy nữa, tui sẽ tịch thu máy và đóng cửa quán. Phải hát nhạc giải phóng, nhạc cách mạng...

Một người khách bạo phổi hỏi:

— Nhạc giải phóng, nhạc cách mạng có hay không ông?

Anh ta trọn mắt đáp:

— Hay dở gì cũng phải hát. Nghe nhạc cách mạng, nhạc giải phóng con người cảm thấy hăng say chiến đấu và lao động. Đó là nhạc của thời đại, nhạc của nhân loại.

Có tiếng ca với giọng ồ ề nổi lên:

— «Từ thành phố này người đã ra đi. Đem bao ước mơ năm tháng trở về...»

Tiếng vỗ tay tiếp theo tiếng cổ võ:

— Hay ! Thật là hay ! Hát hay không bằng hay hát !

Ông giải phóng cảm thấy ngường ngượng quay trở về quán Kinh Kha. Cán bộ hai gật gù:

— Nhạc vàng nghe cũng êm tai gớm ! Nó có cái hay của nó.

Cán bộ một phụ họa:

— Ở ngoài Bắc đã có một vài tổ chức mua máy cát-xét đem về thâu băng nhạc vàng bán lén ra ngoài thị trường rồi.

Ông giải phóng tặc lưỡi:

— Thiệt là nguy hiểm. Đảng và nhà nước nên chận đứng ngay kẻo nguy hiểm lắm. Ở trong này đang mở chiến dịch hốt nhạc vàng, nhạc ngụy, tận diệt văn hóa đồi trụy để phát huy văn hóa mới, văn hóa xã hội chủ nghĩa, đỉnh cao của nhân loại.

Lại có giọng ca Khánh Ly ở đâu vọng lại:«Hãy sống giùm tôi, hãy khóc giùm tôi, hãy thở giùm tôi...»

Ông giải phóng lại đứng lên, ngóng cổ tìm nơi phát xuất bản nhạc phản chiến của Trịnh Công Sơn:

— Mẹ kiếp ! Lại hát nhạc vàng nữa. Tụi này muốn chết hết mà !

Anh ta chạy đi tìm kiếm.

Hai cán bộ nhìn nhau lắc đầu mỉm cười.

Hoàng vừa nâng tách cà phê lên định uống, bỗng anh chú ý tới đôi mắt của người khách ngồi ở quán bên kia đường. Đôi mắt ấy chiếu thẳng vào mặt Hoàng. Anh vờ cúi xuống lau lau mũi giày rồi ngước lên nhìn. Đôi mắt ấy vẫn dán chặt vào anh. Anh cảm thấy ngài ngại và thoáng hoài nghi. Anh moi óc tìm hiểu cái nhìn khác thường của người khách kia. Hắn muốn gì đây ? Quen hay lạ ? Vô tình hay có dụng ý ?

Hoàng vẫn không thể hiểu nổi và không tài nào nhận ra khuôn mặt ấy. Linh cảm một chuyện chẳng lành sẽ xảy đến, anh vẫy tay gọi Mỹ Duyên tính tiền.

— Ông đi à ? Sao gấp vậy ?

— Tôi có việc phải đi ngay. Rồi rảnh tôi sẽ ghé lại.

— Ông nhớ quán «Kinh Kha» nghen.

Hoàng tươi cười:

— Tôi không bao giờ quên «Kinh Kha», cái tên lịch sử và anh hùng.

Hai người cùng cười nhưng mỗi người hiểu một cách khác nhau. Trả tiền xong, Hoàng rời quán đi ngược về hướng chợ Bến Thành. Người bên kia đường đứng lên theo chân Hoàng. Hơi nghiêng đầu nhìn lại, Hoàng đã biết mình đang bị theo dõi phía sau. Không còn nghi ngờ gì nữa. Anh vẫy gọi một Honda ôm đang chạy trờ tới. Tài xế dừng xe lại hỏi:

— Ông về đâu ?

Hoàng bỏ chân ngồi lên xe Honda, ôm eo ếch tài xế:

— Anh chạy theo ý muốn của tôi.

— Cái gì ? Chạy như vậy rồi...làm sao tính tiền ?

— Bao nhiêu cũng được. Tôi xin trả sòng phẳng. Chạy đi, nhanh lên.

Anh ngoái cổ lại nhìn. Người lạ mặt nọ đã ngồi sau lưng một gã khác đang rồ máy chiếc Vespa Super.

Hoàng giục bác tài xe ôm:

— Anh chạy càng nhanh càng tốt. Chạy đi.

Chiếc Honda giật một cái mạnh, chồm lên, phóng tới. Hoàng ghì cứng hai bên hông bác tài. Phía sau, tên lạ mặt dành lấy tay lái. Hắn rồ ga lao xe đuổi theo, bỏ rơi đồng bọn.

Theo sự chỉ dẫn của Hoàng, bác tài xe ôm lao vun vút trên đường phố đông người qua kẻ lại. Cảnh rượt bắt sôi nổi như trong phim trinh thám. Hai bên đường, khách bộ hành đứng lại, ngơ ngác, tưởng đâu công an, cảnh sát đang đuổi bắt bọn giựt đồng hồ.

Bác tài xe ôm cũng thuộc hàng «anh hùng xa lộ», bác lạng qua lại như cánh én. Bác nói nhanh:

— Hình như có người đuổi theo phía sau. Tôi thấy

trong kiếng chiếu hậu một tên cỡi vespa. Tôi cho nó hửi khói đả luôn.

Hoàng chỉ «ừ» một tiếng bên tai bác tài. Anh ôm cứng vòng bụng bác ta, toàn thân anh chồm về phía trước. Hai người như dính chặt với nhau. Qua khỏi vườn Tao Đàn, hai xe xả hết tốc lực trên đường thẳng, bất kể các ngã tư có xe cộ băng ngang.

Bác tài hỏi Hoàng:

— Ông làm gì mà bị đuổi bắt vậy ?

— Tôi chẳng làm gì hết.

— Vô lý ! Hay là ông...

Hoàng khai thật một phần về mình để bác tài yên tâm mà cứu anh thoát hiểm nguy:

— Tôi là sĩ quan quốc gia. Họ muốn bắt tôi.

Anh tin tưởng bác tài, nếu không phải là một phe với mình thì cũng là người dân cùng sống chung dưới một chế độ.

Bác tài trấn an Hoàng:

— Vậy là ông yên trí lớn. Tôi sẽ cố cứu ông. Tôi là Thượng sĩ Không quân. Chúng ta là chiến hữu. Mà ông thuộc binh chủng nào vậy ?

— Tình báo.

— An ninh quân đội ?

— Không. Phủ Tổng Thống.

— Càng hay !

Xe chạy ngang qua Hội văn nghệ giải phóng thành phố, Hoàng trông thấy Quang cỡi xe Honda từ trong chạy ra. Quang nhận ra Hoàng. Anh định gọi nhưng không kịp nữa. Chiếc xe ôm phóng như tên bắn. Quang trố mắt nhìn theo chiếc vespa rượt đuổi phía sau.

Anh lẩm bẩm:

— Có chuyện gì vậy cà ? Không lẽ nó bị ruột bắt ?

Anh gấp rút chạy theo Hoàng. Phía trước, xe ôm đã đổ dốc cầu Trưởng Minh Giảng. Nhiều loạt súng nổ. Lính gác cầu bắn bổng. Một số người đi đường chạy tán loạn.

Tới ngã ba Trưởng Minh Giảng — Trương Tấn Bửu, Hoàng bảo bác tài :

— Anh chạy vào hẻm trưởng Lê Bảo Tịnh.

Bác tài hỏi :

— Nhà anh ở đó à ?

— Không ! Anh cứ chạy vào đó cho tôi.

Bác tài ngoái đầu nhìn lại, thấy chiếc vespa đang chạy ngang chợ. Anh rẽ vào hẻm. Hẻm nhỏ lại đông người, bác tài không thể chạy nhanh được. Nhiều xe đạp từ trong đổ ra. Một thằng bé cổi xe đạp mất thăng bằng té lăn quay giữa hẻm. Xe, người dồn cục. Bác tài xe ôm không làm sao lách qua được đám đông.

Hoàng cuống cuồng. Anh nhảy xuống xe, móc túi nhét vào tay bác tài tờ giấy 50 đồng — tiền mới — Bác tài trả lại Hoàng :

— Không ! Tui hổng lấy tiền của anh đâu. Chở giùm anh mà. Anh trốn mau đi. Lẹ lên.

Chiếc vespa đã rẽ vào hẻm.

Bác tài la lớn :

— Nó tới rồi kìa. Chạy mau đi. Lẹ lên.

Hoàng vừa định phóng chạy thì có tiếng quát :

— Hoàng ! Đứng lại mày. Chạy tao bắn liền.

Tên lái vespa vẫn ngồi trên yên xe, một chân chống đất tay cầm khẩu K.54 chĩa vào mặt Hoàng. Hoàng thúc thủ đứng yên. Đám đông giãn ra hai bên lề con hẻm. Bác tài quanh xe lại phóng chạy ra đường, tay còn giữ chặt tờ giấy 50 đồng. Bác định chạy xa, thật xa để tránh liên lụy, nhưng lòng anh không đành bỏ rơi người khách cùng chiến tuyến với mình ngày nào và giờ đây đang lâm nguy. Anh đậu xe bên kia đường trước hẻm Lê Bảo Tịnh nhón gót ngó mông vào trong.

Tên lái vespa hất hàm hỏi Hoàng:

— Mày còn nhớ tao không Hoàng ?

Hoàng nhìn quanh quất. Anh nghĩ tới con đường đào tẩu nữa. Anh tìm trong đám đông bao quanh xem có ai quen không ? Để làm gì ? Anh cũng không biết nữa.

Dựng vespa đứng lên hai cái chống, hắn cười gằn bảo:

— Mày đã đến mạt lộ rồi, đừng hòng chạy thoát. Tao hỏi mày còn nhớ tao không ?

Hoàng lắc đầu:

— Không, tôi không nhớ ông là ai ?

— Vậy tao nhắc cho mày nhớ. Tao là Chung, văn phòng trưởng của trung úy Nở, nhân viên của mày đó, đã nhớ ra chưa ?

Hoàng nhớ Nở rất rõ. Nở là cộng sự viên đắc lực của anh. Nở đã phá vỡ nhiều tổ chức «văn vận» của Cộng sản gài trong các đoàn hát và trong đội ngũ ký giả người Nam. Trận Đình Thuyên tự là Trần Đình, thư ký của đoàn cải lương Thanh Minh — Thanh Nga bị Nở theo dõi ráo riết. Sau tết Mậu Thân máu lửa, Trần Đình phải bỏ trốn vào rừng. Trần Đình trở về thành tiếp quản Tổng Nha Cảnh Sát Công An, mang cấp bậc Trung tá và đổi tên là Nguyễn Văn Năm, tự Năm Thạch, giữ chức vụ Trưởng phòng Công tác về Người Nước Ngoài. Anh ta ký giấy xuất cảnh cho người ra đi chính thức bằng phi cơ.

Và cũng chính Nở đã bắt ký giả Tài, một cán bộ Việt Cộng núp trong nhựt báo Lẽ Sống. Tài khá «bô» trai, học rộng và ăn nói khéo léo. Anh được nữ nghệ sĩ Thanh Nga chú ý. Hai người rất thân nhau rồi yêu nhau. Bà bầu Nghĩa sẵn sàng gả Nga cho Tài nếu Tài tiến tới. Ngày Tài bị bắt, Thanh Nga đã khóc và khóc nhiều hơn bao giờ hết khi có tin Tài đã chết trong tù.

Và cũng chính Nở báo cáo cho Hoàng đầy đủ chi tiết về các hoạt động trước 30-4 của Vĩnh, Quốc Phượng, Tô Nguyệt Đình...vv...để Hoàng tìm cách gỡ Quang ra khỏi ảnh hưởng Cộng Sản. Nở biết rõ Quang là bạn chí thân của cấp chỉ huy mình.

Hoàng chưa bắt được tin tức của Nở từ sau ngày 30-4. Anh không biết Nở đã bị bắt, đang lẩn trốn như anh hay đã thoát ra ngoại quốc rồi ? Hoàng vừa mến Nở vừa phục khả năng làm việc của nhân viên tận tụy ấy.

Chung hỏi tiếp:

— Vậy mày đã nhớ ra tao chưa ?

Giọng Hoàng thật bình tĩnh:

— Tôi chỉ biết Nở thôi. Đúng vậy, Nở là nhân viên của tôi. Còn anh thì tôi chưa được biết.

— Nhưng ít ra mày cũng đã trông thấy mặt tao đôi lần rồi chứ ?

— Nhân viên đông, tôi không để ý hết nổi.

— Nhưng mày có biết nợ máu của mày đối với cách mạng, với nhân dân không ?

Hoàng không tỏ ra sợ sệt, bình tĩnh đáp:

— Tôi chỉ làm việc do cấp trên giao phó. Nếu tôi có tội thì là tội đối với các anh chớ tôi chẳng làm gì đắc tội với nhân dân.

Chung cười gằn:

— Có tội với nhân dân hay không rồi mày sẽ biết. Giờ theo tao về Uỷ ban Nhân dân Phường. Chạy tao bắn nát đầu ra, nghe rõ chưa ?

Đám đông càng vây chặt Hoàng và Chung. Mọi người nhìn Hoàng với ánh mắt thương hại. Nhân dân bao giờ cũng đứng về phía kẻ yếu đang thất thế trừ hạng trộm cướp, giết người.

Chung vừa đẩy xe vespa tới, bỗng có người từ phía sau xô đám đông ngã nhào vào người Chung. Chung bật ngửa, bị xe vespa đè lên người. Có tiếng giục Hoàng:

— Chạy trốn đi. Mau lên.

Hoàng định chạy trở ra đầu hẻm, một gã thanh niên chụp lấy tay anh bảo:

— Chạy về hướng này nè. Chạy theo tôi.

Không biết gã thanh niên kia là ai, Hoàng phóng theo anh ta như bay. Anh ta chạy đâu, Hoàng theo đó bén gót. Phía sau, Chung cố đứng lên. Một vài người đỡ chiếc vespa ra khỏi người anh ta.

Chung la lớn:

— Rượt...rượt theo bắt nó lại. Bắt...nó lại.

Không một ai nghe theo lời anh ta. Anh ta khóa cổ xe vespa, cắm đầu chạy theo Hoàng.

Một bà cụ lâm râm khấn vái:

— Xin Chúa ban phước lành cho người mắc nạn.

Một người khác góp lời:

— Phải trốn cho thoát. Để bị bắt lại bị đánh mềm xương.

Đám đông dồn mắt theo cuộc rượt bắt. Lũ trẻ chạy sau lưng Chung, vừa chạy chúng nó vừa reo hò vang dậy.

Qua ba, bốn con hẻm nhỏ, gã thanh niên đưa Hoàng vào một ngõ cụt. Anh ta gõ cửa một căn nhà gạch một tầng lầu. Anh day lại nói với Hoàng qua tiếng thở hổn hển:

— Đây là nhà ba má tôi. Kín đáo và an toàn lắm, anh đừng sợ.

Cánh cửa hé mở. Một người con gái thò đầu ra. Gã thanh niên nói nhanh:

— Lan, mở cửa mau lên !

Thiếu nữ nhìn Hoàng đang phờ phạc, nhễ nhại mồ hôi. Nàng vừa định hỏi thì gã thanh niên nắm tay Hoàng lôi vào trong nhà. Anh nói nhanh:

— Lan, em gái tôi.

Rồi quay sang nói với Lan:

— Chút nữa anh nói cho em biết rõ đầu đuôi tự sự. Giờ em đưa anh Hoàng xuống hầm bí mật ngay. Ảnh đang gặp nguy.

Lan không cần hỏi gì thêm, bảo Hoàng:

— Anh theo tôi. Nhanh lên.

Nghe nói tới hầm bí mật, Hoàng ngạc nhiên. Tại sao nhà này lại có hầm bí mật ? Tại sao mình được cứu ? Hai anh em Lan là ai ?

Hoàng theo Lan vào một căn buồng hơi tối. Lan kéo giường qua một bên. Nàng kéo hơi khó khăn. Hoàng phụ nàng một tay. Chiếc giường gỗ bị đẩy qua một bên. Lan trở tay lên nắp hầm bảo:

— Anh giở nắp hầm nhảy xuống dưới đi. Ở dưới có lót tấm mút.

Hoàng không để chậm một giây. Anh rơi từ cao xuống chạm vào tấm nệm mút. Một tiếng động khô khan nổi lên. Hoàng không nghe đau đớn gì cả. Mùi mốc nồng nực bốc lên tràn đầy vào hai mũi anh. Anh nghe tiếng nắp hầm đậy lại và tiếng giường xê dịch.

Từ buồng tắm bước ra, vừa lau mặt, tóc, gã thanh niên vừa hỏi:

— Xong cả chưa em ?

Lan gật đầu:

— Xong rồi. À này, anh Nam, ông ấy là ai vậy ?

Tiến lại đóng chặt cửa trước, Nam quay lại bên Lan:

— Anh ấy là sĩ quan tình báo.

— Sĩ quan quốc gia hay là...

Nam cười:

— Dĩ nhiên là quốc gia chớ hông lẽ là cách mạng hay cộng sản ? Em ngớ ngẩn dử hông !

Lan cười theo anh:

— Em quên. Lúc này em như một con khùng ! À mà sao anh biết ổng ?

Nam kể sơ qua câu chuyện xảy ra ở đầu hẻm rồi kết luận:

— Anh nghe nói tới tên anh Ba Nở của mình, anh ra tay cứu anh ấy. Anh Hoàng là cấp chỉ huy của anh Ba. Anh đứng phía sau xô đám đông ngã lên người tên kia và dẫn anh Hoàng chạy về đây.

Lan ngớ ra cửa hỏi:

— Rồi tên kia có rượt theo không ?

— Có.

— Vậy là thế nào hắn cũng tìm đến đây.

Nam cười cười:

— Không những một mình hắn tới đây mà sẽ có cả bộ đội, công an phường kéo tới khám xét nữa.

Lo sợ lộ trong ánh mắt Lan:

— Lỡ họ bắt được...ông ấy thì...

— Không hề chi. Anh đã nghĩ tới điều em lo sợ, nhưng anh tin chắc là họ không thể biết được nhà mình có chứa người lạ mặt. Hầm bí mật thiệt là bí mật. Em yên tâm đi.

Có tiếng đập cửa văng vẳng từ xa vọng lại, xen lẫn với tiếng chó sủa. Lan báo động:

— Họ lục soát đó anh.

142

Nam gật đầu:

— Đúng vậy. Tụi mình dọn cởm ăn đi. Cứ tự nhiên nghen em. Họ hạch hỏi cách nào mình vẫn cứ một mực nói là từ sáng tới giờ tụi mình ở trong nhà chưa bước chân ra đường.

Lan không hết lo âu:

— Phải có ba ở nhà thỉ đỡ hon. Họ nể ba lắm.

Nam tự tin:

— Anh vẫn đối phó nổi một mình. Để rồi em coi.

Tiếng đập cửa và tiếng chó sủa mỗi lúc một gần hởn. Không một nhà nào khỏi bị khám xét. Lực lượng công an phường và phường đội phối hợp mở cuộc bố ráp quy mô cố tìm cho ra Hoàng. Chung theo sát ban lãnh đạo phường gồm có chủ tịch Tư Em, phó chủ tịch Bảy Ởn, bí thư phường ủy Chín Ê, trưởng ban công an, trung úy Mạnh và phường đội trưởng Tưởng.

Cả bọn đến trước nhà Nam. Tư Em nói lớn tiếng:

— Đây là nhà của ông Tư Đấu, cơ sở cách mạng trước đây.

Trung úy Mạnh hỏi:

— Xét luôn chứ ?

Bí thư phường ủy Chín Ê dè dặt:

— Biết có hay không ? Có không nói gì, lỗ không có mình làm mất lòng ông Tư và mất tình đoàn kết nữã.

Chung xen vào:

— Vì đại cuộc, mình nên xét hết mọi nhà không chửa một ai hết. Biết đâu nó lủi vào nhà này trốn ở đâu đó mà người trong nhà không hay ? Yêu cầu các đồng chí cho lịnh khám xét.

Anh ta dậm chân bực dọc:

— Tức thiệt. Hổng lẽ nó có cánh bay khỏi con hẻm

này ? Để nó thoát là một thất bại to lớn.

Phường đội trưởng trách nhẹ:

— Cũng tại đồng chí hết. Có súng mà không bắn nó gục tại chỗ đi.

— Đồng bào bu coi đông quá. Họ té lên người tôi làm tôi kẹt dưới xe vespa suýt gãy cẳng.

— Thế tại sao đồng chí không bắn báo động cho tụi tôi hay ?

Chung lúng túng:

— Tôi...cứ tưởng đuổi kịp...nó. Không ngờ...

Chin Ê phất tay:

— Cứ vào xem sao cái đã. Nhắm xét được thì cứ xét.

Trong nhà, qua bức màn cửa sổ mỏng, Nam và Lan đã trông thấy nhiều bóng người đứng lố nhố phía ngoài. Hai anh em vẫn ngồi ăn tỉnh bơ chờ động tỉnh.

Có tiếng gõ cửa gọi:

— Ông Tư ởi, ông Tư !

Nam hỏi vọng ra:

— Ai gọi đó ?

— Chúng tôi ở phường đến có chút việc cần.

Nam nhìn Lan mỉm cười hỏi:

— Em thiệt bình tỉnh chưa ? Anh ra mở cửa cho họ vào đây.

Lan gật đầu:

— Rồi ! Mở cửa đi !

Nam và thêm miếng cơm nhai nhóc nhách tiến ra mở cửa. Cửa vừa mở, Chín Ê hỏi ngay:

— Có ông Tư ở nhà không chú Nam ?

Vừa nhai, Nam vừa đáp:

— Ba tôi đi thăm một người bạn ở Bà Quẹo chưa về. Mà có chuyện gì cần gặp ba tôi vậy chú ?

Chín Ê vào đề ngay:

— Một tên ngụy nặng ký vừa trốn thoát. Hắn chạy vào hẻm này. Phường đang vây bắt nó. Chú có thấy nó không ?

Nam ngừng nhai, chau mày hỏi:

— Tôi thấy tên ngụy ấy ? Chú Chín hỏi gì kỳ vậy ?

Chủ tịch Tư Em đáp thay:

— Không, tụi tôi muốn hỏi chú có thấy ai lạ chạy vào đây không ? Nếu thấy, chú chỉ cho tụi tôi vây bắt nó.

Nam lắc đầu lia lịa:

— Không, không thấy. Từ nãy giờ anh em tụi tôi đóng cửa ăn cơm.

Anh so vai tiếp luôn:

— Mà nếu thấy thì tôi chỉ ngay tức khắc. Ngụy thứ nặng ký cần giết cho sạch.

Mạnh, Chung và Tưởng chồm tới nhìn vào nhà.

Nam thách thức:

— Ồ ! Nếu các chú không tin thì cứ việc vào mà xét. Không sao hết. Xin mời quý vị vào nhà.

Nghe anh nói, Lan hơi biến sắc. Nàng những tưởng Nam tìm cách ngăn lực lượng an ninh phường vào nhà. Nào ngờ Nam lại chơi trò đu dây quá nguy hiểm như vậy. Lan bỏ chén đũa đứng lên chuẩn bị cách đối phó với hiểm nguy. Hoàng bị bắt, nàng không bận tâm, lo sợ bằng gia đình nàng bị liên lụy. Mới gặp Hoàng trong mười lăm, hai mươi phút, Lan chưa có một chút tình cảm nào đối với anh cả. Vì Nam mà nàng phải đem dấu Hoàng dưới hầm bí mật thôi. Phải chi Hoàng trốn trên mái nhà hay sau hè thì dù Hoàng có bị bắt, gia đình nàng cũng tránh được liên lụy. Còn Hoàng bị bắt dưới hầm ngay trong nhà thì gia đình nàng hết chối cãi.

Ban chỉ đạo phường hội ý thật nhanh rồi Chín Ê quyết định:

— Chú Nam, ông Tư về, chú nói lại giùm để ông Tư thông cảm là vì công tác ích lợi mà phường buộc lòng phải khám xét nhà của ông Tư mà thôi. Nếu cần, tối nay tôi sẽ đích thân đến gặp ông Tư để đả thông.

Nam đưa hai tay lên, cười bảo:

— Ồ ! Không sao đâu. Để củng cố chánh quyền cách mạng, các chú cứ việc thi hành công tác. Ba tôi không thắc mắc gì đâu. Dạ, xin mời quý vị vào nhà.

Lan sắp sửa đánh bò cạp. Nàng thầm trách anh mình sao quá táo bạo như vậy ? Nguy hiểm biết chừng nào. Trong một thoáng, Lan giận Nam quá chừng.

Nam mở rộng cửa. Mọi người cùng bước vào.

Nam nói lớn:

— Trên lầu dưới đất, sau bếp, ngoài hè, các chú cứ việc lục xét. Không sao hết.

Chung cùng đi với trưởng ban công an và phường đội trưởng khắp nhà rồi leo lên lầu lục lọi. Trở xuống, Chung đến trước cửa buồng có hầm bí mật hỏi Lan:

— Phòng này của ai vậy ?

Lan cố bình tĩnh hỏi gay lại:

— Ông muốn biết phòng của ai để làm gì ? Mấy ông đi kiếm địch hay là đi điều tra cuộc sống của gia đình chúng tôi ?

Chung hỏi ngượng:

— Không, tôi hỏi cho biết vậy mà !

— Phòng riêng của tôi đó. Muốn vào thì ông cứ việc vào khám xét đi.

Lan đánh mạnh một đòn tâm lý vào sự hoài nghi của Chung. Không lĩnh hội được ý muốn của anh trai nhưng nàng lại đi đúng kế hoạch của Nam.

Công an trưởng Mạnh ngắn Chung:

— Thôi, làm vừa thôi. Phòng của đàn bà con gái mình đừng xâm phạm đến.

Chung bến lến rời cửa phòng Lan. Lan hởi mừng. Nàng đánh bồi thêm:

— Không hề chi. Nếu mấy chú nghi ngờ tôi dấu ông quan ngụy   nào đó trong phòng riêng thì mấy chú cứ việc tự tiện vào lục soát.

Chung quay trở ra phòng khách. Thấy trên vách treo mấy bảng khen thưởng của cách mạng, anh ta nói với Nam:

— Gia đình anh nhiều thành tích quá hả !

Nam rùn vai:

— Cách mạng cho bao nhiêu, ba tôi treo bấy nhiêu để làm kỷ niệm cho vui cửa vui nhà vậy mà. Ba tôi đã già yếu rồi có làm gì được cho cách mạng nữa đâu.

Mọi người tựu về một chỗ.

Chín Ể vỗ vai Nam tươi cười hỏi:

— Chú tính sao bây giờ ?

Nam cau mày hỏi lại:

— Tính chuyện gì ?

— Thì đề nghị của phường hôm nọ đó. Chú có ăn học, ăn nói được, chú nên đảm nhận ban thông tin văn hóa phường để có cơ hội phục vụ cách mạng. Chú nghĩ sao ?

Nam tươi cười:

— Dạ, phường chiếu cố đến, tôi rất cảm ơn, nhưng tôi cảm thấy không đủ tư cách nhận công tác đó.

Chủ tịch Tư Em xen vào:

— Tại sao lại không đủ tư cách ?

— Trong bản khai lý lịch, tôi có ghi rõ. Tôi thuộc gốc ...ngụy, tôi là lính của chế độ cũ.

Chín Ê cười :

Ồ ! Chú có phải là lính ngụy thứ thiệt đâu ? Hồi đó ông Tư cho chú đi lính kiểng ấy mà. Cách mạng rất am tường hoàn cảnh của từng người dân miền Nam. Trốn lính được cách mạng hoan nghênh, lính kiểng được cách mạng thông cảm, lính trốn và hạ sĩ quan được cách mạng tha thứ. Còn hạng ác ôn có nợ máu với nhân dân và cách mạng sẽ bị trừng trị đích đáng. Chủ trương, đường lối của cách mạng rõ ràng, cụ thể lắm.

Trung úy Mạnh nhìn Lan trân trối. Anh ta cố nhớ lại gương mặt người con gái đã hơn một lần anh trông thấy ở văn phòng công an phường. Lan vờ dọn dẹp chén đĩa trên bàn ăn để né tránh đôi mắt có cái nhìn mơn trớn.

Chung hỏi khẽ phó chủ tịch Bảy Ởn :

— Chủ nhà này có tham gia cách mạng hả đồng chí ?

Bảy Ởn gật đầu :

Ở thời kỳ chống Pháp, ông Tư có tham gia công tác trong mười ban công tác thành, nhiều lần bị tù nhưng không lần nào ở lâu nhờ ông giàu có, biết cách chạy tiền cho Tây. Nhà ông nuôi bò giống rất nổi tiếng nên ổng có biệt danh là ông Tư Bò Sữa. Qua thời kỳ chống Mỹ, ông không hoạt động nhiều, gần như là không có gì cả.

Chung bình luận :

Đã mất lập trường và niềm tin.

Không hẳn đúng như vậy. Chỉ vì ông bị địch theo dõi quá chặt chẽ và ổng bị mất liên lạc. Hồi trước, nhà ổng có đào hầm bí mật che dấu các đồng chí của ta.

Chung hỏi nhanh :

Nhà ổng có hầm bí mật ?

Nghe tới «hầm bí mật», Nam hỏi giật mình. Lan cũng không giữ được bình tĩnh. Nàng đánh rời cái muỗng xuống

148

bàn.

Bảy Ổn rùn vai đáp:

— Tôi cũng chỉ nghe nói vậy thôi chớ chưa thấy tận mắt.

Chung hỏi Nam:

— Nhà anh có hầm bí mật hả ?

Lan cuống lên. Lần này nàng không biết anh trai mình có dám chơi trò đánh đu nữa không ? Nam sẽ chối hay Nam sẽ nhận và lại mời chính quyền địa phương «tham quan» hầm bí mật ? Nàng muốn ra dấu bảo Nam đừng nhận, nhưng Nam đứng quay lưng về phía nàng.

Nam tươi cười trả lời:

— Nói hầm bí mật cho có vẻ cách mạng chớ thiệt ra đó chỉ là hầm trú ẩn tránh bom của gia đình tôi thôi. Hồi trước mỗi lần có cán bộ về thành liên lạc với ba tôi, ba tôi đem dấu dưới cái «trắng-xê» ấy khi có bố ráp bất tử.

Chung bám sát theo:

— Bây giờ căn hầm ấy còn sử dụng được không và ở đâu trong nhà này ? Tụi tôi đi tham quan được không ?

Nam thấy tình thế đã bắt đầu nguy hiểm. Chung đã nghi ngờ anh em anh dấu Hoàng dưới căn hầm ấy. Nam mượn uy tín, thành tích của cha chống đỡ còn nguy sắp sửa đổ chụp xuống đầu gia đình anh.

Anh đổi ra mặt nghiêm nghị, nhìn thẳng vào bí thư phường ủy Chín Ê:

— Nếu tôi không lầm thì ông đây nghi chúng tôi chứa dấu người sĩ quan ngụy kia. Đã nghi thì cứ việc khám xét, nhưng tôi xin được phép đặt một điều kiện tiên quyết là nếu khám xét không có thì các ông phải chịu trách nhiệm trước ba tôi và gia đình tôi. Các ông có đồng ý không ?

Không để một ai kịp đối phó, anh đánh bồi thêm:

— Với danh dự của một gia đình cách mạng, chúng tôi hết sức xấu hổ, nếu không muốn nói là đau xót khi bị chánh quyền địa phương nghi ngờ đã tiếp tay kẻ thù của cách mạng. Đây có phải là một hành động làm mất đoàn kết hay không ?

Sắc mặt Nam hầm hầm biểu tỏ sự bất mãn cao độ.

Bí thư phường ủy Chín Ê vỗ về :

— Ồ ! Có gì đâu mà cháu giận dữ vậy ? Đồng chí Chung hỏi cho biết vậy thôi chớ tụi tôi có nghi ngờ gì đâu ?

Nam nhắm thẳng vào Chung tiếp tục tấn công :

— Tôi biết các chú tin tôi, tin gia đình tôi, song chú ấy nghi ngờ chúng tôi. Vậy các chú nhận lấy trách nhiệm đi rồi tôi dẫn chú ấy xuống hầm lục soát.

Phường đội trưởng Ba On nói lớn tiếng :

— Thôi, mình về đi. Nó đã cao bay xa chạy rồi.

Anh ta cười tiếp luôn :

— Nó không bị bắt bữa nay thì rồi nó cũng sa lưới một ngày gần đây, trừ khi nó đào lỗ chui xuống đất hay cất cánh bay lên trời. Còn ở trong nước thì trước sau gì nó cũng bị chúng ta tớm cổ.

Chín Ê vỗ vai Nam :

— Thôi, đừng buồn nghen. Về nói lại với ông Tư tụi tôi vì muốn bảo vệ chánh quyền cách mạng nên buộc phải đặt chân vào đây thôi.

Nam vẫn giữ vẻ mặt bất mãn :

— Không, tôi không buồn, không giận gì hết. Khi cần thiết thì chánh quyền muốn làm gì thì làm. Duy chỉ có điều là...chúng tôi cảm thấy tủi hổ vậy thôi. Ba má tôi đã gian khổ quá nhiều đối với kháng chiến, đối với cách mạng rồi, giờ đây lại còn bị nghi ngờ nữa.

Chín Ê tươi cười:

— Thôi, thôi, bỏ qua đi chú Nam. Công tác cách mạng và nhiệm vụ của người dân đối với cách mạng xã hội chủ nghĩa còn dài dài. Đấy rồi chúng tôi còn cần bàn tay hỗ trợ và xây dựng của ông Tư, của chú, của mọi người trong nhà này nữã. Chú suy nghĩ kỹ rồi báo cho chúng tôi biết quyết định của chú về ban thông tin văn hóa.

Ông ta phất tay ra lịnh mọi người theo mình ra về. Chung liếc nhìn vào trong. Anh ta vẫn đeo dính căn hầm bí mật.

Nam đưa toàn ban lãnh đạo phường ra tới sân Anh đánh một cú chót:

— Chú có lòng chiếu cố như vậy, tôi rất cám ơn, nhưng tôi đã bị nghi ngờ rồi thì khó lòng lắm. Một trưởng ban thông tin văn hóa là người phải có lập trường vững, tinh thần cách mạng cao. Còn tôi...

Chủ tịch phường Tư Em đặt tay lên vai Chung nói với Nam:

— Chỉ có đồng chí đấy nghi ngờ thôi chớ cả bọn chúng tôi vẫn tin tưởng gia đình chú hoàn toàn. Đồng chí Chung không thuộc địa phường này mà ở trên thành lận. Chính sách của đảng ta đề ra rất rõ ràng là: Đảng chỉ đạo, Nhà nước xử lý, địa phường quản lý và nhân dân làm chủ.

Bí thư phường ủy Chín Ê kê vào tai Tư Em nhắc:

— Người ta nói: «Đảng lãnh đạo, nhà nước quản lý, nhân dân làm chủ». Sao lại có địa phường ở trổng nữã ?

Tư Em lầm bầm:

— Đại khái thì cũng na ná vậy thôi.

Chung lúng túng:

— Mà...tôi có...nghi ngờ gì đâu ?

Chín Ê bảo:

— Thôi, mình trở về phường đi. Còn bao nhiêu công tác quan trọng khác nữã.

Chung tiu nghỉu theo mọi người ra về. Trước khi rẽ qua đầu hẻm, anh ta còn ngoái cổ nhìn vào nhà Nam. Nam đứng lặng yên nhìn thẳng vào mắt anh ta. Lòng anh đang reo vui. Cơn nguy biến đã qua và anh đã thắng cuộc.

Có tiếng Lan gọi sau lưng Nam:

— Anh, anh Nam !

Nam quay lại khoát tay bảo:

— Khoan đã ! Chờ một chút.

Anh vờ đến bên giàn kiểng xưa săm soi mấy cây kim quýt, căng thẳng uốn éo trong chậu xi măng sơn phết màu sắc rực rỡ. Mấy phút sau, anh lừng thững trở vào nhà. Khép cửa gài chốt cẩn thận, anh mắng yêu em gái:

— Em đúng là đàn bà !

Lan làm mặt ngở ngác:

— Em có nói em là đàn ông bao giờ đâu ?

Hai anh em cùng bật cười. Nam vòng tay qua vai Lan tự đề cao:

— Em có thấy tài đóng kịch của anh không ? Hơn La Thoại Tân, Thành Được nhiều.

— Nhưng anh làm em muốn đứng tim luôn. Em...mệt quá.

— Anh đã biểu em bình tĩnh coi anh đối phó với họ. Với cộng sản , mình phải làm tới thì họ mới lùi. Ểnh ểnh, xìu xìu là chết với họ ngay.

Lan biễu môi :

— Xí, cũng nhờ ba chớ bộ !

— Thì anh mượn bùa của ba đeo để hù cho họ sợ. Lan gỡ tay Nam ra, thở phào:

— Hú hồn hú viá. Chưa bao giờ em sợ như hôm nay.

À mà này, hồi nãy em chờ anh vô mà sao anh còn ở ngoài ngắm cây ngắm kiểng vậy ?

Nam nghiêm mặt:

— Đóng kịch thì phải ráng thủ diễn cho hay tới khi nào màn buông xuống mới được. Biết đâu tên Chung đó còn núp rình ở đâu hẻm canh chừng cử chỉ khác lạ của mình ?

Lan gật đầu:

— Phải đó. Anh khéo thiệt tình. Em không nghĩ ra điều sơ hở đó. Tên đó là đầu mối của cơn nguy hiểm vừa qua.

— Nó nghi mình che dấu anh Hoàng. Kể ra nó tinh vi lắm. Nó chưa chịu buông tha đâu.

— Làm sao nó chịu buông tha anh Hoàng ?

— Không phải ! Không những anh Hoàng mà nó còn đeo theo gia đình mình nữa. Phải hết sức cảnh giác mới được.

Lan hỏi bâng quơ, giọng lo âu:

— Bây giờ biết tính sao đây ?

— Em muốn nói gì ? Về anh Hoàng hả ?

— Không phải vậy. Em muốn nói là ba má về rồi mình biết tính sao về sự có mặt của anh ấy đây ?

Nam bước tới:

— Để chuyện đó anh lo.

Lan nắm tay anh ghị đứng lại:

— Anh nói cho em biết trước đi. Biết trước để em hành động ăn khớp với anh chớ ?

Nam kề vào tai Lan thì thầm, đoạn hỏi:

— Như vậy vậy đó. Em đã rõ chưa ?

Ngẫm nghĩ một thoáng, Lan cau mày đáp:

— Nhưng em vẫn lo sợ quá !

Nam đập nhè nhẹ lên vai em gái:

— Ấy ! Em cứ làm theo anh dặn đi. Anh chịu hết trách nhiệm. Bây giờ anh xuống hầm với anh Hoàng. Ờ, mà em coi lo dọn cơm cho anh Hoàng ăn đi. Chắc giờ này ảnh đã đói rồi đó.

Nam đi nhanh vào buồng. Lan vẫn còn đứng lặng yên. Tâm trí nàng đang giao động vì kế hoạch của Nam. Hết lo sợ chuyện đã qua, nàng tiếp tục lo sợ chuyện sắp tới. Hình ảnh gã đàn ông xa lạ tiến dần vào đầu óc nàng. Chưa bao giờ Lan nghe trong người mình khó chịu như hôm nay.

Nam đã khuất sau cửa buồng. Lan vừa thương anh trai vừa lo sợ cho hoàn cảnh của Hoàng.

Dưới hầm, Hoàng không nghe rõ tiếng nói phía trên nhà nhưng anh đoán biết đang có cuộc ruồng bố lùng bắt anh và kẻ thù đang có mặt tại nhà Nam. Ngồi thu mình trong một góc, Hoàng chờ đợi định mệnh đến với mình. Anh tin tưởng Nam, Lan nhưng anh không dám tin mình sẽ thoát. Anh chưa hiểu rõ hai anh em ấy là ai và tại sao lại cứu mình, nhưng anh cũng lo họ không đủ sức che dấu tung tích của người mình muốn cứu.

Hoàng phó thác thân phận mình cho may rủi. Anh nghĩ, nếu bị bắt, anh sẽ nhận hết trách nhiệm để anh em Nam không bị liên lụy, nhưng rồi anh lại thất vọng vì sự có mặt của anh dưới hầm ngay giữa nhà của anh em Nam. Lòng can đảm và tự trọng của anh không có chỗ đứng. Anh bị bắt, Nam, Lan và cả gia đình này sẽ không tránh khỏi vạ lây. Một thoáng hối hận xâm chiếm trọn hồn anh. Phải chi anh đừng chạy theo Nam mà cứ chạy theo bản năng sinh tồn của mình và bị bắn chết hay bị bắt ở một nơi nào đó đừng gây liên lụy cho ai thì giờ đây lương tâm anh đỡ ray rứt.

Hoàng lại nhớ tới khẩu Mauser và mơ ước nó còn ở bên cạnh mình. Có vũ khí trong tay, anh sẽ lén trở lên khỏi căn hầm này, trốn ở quanh đây và ngay lúc bị bắt, anh sẽ thực hiện một cuộc đánh đổi.

Hoàng nhìn quanh hầm. Chỉ là bóng tối dày mịt. Chắc phải có thang gỗ để lên xuống. Hầm khá sâu. Phải có thang. Anh tin như vậy. Anh bò trên nền xi măng hơi ẩm, quờ tay kiếm cái thang. Đã giáp một vòng hầm, tay anh chưa chạm một vật gì ngoài tấm nệm mút. Anh ngạc nhiên quá.

Có tiếng kéo giường từ trên vọng xuống. Hoàng giật mình ngước lên, nép sát vào một góc xa nắp hầm.

— «Họ sắp xuống đây rồi ?»

Hoàng quả quyết Nam và Lan đã thua cuộc. Tiếng nắp hầm xê dịch tiếp theo. Hoàng mất bình tĩnh. Hai mắt anh không chớp chiếu thẳng lên miệng hầm.

Một tia sáng nhỏ chiếu xuống và tia sáng ấy từ từ mở rộng ra thành hình vuông. Hoàng hơi chói mắt. Ánh đèn pin rọi xuống quét một đường dài trong bóng tối.

Tim Hoàng đập mạnh.

— Anh Hoàng ! Anh đâu rồi ?

Hoàng thở phào, dựa lưng vào vách hầm. Toàn thân anh rã rời. Thần kinh anh đang căng thẳng như dây đờn, bây giờ chùng lại và giãn ra.

Tiếng Nam hỏi vọng xuống lần nữa:

— Anh Hoàng ! Anh đâu rồi ?

Hoàng đáp khẽ:

— Tôi...tôi ở đây !

Ánh đèn pin rọi về hướng có tiếng đáp.

— Tôi xuống với anh đây.

Nam thòng thang gỗ xuống. Ánh đèn pin theo Nam

hạ thấp theo từng bậc thang. Hoàng đứng lên chờ đợi. Anh đang mong biết kết quả, nhưng vẫn đợi Nam mở lời trước.

Nam đến trước mặt Hoàng hỏi:

— Anh có khỏe không ? Ở dưới này thiếu không khí chắc anh mệt lắm ?

Hoàng lắc đầu:

— Không sao. Tối qua làm tôi hơi khó chịu.

— Hồi trước có đèn, nhưng vì không dùng tới căn hầm này nữa, ba tôi gỡ bóng đem dùng ở trên nhà. Anh trở lên coi tắm rửa rồi dùng cơm. Lan, em gái tôi đang chuẩn bị dọn cơm cho anh.

— Tôi không mấy đói. Vả lại...

— Anh phải ăn một cái gì mới được. Đã quá cữ rồi.

Nam nắm tay Hoàng dìu lại thang gỗ. Hoàng hỏi:

— Hết bố ráp rồi chớ ?

— Xong đâu vào đó cả rồi. Giờ coi như anh đã thoát. Anh hãy yên tâm. Lên anh, đi !

Hoàng ghị đứng lại ấp úng:

— Nhưng tôi...muốn biết...

— Rồi tôi sẽ kể hết lại cho anh rõ. Tôi đã thắng họ một keo.

Hoàng định hỏi anh em Nam là ai và tại sao lại cứu mình, nhưng Nam lại hiểu một đàng khác.

Vừa đẩy Hoàng lên thang gỗ, Nam vừa tự khoe:

— Tôi mà không nói cứng với họ là mình thua rồi. Tôi thách thức họ tha hồ khám xét trong nhà, ngoài ngõ luôn cả căn hầm bí mật.

Hoàng dừng lại, ngó xuống tròn xoe hai mắt:

— Hả ? Cho họ khám luôn...căn hầm này ?

Nam cười thích chí:

— Vậy mà họ không dám xét mối tài chở anh.

— Tại sao lại không dám ? Họ là...chánh quyền...

Nam cười :

— Tôi lấy bùa của ông già đeo nhát lại họ.

Hoàng không thể hiểu nổi câu nói bóng gió của Nam :

— Bùa gì ? Bùa Xiêm hay Lỗ Ban ?

— Bùa cách mạng.

Hoàng gằn giọng :

— Cách mạng ? Ba anh là...cách mạng ?

Nam vỗ nhẹ lên chân Hoàng :

— Chút nữa rồi tôi nói hết cho anh hiểu. Lên đi anh.

Nghe nói tới hai chữ «Cách Mạng», Hoàng nghe như hai tiếng «Tù Tội» hay «giết chóc». Cách mạng không còn ý nghĩa nguyên thủy của nó nữa. Nó đã thay hình đổi dạng làm run sợ mọi người và Hoàng hay bất cứ ai đồng cảnh ngộ với anh đều là kẻ tử thù của nó.

Chạy trốn chính quyền cách mạng, anh rơi vào một gia đình cách mạng. Anh không nghĩ mình lọt vào một cạm bẫy mà lo sợ rồi mình cũng sẽ phải trốn căn nhà này ra đi nữa thôi.

Anh thò đầu lên trên miệng hầm ngó dáo dác. Chiếc giường bị kéo lệch qua một bên. Nắp hầm dựa vào chân giường. Phòng không rộng lắm nhưng được trưng bày vén khéo đẹp mắt.

Nam giục :

— Lên hẳn đi anh. Không sao đâu. Ổn cả rồi.

Đứng cạnh miệng hầm, Hoàng quan sát mọi vật trước mắt. Nam tắt đèn pin, nắm tay Hoàng dìu đi tới cửa buồng tắm bảo :

— Anh vào trong tắm rửa cho sạch sẽ rồi ra dùng cơm. Đây là phòng của em gái tôi. Anh cứ tự nhiên.

Anh lấy khăn sạch, xà bông thơm trao qua tay Hoàng

rồi khép kín cửa buồng tắm lại. Hoàng đứng tần ngần như kẻ mất hồn. Cách tiếp xử của Nam làm anh ngạc nhiên quá. Đối với một người xa lạ không hề quen biết, Nam đối xử đặc biệt như một khách quý. Hoàng chưa hiểu ra nổi.

Anh xoay người lại thấy bóng mình trong tấm gương trên bồn rửa mặt. Anh nhìn anh đắm đắm như không còn nhận ra chính mình nữa. Áo sơ mi trắng dính đầy bụi, một bên tóc anh cũng đầy bụi. Anh đưa tay lên vuốt tóc. Bụi trắng bay bay bám vào mặt anh. Gió từ ngoài thổi vào qua khung cửa sắt trên cao. Hoàng nghe dễ chịu. Anh ưỡn ngực hít một hơi dài rồi thở ra nhè nhẹ. Anh có cảm tưởng như vừa tống ra khỏi buồng phổi mùi mốc nặng nề của căn hầm bí mật.

Mắt anh đập vào mấy cánh áo lót phụ nữ treo sát vách buồng. Anh đoán biết ngay đó là của Lan, em Nam. Anh cúi vội xuống bồn vặn nước rửa mặt. Úp mặt vào khăn lông, anh im lặng một lúc. Mùi long não nhè nhẹ bốc vào mũi anh.

Có tiếng gõ cửa. Hoàng ngẩng lên nhìn. Anh không dám lên tiếng hỏi. Giọng Nam thân thiết:

— Mở cửa đi anh. Tôi đưa anh cái này.

Hoàng kéo cửa qua một bên và chỉ thấy bàn tay Nam cầm bộ đồ đưa vào:

— Áo quần của tôi đấy anh. Anh thay đi. Đồ còn mới nguyên, tôi chỉ mặc có một lần.

Hoàng từ chối:

— Không, tôi không tắm, chỉ rửa mặt thôi. Áo quần tôi tưởng đôi còn sạch. Cám ơn anh.

Nam ép:

— Anh cứ mặc đi mà. Áo quần anh dù chưa dơ anh cũng phải thay. Không nên mặc đồ cũ. Không có lợi.

Hoàng chỉ lấy áo sơ mi còn quần anh trả lại Nam. Mùi dầu thơm từ trong áo tỏa ta. Nam vừa xịt nước hoa vào áo. Tuy mùi dầu loại rẻ tiền nhưng cũng làm Hoàng thoải mái.

Nam khép cửa buồng tắm bảo:

— Xong anh ra dùng cơm. Kẻo nguội. Lan đã dọn sẵn rồi.

Hoàng vụt nhớ tới Yến. Anh không biết hiện giờ Yến ở đâu ? Tại nhà nàng hay đã đến nhà Đào ? Sáng nay, hai người chia tay nhau ở góc đường Tự Do — Ngô Đức Kế. Yến phải về nhà đi lãnh gạo và mua nhu yếu phẩm. Các em nàng còn nhỏ quá, chúng nó không chịu nổi cảnh đứng xếp hàng cả ngày giữa trời nắng chang chang. Ông Lâm bà Lâm — cha mẹ nàng — đang đau yếu, mọi việc trong ngoài đều do một tay nàng cáng đáng.

Hoàng căn dặn Yến:

— «Xong việc, em tạt qua nhà Đào hỏi thăm tin tức của bác trai xem sao. Nói với Đào bất cứ giá nào cũng phải chạy cho bác ra. Bác trai già rồi ở tù lâu chịu không nổi đâu. Anh muốn tới chia buồn với Đào, bác gái nhưng sợ gặp mặt thằng Quang. Anh không muốn thấy mặt nó nữã».

Ông Tín Lập bị bắt ở làng Phước Lâm quận Cần Giuộc từ hai hôm nay. Tuy công an xã không bắt được quả tang nhưng khép ông vào tội «tình nghi tổ chức vượt biên». Ông đã bị giải về nhà lao Cần Giuộc.

Hoàng đi lang thang và đã bị rượt đuổi.

Mặc xong áo của Nam, Hoàng soi kiếng chải tóc rồi bước ra khỏi buồng tắm. Chiếc giường gỗ trải «ra» trắng thẳng băng với chiếc gối ôm và gối tai bèo gợi cho Hoàng còn thèm muốn được ngả lưng đánh một giấc thật say trên đó. Giường của Lan. Hoàng đã biết rõ. Một thoáng ước mơ vụng dại đến nhanh trong đầu anh rồi vụt tan biến cũng thật nhanh.

Giọng nói dịu dàng cất lên sau lưng Hoàng:

— Mời anh ra dùng cơm kẻo nguội.

Hoàng hỏi giật mình quay lại ấp úng:

— Dạ...dạ cảm ơn cô. Tôi...ra ngay.

Nụ cười nở trên môi Lan. Lan đẹp không kém gì Yến và Đào nhưng ở Lan, Hoàng thấy cớ một cái gì mặn mòi, chất phác hơn. Chiếc áo tơ nội hóa bông nổi màu vàng nhạt làm nổi bật thân hình tròn lẳn căng tràn nhựa sống của Lan.

Trong một hoàn cảnh khác, Hoàng sẽ đứng lâu hơn, nhìn lâu hơn người con gái sắc hương cuốn hút ấy. Bây giờ, ở đây, Hoàng cảm thấy mình lố bịch với sự rung cảm trước một giai nhân. Anh theo Lan ra phòng ăn.

Anh nói khẽ:

— Tôi phải đi ngay. Không thể ở lâu thêm.

Lan dừng bước hỏi:

— Sao lại đi ngay ?

— Tôi là tai họa của gia đình cô.

— Nhưng tai họa đã qua rồi.

— Đã qua chứ chưa hẳn là chấm dứt. Tôi còn ở lại đây, tai họa sẽ còn đe dọa gia đình này. Tôi muốn nói...

Lan nhìn ánh mắt âu lo của người đàn ông đối diện. Thương hại và kính mến hình thành trong trái tim nàng. Dáng dấp, lời nói hiền dịu của Hoàng dễ gây tĩnh cảm và đối với Lan, anh là mẫu người tiêu biểu.

Nàng hỏi với giọng lo âu của một người thân thiết:

— Anh muốn nói gì hả anh ?

Hoàng ngước lên bắt gặp ánh mắt ngọt ngào của Lan. Một dòng suối trong suốt chảy vào khắp ngõ ngách tâm hồn anh.

— Tôi muốn nói đến sự an lành của anh em cô. Tôi nghe nói bác trai là...cách mạng.

Lan cười :

— Ba tôi có phải là cán bộ cách mạng tại chức đâu. Ba tôi chỉ là một cựu kháng chiến, một người yêu nước.

— Nhưng bác vẫn xem tôi, một người quốc gia, là một kẻ thù. Kháng chiến yêu nước đã biến thể trở thành cộng sản. Cách mạng là danh từ của Mặt trận Giải phóng miền Nam và mặt trận ấy là thối thân của cộng sản miền Bắc, cộng sản Việt Nam.

Lan trấn an :

— Nhưng anh tôi đã có kế hoạch. Anh hãy yên tâm.

Nam gọi Hoàng ra dùng cơm. Ngồi giữa phòng ăn, Hoàng thấy trống trải, cô đơn quá. Tình cảm của anh em Nam, Lan chan hòa, nồng nhiệt vẫn không đủ sưởi ấm tình cảnh và thân phận anh hiện giờ.

Nam thả mấy tấm sáo xuống che kín các cửa sổ. Anh cẩn thận, chu đáo từng chút một. Dù có ai rình núp bên ngoài vẫn không trông thấy được Hoàng. Muốn lọt vào trong, họ phải gọi mở cửa.

Nam thuật lại cho Hoàng nghe đầu đuôi cuộc bố ráp vừa qua. Hoàng ngồi lắng tai theo dõi khúc phim gay cấn mà Nam đã thủ diễn xuất sắc vai chánh.

Nam ngó Lan cười, trêu chọc :

— Tội nghiệp em gái tôi ghê nơi ! Lúc ấy, mặt mày cô ta cắt không còn chút máu !

Lan đỏ mặt chống chế :

— Ai có biết trước anh đối phó như thế nào đâu ? Em cũng không tin anh thắng họ được nữa. Lỡ anh Hoàng bị bắt, em...

Nàng cúi đầu che dấu e thẹn. Nàng muốn nói gì, cả

Nam lẫn Hoàng đã đoán hiểu được một phần.

Nam hỏi dò em gái:

— Lỡ anh Hoàng bị bắt thỉ em sẽ ra sao nào ?

Lan vẫn cúi đầu lặng thinh, năm ngón tay vân vê chéo khăn trải bàn. Hoàng cứu thoát Lan:

— Hết sức cảm ơn anh và cô Lan. Tôi đã vào đường cùng bó tay thúc thủ và anh đã đem tới cho tôi sinh lộ. Tôi không biết nói gì để đa tạ tấm lòng cao đẹp của anh và Lan.

Nam rùn vai:

— Ồ ! Có đáng gì đâu mà anh phải quan tâm. Cứu một kẻ lâm nạn, tôi thấy khoái trong lòng. Chỉ đơn giản thế thôi.

Hoàng cảm kích khôn lường. Lời nói của Nam thật anh hùng và Nam đã chứng minh cụ thể tính anh hùng ấy.

— Cứu một người bình thường thoát một tai nạn, mình hãnh diện và sung sướng, nhưng cứu một người như tôi trong tình hình đất nước hiện nay, anh quả là liều lĩnh khinh thường tai bay vạ gởi xảy đến cho mình, cho gia đình mình quá dễ dàng.

Nam đắc chí:

— Sự giải cứu càng nguy hiểm bao nhiêu thỉ mình càng hãnh diện và sung sướng bấy nhiêu. Suốt đời, tôi thích làm chuyện nguy hiểm.

Hoàng hỏi thẳng:

— Anh cứu tôi không ngoài mục đích thỏa mãn sở thích ấy chứ ?

— Còn cái khác nữa chớ anh.

— Cái gì ?

— Vì anh là cấp chỉ huy của người anh cô cậu ruột của tôi.

— Ai ?

— Anh Nở, trung úy Nở.

Hoàng trợ mắt:

— Nở ? Nở là...

— Anh ấy là con của dì ruột tôi và Lan. Ảnh thương tụi tôi như anh em ruột.

Hoàng ngả lưng ra sau lẩm bẩm:

— Đúng là một tình cờ hi hữu !

Nam chau mày hỏi:

— Anh nói gì ?

Hoàng ngồi ngay lại:

— Nếu tôi không bảo bác tài xế xe ôm chạy vào hẻm Lê Bảo Tịnh thì tôi đâu có gặp anh và được giải cứu ?

— Anh có quen với ai trong hẻm này không mà chạy vào ?

— Không, tôi không quen ai hết. Bị rượt quá, tôi chạy vào hẻm Lê Bảo Tịnh với ý định tìm lối thoát trở ra đường Trương Tấn Bửu.

Lan góp lời:

— Đâu có lối nào trổ ra đường Trương Tấn Bửu ?

Hoàng mỉm cười:

— Tôi định liều với hy vọng thoát thân.

Nam xoa hai tay vào nhau:

— Như có cái duyên giữa tôi và anh. Nếu tôi không ghiền cà phê và thuốc Samit thì anh em mình đâu có gặp nhau. Tôi đang đi ra hẻm định «kéo ghế» làm vài điếu Samit chợt thấy anh đang bị tên Chung chĩa súng bắt giữ. Nghe nó nói tới tên anh tôi, tôi giựt mình và khi biết anh là xếp trực tiếp của ảnh, tôi nẩy ý cứu anh với bất cứ giá nào.

Anh ngó Lan tiếp luôn:

— Không tin anh hỏi Lan coi, anh Nở, ngoài tình bà con bạn dì ruột, còn là ân nhân của gia đình tụi tôi nữa. Không nhờ ảnh che chở thì ba tôi đã tù lâu rồi. Chính anh Nở đã gởi tôi vào làm việc tại Bộ Tư lệnh Không quân. Suốt ngày tôi cứ cà nhổng chống xâm lăng, tới tháng đóng hụi chết cho xếp.

Hoàng gật gù tỏ ý đã hiểu lý do Nam giải cứu mình. Anh hỏi:

— Nở không biết bác nhà là...

Nam cướp lời:

— Dạ biết chở ! Anh Nở rành sáu câu hoạt động trước kia của ba tôi, nhưng ảnh biết ba tôi chỉ có vết tích cũ chở gần đây ba tôi không còn hoạt động gì nữa. Hai ba lần ba tôi bị công an gọi lên gọi xuống điều tra. Anh Nở can thiệp và làm giấy bảo đảm cho ba tôi. Nhờ vậy mà lâu nay ba tôi, gia đình tôi được để yên.

Nam vỗ nhẹ lên tay Hoàng tươi cười:

— Cứu anh như cứu anh tôi vậy.

Hoàng lại nhớ tới cộng sự viên đắc lực của mình ngày nào. Người quốc gia nhiều khi làm việc bằng tình nhiều hơn bằng lý. Kẻ thừa hành pháp luật dễ bị địch lợi dụng, khai thác bản chất và chui qua lọt màng lưới pháp luật dễ dàng. Tình cảm đưa tới nội bộ bị lũng đoạn, bị mua chuộc. Ăn chơi trác táng đưa tới tham nhũng, thối nát. Dễ tin và chủ quan đưa tới thảm cảnh bị đồng minh bội phản, bỏ rơi giữa đường chiến đấu. Tất cả yếu và nhược điểm đó đã đẩy Hoàng và bao nhiêu chiến hữu của anh vào bước đường cùng hôm nay.

Chính Hoàng cũng đã đối xử với Quang, với bạn bè của Quang bằng tình. Nếu không anh đã cho lệnh bắt giữ những ký giả đồng nghiệp của Quang hoạt động cho địch

164

trong báo giới, trong ngành sân khấu ca kịch cải lương. Quang, người bạn chí thân của anh đã bị lũng đoạn tinh thần, xoay ngược lập trường và hôm nay Quang đang dấn bước trên con đường mới ngược chiều với Hoàng !

Anh chồm tới hỏi:

— Bây giờ Nở ở đâu và ra sao rồi ?

Nam đứng lên đáp:

— Ảnh đã thoát rồi !

— Nhưng ở đâu ?

— Chửa biết ảnh đang ở đâu. Tụi tôi chỉ biết ảnh và gia đình đã vượt biển ngay chiều hôm 30.

Hoàng nhìn ra cửa sổ:

— Mửng cho Nở và gia đình Nở.

Có tiếng lao xao bên ngoài. Nam, Lan và Hoàng giật mình cùng quay đầu ra cửa.

Lan giục:

— Anh Hoàng trở xuống hầm mau đi. Lẹ lên anh.

Nam chạy tới cửa nhìn xuyên qua lỗ khóa. Anh chạy lại cười:

— Không phải ai lạ. Ba má về tới.

Lan vẫn thúc Hoàng:

— Lẹ lên anh. Ba má em về anh vẫn phải lánh mặt. Đi mau anh.

Lan đẩy Hoàng chạy vào phòng. Tới ngang ngạch cửa Hoàng đứng lại bảo:

— Hay là để tôi trốn ra sau hè rồi...

— Không được đâu. Anh sẽ bị bắt ngay. Cứ tránh mặt dưới hầm cái đã.

Lan lại đẩy Hoàng tới trước. Hoàng leo xuống hầm. Vừa rút thang lên, Lan vừa căn dặn:

— Anh ở yên dưới đó nghen. Tối em sẽ xuống với

anh.

Nàng đậy nắp hầm lại, kéo giường ngay ngắn, đứng ngắm nghía một lúc xem có gì đáng nghi ngờ không rồi chạy nhanh ra ngoài.

Nam đưa ông bà Tư Đấu vào nhà.

Bà Tư hỏi Nam:

— Má nghe lối xóm nói vừa rồi có bố ráp hả con ?

— Dạ có. Bố lớn lắm. Cả ban lãnh đạo phường tham gia.

— Mà chuyện gì vậy ?

— Tìm bắt một sĩ quan quốc gia.

Ông Tư nghiêm giọng:

— Bắt với bớ làm gì. Rồi đây họ cũng se ra trình diện đăng ký đi học tập cải tạo thôi. Nên kêu gọi họ hơn là cứ săn đuổi rượt bắt.

Ông hỏi Nam:

— Nhà mình có bị khám xét không ?

Nam cười khẩy:

— Sao lại không ba ? Họ có chừa nhà nào đâu.

— Họ cũng nghi mình chứa chấp lính quốc gia nữa à ?

Nam châm thêm dầu vào cơn giận của cha:

— Họ còn đòi xuống hầm bí mật xét nữa.

Ông Tư cau mày:

— Cái gì ? Họ đòi xét tới dưới đó nữa à ?

— Con thách họ xuống xét mà họ không đi.

Ông Tư nghiến răng:

— Vậy là quá sức rồi. Tao sẽ kiện lên huyện ủy và thành phố. Họ đối xử với tao như vậy là bất công là...phản bội.

Bà Tư ngăn chồng:

— Thôi đi ông ơi ! Kiện với cáo làm gì ? Họ muốn

làm gì thì làm miễn là mình vô tội thì thôi. Kiện cáo chọc cho họ ghét chở chẳng ích lợi gì hết.

Ông Tư bước vào nhà, cất giọng hẳn học:

— Thật uổng công mình tham gia chiến đấu trong chín năm trời vào tù ra tội liền liền.

Ông trở tay về buồng Lan, nói tiếp:

— Chính căn hầm bí mật đó ngày xưa mình đã che dấu kháng chiến quân rồi bây giờ cách mạng họ lại nghi mình che dấu sĩ quan quốc gia. Cái gì kỳ cục vậy chở ? Hổng lẽ họ vong ân bội nghĩa đến vậy sao ?

Bà Tư kéo khăn trên vai xuống, thở ra:

— Ối ! Mà hơi sức đâu giận với tức ? Bộ ông không thấy tận mắt, nghe tận tai chuyện anh Sáu Chuột ở Bà Quẹo bị bạc đãi hay sao ? Anh Sáu Chuột còn có công lao nhiều hơn ông nửa. Trong ngày 30-4, anh vật gà vật vịt ăn mừng đãi đằng bộ đội, cán bộ vừa về tới. Vậy mà chỉ lỡ uống rượu say có một lần, anh bị bắt lên xã phê bình kiểm thảo tùm lum. Xấu hổ hết sức.

Sẵn trớn, bà tiếp luôn:

— Còn chị Ba Ửng thì sao ? Chỉ là mẹ chiến sĩ từng được Bác Hồ khen thưởng. Vậy mà chị ấy vẫn bị đoàn thể phụ nữ xã phê bình là thiếu tinh thần cách mạng chỉ vì chị Ba chửi bới tổ lường thực bắt chị đứng chờ cả buổi trời ngoài nắng để mua vài ký gạo mục, trộn đầy đá, sạn và thóc. Hồi xưa khác, bây giờ khác, đâu còn giống nhau nửa!

Ông Tư hỏi Nam:

— Sao trong nhà tối thui vậy nè ?

Nam bước xéo qua kéo tấm sáo lên:

— Dạ, tại hồi nãy nắng chói quá, con bỏ sáo xuống đó ba.

Lan dọn dẹp chén dĩa trên bàn. Bà Tư hỏi Lan:

— Tụi bây ăn cởm trưa hay cởm chiều vậy ?

Lan lúng túng:

— Dạ...vừa cởm trưa mà cũng vừa...cởm chiều luôn thưa má !

Nam bông đùa:

— Thời buổi bây giờ gạo châu củi quế, mình nên ăn ngày một bửả thôi cho đỡ phải chạy gạo. Ăn để sống chở không còn sống để ăn nửả.

Ông Tư nhồi thuốc vào ống «bíp» đốt hút. Bực dọc chưa rời khỏi ánh mắt ông. Nhìn khói thuốc quyện bay, ông cảm thấy hiện tại của đời mình thật vô nghiã. Những gì đã xảy ra tại nhà ông và những gì ông đã nghe, đã thấy chung quanh ông trong những tháng ngày nối tiếp làm ông chán nản. «Phấn khởi hồ hởi» của ông ở ngày 30-4 và thời gian sau đơ như nước đá phởi giửả nắng. Tan dần. Tan dần. Ông yêu nước hởn cả yêu bản thân và gia đình, vợ con ông. Nhà giàu, tiền bạc hàng ngày, hàng tháng vô như nước. Mỗi con bò giống là một số vốn to lớn, một ngày nó cho ông cả chục lít sửả tười, một năm nó lại cho ông thêm một bò con, đực hay cái đều đóng góp vào tài sản của gia đình ông. Năm trăm bò giống ! Ông Tư giàu nhứt vùng chăn nuôi bò sửả. Thỉnh thoảng ông lùa vài con vào khu tiếp tế thịt và sửả cho kháng chiến. Tổ chức hoạt động nội thành cần tiền, ông bỏ ra không tiếc. Kháng chiến bị bắt, nếu có thể chạy chọt được, ông đem tiền, đem vàng đến chuộc. Vào tù ra khám, đối với ông là từng viên gạch xây thêm thành tích yêu dân, yêu nước của ông.

Ngón tay trỏ của ông giờ đã thành tật sau một lần bị Pháp bắt treo ông lên sà nhà tra khảo tàn nhẫn. Ông vẫn một mực kêu oan ! Lần ấy bà Tư đã tốn hai lượng vàng y và năm bò con cho Tây, ông mới được tha.

Ông đào căn hầm bí mật để tránh bom, trước mặt chính quyền Pháp là như vậy, nhưng sau lưng chánh quyền Pháp là để che dấu các «đồng chí» ở khu về hay bị săn đuổi hoặc bị thương. Suốt trong «chín năm chống Pháp», ông Tư là một «chiến sĩ nội thành» xuất sắc nhứt.

«Cách mạng» về, ông Tư vui mừng chảy nước mắt. Dù trong những năm «chống Mỹ cứu nước», ông vẫn nằm im không đóng góp gì được nhiều cho «Mặt trận Giải phóng miền Nam», nhưng ông tự kiểm điểm thấy mình không làm gì suy giảm thành tích cũ. Ông yên trí mình là thứ gia đình cách mạng, nếu không phải là bất khả xâm phạm, thì cũng thoát khỏi chủ trương quản lý chặt chẽ của chánh quyền địa phương đối với gia đình dân hay gia đình «ngụy».

Niềm tin của ông đối với chánh quyền mới và niềm tự tin đối với bản thân mình đã và đang như nụ hồng trước giông bão. Ông muốn giữ nguyên niềm tin yêu ở buổi đầu, tưng tiu ve vuốt hình ảnh rực rỡ của công cuộc kháng chiến chống ngoại xâm mà toàn dân đã tham gia. Nhưng rồi ngày tháng nặng nề trôi qua trên vùng đất được mệnh danh là «giải phóng» này, ném thẳng vào tim, óc ông những vật nhầy nhụa, mục rữa.

Ông thở ra:

— Đời sống ngày càng thêm khó khăn. Tình hình này cứ kéo dài, kinh tế sẽ lâm nguy. Ở không ăn, núi cũng lở.

Bà Tư bỏ trầu cau vào ống ngoáy:

— Đây rồi mình cũng phải bương chải làm ăn chớ ở không hoài kẹt lắm.

— Bà định làm ăn cái giống gì ?

— Tôi định mở quán cà phê, chè trước sân nhà cho con Lan nó bán.

Ông Tư trợn mắt:

— Mình mà bán thứ đó sao ?

Bà Tư thản nhiên đáp:

— Buôn bán sống lương thiện chớ có trộm cướp gì sao mà ông sợ xấu hổ ? Bộ ông sợ gia đình cách mạng làm ăn kiểu đó sẽ bị thiên hạ chê cười sao ?

Bà cười lạt, tiếp luôn:

— Đảng và nhà nước cách mạng có phát lương hàng tháng cho ông sống đâu ? Bất quá họ chỉ phát cho ông ba cái thứ giấy tờ khen, tặng để treo chơi vậy thôi. Mình có ăn được mấy thứ đó đâu ?

Ông Tư cảm thấy nhột nhạt, khó chịu. Ông đi ra sau, ném lại bà Tư giọng hờn dỗi:

— Ối, bà muốn làm gì thì làm, tôi không biết.

Bà Tư nói với Nam:

— Ba mày tưởng đậu cách mạng họ nể trọng nhà mình lắm chắc. Còn lâu !

Nam cười:

— Bây giờ không còn giống như hồi trước nửa. Họ đã nắm được chính quyền rồi. Họ coi gia đình mình cũng giống như bao nhiêu gia đình khác thôi. Họ mà biết được nhà mình dính líu với người quốc gia thì họ vẫn xử lý nặng nề như thường.

Giọng bà Tư hậm hực:

— Tao nói thật nghen, biết trước họ đối xử như vậy, hồi đó tao cho Tây bắt họ ráo trọi.

Nam cười ngất. Bà Tư ngừng nhai trầu hỏi:

— Tao nói không phải sao mày cười ?

Nam rùn vai:

— Con cười cho thế thái nhơn tình. Nhớ lại lần ba xúi con trốn đi khu, con phát nóng lạnh. Con trốn lính, ba nói con hèn nhát, nhưng khi con được anh Ba Nở gởi vào không quân, ba cho là con đã lầm đường lạc lối.

Nghe nhắc tới Nở, bà Tư cất giọng buồn buồn:

— Tao nhớ thằng Nở lắm. Không biết nó bây giờ đang ở đâu hay là nó đã chết ngoài biển rồi ? Tội nghiệp nó, tao thương nó như tụi bây. Không nhờ nó che chở thì ba mày ở tù lâu rồi.

— Má ơi ! Người quốc gia «chịu chơi» lắm. Bà con, thân nhân gặp rắc rối, họ còn dám ra tay cứu vớt, che chở. Còn bây giờ, cách mạng họ không cứu, không che chở ai hết, ngay cả anh em ruột, cha mẹ ruột. Ai làm nấy chịu. Tuy nhiên, có tiền, vàng là xong ngay.

Lan dọn chén, diã xuống bếp. Vừa rửa chén, nàng vừa nghĩ tới gã con trai đang trốn dưới hầm. Nàng muốn xuống ngay với Hoàng để nói cho Hoàng biết mọi việc êm xuôi không có gì trắc trở. Bây giờ còn sớm quá. Lan phải chờ đến tối. Lỡ ông bà Tư gọi trong lúc nàng đang ở dưới kia với Hoàng, nàng sẽ không sao trở tay kịp.

Ông Tư đến bên Lan hỏi :

— Lan, con có đủ can đảm đứng bán cà phê, chè cháo không ?

Lan ấp úng :

— Dạ...dạ...

— Con cứ nói thẳng ý con. Đừng sợ gì hết. Sao, con dám làm không ?

Lan nói liền :

— Dạ, dám chứ ba.

— Nghĩa là con không thấy gì khó khăn hết ?

— Dạ, thời buổi bây giờ, mọi người phải có công ăn việc làm hết ba à ! Ở không, phường khóm họ phê bình chết. Trong các cuộc họp tổ phụ nữ, mấy cán bộ đòi hỏi mọi người phải lao động, phải làm ra của cải chớ không được ở không nữa. Họ nói ở không là ăn bám xã hội.

Ông Tư mỉm cười:

— Lao động không có nghĩa là buôn bán con ơi !

— Vậy chớ lao động là sao hả ba ?

— Lao động theo cách mạng đề ra là phải lao vào nhà máy, xí nghiệp, công nông trường...

Lan thắc mắc:

— Buôn bán không phải là lao động sao ba ?

— Buôn bán là làm thương mãi.

— Vậy buôn bán có bị cấm không ba ?

— Buôn bán lớn ba không biết ra sao chớ loại tiểu thương thì ba tin là không bị cấm đâu.

Lan tươi cười:

— Vậy con sẽ mở hàng cà phê, chè bán cho vui và kiếm chút lời giúp đỡ ba má ở tuổi già. Con chỉ cầu kiếm lời đủ đi chợ thôi.

Ông Tư vuốt tóc con gái, âu yếm:

— Con của ba có hiếu quá !

Lan giữ tay cha trong tay mình, trìu mến:

— Ba, ba đã già yếu rồi, ba nên nghỉ ở không cho khỏe. Ba đừng nhận công việc gì của phường, khóm hết. Con nghe phong phanh chánh quyền sẽ mời ba ra làm Chủ tịch Mặt trận Tổ quốc gì đó.

Ông Tư lắc đầu:

— Con khỏi dặn thì ba cũng không nhận lời. Ba đã chán quá rồi. Ba nhận thấy những điều ba mơ ước, tin tưởng trước đây đều đi ngược với thực tế hôm nay.

Nghe cha than thở, Lan thoáng có ý muốn nói thật cho cha biết chuyện lạ trong nhà. Nàng đã lo sợ ông Tư khi biết rõ anh em nàng đã cứu một sĩ quan quốc gia, ông sẽ nổi giận mắng chửi anh em nàng và sẽ tố cáo Hoàng ngay với chánh quyền địa phương vì theo nàng nghĩ, ông vẫn chung thủy với những người mà ông cho là có chính nghĩa. Giờ đây, nghe cha đổi giọng, Lan cảm thấy yên tâm phần nào.

Nàng thăm dò:

— Ba ơi !

— Gì con ?

— Người quốc gia có đáng ghét và thù hận không ba ?

— Người nào chở ?

— Thì...lính, công chức...những người có đính líu tới chính quyền cũ đó ba.

Ông Tư so vai:

— Cũng còn tùy.

— Tùy là sao hả ba ?

Ông nắm vai Lan nghiêm nghị:

— Lính đánh giặc ngoài mặt trận cũng như công chức làm việc trong guồng máy chánh quyền, tất cả đều phục vụ cho cái gọi là thế giới tự do. Có kẻ hiền, người ác, có lương thiện và gian tà, nhưng ba nghĩ, những kẻ đáng ghét và thù hận không phải là họ mà là hạng tai to mặt lớn lợi dụng xương máu họ để củng cố địa vị của mình.

Lan nương theo quan điểm của cha đi dẫn tới ý định táo bạo của mình:

— Như vậy họ chỉ là nạn nhân, có phải vậy không ba?

— Nhưng đối với cách mạng họ là tòng phạm. Còn đối với ba, họ không đáng bị thù ghét và đáng bị tù tội, bắn giết. Cương lĩnh của Mặt trận Giải phóng Miền Nam có nói rõ chủ trương đối với lính tráng, công chức của chế độ cũ.

— Nhưng liệu chánh phủ mới có thực thi đúng bản cương lĩnh đó không ba ?

Ông Tư rùn vai:

— Ba cũng chưa biết như thế nào nữa. Giờ hãy còn quá sớm. Thời gian sẽ trả lời.

Lan mào đầu:

— Ba ởi ! Thí dụ như ông sĩ quan kia chạy trốn vào gia đình mình thì ba nghĩ sao ?

Ông Tư cau mày hỏi lại:

— Sĩ quan nào ?

— Người mà chánh quyền phường đã ruồng bắt hồi trưa này đó.

Ông Tư cười mỉm:

— Làm gì cớ chuyện đó mà con hỏi đố ba như vậy ?

— Nhưng ví dụ như cớ chuyện đó xảy ra thì ba nghĩ sao ?

— Nghĩ sao là sao ?

— Con muốn biết thái độ của ba đối với ông ấy. Ba sẽ cứu người ta hay ba tố cáo với chánh quyền ?

Ông Tư nhíu mày ra chiều suy nghĩ.

Lan giục:

— Sao hả ba ? Ba cho con biết đi.

Ông Tư tát nhẹ vào má Lan mắng:

— Con nhỏ này kỳ cục quá. Hỏi cái gì lạ vây chở ? Làm như thể chuyện cớ thiệt vậy đó.

Lan quyết không cho ông Tư thoát ra:

— Mà nếu chuyện cớ thiệt thì ba tính sao ?

Nam xuất hiện cứu ông Tư thoát ra khỏi vòng vây của Lan. Anh gọi cha:

— Ba ởi, có chú Hai Lé tới kiếm ba kìa. Lên nhà gặp chú ấy đi ba.

Ông Tư mừng quýnh vì ông cũng chưa chọn nổi một thái độ rõ ràng với người mà Lan vừa mới đẩy tới trước mặt ông.

Ông vở reo mừng:

— Ô ! Thằng Hai Lé kiếm tao hả ? Để tao lên coi nó muốn gì đây.

Nam hỏi nhanh:

— Chú ấy kiếm ba thì chỉ có nhậu thôi. Nghe ba đã về chú xách khô nai với xị rượu thuốc cắc kè tới kiếm ba ngay.

Ông Tư quay gót đi nhanh lên nhà trên, Nam nói với theo:

— Nhậu vừa thôi nghen ba. Sức khỏe ba dạo này có phần suy giảm đó ba. Nhậu với chú Hai thì không có nói một xị đâu. Chú uống nhây lắm.

Ông Tư nghiêng đầu ra sau:

— Nó uống cho quên đời. Khi đã say, người ta mới thấy cuộc đời còn đáng sống một chút. Còn lúc tỉnh, bọn tụi tao, nhứt là thằng Lé, thấy hiện tại của mình rỗng không và vô vị quá.

Ông Hai Lé trước 30-4 chỉ uống rượu và say một tuần một lần vào ngày thứ bảy. Sau 30-4, ông uống luôn ngày chủ nhật và ông say khướt. Ông vui sướng quá, ông uống say để mừng cho ước mơ của ông từ bấy lâu nay, giờ đã đến. Đứa con trai đầu lòng của ông, Bé, bỏ nhà vào khu và tập kết ra Bắc. Bé đã trở về trong lớp áo cán bộ trung cao: kỹ sư nông nghiệp tốt nghiệp tại Ba lan và đã hai mươi tuổi đảng. Bé đang công tác tại đại học nông nghiệp ở Thủ Đức với chức vụ trưởng phòng học vụ.

Bé về nhà gặp lại cha mẹ và các em sau mấy chục năm trời xa cách. Ông bà Hai Lé mừng gặp lại đứa con yêu dấu đến rời nước mắt. Các em của Bé tuy đã lớn nhưng chưa từng biết mặt người anh cả. Chúng nó chỉ thấy anh của Bé chụp hồi còn nhỏ. Giờ đây, Bé đã trên bốn mười. Anh đã thay đổi quá nhiều. Duy chỉ có Tý, đứa em kế của Bé còn nhận được một vài nét quen thuộc của anh. Bầy em của Bé mừng anh ruột trở về với sự ngượng nghịu, gượng ép bởi vì từ lâu nay, chỉ có ông bà Hai Lé, Tý và đứa con gái thứ ba là Tâm biết Bé đã đi tập kết nhưng không biết Bé còn sống hay đã chết ở miền Bắc, còn ba đứa em sau của Bé hầu như không biết mình có một người anh đang ở bên kia bờ vĩ tuyến.

Có ai hỏi về đứa con đầu lòng — thằng Hai — ông bà Lé chỉ đáp gọn là nó đã chết hồi nhỏ. Người ta biết ông bà có đứa con đầu lòng vì Tý là thứ ba và thường gọi là Ba Tý. Các em nhỏ của Bé cũng yên trí là anh cả của mình đã chết rồi. Ông bà Lé nghĩ rằng: nói như vậy là một điểm gở cho đứa con đang ở xa nhưng thà nói liều như vậy mà gia đình được yên, không bị ai dòm ngó, để ý nghi ngờ.

Bé trở về làm ông bà hãnh diện với xóm làng. Kẻ thù ghét ông bà đâm ra khiếp sợ ông bà. Một khi ông bà trả thù thì chỉ có nước đào lỗ chui xuống đất trốn mà thôi. Còn người quen sơ với ông bà thì bây giờ cố hết sức kết thân với ông bà và nếu được nhìn cùng họ hàng, họ sẽ quay heo ăn mừng thết đãi Bé, ông cán bộ bà con từ «thành trì cách mạng xã hội chủ nghĩa» trở về quê cũ, làng xưa.

Ăn nhậu no say, Bé mở cuộc họp gia đình. Anh chỉ trích nặng lời ông bà Hai Lé vì ông bà đã cho Tý đi lính quốc gia. Ông bà khóc lóc, cố giải thích cho Bé hiểu hoàn cảnh đất nước đã đẩy đưa Tý và chính Tý đã không cưỡng lại được định mệnh. Ông bà càng khóc, Bé càng đay nghiến. Anh bắt buộc Tý phải trình diện, đăng ký học tập cải tạo.

Bé cho rằng Tý, thằng em trai mình, đã có tội với cách mạng, với nhân dân. Tý nén lòng chịu đựng đến độ không còn bình tĩnh được nữa. Thương anh, mừng anh đã trở về sum họp gia đình, Tý không muốn làm rỉ máu tình cốt nhục, Tý không muốn làm đau lòng bậc sanh thành. Nhưng Tý không thể để yên Bé tiếp tục tấn công cha mẹ và mạt sát mình. Anh chống trả lại Bé:

— «Anh khỏi cần chửi bới nữa. Tôi không cùng lý tưởng với anh. Tôi đã đứng bên này chiến hào đối diện với anh. Tôi đã thua và anh đã thắng. Kẻ thua bao giờ cũng bị buộc tội. Nếu miền Nam thắng thì anh là kẻ có tội với tổ quốc và dân tộc. Công hay tội, lịch sử đã ghi chép và sẽ phê phán. Ba má và gia đình này không có lỗi gì hết vì ba má không phải là người chủ động trong cuộc chiến ý thức hệ này. Tôi là kẻ thù của cách mạng, của anh. Tôi tự xử lấy tôi.»

Bé nổi nóng:

— «Tao nói cho mày biết, mày có nợ máu với nhân dân, tao không thể cứu mày được. Cách mạng không giết mày là may cho mày lắm rồi. Mày đi học tập cải tạo để sớm giác ngộ.»

— «Tôi không cần ai cứu tôi hết. Chết là hết. Con người ai cũng chết một lần thôi. Dù có học tập đến mười năm, hai mười năm hay một trăm năm, tôi vẫn không giác ngộ.»

Ông bà Hai Lé kêu khóc thảm thiết cố giàn hòa hai anh em nhưng Bé cương quyết đẩy em trai vào bế tắc. Tý chảy nước mắt. Anh khóc không vì chính bản thân mình mà vì quá thương cha mẹ già chưa vui trọn với cảnh đoàn tụ gia đình mà đã đau buồn trước cảnh cốt nhục tương tàn.

Từ sau ngày Tý khăn gói lên đường học tập mười ngày kéo dài mãi mãi, bà Hai lâm bịnh nặng còn ông Hai thì say rượu suốt ngày. Vừa tỉnh rượu, ông lại uống tiếp. Mặt ông lúc nào cũng đỏ gay. Bé về thăm nhà hàng tuần và lần nào về anh cũng đay nghiến, phê bình ông Hai. Thưởng con, ông cắn răng nhịn nhục. Bà Hai tuy đau yếu vẫn lo cơm nước ngon miệng cho Bé và các đồng chí của Bé. Tivi, tủ lạnh, radio, áo quần và chiếc xe honda của Tý, ông bà cũng tom góp cho Bé. Một nửa đồ đạc trong nhà đã nằm gọn trong phòng riêng của Bé ở trường đại học nông nghiệp Thủ đức.

Mỗi lần ông bà Hai Lé hỏi Bé ngày về của Tý, anh lạnh lùng đáp:

— Nó đi học cải tạo chớ có phải đi ở tù đâu mà ba má sợ, lo ? Càng học lâu, nó càng thông suốt, thấm nhuần đường lối xã hội chủ nghĩa và sớm giác ngộ, nhìn thấy rõ hơn tội lỗi của nó. Cách mạng có giết ai đâu mà ba má sợ !

Ông Hai càu nhàu:

— «Chính phủ bảo sĩ quan chuẩn bị đồ ăn mười ngày không phải chỉ giữ thằng Tý có mười ngày thôi sao ? Đã ba tháng rồi, nó chưa được tha về ?»

— «Nó học tập tốt sẽ được cho về ngay. Về hay ở tiếp là tùy theo trình độ giác ngộ của nó.»

Hàng tháng, bà Hai cùng Tâm xin giấy phép đi thăm nuôi Tý ở trại học tập Long Giao. Tý ôm mẹ, em gái khóc ròng. Tý thưởng mẹ, thưởng em cực khổ thăm nuôi mình. Anh bảo mẹ thôi đừng lặn lội thăm nuôi mình nữa. Ở trong tù, anh được bạn bè chia phần ăn, tuy không đầy đủ nhưng anh vẫn sống nổi mà chờ đợi ngày được tha. Tâm dấu không cho anh trai biết tin Vân, người yêu của anh, đã dan díu với một công an phường. Vân mở quán cà phê và lén đi lại với Hải, phó ban công an phường nhà. Tâm không biết khi hay tin sét đánh ấy, Tý có chịu đựng nổi không ? Ở tù đã khổ hơn con vật nhưng còn hy vọng có ngày tìm lại được tự do. Còn mất người yêu, tù nhân hoàn toàn tuyệt vọng và đau tủi biết dường nào ?

Cả nhà Lan, Nam đều biết rõ gia cảnh của ông bà Hai Lé. Cả xóm cũng đều biết rõ tâm sự của ông Hai và mọi người thông cảm ông Hai mỗi khi thấy ông say té lên, té xuống, chửi đổng.

Nam nhìn theo ông Tư thở dài:

— Rồi đây ba mình sẽ giống như chú Hai say sưa suốt ngày rồi chửi đổng.

Lan cãi lại:

— Ba khác với chú Hai. Chú Hai buồn về chuyện gia đình con cái. Còn ba mình có chuyện gì buồn đến nỗi phải mượn rượu giải sầu đâu ?

Nam nghiêm nghị:

— Ba có nỗi buồn riêng. Để rồi em coi. Những gì ba nghe, thấy chung quanh sẽ làm ba bất mãn và mượn rượu giải sầu.

Anh hỏi:

— À này, nãy giờ em nói chuyện gì với ba vậy ?

Lan so hai vai:

— Em hỏi dò ba về chuyện anh Hoàng.

Nam giật mình:

— Cái gì ? Em dám...nói tới...anh Hoàng hiện đang ở dưới hầm ?

— Không. Em hỏi thử ý ba đối với người quốc gia.

— Rồi ba nói sao ?

— Ba nói là quốc gia có kẻ tốt, người xấu, có lương thiện và gian tà. Quốc gia hạng gộc mới là kẻ đáng ghét, đáng thù hận.

— Còn đối với Hoàng thì ý ba thế nào ?

Lan làm mặt giận :

— Tại anh hết á ! Em sắp sửa thành công thì anh xuống phá đám. Tức anh ghê nơi vậy đó.

Nam phì cười, nhưng ngay sau đó, anh nghiêm mặt lại bảo :

— Nè Lan, em không nên làm lộ tông tích anh Hoàng. Đừng đặt ba má vào nỗi lo âu, sợ sệt.

Lan chống chế :

— Có sao đâu ? Ba má hay biết thì càng dễ cho tụi mình che chở anh Hoàng hơn chớ ?

— Không được. Anh và em đủ sức che chở anh ấy ! Ba má già rồi, ba má cần được an lành yên nghỉ. Vả lại, ba vẫn còn mặc cảm với quốc gia và chưa dứt tình được với Việt cộng. Ba má biết được anh Hoàng, anh thấy không có lợi gì hết.

Lan lo âu :

— Rồi...không lẽ anh ấy cứ trốn...tại nhà mình hoài sao ? Có ngày ba má cũng sẽ biết.

— Mình sẽ tùy cơ ứng biến chở ngay bây giờ anh Hoàng trốn tránh được tới đâu hay tới đó. Thôi, giờ mình vờ làm công việc nhà bình thường đi. Đến tối sẽ hay.

— Hay chuyện gì ?

— Anh sẽ xuống hầm đàm đạo với anh Hoàng.

Nam quay trở lên nhà trên. Lan một mình dưới bếp. Tâm trí nàng giao động vì sự có mặt của kẻ đang trốn dưới hầm ngay dưới gầm giường của mình. Nàng thấy thân phận Hoàng đen tối quá. Căn hầm kia là lối cụt của anh. Dù rời khỏi nơi đây, Hoàng cũng phải tiếp tục trốn chui trốn nhủi thôi. Và biết đâu ngay sau khi rời căn hầm kia, Hoàng sẽ bị bắt. Nhưng, tiếp tục che dấu Hoàng tại đây, Lan vẫn chưa tìm ra được cho Hoàng một lối thoát. Thực tâm Lan, nàng không muốn Hoàng ra đi. Tai sạo ? Lan chỉ có một cảm nghĩ chính: sợ Hoàng sa lưới. Còn gì khác nữa không ? Lan chưa khẳng định được lòng mình.

Ngồi bó gối trên tấm nệm «mút», Hoàng miên man nghĩ về tương lai của mình, ngay một giờ sau đây. Tiếp tục ở lại với Lan, Nam, anh không hề nghĩ tới. Đi về đâu, trốn ở đâu ? Anh cũng chưa biết nổi. Khắp nơi đều có mặt kẻ thù và những tên lau sậy ngả theo chiều gió.

Hoàng chợt nhớ tới Minh, gia đình vợ con Minh ở khu kinh tế mới Minh Hòa (Dầu Tiếng). Minh với Hoàng là đôi bạn thiết đã sống với nhau ở miền núi Sơn Hòa tỉnh Phú Yên từ sau hiệp định «Giơ-neo». Hoàng làm trưởng chi thông tin, Minh làm phó. Minh là người miền Trung, trong thời kỳ toàn dân kháng chiến, Minh công tác ở liên khu 5, phụ trách miền sơn cước. Minh rành đường rừng như một người Thượng. Trước hiệp định giơ-neo, Minh rời bỏ hàng ngũ chiến đấu về thành. Anh đã thấy một cái gì phiêu lưu dẫn dắt cuộc kháng chiến theo một chủ nghĩa hiểm nghèo. Anh ly khai với tổ chức, đi tìm một chân trời mới cho lý tưởng của mình. Gặp nhau, hai người thấy thích hợp nhau, một người Nam, một người Trung kết thành đôi bạn thiết, sống chết có nhau. Hoàng đổi về Nam làm việc cho gần gia đình kéo Minh theo. Cha mẹ Hoàng xem Minh như Hoàng, cưới vợ cho Minh. Các con của Minh gọi cha mẹ Hoàng bằng ông bà nội.

Hoàng được lịnh nhập ngũ Thủ Đức. Minh vẫn tiếp tục làm việc tại bộ thông tin dưới trào bộ trưởng Trần Chánh Thành. Ngô Đình Diệm bị lật đổ, Hoàng đem Minh vào làm việc cho hãng Hàng Không Việt Nam. Minh leo lần từ nấc thang thợ lên tới trưởng toán với lương tháng khá cao. Sau ngày 30-4, Minh không trở lại phân xưởng nằm trong Tân Sơn Nhứt nữa vì anh nghe Hàng Không Việt Nam đã bị tiếp quản. Và ngay sau khi có lịnh dân thành phố phải đi kinh tế mới, anh đăng ký lập tức bồng bế vợ con lên đường không một chút đắn đo do dự.

Đêm xe hàng đổ dân kinh tế mới xuống bờ rừng rồi bỏ chạy thục mạng về thành phố Hồ Chí Minh, chị Liên, vợ Minh đã khóc hết nước mắt. Chị ôm ba con nhỏ vào lòng sụt sùi. Bốn bề tối đen, vắng ngắt, sương xuống lạnh buốt, chị Liên chỉ thấy một màu đen như mực trước mặt. Người ta trở tay vào bóng tối bảo:

— «Nhà của quý vị đó. Vào ở đi !»

Mọi người yên trí là ngôi nhà mới ít ra cũng là một căn nhà đúng nghĩa với nó, nghĩa là có nóc, có vách, có cửa trước cửa sau. Cách mạng khoe với đồng bào đi kinh tế mới là chính phủ đã bỏ tiền ra cất nhà với giá mỗi căn là bốn mươi ngàn đồng. Một sự hy sinh quá lớn của chính phủ mới cho nhân dân.

Nhưng trong đêm đầu tiên ấy, Minh, cũng như hai trăm gia đình ra đi, đốt quẹt, vạch bụi rậm tìm đường vào ngôi nhà mới của mình. Hỡi ơi ! Khi thấy được ngôi nhà mới, mọi người mới bật ngửa, hồn phi phách tán. Chỉ là một mẫu đất được dọn sạch cây cỏ, trên đó một căn chòi được dựng lên, không cửa, không vách. Chỉ là hai cái mái lợp tranh giao vào nhau. Một cơn gió thổi qua, kèo cột đong đưa như muốn đổ xuống.

Tiếng la thất thanh, tiếng chửi rủa vang dậy giữa đêm khuya. Thiên hạ ùn ùn đổ trở ra đường lộ đá đỏ đòi trở về thành phố, nhưng đã trễ rồi. Đoàn xe hàng đã cao bay xa chạy. Tiếng kêu khóc nổi lên nghe như trong một đám ma tập thể.

Minh vỗ về Liên:

— «Lỡ rồi em. Mình và bà con đã bị gạt rồi. Có khóc than cũng không làm sao khác hơn được. Anh và thằng Mẫn sẽ ra công sức dựng lại ngôi nhà chắc chắn, đàng hoàng hơn.»

Chị Liên uất nghẹn:

— «Thà để em chết chớ còn...sống như vầy...em chịu không nổi. Rồi tụi nhỏ cũng sẽ chết dần chết mòn giữa rừng sâu nước độc này thôi !»

Và đêm đầu, vợ chồng Minh nằm chịu lạnh giữa trời, nhường mền chiếu cho các con. Trời tối quá, không ai dám đưa con cái vạch cây rừng tìm đường vào ngôi nhà mới !

Sau một tháng bù đầu xây cất lại căn nhà tạm thời ở được, Minh xin phép ban đại diện về Sàigòn mua thêm vật liệu, thức ăn. Anh đã gặp lại Hoàng tại nhà Yến. Anh kể lại hết thảm cảnh của dân kinh tế mới Minh Hòa và căn dặn Hoàng:

— «Nếu mày không còn đường nào trốn nữa, mày tìm cách lên với tao. Minh Hòa nằm sát chiến khu D của tụi nó. Tao đi lùng khắp nơi để câu cá và săn bắn, tao biết rành chiến khu ấy. Tụi nó không dám trở vô trong đó nữa. Tụi tao đi cả ngày cũng không thấy bóng một tên bộ đội nào. Mày trốn ở đó là chắc ăn. Tao sẽ tiếp tế cho mày sống yên thân.»

Giờ đây Hoàng thấy không còn chỗ lẩn trốn nào an toàn hơn vùng kinh tế mới Minh Hòa. Một niềm tin vừa loé ra trong đầu anh.

Anh nghe có tiếng nước chảy phía trên. Anh ngước nhìn lên. Bóng tối che kín mắt anh. Anh đoán chừng Lan đang ở trong phòng tắm. Lan hứa sẽ xuống đây với anh.

Bây giờ là mấy giờ rồi ? Đã tối chưa ? Anh không biết rõ lắm. Dưới hầm lúc nào cũng là đêm. Nếu có thêm một người, Hoàng đỡ thấy cô đơn, trống trải hơn. Bao giờ Lan sẽ xuống với anh.

Hoàng lại nghe tiếng chốt cửa phòng khua động rồi tiếng giường kẽo kẹt như thể Lan đang ngả lửng lên nệm. Hoàng ao ước được nằm trên chiếc giường trải «ra» trắng căng thẳng bằng ấy. Tấm nệm «mút» dưới hầm ẩm mốc quá. Anh chưa dám nằm lên đó. Anh đưa tay sờ soạng chung quanh. Anh cảm giác hai tay anh dính đầy bụi.

Phía trên vẫn im lặng. Không còn một tiếng động nhỏ. Hoàng hơi sốt ruột. Lan đã hứa xuống dưới này với anh. Không lẽ nàng hoặc Nam đã ngủ và bỏ quên anh ? Nửa giờ sau, Hoàng nghe rõ tiếng động bên trên. Tiếng kéo giường rồi tiếng giở nắp hầm. Lần này anh không còn hồi hộp lo sợ như lần trước nữa. Anh biết rõ nếu không phải Lan thì cũng là Nam sắp xuống đây với anh chớ không ai khác.

Tiếng Lan vọng xuống :

— Anh Hoàng !

Hoàng ngửa mặt đáp :

— Dạ, tôi đây.

— Em xuống với anh !

Lan thòng thang gỗ xuống. Hoàng giữ chặt chân thang. Anh nghe mùi nước hoa ngào ngạt từ người Lan tỏa ra. Mùi dầu thơm cùng một loại mà Yến vẫn thường dùng. Yến thích «Tabu» hơn «Ce que femme veut». Nàng cho rằng Tabu dịu hơn, sang hơn loại «Ce que femme veut» đã bị giới phụ nữ con nhà lành chê là mùi dầu của gái làng chơi. Mùi nó gắt và khêu gợi dục tình.

Đứng lên nền gạch, Lan tươi cười hỏi :

— Chắc anh sốt ruột chờ dữ lắm phải không ?

Sợ mình vừa hỏi một câu hở hênh, nàng tiếp luôn:

— Anh mong gặp anh em em lắm phải không ?

Hoàng đáp nhanh:

— Dạ, tôi muốn biết tình hình trong nhà cô. Hai bác đã về không biết cô và anh Nam xử trí thế nào ?

— Ba má em chưa biết anh đang có mặt ở đây.

— Nhưng cô xuống dưới này rồi thế nào hai bác cũng sẽ biết.

— Trước khi xuống với anh, em đã gài cửa phòng lại rồi. Ba má em có gọi cửa thì em cũng có dư thì giờ leo trở lên đậy nắp hầm và kéo giường trở lại chỗ cũ. Anh hãy yên tâm. Em định chút nữa pha trà đem xuống cho anh uống.

Hoàng không thấy rõ mặt Lan. Ánh sáng phía trên hắt xuống hầm một màu trắng lờ mờ chỉ đủ cho Hoàng thấy bóng Lan đứng trước mặt mình.

— Khỏi cần pha trà cô à ! Tôi chỉ thèm thuốc thôi.

— Có, có thuốc. Chút nữa anh Nam em sẽ đem thuốc xuống cho anh. Anh ra phố kiếm thuốc thơm cho anh đó.

— Không cần thuốc thơm. Thuốc đen được rồi. Thuốc Vàm cỏ hay thuốc rê Vĩnh hảo cũng được.

Hoàng ngước nhìn lên nắp hầm. Một vuông nhỏ ánh sáng rọi xuống. Anh muốn ra khỏi căn hầm chật hẹp này như con chim muốn thoát ra chiếc lồng dù được cưng yêu, cho ăn uống đầy đủ. Tình cảm của anh em Lan tuy đậm đà, chân thiết vẫn không thể cầm giữ anh ở đây lâu được. Anh vừa muốn đi tìm một nơi ẩn náu rộng lớn hơn — rừng Minh Hòa — vừa tránh cho gia đình Lan, Nam một tai họa. Chẳng may mình bị khám phá bắt giữ đã đành rồi, còn gia đình ẩn nhẫn bị vạ lây là một điều Hoàng muốn tránh.

Anh nắm lấy tay Lan:

— Cô Lan !

Lan khẽ giật mình. Mặt nàng đỏ bừng. Toàn thân nàng khẽ run lên. Nàng để yên tay mình nằm gọn trong tay Hoàng.

— Dạ !

Giọng Hoàng tha thiết:

— Tôi mang ơn cô và Nam suốt đời. Ở bước đường cùng tôi không ngờ gặp được cô và Nam. Anh em cô là đại ân nhân của tôi.

Lan cúi đầu, run run đáp lại:

— Xin anh đừng qúa bận tâm về chuyện ân nghĩa. Anh em em phải cứu anh vì anh là cấp chỉ huy của anh Nở mà anh Nở là ân nhân của ba em, của gia đình em. Em thiết tưởng đó là một hành động tất nhiên giữa người và người.

Hoàng buông tay Lan, bước qua một bên:

— Nhưng gia đình cô là một gia đình cách mạng.

Lan cười nhẹ:

— Đâu phải hễ là gia đình cách mạng là đi tố cáo kẻ thù của cách mạng ? Gia đình em, em biết rõ hơn ai hết. Ba má em không thuộc hạng người «bợ mạnh đánh yếu» hay loại «thừa gió bẻ măng» !

Nàng đến sát bên Hoàng:

— Anh Hoàng, ba má em đã thấy và biết hết rồi.

Hoàng quay lại trố mắt:

— Hai bác đã thấy tôi và biết tôi ở đây ?

— Dạ hổng phải. Em muốn nói ba má em đã thấy và biết những gì xảy ra sau ngày 30-4. Ba em thất vọng không còn tin tưởng như trước đây nữa. Còn má em thì khỏi phải nói. Má em trách ba em đã xả thân hy sinh bị tù tội lu bù để rồi giờ đây bị đối xử chẳng ra gì. Nếu biết anh có mặt ở

186

đây, em tin chắc, ba má em cũng không nỡ đi tố cáo anh đâu.

Hoàng khoác tay :

— Không, không nên cho hai bác biết tôi ở đây. Tôi ra đi ngay bây giờ.

Lan hốt hoảng :

— Sao ? Anh định đi à ?

— Tôi không thể ở đây lâu được. Bất tiện lắm. Nguy hiểm cho gia đình Lan lắm.

Lan trấn an :

— Nhưng có sao đâu ? Anh trốn dưới hầm đâu có ai biết. An toàn lắm anh à !

— Sẽ có ngày họ khám phá ra. Tôi bị bắt đã đành rồi, còn gia đình Lan và Nam sẽ bị liên lụy lôi thôi lắm. Không được, tôi phải ra đi.

Lan nghe như mình sắp mất một cái gì đáng tiếc. Nàng không minh định được lòng mình đối với gã con trai mà nàng chưa muốn rời xa. Nàng muốn Hoàng tiếp tục trốn ở đây và nàng muốn tiếp tục giấu Hoàng ở dưới hầm này, tiếp tục săn sóc, lo lắng cho anh.

Nàng hỏi một câu với giọng buồn man mác :

— Anh sẽ đi về đâu ?

— Tôi đi trốn ở một nơi khác thật xa không dính dáng, liên lụy cho ai.

— Rồi có ngày anh sẽ bị bắt.

— Thà tôi bị bắt một mình hoặc chết một mình mà không để ai bị bắt chung với tôi.

Hoàng lại nắm chặt tay Lan siết nhè nhẹ :

— Lan, dù mới biết và quen Lan nhưng tôi rất mến và quý Lan. Dù phiêu dạt ở một phương trời nào, tôi vẫn giữ vẹn hình ảnh của Lan và tình cảm chân thành đối với Lan.

Lan cúi đầu, nước mắt doanh tròng. Nàng không hay mình đã khóc và vĩ sao lại khóc.

Nàng nghẹn lời:

— Em...không muốn...anh đi ! Ở đây...anh có em và... anh Nam lo lắng, bảo vệ anh...

— Cám ơn Lan nhiều lắm.

Hoàng nhìn đăm đăm vào mắt Lan, nói giọng tha thiết:

— Tôi rất tiếc quen biết Lan quá trễ. Tình cảnh không cho phép tôi...

Lan hiểu câu nói của Hoàng khác với ý anh. Nàng nghĩ rằng Hoàng quen biết nàng quá trễ vĩ anh đang bị săn đuổi, nếu không thì Hoàng sẽ ở cạnh bên nàng để tìm hiểu nhau và cho nhau những gì đẹp nhất trên đời.

— Em cũng tiếc gặp anh trong hoàn cảnh này...em...

Có tiếng gõ cửa phòng. Hoàng buông tay Lan, giục:

— Kìa có ai gọi cửa phòng Lan kĩa. Lên nhanh đi em.

Lan leo lên thang gỗ. Hoàng nói vói theo:

— Đậy nắp hầm và kéo giường ngay ngắn lại cẩn thận nghen Lan.

Tiếng bà Tư gọi:

— Lan ơi, Lan ! Mở cửa má vô con.

Lan đậy nhanh nắp hầm, kéo giường ngay lại. Nàng vờ đáp giọng ngái ngủ:

— Con đã ngủ rồi, má gọi con chi vậy má ?

— Má muốn bàn với con chút việc cần.

— Để mai rồi bàn không được sao má ?

Lan tiến sát đến bên cửa, dừng lại hỏi tiếp:

— Chuyện gì cần dữ vậy hả má ?

Bà Tư giục:

— Mở cửa đi rồi má nói cho con nghe. Mới chừng này

đã ngủ rồi ? Con làm quá là gà vậy đó. Mới chạng vạng đã vô chuồng.

Lan nhìn lại xem giường đã ngay ngắn chưa rồi mở cửa, hai tay dụi mắt.

Bà Tư bước vào trong. Ngửi thấy mùi nước hoa, bà cười hỏi :

— Con xức dầu thơm hả ?

— Lâu lâu con thoa một chút cho vui.

— Thời buổi này dầu thơm, sơn móng tay bị liệt vào loại xa xỉ phẩm, tiểu tư sản đó con. Ra đường con xức dầu thơm nực nồng không khéo bị họ phê bình chết.

Lan phản đối :

— Dầu thơm có tác dụng làm người con gái thêm phần hấp dẫn và làm cho mọi người chung quanh dễ chịu, sảng khoái chớ có gì đâu mà bị phê bình hả má ? Xức dầu dừa chắc là được họ khen quá ?

Bà Tư cười :

— Cách mạng họ muốn phụ nữ phải xấu đi để phục vụ đắc lực hơn. Con không thấy họ vẽ hình treo đầy đường với câu : «Tay bạn chai, da bạn nám, đó là sắc đẹp của loài người» đó sao ?

Lan bụm miệng cười. Bà Tư nói tiếp :

— Đàn bà, con gái thời buổi bây giờ muốn được đề cao, tuyên dương là phải lăn vào lao động sản xuất ở nhà máy, xí nghiệp, công nông trường. Đẹp như con, họ cho là lỗi thời rồi.

Lan pha trò :

— Lý thuyết là vậy đó chớ còn đàn bà, con gái đẹp ở trong Nam này vẫn được mấy ông cán bộ, bộ đội mê gần chết. Mỗi lần con ra phường, từ ông chủ tịch đến ông phó, bí thư và luôn cả anh chàng trung úy công an Mạnh dòm con muốn rớt con mắt. Con xin cái gì mấy ổng cũng cho hết. Chỉ có mấy bà cán bộ nhìn con có nửa con mắt.

Hai mẹ con cùng cười xòa.

Bà Tư ôm vai Lan dìu đi tới bên giường. Bà thì thầm bên tai Lan. Lan ngửa đầu ra sau, cau mày hỏi:

— Dì Sáu có điên hay không mà đòi làm mai con như vậy chớ ?

Kéo Lan ngồi xuống nệm, bà Tư đáp:

— Cháu kêu chỉ bằng cô ở Bắc vừa chuyển vào Nam công tác. Ông ấy đậu bằng phó tiến sĩ thủy lợi hiện đang làm giám đốc công trường thủy lợi ở Cà Mau. Chị Sáu mới qua chơi gợi ý hỏi con cho ông cháu ấy.

Lan ngạc nhiên:

— Bộ má chịu rồi hả ?

— Đâu có. Má nói để má hỏi qua ý kiến của con.

Lan đứng phắt dậy bảo:

— Má khỏi cần hỏi ý kiến của con. Má trả lời cho dì ấy biết là con không ưng, không thèm lấy chồng cán bộ nhứt là cán bộ người Bắc. Thà con ở giá suốt đời.

Nàng hậm hực tiếp luôn:

— Hứ, bộ đỗ phó tiến sĩ chắc là ngon lắm ? Lưởng cao lắm giỏi 200 đồng là cùng. Làm vợ mấy ổng có môn tàn đời luôn. Thôi đi má, nói với dì Sáu cho con xin hai chữ bình an.

Bà Tư gật gù:

— Ủa, má cũng thấy như vậy. Mình là người Nam làm xui với người Bắc khó lòng lắm.

— Không phải Nam Bắc hay Trung gì đâu má. Miền nào cũng có người tốt, kẻ xấu, tuy nhiên, đàn ông hay đàn bà làm cán bộ cộng sản có đời sống khắc khổ và tình cảm của họ không thích hợp với người miền Nam mình. Họ bị

Đảng gò bó, khuôn ép nên đời sống tinh thần của họ khô khan thiếu hẳn sinh khí.

Bà Tư ôm vai con gái, âu yếm:

— Dì Sáu thấy gia đình mình cách mạng nên mới dám dạm hỏi cho cháu của dì chớ còn cán bộ đảng viên lấy vợ người trong Nam kén chọn dữ lắm.

Lan bĩu môi:

— Còn ở đó mà kén với chọn. Họ đẹp đẽ, sang trọng gì cho cam ?

— Không phải vấn đề chọn vợ đẹp, vợ giàu. Má muốn nói họ kén chọn giai cấp và căn bản của gia đình tức là lý lịch của vợ và gia đình bên vợ. Người vợ phải thuộc thành phần vô sản, có liên hệ với cách mạng, không dính líu tới quốc gia...

— Chọn vợ kiểu đó giống như đi chợ thì tình yêu làm gì có được trong hôn nhân ? Thôi má ơi, đừng bàn tới chuyện đó nữa. Con chưa muốn lấy chồng đâu. Thời buổi bây giờ, cuộc sống ngày một thêm khó, lấy chồng lấy vợ chẳng có hạnh phúc gì đâu. Chồng vợ chỉ là gánh nặng cho nhau mà thôi.

Lan nắm tay mẹ:

— Má, con muốn ở vậy để tiếp với ba má một thời gian. Con không đành bỏ ba má, sống xa ba má. Anh Nam là đàn ông con trai, ảnh sẽ phải lận đận, lao đao với chánh quyền cách mạng chớ không ở yên trong nhà được đâu.

Nam từ ngoài bước vào. Trông thấy mẹ, anh hơi mất bình tĩnh. Anh cầm trong hai tay nào thuốc, nào bánh và một tộ bún. Anh định bước trở ra, nhưng bà Tư đã gọi:

— Nam, con !

Nam đứng lại lúng túng:

— Con...đem xuống dưới bếp để...

— Con mua đủ thứ cho ai vậy hả ?

Nam hất hàm về phía Lan:

— Cho cô con gái cưng của má chớ còn cho ai nữa. Cô ta hành con quá trời, chịu không nổi.

Bà Tư quay sang hỏi Lan:

— Con đói à ?

Hiểu nhanh ý Nam, Lan hùa theo anh:

— Con nói con thèm bún nước lèo muốn ăn, anh Hai phụng mạng đi mua cho con chớ con đâu có bắt ảnh đi mua ?

— Nam nó đi mua cho con ăn sao con lại đi ngủ ?

— Chờ ảnh lâu quá, con buồn ngủ đi ngủ. Ghét ảnh ghê nơi vậy đó. Đi mua có tô bún mà cả nửa giờ đồng hồ, làm đợi muốn hụt hởi.

Nàng làm mặt giận bảo Nam:

— Mua về thì anh ăn đi, em hết thèm rồi.

Nam vờ cự nự:

— Đừng có giỡn mặt nghen. Bắt người ta đi mua về mà không ăn là anh căng họng đổ đó nghen. Tiền bạc lúc này không phải dễ kiếm. Hai đồng bạc một tô chớ không phải rẻ. Hai đồng tiền mới là một ngàn đồng tiền cũ đó cô ơi !

Bà Tư rầy Lan:

— Ăn đi con, đừng làm giận làm hờn nữa. Chọc nó giận nó ăn hết rồi tiếc.

Lan bảo:

— Anh để trên bàn đó cho em.

Trông thấy gói thuốc lá thơm, bà Tư phê bình Nam:

— Chà dạo này mày lại sanh tật ghiền thuốc lá thơm. Nghe nói một điếu giá tới một đồng, đồng rưỡi. Hút thuốc đen được rồi, bày đặt chi cho tốn tiền vô ích.

192

Nam tươi cười vả lả:

— Lâu lắu hút một lần cho...«thởm râu», chổ con đâu dám hút mỗi ngày ?

Lan làm mặt nghiêm nghị:

— Dạo này em nghe nói chánh phủ xét hỏi gắt gao các sạp bán thuốc ngoài đường. Sắp cấm gổi thuốc thởm từ ngoại quốc về rồi đó. Ai hút thuốc có cán sẽ bị để ý.

Nam trề môi:

— Để ý khi khô gi ? Anh thấy mấy cha cán bộ, bộ đội hút thuốc có cán tối ngày. Họ chê thuốc đen, cả thuốc Lạng sởn họ cũng không thèm nửa. Để hai gói thuốc trên bàn, họ lựa thuốc thởm có cán ngoại quốc hút thôi. Tặng họ hai gói Vàm cỏ, họ không khoái bằng biếu cho họ một hai điếu «ba số năm».

Bà Tư đứng lên:

— Để má qua nhà anh Hai Buá coi ba mày nhậu xong chưa kêu ổng về ngủ. Để yên, mấy ổng kéo dài tiệc rượu tới sáng.

Bà vừa đi ra cửa vừa cầu nhàu:

— Mấy lão nhậu nói dai như tinh. Chuyện gì mà nói hoài không dứt. Có mỗi một chuyện mà cứ lặp đi lặp lại hoài.

Nam nói với theo:

— Chuyện tình đời đen bạc như vôi mà má !

Bà Tư day lại mai miả:

— Ủng hộ cho đã rồi bây giờ ngồi đơ mà than với trách. Ráng chịu cho quen. Buồn uống rượu chỉ giết mình thôi !

Đợi bà Tư khuất dạng rồi, Nam vuốt tóc Lan khen:

— Em giỏi lắm, tài lắm. Anh phục em đó.

Lan trách:

— Anh hay làm chuyện bất ngờ quá làm em ứng phó mệt muốn chết. Không cho em biết trước chuyện gì hết.

— Không biết trước mà nói ăn khớp với nhau mới là giỏi chớ. Đào, kép hát cưởng mà hay mới là đáng khen.

Lan hỏi:

— Anh mua bún nước lèo cho anh Hoàng đó hả ?

— Bún thang. Bún nước lèo ở ngã tư quốc tế mới có. Anh định mua phở, nhưng quán phở ở xa quá, anh mua đại bún thang ở đầu hẻm cho nhanh. Có cả nửa bao thuốc có cán cho anh Hoàng.

Lan giục:

— Anh Hoàng nói thèm thuốc, anh đem ngay xuống cho ảnh đi.

Nam hỏi khẽ:

— Em vừa ở dưới với ảnh hả ?

— Em đang nói chuyện với ảnh thì má kêu cửa.

— Má vẫn chưa hay biết gì chớ ?

— Dĩ nhiên. Má mà hay biết thì...

Nam rùn vai:

— Thì cũng huề thôi. Hổng lẽ má đi tố cáo ?

— Nhưng mình cũng nên hết sức cẩn thận. Nhiều người biết, tông tích anh Hoàng càng dễ bị lộ.

Nam bảo Lan đóng cửa phòng gài chốt cẩn thận. Anh kéo giường qua một bên định leo xuống thì Lan gọi:

— Anh Hai !

— Gì ?

— Anh tìm cách cầm giữ anh Hoàng lại. Ảnh đòi đi đó anh.

Nam chau mày:

— Ảnh đòi đi ?

Giọng Lan buồn buồn:

— Ảnh muốn đi trốn ở xa. Ảnh sợ bị bắt ở đây rồi cả nhà mình sẽ bị liên lụy.

Nam nói nhanh:

— Không được !

Lan chồm tới hỏi:

— Anh giữ ảnh ở luôn đây chớ ?

— Tùy theo tình hình sau này, nhưng trước mắt ảnh chưa ra đi được. Tên Chung vẫn canh chừng ở đầu hẻm. Nó vẫn nghi anh Hoàng chưa thoát ra khỏi xóm này. Hồi nãy, khi ra đầu hẻm mua bún, thuốc lá, anh thấy nó lởn vởn trước nhà mình.

Lan lo ngại:

— Vậy là nó nghi anh Hoàng trốn trong nhà mình ?

Nam rùn vai:

— Mặc xác nó. Nó nghi thì cũng không làm gì anh Hoàng được.

Anh xuống hầm. Lan nhìn theo anh. Nàng muốn cùng theo xuống gặp lại Hoàng tiếp súc với anh thuyết phục Hoàng ở lại đừng đòi ra đi nữa. Hai lần Hoàng nắm tay nàng và tiếng «em» thân ái thốt ra từ đôi môi gã con trai ấy đang còn làm tim Lan rung động. Hình ảnh Hoàng len lỏi tiến dần đến gần tâm hồn nàng. Từ một người xa lạ, Hoàng biến dần thành một kẻ thân thương của Lan và kẻ thân thương ấy đang lâm nguy. Nàng thấy mình có trách nhiệm đối với kẻ thân thương.

Câu nói của Hoàng «Tôi rất tiếc quen biết Lan quá trễ» như một âm vang của con tàu vừa rời khỏi sân ga bỏ lại người khách cuối cùng đến muộn. Nàng đứng lặng người nhìn theo con tàu càng lúc càng xa. Tiếng còi lưu luyến nhỏ dần rồi mất hẳn ! Trên sân ga chỉ còn một mình Lan trơ trọi, bơ vơ.

Lan chống hai tay lên nệm giường, gục đầu thổn thức.

Nửa giờ sau, Nam trở lên. Nghe tiếng động, Lan quay phắt lại hỏi:

— Sao hả anh ? Anh Hoàng chịu ở lại đây chở ?

Nam vừa rút thang lên vừa đáp:

— Thuyết phục mãi ảnh mới chịu.

Lan mừng quýnh:

— Vậy à ! Anh hay quá !

— Nhưng chỉ một đêm nay thôi. Chậm lắm là sáng sớm mai, ảnh lên đường.

Sắc mặt Lan tối sầm lại như ánh nắng vừa bị áng mây che:

— Tại sao lại lên đường ? Anh không...

Liếc nhìn sắc mặt em gái, Nam kéo nắp hầm đậy kín lại:

— Ảnh trốn lên vùng kinh tế mới Minh Hòa, chiến khu D của việt cộng ngày xưa. Ở đó, rừng rậm, các cơ sở, lều trại, hầm trú ẩn, địa đạo vẫn còn nguyên. Ảnh dễ trốn tránh hơn. Người bạn thân của ảnh đang ở khu kinh tế mới gần đó sẽ che chở, nuôi ảnh. Em đứng lên cho anh kéo giường.

Lan uể oải đứng lên:

— Nhưng làm sao ảnh đi lên tới vùng kinh tế mới đó ? Dọc đường bị xét hỏi, ảnh sẽ bị bắt.

Kéo giường lại ngay ngắn che kín nắp hầm, Nam chìa mảnh giấy tới trước mặt Lan:

— Anh Hoàng nhờ em liên lạc với một người ở địa chỉ này. Người đó tên là Yến. Ảnh căn dặn :«nếu Yến không có ở nhà thì em đến nhà cô Đào tìm. Thế nào cũng gặp người ấy».

Lan đón mảnh giấy từ tay anh trai. Chưa đọc nội

dung bức thư mà Lan đã hỏi :

— Yến là...đàn ông hay đàn bà ?

Nam cười :

— Tên Yến là đàn bà, con gái chớ còn gì nữa. Đàn ông tên Yến ít lắm.

— Là gì của anh Hoàng hả anh ?

Nam đoán hiểu được tâm trạng em gái mình. Anh không ngạc nhiên lắm vĩ chính anh, anh cũng thấy mến gã con trai ấy.

Anh rùn vai đáp giọng trêu cợt :

— Đàn ông hay đàn bà, con trai hay con gái thì tên Yến nào đó có ăn nhập gì tới anh em mình đâu ? Coi kìa, sao mặt em biến sắc vậy hả ?

Mặt Lan đỏ gấc :

— Mà em...em có gì lạ đâu mà anh...cho là biến sắc ?

Nam tát nhẹ lên má Lan cười bảo :

— Thôi mà, đừng có dấu nữa. Chịu thiệt đi mà !

Lan ném mảnh giấy lên giường, quay mặt sang một bên :

— Thôi đi ! Em hổng đi đâu hết. Anh đi đi !

Nhặt mảnh giấy đưa trả lại Lan, Nam ôm vai nàng :

— Anh nói đùa cho vui mà, giận làm gì không biết nữa. Có càng tốt mà hổng có cũng không sao mà cô nưởng.

Lan vùng vằng :

— Có em hổng tức, còn...em hổng có mà anh nói em, em hổng chịu đâu. Anh cầm thư của anh đi đi. Em...

— Anh đi cũng được nhưng anh phải có mặt ở nhà để đối phó với bất trắc xảy đến. Em đi dễ hơn anh. Anh mà đi lỡ ở nhà tên Chung kia lại kéo chánh quyền tới đòi xét nữa thì nguy to. Bộ em hổng thương anh Hoàng sao ?

Lan lúng túng:

— Thì em...thương ảnh như anh...thương anh vậy thôi chớ hổng có chuyện gì khác hết.

Nam vỗ nhè nhẹ lên tóc em gái:

— Ừ thì thương như anh cũng được đi. Cố giúp ảnh thoát hiểm nguy. Chỉ còn con đường ấy mới giúp ảnh trốn tránh lâu dài được. Ở luẩn quẩn trong thành phố có ngày ảnh sẽ bị bắt.

Lan nhẩm đọc thư Hoàng gọi cho Yến :«Người cầm giấy này là đại ân nhân của anh. Em không cần biết anh đang ở đâu mà chỉ cần biết và yên tâm là anh vẫn mạnh giỏi. Sáu giờ sáng ngày mai, em có mặt tại bến xe đò chạy đường Bình Dương mua vé trước đi rồi anh sẽ đến sau. Anh sẽ lên thăm vợ chồng anh Minh ở Minh Hòa. Em muốn theo anh lên thăm vợ chồng Minh cũng được hoặc để anh lên đó một mình cũng được. Em hỏi Đào mượn hộ anh một ngàn đồng. Em căn dặn Đào đừng nói cho Quang nó biết chuyện này. Anh».

Những chữ «anh», «em» trong thư làm Lan hồi hộp, lo sợ. Hoàng, Yến chỉ là bạn với nhau hay Yến là vợ, là người yêu của Hoàng ? Lan tự hỏi trong đầu. Nàng muốn trở xuống hầm hỏi Hoàng cho rõ trắng, đen.

Nam bảo:

— Em xem cho kỹ địa chỉ ở mặt giấy bên kia để nhớ mà tìm cho trúng nhà. Em cố dấu cho kỹ thư này đừng để lọt vào tay công an. Đọc thư, họ biết ngay tác giả của nó là một người đang trốn.

Lan hỏi trổng:

— Đi ngay bây giờ chứ ?

— Không được. Giờ đã khuya rồi, không còn kịp đâu. Em phải đi tìm Yến ở hai nơi lận. Em quay về nhà không kịp trước giờ giới nghiêm đâu. Vả lại, em đi bây giờ, ba má nghi liền.

— Nhưng anh Hoàng dặn người tên Yến là...6 giờ sáng mai kia mà ?

— Anh dặn như vậy là 6 giờ sáng ngày mốt, nghĩa là ảnh yên trí là sáng ngày mai em mới đem thư đến gặp Yến. Sao, em còn thắc mắc gì nữa không, hỏi cho rõ hết đi rồi anh đi ngủ đây.

Lan lắc đầu:

— Không, không thắc mắc gì nữa hết. Anh đi ngủ đi.

Phát nhẹ lên vai em gái, Nam đi nhanh ra cửa phòng. Trước khi đi khuất, anh còn day lại trêu chọc:

— Ráng ngủ cho ngon giấc nghen Lan. Nằm phía trên hầm, chắc là em thao thức, trằn trọc suốt đêm đó !

Lan phóng tới, gắt:

— Quỉ sứ đi quỉ sứ ! Em giết anh bây giờ đó nghen.

Nam bỏ chạy, cười nắc nẻ. Lan nghe tiếng cười của anh trai kéo dài ra tới nhà ngoài. Nàng đứng lặng người bên khung cửa, đưa thư Hoàng lên nhìn, rồi bỏ tay xuống nặng nề, thở ra. Đưa thư này đến cho Yến là nàng sẽ xa Hoàng không biết đến bao giờ mới gặp lại. Dấu nhẹm thư này rồi hủy nó đi, nàng còn hy vọng ở gần bên Hoàng dù không lâu cũng hơn được ngày mốt, ngày Hoàng rời xa nàng trốn vào rừng sâu. Hai ý nghĩ ấy trì kéo tâm trí Lan càng lúc càng căng thẳng hơn. Lan nghe hơi choáng váng.

Chợt có tiếng bà Tư cần nhắn ông Tư từ phòng khách vọng vào. Lan giật mình, tỉnh cơn giao động tinh thần. Nàng dấu thư sau lưng, chồm người nhìn về hướng phòng khách. Thấy bóng bà Tư đang dìu ông Tư đi tới, nàng thu người vào trong, đóng cửa lại.

Lan nép sát vào cửa nghe ngóng. Tiếng chân nặng nề

của ông bà Tư Đấu lướt ngang qua phía ngoài.

Lan nghe rõ lời đay nghiến của mẹ và giọng nói nhừa nhựa của cha:

— Ông còn nhậu nhẹt say sưa nữa có ngày ông đứt gân máu chết không kịp trối cho coi.

— Tôi...hổng có...thích sống nữa đâu...má nơ ời ! Chết phứt cho rồi để khỏi thấy, khỏi nghe...những điều trái tai... gai mắt.

— Vậy cho sáng mắt ông ra. Hồi đó tôi can ông, ông cho tôi hổng có tinh thần yêu nước, yêu non. Đó, bây giờ đó, ông giỏi đòi họ cho ông yêu nước, yêu non nữa đi. Tôi nói thiệt, đáng cái đời mấy ông lắm mà !

Lan vẫn đứng yên sau cửa phòng, lắng hồn thương đau cố tìm cho mình một lối thoát giữa cơn mê sảng tâm tư. Nàng không thấy một đốm lửa ở cuối đường hầm. Trước mặt, sau lưng, chung quanh đời nàng chỉ là một màu đen xẫm. Gã đàn ông đang ngồi bó gối dưới kia và ngày mai của đời gã cũng giống như hiện tại và tương lai của tâm sự nàng ở giây phút này. Lan chảy nước mắt. Nàng khóc và khóc chỉ một mình giữa căn phòng lạnh lẽo và trống trải như sa mạc mênh mông, thăm thẳm.

CHƯƠNG IV

Lại đổi tiền.

Lần này không phải tiền quốc gia đổi ra tiền mới — tiền do ngân hàng chính phủ Cộng hòa Xã hội Chủ nghĩa Việt nam phát hành — mà tiền mới đổi ra tiền mới (!) Có thêm loại giấy bạc 100 đồng và mấy loại 2 đồng, 5 đồng. Loại tiền do Ngân hàng Quốc gia Việt nam phát hành đã hoàn toàn mất hẳn trên thị trường tiền tệ trong nước. Ai còn tiền cũ chỉ giữ để làm kỷ niệm hoặc sưu tập. Nếu còn nhiều thì phải tìm cách đốt đi kẻo có ngày mang họa vào thân. Xét nhà nếu thấy còn quá nhiều tiền cũ, công an sẽ đặt vấn đề với gia chủ: tại sao giữ tiền cũ quá nhiều mà không đem đổi lấy tiền mới hoặc tại sao có nhiều tiền như vậy...vv...và...vv...

Lượt đổi tiền lần này có tác dụng đặc biệt: vừa cứu

vẫn mức lạm phát tiền tệ đang ở đà trầm trọng, vừa tìm hiểu từng hộ gia đình về mặt tài chánh để xếp loại, theo dõi công việc làm ăn của hộ đó, đồng thời cân bằng sự chênh lệch giữa kẻ giàu, người nghèo, nói một cách nôm na đầy vẻ cách mạng là làm cho mọi người bằng nhau !

Mỗi hộ có quyền đổi tối đa là mười ngàn đồng. Số còn lại được ghi vào sổ của ngân hàng nhân dân quận, huyện và sẽ cho chủ hộ lãnh ra lần hồi. Mỗi lần muốn lãnh ra một khoản tiền nào đó, chủ hộ phải làm đơn nói rõ mục đích sử dụng tiền sao cho hợp tình, hợp lý như: đám ma, đám cưới, nuôi gà, nuôi heo, làm mùa hoặc đầu tư vào các tổ hợp, hợp tác xã, nghĩa là khoản tiền lãnh ra phải thực sự có ích lợi, đặc biệt cho công ích, cho sản xuất.

Đơn xin rút tiền ra không có lý do chính đáng sẽ bị ngân hàng bác bỏ. Gởi tiền vào quỹ tiết kiệm địa phương cũng vậy. Tổ dân phố vận động bà con trong tổ mở sổ tiết kiệm, bỏ tiền vào quỹ tiết kiệm. Những đợt phát động rầm rộ, nếu kém hiệu quả, các tổ dân phố bắt buộc mỗi hộ phải «tình nguyện» gởi tiền vào quỹ tiết kiệm, tối thiểu là 20 đồng. Ai có lòng giúp quỹ tiết kiệm địa phương mau phát triển thì cứ việc gởi vào, bao nhiêu cũng được với điều kiện nhanh chóng và thật dễ dàng.

Những khi đem sổ tiết kiệm đến quỹ để xin rút tiền ra thì không nhanh chóng, dễ dàng như lúc gởi tiền vào quỹ. Đủ thứ điều kiện rắc rối, phức tạp được đưa ra và nếu rút nhiều thì vẫn phải làm đơn trình bày cặn kẽ lý do. Có khi chỉ lãnh 500 hay 1.000 đồng thôi, chủ trương mục phải tới lui, chờ đợi đôi ba ngày. Lý do chậm trễ trả tiền cũng thật đơn giản: quỹ vừa mới hết tiền, chờ lên ngân hàng quận, tỉnh, thành phố đem tiền về !

Ở ngày đổi tiền, người còn ít tiền — đôi ba trăm hoặc

một ngàn đồng — đỗ xôn xao, lo sợ. Còn kẻ có trong nhà vài chục ngàn sợ cuống lên, không biết giải quyết thế nào cho êm. Nếu đem tối cơ quan nhà nước đổi một lúc ngần ấy bạc thì phải đối phó với hai mới lo và sợ. Thứ nhất là sợ bị chánh quyền địa phương để ý, tìm hiểu mình đã làm ăn những gì mà trong thời gian qua thu vào nhiều tiền như vậy. Trong nhà có vài chục ngàn bị liệt vào hạng giàu, là tư sản và mình sẽ là mục tiêu đấu tranh cải tạo xã hội của cách mạng. Thứ hai là lo tiền gổi hết vào sẽ bị kẹt cứng ở ngân hàng không biết sẽ làm gì sau này để rút ra hết được. Vốn liếng, tài sản mấy chục ngàn, sau khi đổi tiền, trong nhà chỉ còn hai ngàn đồng thôi. Đau và tiếc biết chừng nào.

Có người vừa hay tin đổi tiền đã vội vàng đem gổi cho bà con xa gần mỗi người một ít nhờ đổi giùm. Đổi tiền xong, trong số năm mới chỉ có hai, ba mới lòn tiền trả lại nguyên cho «khổ chủ». Đó là hạng bà con có lương tâm, còn hai mới thì làm thinh luôn coi như không có chuyện gì xảy ra ! Đòi không trả. Làm gì nhau nào ? Đi thưa gổi chẳng ? Vừa không có bằng cớ, vừa sợ bị khép vào tội gian trá qua mặt nhà nước cách mạng ! Chỉ còn cơ nước chửi nhau một trận rồi huề cả làng. Nhờ người hàng xóm đổi giùm thì mình không tin tưởng. Lỡ họ nói ngược thì sao ? Nhờ bà con đổi giùm thì vẫn bị gạt như thường. Mà dù nhờ lối xóm đổi hộ cũng chưa chắc có người dám nhận. Người có ít tiền nghĩ rằng mình đem đổi — có ghi tên họ, địa chỉ, số tiền đổi vào phiếu do chánh quyền phát cho — càng ít tiền càng dễ sống hơn. Người nghèo được cách mạng thương, ít bị dòm ngó hơn ! Nhận đổi giùm kẻ khác là mình đùa với lửa. Gần như chánh quyền địa phương, với hậu thuẫn của các tổ trưởng dân phố muốn lập công với cách mạng, biết rõ hộ nào giàu, hộ nào nghèo, có nhiều tiền hay chỉ có tối đa vài trăm đồng. Đem tiền của kẻ khác đổi giùm, lo chánh quyền biết được, mình bị bắt tội oan uổng. Dù có khai thật ra thì mình cũng là tòng phạm. Ách giữa đàng, mang vào cổ, kêu trời không thấu !

Do đó mà có biết bao người dư giả quá nhiều đành phải đóng chặt cửa lại nổi lửa đốt bớt tiền như đốt giấy tiền vàng bạc vào ngày rằm tháng bảy xá tội vong nhân. Vừa đốt vừa sợ vừa khóc mùi mẫn.

Tiền đổi được ăn dần mòn phai hết trong khi buôn bán ế ẩm, thất nghiệp dài dài, thiên hạ nghĩ đến kế hoạch sống mới là bán đồ trong nhà. Không có tiền ăn, giữ nguyên đồ đạc trong nhà để làm gì ? Còn vui sướng gì nữa mà bày biện trang hoàng nhà cửa ? Bàn tủ, ghế giường, đồng hồ treo tường, chén diã đủ bộ mua sắm ở PX Mỹ ngày xưa, tủ lạnh, TV, máy hát và cả đến tủ thờ bằng cẩm lai cẩn xà cừ...cũng đành đem ra bán hết. Đói có cạp ăn được những thứ đó đâu ? Phải sống trước đã.

Một người bày đồ đạc ra trước mặt tiền nhà rao bán, rồi hai người, năm người, mười người bắt chước theo. Kẻ ở xa thấy người ta đã có lối thoát, tức tốc chở đồ đạc trong nhà tới bày bán gần đó. Ít lâu sau, dọc con đường Trương Minh Ký nối dài lên tới gần phi trường Tân Sơn Nhứt trở thành khu chợ trời phát đạt hơn bất cứ nơi nào khác. Chủ nhà nào không bán gì cả thì cho người khác mướn mặt tiền nhà mình với một giá tăng dần hàng tháng. Con cái kéo điện 110, 220 ra cho thử máy truyền hình, ra-dô, cát-sét. Mỗi lần thử giá 1 đồng hoặc 1 đồng rưởi. Chỉ mỗi việc nhỏ đó thôi, đám con cũng kiếm đủ trả tiền điện, nước xài trong gia đình, có tháng còn dư tiền đi chợ nữa.

Các hàng ba, lề đường đã có chủ cả rồi, thiên hạ bày

hàng ra ngoài mặt lộ. Hai bên giao vào nhau, mặt đường thu nhỏ lại chỉ còn lối đi hẹp vừa đủ cho người mua qua lại.

Người đi mua đồ chợ trời đa số là dân từ Bắc vào. Cán bộ, bộ đội dập dìu. Thứ gì bán cũng được, cũng có giá. Dân miền Nam bán đồ ra. Dân miền Bắc mua vào. Từng đoàn xe Molotova từ Bắc chạy vào chở đầy nhóc nào giường tủ, bàn ghế, sa-lông, TV, tủ lạnh, xe đạp, xe honda đàn ông, đàn bà. Từ món nhiều tiền đến món ít tiền như kềm, búa, đinh ốc, bù-lon...cũng có người hỏi mua.

Đồng hồ đeo tay đủ hiệu là thứ bán chạy nhất. Đồng hồ cũ, hư được sửa chửa, mạ kền lại bóng, mới được cán bộ, bộ đội mê mệt. Họ đem về xài chỉ năm mười bửa nửa tháng là giờ giấc trật bậy hết, xức càng gẫy gọng hết. Danh từ đồng hồ «xỉ-cút» được dân chợ trời thường dùng để gọi loại đồng hồ «ngoài bộc trong dâu», ruột nát bét mà vỏ thì bóng đẹp tuyệt vời ! Ban đầu họ ngỡ ngác không hiểu gì khi có cán bộ, bộ đội hỏi loại đồng hồ «1 cửa sổ, hai cửa sổ, mười hai trụ đèn, không người lái...». Lâu dần họ quảng cáo mời khách rất nhanh, rất gọn:«đồng hồ không người lái, hai cửa sổ, mười hai trụ đèn, ba kim với chất lân tinh ban đêm rọi đường đi được» ! Thợ sửa đồng hồ làm ăn phát đạt nhanh chóng. Vừa sửa vừa bán đồng hồ. Cứ bị gạt mãi, dân miền Bắc học được cái khôn là không mua đồng hồ rao bán dạo nửa. Chỉ mua đồng hồ ở tiệm bán và sửa đồng hồ thôi. Mua lại của dân bán dạo lỡ gặp thứ «xỉ-cút» thì biết tìm họ ở đâu mà bắt đền ? Mua ở tiệm chắc ăn hơn. Lỡ có hư còn bắt họ sửa chửa được.

Chợ trời ngày thêm đông người mua kẻ bán. Người mua trả toàn tiền mới phát hành. Họ cho biết: suốt hai mươi mấy năm sống dưới chế độ xã hội chủ nghĩa ở miền

Bắc, họ ăn, mặc kham khổ có dư nhiều tiền vì có mua sắm được gì đâu mà hết ? Và có gì đâu mà mua với sắm ? Dịp đổi tiền, nhà nước cho phép họ đổi hết tiền cũ dành dụm được, lấy tiền mới mà không giữ lại một đồng nào cả. Họ mang hết tiền của vào Nam mua sắm đồ đạc đem về Bắc trang hoàng nhà cửa. Họ chưa từng thấy hàng hóa mới và đẹp quá như vậy suốt trong đời họ.

Các cơ quan nhà nước, các tai to mặt lớn đem tiền mới — in ra không có gì bảo đảm — đổ vào Nam đổi lấy tất cả hàng hóa thứ sang nhứt, đẹp nhứt, đắt giá nhứt đem về tô điểm cho một miền Bắc nghèo nàn, xấu xí nhưng được mệnh danh là thành đồng tổ quốc, là tiền phương của mặt trận chống Mỹ cứu nước, là tượng trưng cho một dân tộc anh hùng, là hậu phương lớn của quốc tế cộng sản...vv...

Phía trước nhà Đào vẫn bị dân chợ trời chiếm nhưng Đào không lấy gì làm phiền vì Đào nghĩ rằng giữa thời buổi này mọi người cần tìm con đường sống để nuôi thân và gia đình. Nàng may mắn hơn số đông nhờ bà Tín Lập cất dấu được nhiều vàng và kim cương, vòng cẩm thạch. Tiệm vàng Tín Lập đã đóng cửa nhưng sản nghiệp của ông bà Tín Lập vẫn còn nguyên. Cứ sau mỗi lần chánh phủ đổi tiền mới, bà Tín Lập lại bán ra một, hai lượng vàng hoặc một, hai hột xoàn cỡ 5, 6 ly là cả nhà đủ tiêu xài năm bảy tháng. Chưa ai bày vẽ, hướng dẫn bà nhưng bà không hề giữ nhiều tiền mặt trong nhà. Bà chỉ cần một số nào đó đủ xoay xài thôi. Sắp hết tiền, bà lại bán ra một món. Bà chưa có kinh nghiệm gì về nền tài chánh của chánh phủ Cộng hòa Dân chủ. Ngay sau hiệp định Giơ-ne-o, bà đã cùng chồng vội vã di cư vào Nam, nhưng bà hoài nghi chánh phủ mới sẽ đổi tiền nhiều đợt. Giữ nhiều tiền trong nhà là một hiểm họa. Và điều bà hoài nghi đã đúng.

Đào vẫn để yên cho bà con bày bán ngay trước cổng rào nhà mình miễn là họ chừa đủ lối cho xe hơi ra vào, nhưng rồi họ cũng không chừa một chỗ trống nào cả. Khi thấy xe hơi ra hay vào, họ dời đồ đạc qua một bên, xe đi khỏi, họ lại chiếm mất lối ra vào. Đào, ông bà Tín Lập và cả Vũ, Hùng đành chịu phép, để yên cho bà con tìm con đường sống mới. Một đôi lần Vũ cằn nhằn, Đào rầy em : « Em à, ở đời mình phải có lòng nhân. Mình đang có cơm ăn ngày hai bữa, mình nên nghĩ đến và thương những người chung quanh đang bữa cơm, bữa cháo. Mình đang sống đoàn tụ, hạnh phúc nên luôn luôn hướng tâm tư về những gia đình đang sa cơ thất thế chồng vợ, con cái ly tán mỗi người sống một nơi. Đem tất cả đồ dùng trong nhà ra bán, bà con đau xót lắm em à ! »

Lan đã đến trước nhà Đào. Nàng xem lại địa chỉ. Đúng rồi. Nàng nhìn ra sau xem chừng Chung còn theo mình không ? Chung đã theo Lan từ lúc nàng vừa ra khỏi nhà. Nàng lủi vào chợ Trương Minh Giảng, hắn cũng lủi theo. Nàng ra đường, hắn cũng ra theo. Bức thư của Hoàng gởi cho Yến, nàng cẩn thận nhét vào trong áo lót. Dấu trong xắc tay, Lan sợ Chung gọi lại xét hỏi, anh ta sẽ tìm ra ngay tông tích của Hoàng. Lan tự cho mình đang mang trọng trách đối với người mình thương mến. Để lộ tông tích Hoàng, nàng sẽ giết chết đời anh. Suốt đêm qua, nàng trằn trọc không sao ngủ được. Nên đem thư Hoàng đến tay Yến hay hủy nó đi ? Lan lục lọi, tìm kiếm trong trái tim và trong lương tâm mình một giải pháp, một lối thoát. Cuối cùng, nàng buông rời ích kỷ, nắm lấy bao dung, một thái độ rất cần thiết cho an ninh và sinh mạng của một con người đang ở giữa vòng vây của tù tội và chết chóc.

Lan đón xe lam ở bên kia dốc cầu Trương Minh

Giảng. Chung vừa chờ tới thì xe lam đã chạy. Chỉ còn một chỗ trống trên xe. Chung vẫy gọi một chiếc xích lô đạp, phóng lên bảo người phu xe cố đuổi theo chiếc xe lam phía trước. Sức người đua với sức động cơ. Chỉ đuổi tới trước trụ sở hội văn nghệ thành phố, chiếc xích lô đạp đã chạy chậm lại. Ngồi trên xe lam, Lan vừa mừng vừa tội nghiệp cho bác phu xe. Lan thấy Chung nhảy xuống xe, quơ tay múa chân cự nự !

Vậy là thoát. Lan đi thẳng ra Sàigòn, đổi xe lam qua Xóm Chiếu tìm nhà Yến. Yến vắng mặt, Lan gọi honda ôm trở về chợ trời Trương Minh Ký. Nàng bảo bác tài chở nàng chạy theo đường Công Lý rồi đổ trở xuống Lăng Cha Cả chớ đừng chạy trên đường Trương Minh Giảng lên Trương Minh Ký. Nàng sợ lại gặp Chung còn lảng vảng con đường này.

Biết là đã thoát, Lan vẫn cẩn thận nhìn chung quanh trước khi vào cửa rào nhà Đào.

Thấy nàng đứng nhìn số nhà, người bán chợ trời hỏi:

— Có gì bán không cô ?

Lan đã biết câu hỏi quen miệng ấy của dân chợ trời. Nàng lắc đầu.

— Cô có gì bán, bán cho tôi đi. Tôi mua giá rất cao. Tôi không dìm giá đâu mà cô sợ.

— Không. Tôi không có gì để bán hết.

Người bán chợ trời như chưa tin lời Lan, chồm tới định nắm giỏ xách trong tay Lan.

Lan xẵng giọng:

— Tôi đã nói là tôi không có gì để bán hết. Ông chưa chịu tin sao mà định giật giỏ xách của tôi ?

— Ô kê ! Ô kê ! Xong ngay. Không có gì bán thì thôi !

Lan chen chân giữa đám đông khách hàng mà đa số

là cán bộ, bộ đội, tiến vào cửa rào nhà Đào.

Có tiếng bình phẩm lọt vào tai Lan:

— Được quá há ? Mướt mát lắm !

— Tưởng tá sang như mệnh phụ. Thơm như mít chín !

Lan không để ý tới hai thanh niên ăn mặc theo kiểu cao bồi, tóc híp-pi dài chấm vai đang trêu chọc mình. Nàng đến sát cửa sắt bấm chuông điện. Tiếng chó sủa từ bên nhà Hạnh cất lên vang dội.

Một trong hai thanh niên nọ đe dọa:

— Ráng sủa cho lớn đi con. Mai mốt con sẽ được tiệm «Cầy chín món» tắm nước sôi và cho ăn củ riềng thơm lắm. Thời buổi này chỉ có thịt của tụi mày là rẻ thôi !

Lan vốn ghét ai ăn thịt chó. Nàng cho mấy kẻ nào ăn thịt chó như ăn thịt bạn trung thành của mình. Một lần Nam dự tiệc «hạ cờ tây» (hạ cầy tơ, chó con) về, Lan giận anh suốt cả tuần không thèm ngó tới mặt. Bà Tư Đấu «bố» Nam một trận kịch liệt. Bà nghiêm cấm Nam ăn thịt chó. Nhà thờ Ông, không một ai được ăn thịt con vật trung thành ấy.

Lời đe dọa của gã con trai nọ làm Lan càng ghét cay ghét đắng gã. Nàng liếc nhìn gã với ánh mắt ghê tởm như đang nhìn mặt mũi của một gã sát nhân.

Lan thấy một người con gái từ trong nhà tiến ra. Lan tin chắc đó là Đào.

Đứng bên trong cửa sắt, Đào hỏi:

— Cô muốn kiếm ai ?

— Tôi muốn gặp chị Đào. Xin lỗi đây có phải là nhà của chị Đào không ?

Đào gật đầu:

— Phải, tôi là Đào đây. Có chuyện chi không cô ?

— Dạ có. Chuyện hỏi quan trọng.

— Quan trọng ?

Đào kéo chốt cửa mời Lan vào trong. Gài chốt cửa sắt lại, Đào nhìn Lan, sốt ruột chờ đợi.

Lan ngó vào nhà hỏi:

— Có chị Yến qua đây với chị không ?

Đào ngạc nhiên:

— Ủa, nói vậy cô cũng biết cả chị Yến nữa à ?

Lan lắc đầu:

— Dạ, tôi chưa biết mặt chị ấy.

— Sao lạ vậy ? Chưa biết mặt chị Yến mà cô lại...

— Tôi đi tìm chị Yến cho một người khác.

Đào vụt nghĩ ngay đến Hoàng. Người con gái lạ mặt này đi tìm Yến cho một người khác là cho Hoàng chớ không còn ai khác nữa.. Yến đã đến đây từ nãy giờ và Yến đã thuật lại những gì Hoàng căn dặn nàng trước khi hai người chia tay nhau.

Đào hỏi chận đầu Lan:

— Có phải cô đi tìm Yến cho một người tên là Hoàng không ?

Lan vừa định trả lời thì Quang từ trong nhà đi ra. Anh hỏi Đào:

— Ai vậy Đào ?

Đào giục Lan:

— Có phải anh Hoàng không cô ?

Lan nhìn Quang đang tiến đến sau lưng Đào. Nàng nhớ lại trong thư, Hoàng có nói tới một người và anh căn dặn Yến đừng cho người đó biết dự tính của anh. Lan nghĩ Quang là gã đàn ông đang đối diện với mình.

Lan đáp câu hỏi của Đào:

— Tôi muốn gặp riêng chị Yến. Xin lỗi chị, chị Yến có ở đây không ?

Quang lại hỏi :

— Ai vậy hả Đào ? Chuyện gì vậy em ?

Đào rùn vai :

— Khách của Yến. Chưa biết chuyện gì !

Đoạn nàng nói với Lan :

— Có, chị ấy đang ở trong nhà tôi. Xin mời cô vào trong gặp chị ấy.

Lan càng nghi người đàn ông hiện diện chính là Quang. Nàng đoán chừng giữa Hoàng và Quang có chuyện gì bất hòa với nhau hoặc Quang là một đe dọa của Hoàng nên Hoàng mới căn dặn Yến như vậy.

Quang đang nhìn Lan đăm đăm. Anh muốn tìm hiểu sự xuất hiện của nàng. Bỗng dưng Lan có ác cảm với Quang. Nàng xem Quang như kẻ thù của Hoàng.

— Nếu chị cho phép, tôi xin được gặp chị Yến ở ngoài này.

Đào cũng đang muốn biết tin tức của Hoàng. Nàng có linh cảm Hoàng đang gặp chuyện chẳng lành. Nàng định bảo Lan : «giữa chúng tôi có tình thân thiết với nhau, nếu cô có tin tức gì liên quan tới Hoàng, cô cứ cho chúng tôi cùng biết. Không sao hết», nhưng nàng chưa biết rõ Lan tìm gặp Yến có phải do nơi Hoàng hay không ? Đào nghĩ : «Lan gặp riêng Yến cũng được, nếu có phải do Hoàng nhờ Lan tìm Yến thì rồi đây thế nào Yến cũng sẽ nói lại cho mình biết».

Nàng bảo Lan :

— Nếu cô không chịu vào nhà thì để tôi bảo Yến ra gặp cô vậy.

Lan dịu dàng :

— Dạ, cám ơn chị. Xin chị giúp cho.

Đào quay trở vào nhà. Quang theo sát bên nàng

— Cô ấy kiếm chị Yến chi vậy hả ? Có phải do Hoàng nó nhờ đi tìm Yến không ?

Đào đáp giọng buông xuôi :

— Em cũng như anh vậy thôi. Chẳng hiểu ất giáp gì cả.

— Nghĩa là em cũng đồng ý với anh là do Hoàng phái tới đây tìm Yến ?

Đào hơi bực :

— Nếu có phải như thế thì cũng không có gì đáng quan trọng hóa mà anh cần tìm hiểu.

— Anh muốn gặp lại Hoàng.

— Để làm gì ?

Giọng Quang buồn buồn :

— Để nói cho nó hiểu anh hơn. Anh không tầm thường như nó nghĩ.

Đào rùn vai :

— Tầm thường hay không, anh nên dùng hành động mà chứng minh. Dùng lời nói để biện minh, anh không làm ai tin anh được.

— Anh bị bắt buộc cộng tác với chánh quyền mới chớ nào phải anh tình nguyện. Một ký giả có tên tuổi như anh, nếu từ chối cộng tác, anh sẽ bị hiểu lầm là...có ý chống lại cách mạng.

Đào cười nhẹ :

— Thiếu gì ký giả nổi danh hơn anh nữa, họ vẫn nằm im, bất hợp tác.

— Những tên tuổi họ đã bị ghi vào sổ bìa đen. Không chóng thì chầy, sẽ bị đưa đi cải tạo.

Giọng Đào mai mỉa :

— Thà bị cải tạo còn hơn là mang tiếng đầu hàng. Họ dùng anh nhắm được bao lâu nữa ? Dù anh có đem hết tài ba lỗi lạc của anh ra phục vụ, anh cũng chỉ là một cây viết của chế độ cũ !

Hai người đã tối trước cửa phòng khách. Hửng, tên môi giới chạy lo cho ông Tín Lập được tự do, đứng lên nói với Đào :

— Nhà có khách, tôi xin kiếu về. Để khi khác vậy.

Bà Tín Lập bảo nhanh :

— Khoan đã ông. Vấn đề chưa ngã ngũ.

Yến phụ họa :

— Ông chưa trả lời dứt khoát về giá cả mà ?

Hửng so vai :

— Chuyện chỉ có vậy thôi. Giản đơn lắm. Tất cả là năm cây, phần tôi, tôi chỉ lấy năm chỉ thôi.

Bà Tín Lập thở ra :

— Năm lượng ! Nhiều quá, tôi chạy không ra !

Hửng cười :

— Giá đó là rẻ lắm đó. Người tổ chức vượt biên ở tù ít nhứt là sáu năm, nhà cửa bị tịch thâu và đuổi đi kinh tế mới. Năm cây là một ân huệ nhờ sự vận động của tôi. Bà bác biết không, đối với cách mạng, đấu tranh nội bộ là một vấn đề hết sức phức tạp và khó khăn. Đại úy, trưởng ban điều tra không ăn một mình được mà phải chia đều từ trên Giám sát viện xuống công an, quận trưởng và các tay em. Ông được giỏi lắm một lượng.

Đào ngăn hắn lại :

— Mời ông nán ở lại bàn cho xong công chuyện. Khách của chị Yến, bạn tôi chớ không phải của tôi.

Yến vụt đứng lên hỏi :

— Khách của tôi à ? Đâu rồi chị Đào ?

— Ở ngoài sân. Cô ấy không chịu vào nhà. Cổ muốn gặp riêng chị.

Yến nhìn ra sân thấy Lan đang ngước nhìn lên tàng cây bông sứ nở đầy hoa trắng.

Nàng chau mày hỏi trổng:

— Ai vậy cà ? Tôi không quen với người ấy !

Đào tiến lại sát bên Yến rỉ tai:

— Mình đoán chừng cô ta đi kiếm Yến cho anh Hoàng đó à !

Sắc mặt Yến tái lại. Nàng chạy nhanh ra ngoài.

Bà Tín Lập hỏi Đào:

— Ai vậy con ?

— Dạ, người quen của chị Yến.

— Nhưng sao Yến nó nói không quen với cô ấy mà ?

— Con cũng không biết rõ.

Quang nói với Hưng:

— Cách mạng rất ghét hối lộ. Lo chuyện chạy lỗ đổ bể không thành, bác trai sẽ kẹt lâu hơn.

Hưng ba hoa:

— Tôi biết chạy lo được mới tìm tới đây đề nghị. Thấy bác trai ở tù cực khổ qúa tôi ra tay nghĩa hiệp chạy lo cho bác sớm được trả tự do. Ở tù lâu khổ lắm. Nhứt nhụt tại tù bằng thiên thu tại ngoại. Tôi có bà con xa với đại úy trưởng ban điều tra, tôi dọ hỏi ý ông rồi, tôi mới dám «suya» là chạy lo được.

Quang nghiêm giọng:

— Ông hủ hóa cán bộ, coi chừng có ngày ở tù.

Hưng rùn vai cười nhẹ:

— Cán bộ cũng là con người như chúng mình đây cả. Túi áo họ vẫn đưa miệng lên trời. Chừng nào họ mặc áo túi quay trở xuống đất thì chừng đó tiền của đối với họ mới là vật bị họ chê ! Tham nhũng là bệnh dịch hạch, nó truyền nhiễm nhanh ghê lắm !

Quang làu bàu :

— Bị tham nhũng mà quốc gia mới thua ! Tham nhũng đưa tới thối nát làm mất lòng dân và cộng sản mới thắng.

Đào xiên xỏ :

— Muốn lành mạnh hóa hàng ngũ cán bộ cách mạng, anh nên viết lên mặt báo đi. Đó mới là biện pháp xây dựng tích cực nhứt của một cây viết cách mạng.

Hưng tán thành :

— Hay đó ! Nên viết báo chửi thẳng cán bộ hối mại quyền thế. Nhưng, tôi dám thách các ông ký giả đó. Ai dám viết loạt bài đó, nói cho tôi biết thử ?

Bà Tín Lập trông thấy mặt mũi Quang đỏ bừng. Bà ngăn lại :

— Thôi, gác chuyện đó qua một bên đi. Chuyện thiết thực nhất là làm sao cứu cha con Đào ra tù, càng sớm càng tốt. Ổng già yếu rồi, ở tù lâu ổng chịu không nổi đâu.

Hưng được trớn tấn công Quang luôn :

— Ông là ký giả, ông thấy cuộc đời mới toàn là hoa thơm cỏ lạ nên ông nói theo chính sách, chủ trưởng chớ còn trên thực tế, cuộc đời mới không đẹp quá như ông tưởng đâu. Nhờ họ ăn hối lộ nên mình mới có cơ hội chạy lo cho thân nhân của mình ra. Không lẽ ông muốn cho họ liêm chính để ông bác ở tù năm, sáu năm trời sao ?

Quang bối rối, ngượng ngập. Anh ngồi xuống ghế, cố chống chế :

— Tôi không hề có ý nghĩ đó. Ông hiểu lầm ý tôi muốn nói. Bạc trai còn ở tù, chúng tôi ngồi đứng không yên.

Hưng chồm tới lớn tiếng :

— *Voilà* ! Vậy thì chúng ta phải hy sinh cho bác ấy.

Năm, sáu lượng vàng đánh đổi với cảnh tù tội khổ nhục của bác trai đâu phải là quá đắt ?

Ngoài sân, Lan cúi xuống nhặt một bông hoa sứ trên thảm cỏ xanh. Hoa vẫn còn tươi nhưng đã lìa cành. Nàng liên tưởng tới tuổi trẻ hôm nay, tuổi mộng mơ đã không còn môi trường mở mộng cho tương lai của đời mình nữã.

Yến đến bên Lan khẽ gọi:

— Cô !

Lan giật mình quay lại. Nàng nhìn Yến với ánh mắt dò xét, tìm hiểu. Yến khá đẹp nhưng Lan tự hào mình đẹp hơn, trẻ hơn và một gã con trai nếu phải chọn lựa, Lan cho rằng gã sẽ chọn nàng.

Lan đỏ bừng đôi má vì ý nghĩ so sánh chủ quan và ngớ ngẩn của chính mình ! Tình yêu nào phải chỉ căn cứ, hình thành do nỗi sắc vóc của trai hay gái mà còn ở nhiều yếu tố khác nữã, trong đó, căn bản vẫn là sự hài hòa của hai tâm hồn, là sự tưởng đồng quan điểm, là sự thông cảm, kính mến lẫn nhau. Và thời gian tìm hiểu nhau sẽ làm cho tình yêu chín mùi đưa tới hôn nhân, hạnh phúc.

Lan cảm thấy mình lố bịch như chưa bao giờ có ở phút giây này. Đối diện với Yến, bỗng dưng Lan hình dung gã con trai đang trốn dưới hầm nhà mình. Nàng vừa muốn biết Yến là gì của Hoàng, vừa lo sợ Yến là vợ, là người yêu của Hoàng.

Yến lại mở lời:

— Cô tìm tôi có phải không ?

Lan gật đầu:

— Dạ...dạ phải. Chị là Yến ?

— Tôi là Yến đây. Cô tìm tôi có chuyện gì không ?

— Có. Tôi đến nhà chị ở Xóm Chiếu. Người nhà cho biết chị qua nhà chị Đào. Tôi lật đật đến đây gặp chị.

Yến hỏi sốt ruột:

— Nhưng cô tìm gặp tôi để làm gì ? Cô có thể nói ngay cho tôi được biết không ?

Lan nhìn vào nhà hỏi:

— Ông hồi nãy ra ngoài này với chị Đào có phải là ông Quang không ?

— Phải ! Đó là Quang bạn của chúng tôi. Mà sao cô lại hỏi như thế ? Cô biết...

Lan bảo khẽ:

— Chị không nên cho ông ấy biết chuyện này.

Yến ngạc nhiên:

— Chuyện gì ? Tại sao lại dấu...anh ấy chứ ?

— Chị đọc thư này sẽ rõ.

Lan trao qua tay Yến bức thư của Hoàng. Chỉ mới nhìn tuồng chữ ghi địa chỉ của Đào và của mình, Yến đã nhận ra ngay là thư của Hoàng. Nàng kêu lên:

— Anh Hoàng !

Lan bảo:

— Chị đừng nói lớn tiếng. Coi chừng ông Quang nghe được.

Yến mở thư ra đọc. Lá thư run trên tay nàng. Nàng nắm tay Lan kéo tới sắt tường rào hoa giấy hỏi về tin tức của Hoàng. Lan lần lượt thuật hết lại cho Yến nghe những gì xảy ra cho Hoàng từ chiều hôm qua. Mặt Yến biến sắc tái xanh. Nàng không ngờ thân phận Hoàng đang bị đe dọa trầm trọng như vậy. Nghe Lan kể, nước mắt Yến chảy dài. Thấy Yến khóc, Lan cũng không cầm được lòng.

Lan kéo tay áo chấm nước mắt, hỏi Yến:

— Chị có chạy được tiền cho anh Hoàng không ?

Yến gục đầu tức tưởi:

— Tiền không thành vấn đề. Đào...sẵn sàng cho mượn

thôi, nhưng còn...thân phận của ảnh rồi đây sẽ...ra sao ở vùng núi rừng...hiểm trở ấy ?

— Tôi muốn anh Hoàng cứ ẩn trốn tại nhà tôi. Tuy chật chội, tù túng nhưng vẫn an toàn.

Yến ngước lên nhìn Lan. Nước mắt ràn rụa:

— Tôi chân thành...cám ơn anh em cô đã cứu anh Hoàng. Nếu không gặp anh em cô thì...giờ này anh ấy đã nằm trong khám tối và...có thể bị đánh đập...nhừ tử rồi !

Lan vụt hỏi một câu mà nàng không chủ tâm hỏi:

— Xin lỗi, chị là gì của anh Hoàng ?

Hỏi xong, nàng đâm ra lo sợ câu trả lời của Yến. Lòng Yến đang rối bời. Hình ảnh Hoàng đang nằm dưới hầm bí mật và ngày mai Hoàng sẽ đi xa, xa mình, giam hãm cuộc sống giữa rừng già với một thân, một mình như nhân vật tiểu thuyết Lỗ Bình Sơn, khuấy động dữ dội tâm trí Yến. Yến lắc đầu thở ra:

— Chúng tôi là bạn chí thân của nhau. Tôi là...em gái của ảnh !

Lan cảm thấy nhẹ hẳn người. Mối lo sợ từ đêm qua tới giờ đã tan biến trong nàng. Nàng thở phào như vừa trút khỏi gánh nặng quằn vai. Lan nắm tay Yến lay hỏi:

— Chị Yến, tại sao anh Hoàng căn dặn đừng cho ông Quang biết chuyện này ?

Yến không buồn giải thích lý do. Lan có biết điều Hoàng lo sợ đối với Quang thì cũng không cứu vãn được tình bạn của   hai người đã đổ vỡ mất rồi. Nàng đáp cho xong chuyện:

— Anh Hoàng và anh Quang giận nhau.

— Vậy mà em lại tưởng ông Quang là cán bộ cách mạng hoặc là người đã chạy theo chánh phủ mới rồi nên anh Hoàng sợ ổng biết sẽ có hại cho ảnh chớ !

Yến lại nhìn Lan. Nàng không ngờ Lan đoán mò mà trúng phóc sự thật.

Yến hỏi:

— Nhà cô ở xa đây không ?

Lan tươi cười bảo:

— Chị gọi em là em đi. Chắc chắn em nhỏ tuổi hơn chị. Dù sao tụi mình đã quen biết nhau và cùng lo cho anh Hoàng. Chị gọi em bằng em cho thân mật nghen. Nhà em ở trên con đường này, hẻm Lê Bảo Tịnh gần chợ Trương Minh Giảng.

Yến ngó mông về phía nhà Lan, lẩm bẩm:

— Hẻm Lê Bảo Tịnh thì không xa đây lắm.

Hưng ra về. Đào đưa anh ta ra cổng rào. Anh ta vội vã thoát ra đường. Chợ trời vẫn náo nhiệt ồn ào. Trước cổng rào nhà Đào, tiếng nhạc ngoại quốc cất lên theo điệu cha-cha-cha cuồng nhiệt.

— Cán bộ phường tới rồi kìa cha nội. Tắt nhạc đi. Bộ muốn máy bị tịch thâu hả ?

— Thử chút xíu cho ông bộ đội này mua máy. Có ổng không sao đâu.

Yến quay sang vừa lau khô nước mắt vừa hỏi Đào:

— Sao hả chị ? Xong rồi chứ ?

Đào thấy cả Yến lẫn Lan đều khóc, đoán hiểu được ngay chuyện gì đã xảy đến cho Hoàng.

Nàng hỏi giọng lo âu:

— Anh Hoàng bị bắt rồi phải không ?

Yến lắc đầu:

— Chưa, nhưng tình hình nghiêm trọng lắm.

— Hiện giờ ảnh đang ở đâu ?

Yến nhìn Lan:

— Đang ở nhà cô đây. Ảnh đang trốn. Công an đang

lùng bắt ảnh.

Lan tự giới thiệu mình:

— Em là Lan. Anh Hoàng nhờ em đi tìm chị Yến để mua vé xe lên vùng kinh tế mới Minh Hòa trốn ở chiến khu D của Việt cộng ngày trước.

Yến đưa thư Hoàng cho Đào:

— Thư của ảnh đây. Chị đọc đi.

Đào đọc thư của Hoàng. Nàng nắm lấy tay Lan:

— Chúng tôi cám ơn Lan nhiều lắm. Rồi đấy chúng tôi sẽ đền ơn Lan.

Nghe nói tới «đền ơn», Lan không bằng lòng chút nào. Nàng cảm thấy mình xa cách với Hoàng quá. Nàng muốn được xem như người thân thích của Hoàng, gần gũi với Hoàng, bạn chí thiết của Hoàng hoặc xa hơn nữa.

Lan cúi đầu:

— Em muốn đóng góp rất nhiều trong kế hoạch cứu anh Hoàng. Hai chị hãy xem anh em của em như người nhà. Anh Hoàng là cấp chỉ huy của anh Nở, bà con của tụi em và ân nhân của gia đình em thì anh Hoàng đối với tụi em chẳng khác nào anh Nở.

Đào nhìn Lan với ánh mắt chan chứa cảm tình. Dù chưa biết rõ Lan, Đào đã xem Lan như một người bạn.

Đào gật gù:

— Vì anh Hoàng căn dặn trong thư nên lúc nãy thấy anh Quang ở cạnh bên mình, Lan không cho biết chuyện gì cả. Nhưng anh Hoàng sợ Quang theo ý ảnh nghĩ chớ còn Quang không đến nỗi tệ như vậy đâu.

Nàng nghiêng đầu nhìn vào nhà, nói tiếp:

— Anh Quang mà nhẫn tâm hại anh Hoàng thì tôi nói thiệt, chẳng những tôi đoạn tuyệt với ảnh mà còn giết ảnh chết nữa. Yến, bây giờ chị tính sao ?

Yến thở ra:

— Trong nhà mình chỉ còn vài trăm thôi. Về mình coi có gì bán được chạy cho đủ số tiền ảnh cần dùng.

— Không phải mình hỏi về chuyện tiền. Tiền thì dễ rồi, mình có dư sở đó nữa. Mình muốn hỏi Yến về chuyện anh Hoàng đòi trốn lên vùng Minh Hòa. Chị nghĩ sao ? Có nên hay không ?

Yến thẫn thờ như kẻ mất hồn:

— Tôi cũng không biết tính lẽ nào nữa. Để ảnh lẩn quẩn ở thành phố có ngày ảnh sẽ bị bắt. Không lẽ tụi mình lại xúi ảnh ra trình diện đi học tập cải tạo ?

Lan góp lời:

— Là gia đình...à không, theo em biết thì các sĩ quan đi học tập cải tạo lâu về lắm chớ không phải chỉ đi học có mười ngày như người ta tưởng đâu. Sĩ quan tình báo như anh Hoàng thì...

Đào cướp lời:

— Không được, đúng hơn là không nên xúi ảnh ra trình diện đi học tập cải tạo. Chú họ của tôi, cán bộ trung cao ở Bắc vào công tác trong này ghé chơi trước ngày ba tôi bị bắt, lén cho biết là sĩ quan quốc gia đi cải tạo ít nhất là năm năm. Hơn nữa, theo mình biết thì anh Hoàng không đời nào chịu ra trình diện đâu.

Yến gật đầu:

— Mình cũng nghĩ như vậy. Anh Hoàng cứng đầu lắm. Thà chết chớ ảnh không đầu.

Lan cổ võ:

— Đúng như vậy. Thà chết chớ đừng ra đầu thú. Thái độ của anh Hoàng thật anh hùng. Anh hùng chớ không phải là cứng đầu.

Đào lấy biểu quyết:

— Vậy là cả ba chị em mình cùng đồng ý là để anh Hoàng trốn lên vùng kinh tế mới Minh Hòa chứ ?

Yến tán thành gượng gạo:

— Tình thế bắt buộc ảnh phải rời thành phố ra đi. không còn cách nào khác nữa !

Lan phụ họa:

— Trốn trong rừng núi, ảnh sẽ khổ lắm, nhưng ảnh còn được tự do và hy vọng sống sót. Thỉnh thoảng chúng mình lên trển thăm ảnh một lần, tiếp tế tiền và lương thực.

Nàng cười gượng nói tiếp:

— Giống như hồi đó dân yêu nước ở thành phố lén vào khu tiếp tế cho kháng chiến vậy.

Đào nắm tay Yến, hỏi Lan:

— Bây giờ Lan về hay vô trong nhà vởi tụi mình chởi một chút ?

Lan từ chối khéo:

— Em phải về ngay bây giờ để coi tình hình anh Hoàng ở dưới hầm nhà em như thế nào ? Nếu chị cho phép thì khi rảnh, em sẽ trở lại đây gặp chị và chị Yến.

Đào tưởi cười:

— Dĩ nhiên, dĩ nhiên. Lan có rảnh lúc nào đến cũng được hết. Không biết nhau thì thôi, giờ đã biết nhau rồi, tụi mình nên xem nhau như chị em thân thiết.

Yến hỏi Lan:

— Lan sẽ đưa anh Hoàng ra bến xe hay là anh sẽ đi một mình ?

— Có lẽ anh Hai em sẽ đưa anh Hoàng ra bến xe. Anh của em xoay sở hay lắm. Em cũng muốn đưa anh Hoàng đi, nhưng em là đàn bà con gái không lanh lẹ bằng đàn ông, con trai như anh của em.

Lan từ giã Yến, Đào ra về. Đào đưa Yến trở vào nhà.

Đi ngang qua gian hàng chợ trời, Lan lại nghe những câu trêu chọc rẻ tiền của hai thanh niên bụi đời nọ. Nàng vờ như câm, điếc đi thẳng về phía ngã tư Thoại Ngọc Hầu — Trưởng Minh Ký. Chung quanh nàng dập dìu nón cối, dép râu. Sao vàng trên nón, trên cổ áo lấp lánh trong ánh nắng chói chang.

Quang cỡi honda chạy ra cửa rào nhà Đào. Chiếc túi da sản xuất ở miền Bắc, lủng lẳng bên vai anh. Mặt Quang hằn rõ một nỗi buồn của một người quan trọng bị bỏ rơi.

CHƯƠNG V

Tổ trưởng dân phố Lương nhấn chuông gọi cửa nhà Hạnh. Con chó chồm lên sủa dữ dội. Nó muốn giựt đứt dây phóng ra chụp lấy Lương. Trời đã tối, chợ trời đã giải tán từ lúc vừa chạng vạng. Đoạn đường trước nhà Hạnh, Đào trống vắng. Xe mì thất nghiệp gỗ nhịp «xực tắc» vang vang mời gọi người trong nhà ở hai bên đường. Tiếng gỗ phát ra từ hai thanh gỗ thánh thót vang vọng tới xóm xa. Ngọn đèn khí đá chao động trong gió như chực chờ tắt ngấm. Hơi nóng bốc lên từ nồi nước lèo bay nghi ngút qua ánh đèn chập chờn.

Đầu kia tiếng rao «phở» kéo dài. Âm thanh ngân nga, cao vút. Tiếng rao, tiếng gỗ nhịp xen lẫn nhau như cố dành cho được một tô mì, một tô phở thất nghiệp ! Lại cơ tiếng rao «bánh chưng nóng đây» cất lên lồng lộng. Ông già bán bánh chưng với tiếng rao quen thuộc cũ xuất hiện từ chiều mãi đến trước giờ giới nghiêm mới trở về nhà, ngày nào cũng giống nhau, không ngày nào ông vắng mặt trên đường phố về đêm. Không có ai gọi mua, ông cất tiếng rao cách nhau đều đặn không dứt. Giọng ông tốt, hơi ông dài và đôi chân ông như không bao giờ mỏi. Đầu đội thúng bánh nặng chịch, ông đi hết hẻm này qua hẻm khác. Hôm nào đắt hàng, ông trở về nhà lấy bánh thêm hai ba lượt. Người ta đồn ông làm ăn phát tài lắm, nhưng không ai theo kịp sức khỏe của ông nhứt là mức kiên nhẫn của ông.

Hằng đêm, đường phố cũng đỡ buồn với ba âm thanh lảnh lót đó.

Thái vừa hỏi Trang Đài muốn ăn bánh chưng, mì hay phở thì có tiếng chuông và tiếng chó sủa cất lên.

Trang Đài cười bảo:

— Xui thiệt ! Ba má đã về tới rồi kìa !

Thái ngạc nhiên:

— Kìa ! Sao lạ vậy ? Ba má về thì có sao đâu. Hổng lẽ ba má cấm em ăn hay sao ? Em muốn ăn gì cứ gọi mua đi. Anh bao em một bữa.

— Tiền đâu anh có vậy ?

— Ồ ! Em hỏi khéo thì thôi đa. Không lẽ anh đi ăn cướp, hay ăn trộm mới có tiền ? Em không cần biết tiền ở đâu anh có. Em cứ việc ăn. Anh trả.

Bên ngoài tiếng chuông và tiếng chó vẫn vang dội. Trang Đài chạy ra cửa rào. Thấy không phải Hạnh và Hùng, nó đứng lại hỏi:

— Ai đó ?

Con chó vẫn chồm lên sủa. Trang Đài la lớn:

— Im đi. Thôi, đừng sủa nữa.

Con chó hạ thấp tiếng sủa, nó ngừ ngừ rồi im bặt.

Tổ trưởng Lưởng ra lịnh:

— Mở cửa bác vào nhà cơ chút việc. Mau lên.

Trang Đài vẫn đứng yên, nói vọng ra:

— Ba má tui hổng có ở nhà. Chút xíu nửa ba má tui mới về.

— Mày cứ mở cửa cho bác vô đi. Không có ba má mày ở nhà cũng được.

— Mà bác vô nhà chi vậy ?

— Cơ chuyện cần. Tao muốn hỏi anh mày một việc.

— Anh tôi ?

— Ừà, anh mày. Mở cửa mau lên.

Trang Đài quay gót vào nhà. Lưởng hét:

— Ê, con nhỏ kia. Mày...mày dám cãi lịnh của tao hả ? Đứng lại, đứng lại.

Trang Đài vẫn đi thẳng. Lưởng bấm chuông, đập mạnh lên cửa sắt. Con chó lại chồm lên sủa dữ.

Thái chạy ra hàng ba hỏi:

— Ai vậy em ? Không phải ba má về hả ?

Trang Đài ngó ra cửa rào đáp:

— Hổng phải ba má. Thằng chả chủ tiệm hớt, uốn tóc.

Thái chưa biết Lưởng là ai. Anh cau mày hỏi:

— Cái gì ? Chủ tiệm hớt tóc tới đây làm gì ? Có ai gọi hớt tóc tại nhà đâu mà ông ta tới ?

Trang Đài bực dọc:

— Hổng phải vậy. Ổng là tổ trưởng tổ dân phố. Ổng tới hỏi về anh đó. Thằng chả khó chịu lắm. Ở xóm mình ai cũng ngán ổng hết trơn hết trọi á !

Thái ngó ra cửa rào :

— Ổng tới đây hỏi anh ? Để làm gì chớ ?

— Em cũng hổng biết nửa. Chắc là...ổng muốn biết anh về nhà chi vậy đó à ?

Lưởng tiếp tục nhấn chuông, đập cửa và tiếng chó vẫn sủa vang. Thái bảo:

— Để anh ra hỏi xem ông ta muốn gì ?

Anh vừa định cất bước thì Trang Đài chận lại:

— Đừng, đừng ra gặp ổng anh ơi ! Trốn đi·anh.

Thái ngạc nhiên:

— Trốn à ? Sao lại trốn ? Anh làm gì nên tội mà phải trốn ?

— Ổng tới...bắt anh đó à !

Thái đi nhanh ra cổng rào. Lưởng xẳng giọng ra lịnh:

— Mở cửa mau lên.

Thái nghiêm mặt hỏi:

— Xin lỗi, ông muốn gì mà biểu mở cửa ? Ông là ai chớ ?

Lưởng cười gằn:

— Chú mày hỏi tôi là ai à ? Chưa biết tôi là ai chứng tỏ chú mày không phải là người ở địa phương. Mở cửa đi rồi chú mày sẽ biết rõ thằng này là ai ?

Bị chạm tự ái, Thái nổi nóng:

— Không xưng danh tánh, không cho biết lý do, ông đừng hòng tôi mở cửa cho vào. Có giỏi ông đi thưa đi.

Thái vừa quay gót thì Lưởng la lên:

— Ê, anh kia ! Đứng lại tôi biểu.

Thái rùn vai:

— Ổng không phải là cha tôi. Đi về đi.

Chưa bao giờ Lưởng đụng độ với một người dân có lời lẽ, thái độ cứng cỏi như vậy. Từ ngày chạy chọt được phường giao cho chức tổ trưởng dân phố, Lưởng được dân trong tổ nể sợ như sợ cọp. Không một ai dám cãi lịnh, chống cự lại anh ta. Vợ chồng anh ta mở tiệc ăn nhậu luôn và khách khứa toàn là cán bộ phường, công an phường hoặc cán bộ ở trên quận. Chủ tịch phường và bí thư phường ăn dầm nằm dề tại nhà Lưỡng. Gà, vịt, thịt heo quay bánh hỏi, tiết canh, lòng heo là những món nhậu đã bắt đầu nhàm chán đối với khẩu vị của cấp lãnh đạo phường. Lưỡng mua chó con trên dưới một tuổi rưỡi, thịt mềm và thơm về giết nấu món chó bảy món đãi khách. Anh ta học được món «lẩu chó» ăn với hủ tiếu, cải bẹ xanh của một quán lẩu chó người Trung Hoa ở đường Nguyễn Tri Phương. Tuy món «lẩu chó» anh nấu không ngon bằng «bậc thày» nhưng cũng làm cho các cấp lãnh đạo phường mê tít.

Sự lui tới, ra vào thường xuyên của cấp lãnh đạo phường càng làm cho uy thế của Lưỡng tăng dần và chính bản thân, anh ta càng thêm hách dịch, phách lối, coi trời đất bằng nắp vung !

Lưỡng muốn là phường muốn. Lệnh của Lưỡng là lệnh của phường. Họp tổ dân phố tại nhà mình, Lưỡng công khai tuyên bố: «Bà con nào làm trái lịnh của tổ, tôi sẽ đuổi đi kinh tế mới và bắt bỏ tù !». Lưỡng nắm rất vững tình hình trong tổ, luôn cả nếp sống của từng hộ gia đình. Ai lạ mặt lui tới nhà nào đó, Lưỡng đánh hơi hay biết ngay.

Bỗng tối nay, anh ta chạm trán lần đầu tiên với một thanh niên ương ngạnh, coi anh ta chẳng ra đám đế gì cả.

Anh ta lồng lộn:

— Ê, tao nói cho mà biết. Chống lại tao là đời mày tàn rồi. Đã không biết tội lỗi với cách mạng mà còn ở đó làm trời nữa hả ? Tao đi gọi công an phường tới còng đầu mày.

Thái bửu môi trêu tức Lưỡng thêm:

Tới luôn đi bác tài ! Kêu công an tới đây, tôi sẽ nói

chuyện.

Lưỡng đấm mạnh lên mặt cửa sắt, vùng vẵng bỏ đi. Sắc mặt anh ta hầm hầm như sắp sửa giết người.

Trang Đài cuống lên:

— Anh Hai ! Anh cự lộn với ổng chi vậy ? Ổng kêu công an tới bắt anh bây giờ đó.

Thái so vai:

— Anh cóc có sợ. Anh xét thấy chẳng có làm gì phạm pháp hết. Giấy tờ anh có đầy đủ.

— Nhưng anh là lính ngụy.

Thái nắm vai em gái, nghiêm giọng:

— Nè Đài, từ rày sắp lên em không được gọi là lính ngụy nghe không ? Tiếng ấy để cho bọn cộng sản chúng nó dùng để gọi tụi anh. Em nên gọi là lính quốc gia, quốc gia nghe rõ chưa ? Anh gọi chúng nó là việt cộng, là cộng sản chứ anh không hề gọi tụi nó là cách mạng.

Cơ tiếng rao «bánh chưng nóng đây» từ ngã tư vọng lại. Thái trở ra cổng rào gọi lại mua. Lời hăm dọa của Lưỡng đối với anh không có nghĩa gì cả. Ông gìa bán bánh «dạ» thật to tiến thẳng đến trước mặt Thái lễ phép hỏi, giọng Huế:

— Dạ, thầy mua bánh chưng ? Thứ một đồng hay hai đồng ?

Thái mở cửa bước ra ngoài. Anh nhìn ông với ánh mắt vui tươi:

— Thứ nào ngon nhứt hả ông ?

— Dạ thưa, thứ nào cũng ngon hết. Lớn hay nhỏ tùy theo giá tiền. Bánh do tôi làm toàn nếp loại tốt, vừa dẻo lại vừa thơm. Thày ăn thử một lần, thày sẽ ghiền luôn. Dạ, tối nào tôi cũng đi qua đây

Thái mua bốn bánh loại lớn cho bốn người trong nhà.

Ông bán bánh đề nghị:

— Chỉ còn sáu bánh, nếu thày mua hết, tôi chỉ lấy mười đồng thôi.

Thái cười hỏi:

— Vậy sao ông lại nói là có hai loại bánh ?

— Dạ, tôi muốn nói bánh loại hai đồng, còn vài cái một đồng, tôi đem về ăn, không bán nữa.

Thái bằng lòng mua sáu bánh loại hai đồng. Anh vừa bước vào trong thì đã nghe tiếng rao «bánh chưng nóng đây» lanh lảnh cất lên. Anh lắc đầu mỉm cười nói một mình:

— «Lại cũng mánh nữa rồi ! Khổ thật !»

Thái chưa kịp gọi Trang Đài ra nhận bánh thì bên ngoài cửa rào đã có tiếng quát:

— Mở cửa nhanh lên. Công an đây.

Thái bình tỉnh, đặt bánh xuống nền cỏ quay trở lại mở cửa rào. Lưỡng đứng giữa hai người mặc đồ vàng đeo súng K.54 bên hông.

Lưỡng hất hàm hỏi:

— Mày có chịu mở cửa không cho biết ? Còn dám ương ngạnh nữa không ?

Thái thản nhiên đáp:

— Ban đêm dân chỉ mở cửa cho nhân viên công lực vào nhà mà thôi. Tôi không biết ông là ai làm sao tôi dám mở cửa ? Rủi gặp ăn cướp thì sao ?

Lưỡng trợn mắt:

— Tao đã nói tao là tổ trưởng kia mà ?

— Nhưng tôi đâu biết mặt ông ? Một người nào đó cũng có thể xưng là tổ trưởng được vậy !

Thái bồi thêm để lấy lòng hai công an viên nọ mà loại Lưỡng ra ngoài vòng chiến:

— Là dân tôi nghĩ rằng một tổ trưởng dân phố không có quyền lạm dụng vai trò làm gạch nối liền giữa dân và chánh quyền, nhứt là không được phép thay mặt công an, ban đêm đập cửa đòi xét nhà của dân. Cách mạng không cho phép ông lạm quyền như vậy. Nếu tôi phạm pháp thì hai ông đây mới có quyền xét hỏi, xử lý tôi.

Lương lúng túng trước cái nhìn của Ngọc và Phương, hai công an viên phường. Anh ta đánh trả lại Thái một cách yếu ớt:

— Nhưng tao là tổ trưởng dân phố, tao thấy có người lạ mặt xuất hiện ở trong khu phố thì tao có quyền hỏi giấy tờ.

Thái càng lấn lướt:

— Ấy, ấy, như vậy ông càng sai hơn nữa. Thấy kẻ lạ mặt xuất hiện trong khu phố thì ông hãy báo cáo ngay với công an địa phương và chính công an địa phường làm nhiệm vụ của mình. Ông không được phép xét hỏi giấy tờ của kẻ lạ mặt. Tôi hỏi ông, lỡ kẻ lạ mặt đó có vũ khí trong tay chống cự lại ông thì ông có cách gì đối phó chứ ? Còn tôi, tôi không phải là kẻ lạ mặt. Tôi là con của gia đình này.

Lương tức muốn ói máu nhưng không biết cách nào bẻ gẫy nổi lập luận của Thái. Anh ta run se sẽ. Chưa bao giờ anh ta cảm thấy nhục nhã như lần này.

Ngọc bảo Thái:

— Anh trình giấy tờ cho tụi tôi xem.

Ngọc xem giấy học tập của Thái, đoạn hỏi:

— Anh không còn giấy tờ gì khác sao ?

Thái tưởi cười đáp:

— Học tập ba ngày xong, tụi tôi chỉ được trại cấp phát cho tấm giấy đó thôi. Giấy tờ cũ bị thâu lại hết.

Phường hỏi:

— Về, anh có trình diện chính quyền địa phương không ?

— Dạ có. Những gì trại học tập căn dặn, tôi đều làm đúng theo hết.

— Nhưng anh ở Gò Vấp về đây làm gì ?

— Thăm mẹ và em gái tôi.

Lưởng xen vào cho đỡ ngượng:

— Còn ông Hùng, đại úy Hùng không phải là ba ruột của mày à ?

Thái nhìn thẳng vào mặt anh ta hỏi lại:

— Ông có ăn học chứ ?

Lưởng giật mình, tròn xoe hai mắt:

— Cái gì ? Mày...mày muốn gì chở ?

— Tôi hỏi ông có học hay không mà ông có lối ăn nói với dân thô tục quá vậy ? Trong lúc tôi gọi ông bằng ông rất lịch sự, ông cứ gọi tôi là mày và xưng tao với tôi. Ông có nghe hai vị công an đây xưng hô lịch sự hay không ?

Thái tiếp tục gài Lưởng vào thế kẹt. Anh vờ lấy lòng hai công an viên kia để họ không thể về hùa với Lưởng được. Anh không sợ bị bắt vì anh tin là mình hợp pháp. Anh cố tình «chơi» Lưởng một trận cho bỏ ghét.

Lưởng dậm chân nghiến răng trèo trẹo, nói khẽ:

— Trời ơi ! Tức chết đi thôi !

Phường nắm tay anh ta nắn bóp nhè nhẹ an ủi ngầm. Phường nghiêm giọng hỏi Thái:

— Đại úy Hùng có phải là cha ruột của anh không ?

Thái lắc đầu:

— Không phải ! Má tôi chắp nối với cậu ấy.

— Vậy cha ruột của anh đâu ?

— Chết rồi.

— Bao giờ ?

— Lúc tôi còn nhỏ.

Ngọc hỏi xen vào :

— Giữa anh và ông Hùng có thuận thảo nhau không ?

Thái bất bình :

— Xin lỗi, tôi không thể trả lời câu hỏi đó được. Chuyện riêng của gia đình chúng tôi.

Lưởng «thuốc nước» hai công an viên :

— Đó, hai đồng chí thấy không ? nó dám trả lời ngang ngược như vậy đó. Có ai chịu nổi không ? Nghe nói nó hồi trước đi lính biệt kích dù nên cách ăn nói của nó láo xược, cao bồi, du đãng như vậy đó.

Ngọc nhìn chòng chọc vào mặt Thái :

— Anh đi lính biệt kích dù hả ?

Thái rất thản nhiên :

— Đó là binh chủng cuối cùng của tôi.

Phưởng cười gằn :

— Ngon quá há ? Đi đủ thứ binh chủng hết. Có nhảy ra miền Bắc lần nào chưa ?

— Chưa có dịp ra Bắc. Tôi chỉ nhảy ở trong Nam thôi.

— Giết được bao nhiêu việt cộng rồi ?

— Tôi cũng không nhớ hết.

Ngọc gằn mạnh từng tiếng :

— Nghĩa là anh đã giết nhiều lắm rồi ?

— Chiến đấu trong rừng, hai bên đụng độ nhau là xả súng bắn bừa vào nhau.

Lưởng chêm vào :

— Vậy là có nợ máu đối với cách mạng và nhân dân rồi đó. Đi tù là đáng lắm rồi.

Thái vẫn bình tĩnh :

— Tôi đã học tập xong theo lệnh của Ủy ban Quân

quản. Tôi có giấy tờ hẳn hoi.

Phưởng bỏ giấy học tập của Thái vào túi, vẫy tay bảo:

— Anh theo chúng tôi về phường.

Lưỡng hớn hở giục:

— Nghe rõ chửa ? Theo hai đồng chí công an về phường mau lên.

Thái làm mặt ngạc nhiên hỏi:

— Tôi có tội gì mà mấy ông bắt tôi về phường chứ ? Giấy tờ tôi hợp pháp kia mà ?

Ngọc nghiêm giọng:

— Chúng tôi nghi giấy tờ giả. Về phường tôi sẽ điện lên công an quận Gò Vấp hỏi lại xem hư thật thế nào rồi sẽ tính sau. Nếu giấy thật, anh sẽ được thả ngay.

Thái không sợ chút nào. Anh nghĩ đến Trang Đài ở nhà chỉ có một mình, anh lo ngại cho em.

Anh bảo:

— Chờ cậu và mẹ tôi về đã. Bây giờ chỉ có một mình em gái tôi ở nhà thôi, tôi không thể đi được. Tôi sẽ lên phường trình diện các ông. Tôi không trốn.

Lưỡng cướp lời hai công an viên:

— Đâu có được. Anh phải về phường ngay bây giờ. Biểu con Đài nó đóng cửa lại cẩn thận chờ ba má nó về.

Thái lúng túng chưa biết đối phó cách nào. Họ đã quyết lòng bắt anh thì khó lòng chống cự lại được.

Ngọc trợn mắt hỏi:

— Sao ? Anh có chịu theo về phường không ?

Thái đề nghị:

—— Chờ tôi căn dặn em gái tôi đã rồi tôi sẽ theo về phường. Có được không ?

Anh vừa quay lưng định đi thì Lưỡng đã quát:

— Không được. Đi ngay tức thời. Vào nhà để tìm

đường trốn hả ?

Thái trợn mắt hỏi :

— Tại sao tôi lại phải trốn ? Ông bộ đít vừa thôi.

Lưởng xấn tới đưa nắm tay lên :

— Ê ! Mày nói ai bộ đít ?

— Tôi nói ông. Chính ông ! Ông là thằng bộ đít.

— Tao đập mày bể mặt ra bây giờ.

— Cứ việc ! Đập thử coi ! Ra tay đi rồi coi ai bể mặt cho biết.

Ngọc, Phường can giấn hai người. Lưởng lồng lộn, vở nhào tới đấm đá Thái, nhưng Thái vẫn đứng yên chờ đợi. Thái nghĩ bụng : «tưởng tả ông này chỉ lãnh một đòn ka-ratê là chết ngay lập tức». Anh đã có đệ nhứt đẳng huyền đai lúc mười chín tuổi và đã thắng nhiều cuộc thi đấu ở sư đoàn Dù. Đại tá Văn Bá Ninh rất thưởng anh, muốn giữ anh làm việc tại văn phòng nhưng anh lại thích màu áo biệt kích, thích vào sanh ra tử, thích trực tiếp đối diện với kẻ thù.

Ánh đèn xe hơi chiếu thẳng tới trước cửa nhà Hạnh. Một chiếc Jeep lùn dừng lại và Ninh bước xuống, day lại bảo người tài xế :

— Em de xe lại một chút chờ anh. Hoặc em chạy tới quán cà phê ở ngã tư kia uống cà phê, ăn mì đi. Tiền đây, em cứ xài hết đi.

Ninh trao qua tay người tài xế tờ giấy 50 đồng.

Thấy bóng công an đứng trước cửa nhà Hạnh, Ninh sanh nghi có chuyện chẳng lành. Anh đi thật nhanh tới hỏi :

— Có chuyện gì vậy các đồng chí ?

Ngọc, Phường và Lưởng cùng quay lại. Nhìn cách ăn mặc theo mốt Sàigòn của Ninh, ba người chưa biết mình đang đối diện với một cán bộ trung cao.

Lưởng hất hàm :

— Ê, anh là ai mà can dự vào chuyện của chính quyền ?

Ninh nghe tiếng «ê» lỗ mãng ấy như bị cây chọc vào tai. Anh nổi nóng, nhìn đổ lửa vào mặt Lưởng hỏi lại :

— Anh gọi xích lô hay xe kéo mà ê với ép mất dạy vậy hả ? Là cán bộ hay dân, anh nói nghe coi ?

Thái chưa biết Ninh là ai nhưng sự xuất hiện đột ngột của Ninh và cách ăn nói của Ninh cho anh linh cảm mình sẽ được giải cứu. Rõ ràng Thái không sợ bị bắt, nhưng anh không muốn bị lôi thôi giữa lúc mẹ, cha ghẻ anh vắng mặt và chỉ có mỗi mình Trang Đài ở nhà. Thời cuộc đã đổi thay, nạn trộm cướp đã manh nha phát triển, nhất là ở vùng có chợ trời. Khi vật gì bán cũng có người mua, dù chỉ với giá một đồng thì bọn đạo chích — nhà nghề hay tài tử — tăng gia hoạt động. Nhà có người lớn còn bị trộm, bị cướp huống hồ chỉ có một mình con bé Trang Đài ?

Thái muốn ở cạnh em gái cho tới khi Hạnh, Hùng trở về.

Lưởng hơi khớp trước câu hỏi của Ninh. Anh ta nhìn Ngọc, Phưởng cầu cứu. Ngọc đáp thay Lưởng :

— Chúng tôi là nhà chức trách địa phưởng và chúng tôi đang thi hành phận sự.

Ninh trỏ tay vào mặt Lưởng :

— Hai đồng chí tôi đã biết là công an rồi, còn anh này là ai mà ăn nói xấc láo, mất dạy vậy chở ?

Sực nhớ lại mặt Lưởng hôm anh đứng trò chuyện với Đào lúc anh đi tìm nhà Hạnh, Ninh kêu lên :

— À, thôi tôi nhớ ra rồi. Anh ta là tổ trưởng dân phố. Có phải vậy không ?

Phường gật đầu:

— Đúng vậy, ảnh là tổ trưởng dân phố.

Ninh cười gằn:

— Hừ ! Tổ trưởng dân phố mà ăn nói cái giọng đó thì làm sao nắm được lòng dân, ý dân ? Cách mạng ngày càng xa dân là do hạng tổ trưởng bê bối này. Các đồng chí có đồng ý như vậy không ?

Ngọc nhỏ nhẹ vì anh ta đã đoán biết Ninh không phải là dân:

— Xin đồng chí nhẹ lời một chút kẻo mất đoàn kết. Dù sao ông ấy cũng đóng góp rất nhiều trong công cuộc xây dựng chánh quyền địa phương.

— Xây dựng cái kiểu đó chỉ có hại cho chánh quyền mà thôi. Đảng đã dạy rằng: dân là tai mắt của chính quyền, là chủ của xã hội, là nền tảng của cách mạng xã hội chủ nghĩa. Làm mất lòng dân là phá hoại chủ nghĩa xã hội, là làm lợi khí cho địch tuyên truyền chống lại chế độ ta.

Ninh đọc luôn lời của ông Hồ để trấn áp tinh thần hai công an viên:

— Và Bác đã dạy chúng ta: «Dễ mười phận, không dân cũng chịu. Khó trăm chiều, dân liệu cũng xong».

Lương tiu nghỉu như một cậu học trò đang bị thày quở mắng. Trước mắt anh ta, người đàn ông lạ mặt nọ không còn là một người dân thấp cổ bé miệng nữa mà đã là một cán bộ có uy quyền, một đảng viên thừa sức hét vào mặt anh và nếu cần tát vào má anh, cho anh một bài học đích đáng.

Ninh hỏi lại một lần nữa:

— Có chuyện gì vậy các đồng chí ?

Ngọc chỉ Thái đáp:

— Anh ta là người lạ mặt đến địa phương chúng tôi

mà không thông báo với tổ trưởng dân phố nên chúng tôi đến hỏi giấy tờ. Nhu cầu an ninh bắt buộc chúng tôi phải kiểm soát chặt chẽ địa phương.

Ninh nhìn Thái. Bổng dửng trong sâu thẳm của con tim Ninh vang vọng âm thanh của tình cảm không tên. Anh không thể hiểu nổi lòng anh lúc này. Anh có cảm tưởng giữa mình và gã con trai đầu tóc bờm xờm ấy có một sự liên hệ mơ hồ như thế nào đó.

Ninh gật gù:

— Đúng, các đồng chí làm vậy là đúng với tinh thần trách nhiệm bảo vệ chính quyền cách mạng. Cần phải đập tan mọi mầm mống phản động ngay từ trứng nước. Nhưng, anh ấy có giấy tờ đầy đủ không ?

Lưỡng lại xen vào:

— Hắn là một lính ngụy, lính biệt kích dù của chế độ Mỹ-Ngụy.

Ninh cho Lưỡng thêm một bài học:

— Danh từ «ngụy» đã được trung ương đảng đề nghị bỏ rồi và chỉ được nói là binh sĩ chế độ cũ. Ở miền Nam, gia đình nào cũng có người dính dáng với chế độ cũ và cách mạng. Dùng danh từ «ngụy» chúng ta sẽ làm mất đoàn kết. Mất đoàn kết là đầu mối của thất bại trong công cuộc xây dựng chế độ xã hội chủ nghĩa.

Phưởng tán đồng quan điểm của Ninh:

— Đúng vậy. Đã từ lâu, chúng tôi không dùng danh từ đó nữa.

Ninh nghiêm giọng hỏi Lưỡng:

— Ông tổ trưởng có nghe rõ và nhớ chưa ?

Lưỡng gật đầu:

— Dạ...nghe rõ và...nhớ !

Ninh hỏi Thái:

— Chú em đã học tập ba ngày chưa ?

Thái đáp:

— Rồi ! Tôi đã trình giấy học tập cho các ông ấy.

— Giấy đó đâu ? Chú đưa tôi xem.

— Mấy ổng giữ giấy tờ tôi và đòi bắt tôi về phường.

Ninh cau mày:

— Sao lại bắt về phường ? Có giấy tờ hợp pháp đầy đủ thì có tội gì ?

Ngọc lúng túng:

— Chúng tôi tình nghi giấy tờ giả nên...

Ninh búng tay bảo:

— Đâu, đưa tôi xem. Giả hay thật, tôi biết ngay.

Ngọc bảo Phương:

— Đưa giấy tờ cho ổng xem đi.

Phương dưới quyền của Ngọc. Anh ta tuân lịnh cấp chỉ huy, móc túi lấy giấy học tập của Thái đưa cho Ninh. Xem xét kỹ giấy học tập, Ninh bảo:

— Giấy này là giấy thiệt.

Ngọc hỏi:

— Sao đồng chí biết là giấy thiệt ?

— Con dấu và chữ ký của trưởng trại rành rành đây này. Tôi là bạn chiến đấu cùng đơn vị hồi trước với thiếu tá Tư Mai, trưởng trại học tập quận Gò Vấp. Tôi bảo đảm với các đồng chí. Tôi xin chịu trách nhiệm về chú em kia.

Ngọc và Phương nhìn nhau. Lương muốn can thiệp vào để yêu cầu hai công an viên từ chối sự bảo đảm của Ninh, nhưng anh ta không dám mở lời. Ninh trả giấy học tập lại cho Thái không đợi ý kiến của Ngọc và Phương.

Phương hỏi Ninh:

— Đồng chí công tác ở đơn vị nào ?

Ninh móc bóp lấy giấy chứng minh ra đưa tới trước

mặt Phương, Ngọc :

— Tôi vừa chuyển công tác từ phòng giáo vụ đại học nông nghiệp Thủ Đức về công ty du lịch.

Phương hỏi ý kiến Ngọc :

— Anh nghĩ sao ?

Trả giấy chứng minh lại cho Ninh, Ngọc hỏi :

— Đồng chí có quen với gia đình này chứ ?

Ninh đáp nhanh :

— Chúng tôi là bà con của nhau. Cậu Thái...

Ninh sực nhớ lại tên đứa con mình ngày xưa. Lúc nãy, xem giấy tờ Thái, anh không để ý. Bây giờ nhắc tới tên Thái, anh giựt mình đánh thót, bỏ lửng câu nói quay sang nhìn Thái trân trối. Như có một giòng điện từ người Thái chuyền sang người anh.

Ninh khẽ gọi :

— Thái ! Thái !

Thái không hiểu gì cả. Nghe gọi đến tên, anh hỏi :

— Ông gọi tôi ?

Ninh run lên. Anh bước tới nắm tay Thái ấp úng :

— Có phải...Thái là...con của Hạnh không ?

Thái muốn xác minh mình đích thực là con của Hạnh, là người của gia đình này để chính quyền địa phương để anh được yên bên cạnh em gái :

— Phải ! Tôi là con của bà Hạnh, là anh ruột của Trang Đài.

Ninh chụp lấy Thái, ôm chặt vào lòng :

— Thái...Thái con...của tôi !

Thái ngỡ ngác. Anh hoàn toàn không hiểu gì cả. Cử chỉ, lời nói của Ninh đối với anh chỉ là một lớp kịch có tác dụng cứu thoát một người đang lâm nguy. Chỉ đơn giản thế thôi.

Áp má vào tóc Thái, Ninh nghẹn ngào:

— Con ơi ! Ba là...ba của con đây nè !

Anh đã khóc. Từ ngày trở về Nam tới giờ đã gần một năm, Ninh đã đến nhà Hạnh bao nhiêu lượt để mong gặp lại đứa con mà anh đã cách xa hai mươi mấy năm trời, nhưng Thái vẫn bặt tin và Hạnh cũng không biết Thái còn sống hay đã chết và hiện giờ đang trôi dạt về đâu ? Hai mươi mốt năm kẹt ở miền Bắc, Ninh đã bao lần khóc thầm trong những đêm buồn nhớ tới vợ con và nhớ miền Nam yêu quý. Vợ, con và quê hương xa cách đã dày vò tâm tư anh trong hơn một phần năm thế kỷ.

Thái hỏi nhỏ bên tai Ninh:

— Ông thật tình muốn cứu tôi ?

Nước mắt Ninh thấm ướt má Thái. Ninh run run đáp:

— Ba chờ đợi trong mấy chục năm trời...nay mới gặp được...con !

Lương và hai công an viên ngó nhau. Chưa ai hiểu ra chuyện gì. Bỗng dưng một cán bộ cách mạng ôm cứng lấy một tên lính quốc gia, kẻ thù của mình và nhìn là con của mình. Cả ba người có chung mối nghi ngờ Ninh chủ tâm muốn cứu Thái. Rõ ràng là một lớp kịch. Không ai có thể tin đó là một chuyện có thật.

Ninh quay đầu lại nói với hai công an viên:

— Đây là con của tôi. Tôi xin bảo đảm với các đồng chí.

Lương lắc đầu cười gằn:

— Ồ ! Không thể được. Không thể có chuyện đó được.

Sắc mặt Ninh tái mét. Anh buông Thái ra, tiến nhanh tới trước mặt Lương, trợn mắt, quát:

— Tôi không muốn anh can dự vào chuyện riêng của

đời tôi. Anh muốn yên thân thì cút khỏi ngay đây tức khắc. Nghe rõ chưa ?

Lưởng giật mình thụt lùi về phía sau, nhưng vẫn cố chống trả :

— Dù là...chuyện riêng của đời ông, nhưng về mặt pháp lý và chủ quyền địa phương, chúng tôi vẫn xử lý kẻ lạ mặt xuất hiện tại khu phố chúng tôi.

Giọng Ninh sắc như dao :

- Người ta có đủ giấy tờ hợp pháp và không phạm pháp quả tang thì tại sao lại bị xử lý chứ ? Tôi là một cán bộ cách mạng đang tại chức giám đốc, tôi không đủ sức bảo đảm một người dân vô tội hay sao ? Tôi không bao che phản động. Tôi bảo đảm cho chính con ruột của tôi.

Lưởng cười nhạt, hỏi Ngọc và Phường :

— Chuyện thật khó tin. Có phải vậy không hai anh ?

Ninh không kềm lòng được nữa, anh mở nút áo rút khẩu súng lục ra, chĩa vào mặt Lưởng, gằn mạnh từng tiếng :

— Nếu anh còn xía mồm thối anh vào chuyện riêng của chúng tôi, tôi bắn vỡ sọ anh ra.

Lưởng khiếp vía chạy núp sau lưng Ngọc :

Phường ngăn Ninh :

— Đồng chí đừng nóng. Hãy bình tĩnh.

Ninh phân trần :

— Gặp trường hợp như tôi, đồng chí có chịu đựng nổi không ? Con ruột của tôi, tôi không có đủ tư cách bảo đảm sao ? Tôi đã hy sinh gần trọn đời tôi cho kháng chiến, cho cách mạng, xa vợ, xa con mấy chục năm trời nay, giờ này tôi mới gặp lại con, tôi lại không có quyền nhìn con, bảo đảm con tôi. Tại sao vậy chứ hả đồng chí ?

Anh trỏ đầu súng về phía Lưởng, hậm hực :

— Tên đó lấy tư cách gì can thiệp vào chuyện riêng của đời tôi chớ ? Nó muốn gì ?

Phường hòa giải:

— Đồng chí hẩy bình tĩnh. Ông ta quá hăng say bảo vệ chính quyền cách mạng của ta thôi. Đồng chí nên thông cảm ông.

Ngọc tươi cười bảo:

— Thôi mình về đi. Đã có đồng chí đẩy bảo lãnh anh kia rồi. Không nên ở đây làm mất tình đoàn kết.

Anh ta đưa tay chào Ninh, kéo Phường, Lưởng theo mình trở về phường. Ninh nói với theo Lưởng:

— Tôi yêu cầu ông tổ trưởng đó nên tránh kiếm chuyện với căn nhà này. Cách mạng nên cảnh giác đối với những kẻ giả vờ hăng say, nhiệt tình trong các công tác. Chính họ làm mất lòng dân, đẩy quần chúng càng ngày càng xa rời cách mạng.

Luong liếc nhìn Ninh. Anh ta không dám nhìn thẳng mặt Ninh. Hai công an viên đi trước, anh ta lủi thủi theo sau.

Thái đã vào nhà. Anh vẫn lấy làm lạ về thái độ, lời lẽ của Ninh. Anh nhất quyết không tin người đàn ông ấy, cán bộ ấy là cha ruột của mình. Anh cố xua đuổi hình ảnh cha ruột mình qua hình ảnh Ninh, qua lớp áo một cán bộ cách mạng. Đã từ lâu, Thái mơ ước gặp lại cha nhưng không phải anh mơ ước gặp lại cha trong hoàn cảnh này, một người cha như Ninh, một người cha làm cán bộ cộng sản. Hạnh đã quả quyết với anh là cha ruột anh đã chết lúc anh còn thơ dại. Và trong tâm tưởng, cha anh đã chết, anh là một đứa trẻ mồ côi cha, sống lẻ loi, cô độc một mình.

Bây giờ, bỗng dưng có một người đột ngột hiện đến và tự xưng là cha ruột mình, Thái không thể nào tin được.

Anh vẫn tin Ninh đã đóng kịch thật khéo để cứu mình.

Trang Đài hỏi anh:

— Bộ ông đó cứu anh hả ?

Thái gật đầu:

— Phải. Ổng đã cứu anh. Là cán bộ, ổng có quyền bảo đảm anh. Ổng vừa «mần» thằng cha tổ trưởng một mách đã đời.

— Ổng quen với má tụi mình. Ổng tới đấy mấy lần. Lần nào ổng cũng làm má khóc hết.

Thái ngạc nhiên :

— Tại sao má khóc ? Mà ổng làm gì má chớ ?

Trang Đài lắc đầu:

— Em cũng hổng biết nữa. Tiếp ổng, má biểu em tránh mặt.

Thái ngó ra ngoài. Ninh đang vào nhà. Những lời của Trang Đài càng làm Thái thêm thắc mắc về Ninh.

Ninh hỏi Trang Đài:

— Mẹ không có nhà hả cháu ?

Trang Đài không thích Ninh từ sau lần Ninh gặp lại Hạnh lần thứ hai. Thấy đôi mắt mẹ đỏ hoe khi tiễn Ninh ra về, nó bắt đầu ghét Ninh và một lần khác Ninh lại đến, nó nói láo là Hạnh không có ở nhà, nhưng Ninh vẫn gặp được Hạnh. Nó càng không muốn thấy mặt Ninh sau lần ấy vì sau lần ấy, nó nghe Hùng và Hạnh cãi vã nhau khá kịch liệt. Trong cuộc cãi vã đó, Trang Đài nghe mang máng, cha nó bảo mẹ nó: «nếu cần, em cứ quay trở về với người ấy. Dù sao em cũng là vợ cũ của ông ấy. Anh sẵn sàng giữ con Đài nuôi cho đến ngày nó khôn lớn. Hiện giờ anh là một cựu sĩ quan «ngụy», còn ông ấy là một cán bộ cao cấp. Ông ta có đủ sức hãm hại anh, lôi anh ra khỏi cuộc đời em...»

244

Và nó còn nhớ rõ lời của mẹ nó trong tiếng khóc: «Đối với em, người đó coi như đã chết từ lâu rồi. Em hiện là vợ của anh, là mẹ của con Đài. Em không thể và không bao giờ muốn trở về với anh ấy !».

Trong cuộc sống mới của gia đình nó, cha mẹ nó hầu như đã tắt hẳn nụ cười từ sau ngày lịch sử 30-4. Giờ đây, từ khi Ninh lui tới nhà nó, nó thấy cha mẹ nó càng buồn hơn. Không khí gia đình càng trở nên ngột ngạt. Ngọn sóng ngầm đe dọa làm đổ vỡ hạnh phúc của cha mẹ nó. Trí óc non nớt của nó chỉ cho phép nó hiểu đơn giản rằng tại ông cán bộ này lui tới mà cha mẹ nó bất hòa nhau và nó buộc tội Ninh đã tán tỉnh, gạ gẫm Hạnh, mẹ nó, làm cho Hùng, cha nó, nổi cơn ghen.

Ninh lại hỏi:

— Cả ba cháu cũng không có nhà nữa hả ?

Trang Đài đáp cộc lốc:

— Hổng có luôn.

Ninh gật gù:

— Thế càng tốt.

Anh day sang nhìn Thái với ánh mắt trìu mến.

Thái ôn tồn:

— Dù sao tôi vẫn cảm ơn ông đã cứu tôi khỏi bị bắt về phường. Dạ, xin mời ông ngồi.

Anh bảo Trang Đài:

— Em bắc giùm anh ấm nước để anh pha trà mời ông đây giải khát.

Ninh muốn nói chuyện riêng với Thái nên không từ chối lời mời của Thái. Anh ngồi xuống ghế chờ Trang Đài đi khuất. Trang Đài muốn trách anh mình sao lại mời người đàn ông mà nó ghét cay ghét đắng ngồi lại làm gì ? Thái lại còn đãi trà ông ta nữa. Nhưng nó không dám bày tỏ thái độ trước mặt anh.

Vừa đi xuống bếp, nó vừa làu bàu:

— Cho ổng uống nước lạnh cũng được rồi. Còn bày đặt trà với bánh nữa ! Ghét ghê nơi !

Ninh nhìn Thái đăm đăm, nụ cười thỏa mãn nở trên môi anh. Hình hài của Thái chính là do máu huyết anh tạo thành. Máu chảy trong cơ thể Thái có máu của anh. Ngày anh bỏ gia đình, bỏ Hạnh vào khu, Thái chỉ mới lên ba. Năm nay, Thái đã trưởng thành. Thời gian hai mươi mốt năm, tuy lâu, nhưng Ninh tưởng chừng chỉ là một đêm với giấc ngủ nhiều mộng mị. Đầu tóc, áo quần của Thái không thích hợp với ý muốn của anh, song gã thanh niên đang ở trước mặt anh là con anh, là một phần máu thịt của anh và là hiện hữu của ước mơ mà anh đã nuôi dưỡng trong nỗi nhớ, niềm thương suốt một phần năm thế kỷ.

Anh vẫy gọi Thái:

— Thái, tới đây con. Tới đây với ba.

Thái mỉm cười:

— Họ đã đi xa rồi, thưa ông. Không còn cần thiết nữa.

Ninh chau mày:

— Con muốn nói gì ?

Thái ngồi xuống ghế sa-lông đối diện với Ninh:

— Tôi muốn nói là lớp kịch ông vừa dựng lên để cứu tôi không còn cần thiết nữa. Coi như là tôi đã thoát nạn. Tôi thành thật cảm ơn ông một lần nữa.

Ninh đứng dậy, đưa hai tay lên cao:

— Ồ ! Thái, con nói gì kỳ lạ vậy ? Ba có dựng kịch, tuồng gì đâu. Ba là cha ruột của con đây mà.

Thái rùn vai:

— Cha ruột tôi đã chết lúc tôi còn nhỏ. Cha tôi...ồ, cha tôi đã chết từ lâu.

246

— Ai nói với con là cha con đã chết ?

— Má tôi ! Cha tôi chết, mẹ tôi tái giá với một người khác và Trang Đài là em cùng mẹ khác cha của tôi.

Ninh cúi đầu lẩm bẩm:

— Hạnh ! Hạnh đã khai tử mình !

Anh ngước lên nói nhanh:

— Thái ! Cha ruột của con chưa chết. Ba, ba vẫn sống đây con. Ba chính là cha ruột của con đây.

Thái lắc đầu:

— Không ! Không thể có chuyện đó được. Tôi có thể nói là...ông đã lầm rồi không ?

Ninh móc bớp, tìm một tấm ảnh đã cũ:

— Ba có đủ bằng chứng cụ thể đây. Hình của con hồi còn nhỏ, lúc mới ba tuổi, ba gìn giữ suốt hai mươi mốt năm tập kết ra Bắc.

Anh trao tấm ảnh qua tay Thái. Thái không muốn cầm lấy, anh chỉ liếc nhìn tấm ảnh. Anh thoáng nhận ra mặt mình hồi còn thơ dại.

Ninh hỏi:

— Con có nhận ra con không ?

— Không ! Không có nét gì giống tôi hết.

Ninh gạt mạnh tấm ảnh trong tay:

— Con, chính là con đây mà. Trương Xuân Thái chính là tên họ thật của con. Ba là Trương Xuân Ninh.

Thái mỉm cười:

— Họ của tôi không phải là Trương. Tên họ tôi là Huỳnh Bảo Thái.

— Huỳnh là họ của Hạnh, má con. Ba vào khu theo kháng chiến, ở lại nhà, má con sợ bị liên lụy nên mới đổi họ Trương của con ra họ Huỳnh. Đây, con nhìn xem, sau lưng tấm ảnh, ba có ghi rõ tên họ và ngày sanh tháng đẻ của con.

Thái lắc đầu nhè nhẹ, ngó mông ra cổng rào. Với những bằng cớ, chứng tích mà Ninh trưng ra, Thái chỉ mới nghe lòng mình giao động nhẹ nhàng. Anh hằng mơ ước còn được một người cha cho đời côi cút, bơ vơ của mình bớt ghẻ lạnh, trống trải, nhưng Hạnh đã khẳng định với anh là cha ruột anh đã chết từ lâu. Hạnh không cho anh rõ cha anh tên họ là gì và chết vì lý do gì. Bên nội của Thái cũng trả lời giống như vậy. Thái bị bên nội từ bỏ vì tánh nết ngang bướng của anh. Anh không buồn ghé qua thăm bà con bên nội, ngoại. Bị gia đình ruồng rẫy, bạc đãi, Thái sống một mình như con heo rừng độc chiếc, lăn chải giữa rừng già. Anh mài nanh bén ngót sẵn sàng chống trả với bất cứ trở lực nào. Quân đội càng trui rèn tánh nết sắt đá của anh. Màu áo biệt kích dù là vũ khí cuối cùng anh đã chọn để võ trang cho cuộc đời và chí hướng của mình.

Thái vẫn chưa tin ngày sanh tháng để thật của mình. Ngày, tháng ghi sau lưng tấm ảnh run trong tay Ninh không đúng với ngày, tháng trong giấy tờ tùy thân của anh.

Ninh hỏi:

— Có đúng không con ?

— Không ! Chỉ đúng năm sanh.

— Dĩ nhiên rồi. Khi đổi tên, họ của con, Hạnh cũng đổi luôn ngày, tháng sanh của con.

Ninh chép miệng thở dài:

— Làm sao chứng minh được con là con của ba và... ba là cha ruột của con đây ?

Anh buông người rơi trở xuống ghế. Hoàn toàn im lặng. Tiếng gõ «xực tắc» vang vọng hòa lẫn với tiếng rao «phở» kéo dài ở ngoài đường. Thái cảm thấy khó chịu, anh đứng lên:

— Xin lỗi, tôi xuống bếp coi Đài nó đã nấu nước sôi chưa ?

Anh vừa định quay gót thì Ninh gọi:

— Thái.!

— Ông gọi tôi ?

Nhìn chòng chọc vào mặt Thái, Ninh hỏi:

— Con không muốn có một người cha hay sao ?

Thái ngạc nhiên:

— Sao ông hỏi kỳ vậy ? Là con người, ai lại không muốn có cha ?

— Con có muốn người cha mà con tin là đã chết sống lại hay không ?

Thái mỉm cười:

— Chuyện người chết đã lâu sống lại chỉ xảy ra trong óc tưởng tượng của các nhà văn chuyên viết loại tiểu thuyết hoang đường.

Ninh gằn giọng:

— Thái, nếu con nghe và tin theo lời của Hạnh, mẹ con, là cha ruột của con đã chết thì hôm nay, cha ruột của con đã sống lại và đã về đây, đang ở trước mặt con đây.

Thái xoay câu chuyện sang vấn đề khác:

— Ông có phải là người đã làm mẹ tôi khóc, đau khổ và cũng chính ông làm đổ vỡ hạnh phúc gia đình của cậu tôi và mẹ tôi không ?

— Ai nói với con như vậy ? Cơ phải Hạnh không ?

— Trang Đài, em tôi.

Ninh ngả lưng ra sau:

— Ba không chủ tâm làm mẹ con đau khổ. Ba lui tới nhà này gặp mẹ con chỉ để hỏi thăm tin tức về con thôi. Từ ngày hồi kết trở về Nam đến nay, đã hơn một năm, ba rất muốn gặp lại con, nhưng không ai biết con ra sao, sống chết thế nào và đang ở đâu ?

Thái trách nhẹ :

— Thời cuộc thay đổi quá đột ngột, gia đình cậu, má, em tôi đã khổ quá rồi. Tôi thiết tưởng đừng ai đem thêm đau khổ đổ vào đầu họ nữa.

Ninh nghiêm giọng :

— Đó không phải là lỗi của ba. Ba có quyền đi tìm lại đứa con đã xa cách ba từ lâu.

— Và ông đã đay nghiến, hành hạ tinh thần mẹ tôi ?

— Không, ba chỉ mong muốn gặp lại con thôi.

— Nhưng ông đừng quên rằng sự hiện diện của ông làm cậu tôi nghi ngờ, nếu không muốn nói là cậu tôi ghen tưởng làm khổ sở mẹ tôi.

— Ba không hề có ý muốn lôi mẹ con trở về với ba. Ba tôn trọng hạnh phúc của mẹ con trong vai trò làm vợ của người chồng thứ hai. Ba không phiền trách gì mẹ con hết.

Thái vô tình tiến dần tới ranh giới cha, con giữa anh và Ninh :

— Mẹ tôi không có tội, lỗi gì hết. Ổng bỏ mẹ tôi trốn vào khu theo cộng sản, mẹ tôi bơ vơ. Còn son trẻ, mẹ tôi có quyền bước thêm bước nữa. Mẹ tôi không ngoại tình, không phản bội ông.

Ninh mừng thầm. Anh gài dần Thái vào sự thừa nhận mình là cha ruột của Thái :

— Đúng. Con nói rất đúng. Má con có quyền làm lại cuộc đời với bất cứ ai bảo đảm được cuộc đời của mình, trong đó có con, một đứa bé mới vừa lên ba, bốn tuổi.

Thái lọt vào «bẫy» của Ninh, anh cay đắng chỉ trích :

— Một người đàn ông bỏ rơi vợ con mình có cảm thấy

hổ thẹn với lương tâm không ? Vợ yếu, con thơ bơ vơ giữa chợ đời nương tựa vào ai ? Bị gia đình bên chồng ruồng rẫy, người đàn bà ôm con dại trong tay lang thang sống bữa đói, bữa no.

Ninh vỗ về :

— Thái, con ! Ba sẵn sàng nhận tất cả những lời trách móc, nguyền rủa của con, của Hạnh, mẹ con. Nhưng, ba chỉ mong ở con một điều thông cảm là lúc ấy, ba theo tiếng gọi của quê hương. Ba chạy theo dòng thác cách mạng của toàn dân. Mọi người yêu nước vùng lên chống thực dân, đập tan xiềng xích nô lệ, giải phóng dân tộc và mưu tìm độc lập, tự do cho đất nước. Ba nào phải ruồng bỏ mẹ con để chạy theo một bóng sắc nào khác, phải không con ?

Anh nói tiếp :

— Thanh niên ở mùa thu năm ấy không tham gia kháng chiến là nhục nhã, bị đời khinh miệt, nguyền rủa. Phong trào trò Ơn đã cuốn hút giới tuổi trẻ vào một thứ đam mê : làm cách mạng đánh đuổi Tây, giải phóng dân tộc Việt Nam bị kềm kẹp nát nhừ dưới ách thống trị của thực dân hàng trăm năm.

Từ dưới bếp, tiếng Trang Đài vọng lên :

— Anh Hai ơi ! Nước sôi rồi đây nè. Xuống pha trà đi, em hổng có biết pha.

Ninh ngăn Thái :

— Không, ba không ăn uống gì đâu con...Con ở trên này bàn với ba cho vấn đề vỡ lẽ.

Thái vẫn ngồi yên ngó mông ra ngoài trời. Lòng anh vừa bị giao động nhẹ nhàng vì thái độ, lời lẽ dịu dàng, trìu mến của Ninh, nhưng anh vẫn chưa tin người đàn ông đối diện với mình là cha ruột. Phải chi trước đây, Hạnh đừng quả quyết cha ruột anh đã chết thì giờ đây, anh còn có thể tin cha mình đã trở về, đã gặp lại mình sau mấy chục năm trời xa cách.

Anh cúi đầu ra chiều nghỉ ngợi.

Ninh kéo ghế xích tới, nắm tay Thái, cố thuyết phục:

— Thái, con đừng nghi ngờ gì nữã, ba là cha ruột của con đây. Ba đã trở về và cha con mình đã gặp lại nhau. Suốt những năm tháng ở miền Bắc, ba cứ tưởng nhớ đến con luôn. Ba đã khóc khi hình ảnh con hiện về trong giấc ngủ. Ba không biết đời con đã ra sao, còn sống hay đã chết và Hạnh, mẹ con, có nuôi dưỡng con đường hoàng tử tế để con trở thành người hữu dụng đối với đất nước, dân tộc không ?

Anh kéo tay Thái áp vào ngực mình, nhìn Thái trân trối. Anh thấy khuôn mặt Thái có nhiều nét giống mình. Xúc động dâng cao trong lòng anh.

Trang Đài trở lên phòng khách. Thấy cảnh tượng trước mắt, nó ngạc nhiên quá. Người đàn ông nó ghét cay ghét đắng đang âu yếm anh nó và anh nó ngồi lặng thinh như đang chìm đắm trong tình cảm của người đàn ông đó.

Nó chồm tới gọi khế:

— Anh Hai ! Anh Hai !

Thái chỉ liếc nhìn nó. Anh vẫn để yên bàn tay mình trong đôi tay Ninh. Anh nghe như có một cái gì không giải thích nổi chạy rần rật trong người anh. Trái tim của một gã con trai cứng rắn, gan lì chưa từng rung động trước một hiện tường gì, bỗng dưng bây giờ lại sao xuyến, bồi hồi.

Ninh nói tiếp, giọng chân thiết:

— Con ơi ! Phải rời bỏ con ra đi, ba đau xót lắm vì con là đứa con đầu lòng của ba, nhưng vì bổn phận làm trai trước vận mạng đất nước, ba phải cắn răng lìa xa núm ruột của mình. Nay ba còn sống sót trở về miền Nam yêu quý, gặp lại con, ba sung sướng quá. Nếu con cho rằng ba có lỗi với con thì cho ba xin con lỗi đó. Ba chuộc lỗi của ba bằng cách kể từ đây, ba sẽ chăm lo đời con, xây dựng cuộc sống mới của con.

Trang Đài lại gọi khẽ:

— Anh Hai ! Xuống bếp pha trà đi. Nước sôi rồi kìa !

Thái thu tay về, bước thật nhanh ra ngoài hàng ba.

Ninh hốt hoảng đuổi theo:

— Thái ! Con ! Đừng...bỏ đi con !

Thái úp trán vào tường. Anh đã khóc. Lần đầu tiên trong đời, từ ngày bỏ nhà ra đi tới giờ, anh chảy nước mắt. Chuỗi tháng, năm côi cút, bơ vơ với bao nhiêu hờn tủi như cùng một lúc đổ chụp lên tâm tư anh, nhận anh chìm xuống tận đáy biển khổ đau. Hình ảnh người cha thân yêu dần dần hiện rõ trong trái tim anh. Ninh đã tiến dần tới tình máu thịt của Thái, lôi Thái tới sát tình cốt nhục giữa hai người.

Người cha mà anh tin là đã chết, vẫn còn sống và đang ở bên cạnh anh. Tiếng cha gọi mình tha thiết quá, thân ái quá ! Anh đã từng mơ ước có được một người cha để cuộc đời mình đỡ ghẻ lạnh, bơ vơ thì nay cha anh đang ở trước mặt anh kia rồi. Anh còn muốn gì khác nữa ?

Thái nghẹn ngào:

— Cha...cha tôi đã...chết rồi !

Ninh đặt tay lên vai anh, trìu mến:

— Không, cha con vẫn còn sống. Ba là cha ruột của con đây. Hãy nhìn ba đi con.

Ninh nghe rõ tiếng tức tưởi của con. Anh ôm Thái vào lòng, áp má lên tóc Thái:

— Đừng khóc nữa con. Cha con mình đã trùng phùng

nhau rồi. Ba sẽ không bao giờ xa con nữa. Ba biết rõ đời con côi cút, bơ vơ nhiều hận tủi lắm. Mẹ con đã cơ chồng khác, đời con mất hết điểm tựa và tình thương. Con bỏ nhà ra đi nhập ngũ sống lang bạt kỳ hồ, đùa giỡn với tử thần, ba thông cảm con lắm. Ba không trách phiền gì con hết.

— Tôi...con không hủy hoại...đời con. Con có mục đích của con...

Tiếng «con» thoát ra từ đôi môi Thái như dòng suối mát chảy vào sa mạc nóng cháy của lòng Ninh. Anh trông đợi tiếng ấy từ quá lâu như tiếng «ba» mà anh đã xưng hô với Thái tự nãy giờ. Thái vừa nói tới mục đích của đời anh. Ninh hiểu khác đi điều Thái muốn nói:

— Thái con, ở vào hoàn cảnh của con, ba tin rằng ai cũng thế cả. Xã hội bị ung rữa, gia đình không tạo nổi hạnh phúc, tương lai cho mình, tuổi trẻ miền Nam lao đầu vào truy hoan, sa đọa hoặc tìm cái chết vô lý ngoài chiến địa. Lý tưởng, lập trường, đấu tranh...là những gì xa lạ đối với lứa tuổi các con.

Thái nghiêng đầu sang trái, lau nhanh nước mắt. Hơi ấm từ người Ninh chỉ vừa mới thấm qua người anh đã tan biến rất nhanh. Câu lý luận của Ninh như mũi kim chích mạnh vào tự ái của anh. Người đàn ông mà anh vừa muốn ghì chặt trong vòng tay trìu kính của một đứa con sau hai mươi mốt năm xa cách, giờ đây bỗng dưng trở thành một hiện hữu thù địch. Lập luận của Ninh, đã thoát ra từ đáy lòng chân thật của anh hay đó là những lời nhiếc mắng, bình phẩm đầy ác ý với dụng tâm sỉ nhục tuổi trẻ của Thái hoặc của tất cả tuổi trẻ miền Nam ?

Thái quay lại nghiêm nghị hỏi:

— Ông đứng trên quan điểm chính trị nào mà bảo

rằng chúng tôi không có lý tưởng, lập trường đấu tranh chứ ?

Sự thay đổi cách xưng hô đột ngột của Thái đối với Ninh như một gáo nước tạt mạnh vào giữa nhúm than hồng mà anh vừa bỏ công khơi cao ngọn lửa.

Anh cố ru dỗ lòng Thái :

— Thái con, ba nói như vậy không đúng sao ?

— Nếu có đúng thì chỉ đúng với lập trường và suy luận của lớp cán bộ các ông mà thôi. Hiện giờ các ông là những kẻ chiến thắng nên trước mắt các ông, kẻ chiến bại đều là bọn xuẩn động, giả ngụy, bán nước, hại dân, là những tên đắc tội với tổ quốc, với dân tộc.

Không để Ninh nói xen vào, Thái tấn công luôn :

— Kẻ thắng bao giờ cũng có lý. Được là vua, thua là giặc. Nếu miền Bắc thua thì người cộng sản là ngụy còn quốc gia là chính, là giải phóng, là...vv...và...vv...Trong trường hợp đó, giờ đây, tôi là người ở địa vị ông, phê bình, kiểm điểm ông, nhiếc mắng hay chửi bởi ông. Có đúng vậy không ?

Ninh nhỏ nhẹ :

— Thái con, con đừng nóng. Ba nào có ý nhiếc mắng, chửi bởi gì con đâu. Ba nói lên một sự thật, một sự thật của miền Nam Việt Nam thế thôi. Con không thừa nhận một điều là...

Thái cướp lời :

— Sự thật không quá tồi tệ như ông đã đề cập. Trong hàng ngũ quốc gia vẫn có người yêu nước muốn đem tâm huyết, sinh mạng của mình làm một cái gì tốt đẹp cho quê hương dân tộc mình. Chỉ có những kẻ lãnh đạo xấu chớ không phải toàn thể chiến sĩ quốc gia đều xấu. Miền Nam thua, theo tôi, chỉ là một thế cờ của các siêu cường.

— Con nói đúng một phần rồi đó. Người lãnh đạo nắm giữ vai trò then chốt trong một cuộc chiến thuộc ý thức hệ. Lãnh đạo đúng tất nhiên sẽ chiến thắng. Bác Hồ đã chọn đúng con đường cho cuộc cách mạng dân tộc và nhờ Bác, đất nước mới có được ngày quang vinh hôm nay.

Thái cười khẩy:

— Bác Hồ ! Hừ, Bác Hồ ! Ông ấy cũng như các ông đã và đang lợi dụng một chiến thắng để được xem là kẻ đã chọn đúng con đường cho dân tộc, nhưng nếu miền Bắc bại trận thì cả ông ấy và các ông có bị toàn dân xem là những kẻ đã chọn sai con đường đấu tranh và đã du nhập một chủ nghĩa ngoại lai làm tan nát một miền đất nước hay không ? Các ông thần tượng hóa một kẻ làm con cờ, làm bàn đạp cho chiến lược cộng sản hóa toàn Đông Nam Á và toàn cầu.

Ninh quắc mắt:

— Thái, con không được ăn nói trịch thượng. Con nên ăn nói giữ lời.

Thái chồm tới gằn giọng:

— Ông lấy quyền gì cấm đoán tôi ?

— Quyền một người cha.

Thái cười nhẹ :

— Cha tôi đã chết rồi ! Tôi không có cha, một người cha cộng sản.

Ninh siết chặt đôi bàn tay, mím chặt môi, người anh hơi quặp lại:

— Thật là phi lý ! Quái gở vô cùng !

Thái bỏ đi vào nhà. Anh phất tay bảo Trang Đài:

— Không nước, không trà gì cả. Anh đi đây.

Anh thoát nhanh ra ngoài. Bóng tối phủ chụp lên người anh. Cơn gió thoảng làm rung chuyển cây hoa sứ giữa sân, vài chiếc lá vàng rời rụng khẽ chạm vào người anh. Tiếng rao «phở» kéo dài, tiếng xực tắc chát chúa của xe mì thất nghiệp ngân vọng vào tận ngõ ngách khu phố hòa lẫn với giọng cao vút của con bé bán bánh tét, bánh chưng.

Ninh gọi lớn:

— Thái, ba muốn nói với con những điều khác nữa.

Thái xoay người lại khoa tay:

— Không, không còn gì để nói với nhau nữa hết. Lửa với nước không thể gặp nhau, gần nhau được.

Trang Đài đuổi theo nắm chặt tay anh nài nỉ:

— Anh Hai, ở lại với em. Đừng bỏ em một mình. Em...em sợ lắm.

Nó ngước mắt nhìn anh trai với ánh mắt khẩn khoản. Nó đã ghét gã đàn ông mà nó đã kết án là kẻ làm sứt mẻ sự chung sống của cha mẹ nó, đe dọa hủy diệt hạnh phúc gia đình của cha mẹ nó và giờ đây nó lại càng run sợ hơn trước gã đàn ông đó, một kẻ từ phương trời xa lạ nào hiện ra đầy thiết tha đòi anh trai nó nhận gã là cha ruột mình. Nó hoang mang. Nó rối trí. Nó không hiểu nổi sự kiện và hiện tượng vừa diễn ra trước mắt. Từng lo sợ sẽ mất người mẹ thân yêu, Trang Đài lại thêm lo sợ sẽ mất cả người anh trai quý mến.

Thái vỗ về em gái:

— Không sao đâu em. Ông ấy sẽ ra về ngay bây giờ. Ba má sẽ về tới liền. Em đừng sợ gì hết.

Trang Đài lắc tay anh:

— Không đâu anh. Ổng ở lại chờ má về. Gặp ba, ổng sẽ kiếm chuyện với ba rồi...Em...sợ lắm anh à ! Anh ở lại với em đi.

— Không thể được. Anh phải đi ngay. Anh không

muốn đấu khẩu với...người ấy. Em...cố hiểu cho anh.

Mặc cho Trang Đài đuổi theo réo gọi, Thái lầm lũi ra khỏi cửa rào. Bước chân anh gấp rút như thể anh muốn trốn chạy một cạm bẫy anh vừa vượt thoát. Anh nghe rõ cả tiếng gọi với theo của Ninh. Tiếng gọi phía sau xa dần, nhỏ dần rồi mất hút trong hàng loạt âm thanh của đường phố về đêm. Bóng Thái di động nghiêng nghiêng dưới ánh đèn vàng vọt, đìu hiu.

(XIN COI TIẾP CUỐN 2)

SĨ TRUNG

một lần lầm lỡ

TRUYỆN

CUỐN 2

nhà sách và xuất bản

NAM Á

44, avenue d'Ivry – 75013 PARIS
điện thoại : (1) 45.84.81.87

© NAM A (SUDASIE), Paris 1986

Tous droits réservés
All rights reserved
Nhà xuất bản Nam Á giữ bản quyền,
cấm trích dịch, in lại

PHẦN II

CHƯƠNG I

Cảnh nhà Đào chưa bao giờ rộn rịp như hôm nay. Trong sân đã có hai xe Toyota Mark II và một chiếc Jeep lùn. Chỉ còn con đường hẹp lát gạch nằm giữa hai chiếc xe dành cho khách vào nhà. Sân cỏ mịn mà Đào qúy nhất, bây giờ cũng bị bốn bánh của chiếc Jeep cày sâu. Trước đây, mỗi cuối tuần, Đào đặt bàn, ghế trên sân cỏ đãi ăn bè bạn. Ngồi uống rượu hoặc trà dưới tàng cây sứ cùi, chung quanh có vài chục giỏ lan nở trắng tỏa hương ngào ngạt, thực khách tưởng chừng mình đang ngồi giữa vườn thượng uyển xa xưa nào đó.

Bấy giờ thì tất cả mọi vật đã đổi thay. Đời sống ngày càng khó khăn thì còn nghĩ chi đến sân cỏ mịn tơ, đến ngôi vườn lý tưởng đó nữa. Đào còn bao nhiêu việc phải nghĩ tới, phải thực hiện cho bằng được.

Bên ngoài cổng rào còn ba chiếc xe hơi khác nữa. Các tài xế đều là người của chế độ cũ, quấy quần bên nhau hoặc đánh cờ tướng, hoặc tán gẫu chuyện đời trong thời gian các thủ trưởng của mình đang tập trung bên trong nhà chờ nhập tiệc.

Đào, bà Tín Lập và hai em trai Vũ, Hùng lui hui dưới bếp chuẩn bị bữa tiệc. Tại phòng khách Quang, Lập thay mặt Đào tiếp chuyện với các cán bộ thủ trưởng các cơ quan: Mai Bảng – giám đốc xí nghiệp bắn đá vôi ở Hà Tiên, Sáu Long – trưởng ty xây dựng Mỹ Tho, Ba Tòng – phó tiến sĩ, giảng viên trường Nguyễn Ái Quốc Thủ Đức, Sáu Thiên – trưởng công an quận Cần Giờ và Đỗ Thọ – giám đốc công ty hóa chất Kiên Giang.

Nhân vật chánh và là thượng khách của gia đình Đào hôm nay là Sáu Thiên. Đại ân nhân của gia đình Đào là kỹ sư Mai Bảng. Giữa hai cán bộ này có tình đồng chí thắm thiết lúc hai người cùng chung con tàu tập kết ra Bắc. Ra Bắc, một người theo học ngành kỹ sư từng tu nghiệp ở Ba Lan, Tiệp Khắc và một người theo học đại học công an và từng đi tu nghiệp ngành phản gián ở Liên Xô.

Với tình bạn cũ ấy, Mai Bảng đã móc nối được Sáu Thiên và không phải mất một chỉ vàng nào, Bảng đã cứu hai em trai Đào khỏi trại tù trong chuyến vượt biên bị vỡ và Vũ, Hùng bị bắt tại bãi Cần Giờ.

Bảng quen với Đào do Lập giới thiệu trong một lần gặp gỡ tình cờ tại công ty xây dựng ở thành phố Hồ Chí Minh. Lập là bà con xa với Đào. Anh được giới thiệu vào làm cho xí nghiệp của Bảng với chức vụ trưởng ban cung tiêu đặc trách liên hệ giữa xí nghiệp và công ty xây dựng. Tuy là người thuộc chế độ cũ nhưng Lập lại được Bảng trọng dụng nhờ khả năng kế toán, hành chánh rất vững của anh.

Chỉ gặp Đào một lần, Bảng đã để ý tới nàng và đòi Lập gấp rút làm nhịp cầu giữa ông và Đào. Tuy tuổi đã gần ngũ tuần, Bảng vấn còn đầy đủ phong độ của một gã đàn ông cỡ bốn mười ngoài. Ông hơi to người, mập mạp, ăn mặc và nói năng hoạt bát, lịch sự chứng tỏ ông là người có học khá cao. Bạn bè đồng chí của Bảng hay gọi đùa là «Bảng Béo, Bảng Tư bản hoặc Bảng bơ sữa». Bảng đã có một vợ và hai con, tỷ lệ con lý tưởng của tất cả đảng viên cộng sản của miền Bắc xã hội chủ nghĩa. Vợ Bảng là Nguyệt, một nữ đảng viên miền Nam tập kết ra Bắc, từng giữ chức bí thư chi bộ sinh viên trường đại học nông nghiệp Hà Nội. Bảng và Nguyệt được đảng bộ thành phố giới thiệu và kết hôn với nhau. Hồi kết theo Bảng, Nguyệt giữ chức vụ bí thư chi bộ của xí nghiệp dệt Tái Thành Thủ Đức.

Đôi lần đầu đến nhà Đào, Bảng thường đi kèm với Lập. Lâu dần, ông đến gặp Đào một mình. Tài xế đậu xe phía ngoài chờ ông. Có đêm, đến giữa khuya, ông mới ra về.

Từ ngày có sự lui tới của Bảng, Đào và Quang thường hay cãi vã nhau luôn và tình yêu giữa hai người giăng mắc đầy mây xám.

Đào từng trấn an Quang:

—« Anh chỉ nghi ngờ lẩn quẩn thôi. Giữa em và ông ấy chẳng có gì mờ ám cả. Người ta đã trọng tuổi, có vợ con và đang giữ chức vụ quan trọng. Hơn nữa, ông ta đã có trên hai mười lăm tuổi đảng rồi.»

Quang so vai, biễu môi:

—« Anh không tin sự trong trắng của lòng dạ ông ta. Sự lui tới thường xuyên của ông ta, theo anh, là một sự bền chỉ, một sự kiên nhẫn phi thường của kẻ muốn chiếm đoạt. Đã có biết bao nhiêu ông đảng viên cao cấp lẹo tẹo với các bà, các cô có bóng sắc, tiền bạc ở miền Nam rồi. Tiền bạc và giai nhân là hai thứ cám dỗ làm bao nhiêu cán bộ bị hủ hóa, mất lập trường và mai một !»

Đào cười nhạt, xiên xỏ :

—« Anh cũng biết nhìn vào sự thật và phê bình, chỉ trích hiện tượng đó nữa sao ? Em tưởng đâu với lập trường cách mạng của mình, anh nhắm mắt và nín lặng trước sự việc đó chớ ? »

Quang thở dài :

—« Chiến đấu cướp được chánh quyền đã là một chuyện khó mà giữ được chánh quyền vững mạnh, giữ được tâm hồn mình trong sạch để chăn dân, tri dân lại càng khó hơn. Sự thiếu thốn, nghèo khổ từ bấy lâu được xem như con thiêu thân thấy ánh đèn sáng là lao thẳng vào bất chấp mọi hậu quả. »

Đào cười nhẹ, chế diễu :

—« Nhìn hiện tượng như vậy là ông ký giả cách mạng Quang nhà tôi đã mất lập trường, mất quan điểm cách mạng rồi đấy. »

Cứ thế mà Đào, Quang hễ gặp nhau là cãi vã, tranh luận không còn bàn chuyện gì liên quan tới hạnh phúc của hai người.

Hôm nay, Đào không mời Quang đến dự bữa tiệc «báo ơn» Sáu Thiên, nhưng Quang cứ đến. Anh đến không phải để ăn hay để tiếp tay Đào mà anh đến để tiếp tục quan sát tình cảm giữa người yêu và ông cán bộ đảng viên kia.

Sau một tuần rượu martel với soda, các cán bộ chuyển câu chuyện của cơ quan mình sang chuyện phiếm chính trị.

Bảng mở đầu:

— Ê, các bạn nghĩ như thế nào về tình hình miền Nam sau gần sáu, bảy năm được giải phóng ?

Sáu Thiên ngả người ra sau đáp:

— Tôi thấy có một hiện tượng nổi bật nhứt là ngày càng có thêm nhiều người bỏ trốn ra nước ngoài. Chỉ một tháng vừa qua, quận tôi đã tóm được trên tám ghe vượt biên. Mỗi ghe có từ sáu tới bảy chục người già, trẻ, lớn, bé, trong số đó có ba bác sĩ, bốn kỹ sử và sáu trự giáo sư đại học.

Đỗ Thọ hỏi đùa:

— Và bạn đã tóm được ít nhứt vài trăm lượng vàng ? Một nửa nộp cho nhà nước, còn một nửa bạn giao qua cho túi ao khi của bà xã ?

Bảng pha trò:

— Làm sao khỏi ! Làm sao khỏi !

Sáu Thiên lắc đầu nhè nhẹ:

— Không, không có đâu các đồng chí ơi ! Mình chỉ giữ lại một ít phân phát cho đàn em để tụi nó hăng say trong công tác chống vượt biên.

Ba Tòng nói chêm vào, không biết ông ta nói đùa hay nói thật:

— Như vậy là đồng chí đã nêu gường thanh liêm của một cán bộ cách mạng đó. Tuy nhiên, chuyện đồng chí giữ lại một ít chia cho các cán bộ thừa hành là vô tình đồng chí tập cho họ quen hơi vàng. Một khi thiếu cái mùi, cái hơi đó là họ đi tìm cho bằng được.

Bảng phá lên cười:

— Ồ ! Ồ ! Các đồng chí ơi, họ đã quen mùi vàng y từ lâu rồi, từ ngày trở về Nam hoặc vào Nam công tác. Khỏi

272

cần ai tập cho họ hết mà !

Mọi người cùng cười theo Bảng, chỉ trừ Ba Tòng. Còn Quang và Lập thì tắt nhanh nụ cười khi Tòng nhìn về phía hai anh.

Bảng quay sang hỏi Quang:

— Anh có thấy điều đó không hả ? Nhà báo thử lên tiếng coi nào.

Quang lúng túng:

— Dạ, cũng chỉ đúng...một phần thôi. Theo tôi thì trong hàng ngũ cán bộ cũng có người này người khác. Đó chỉ là hiện tượng chớ không phải là bản chất.

Ba Tòng trở tay về phía Quang:

— Đúng, anh ấy nói đúng. Đó chỉ là hiện tượng. Bản chất cách mạng không phải thế.

Bảng lại bật cười:

— Lập luận biện hộ của anh quả đúng là quan điểm chân chính của một giảng viên trường đảng. Nếu tôi là anh, tôi cũng không thể nói khác hơn được.

Ông lại nổ:

— Hãy coi chừng ! Khi hiện tượng phát triển đến cao độ của nó thì bản chất sẽ bị đồng hóa. Một giọt mực rơi vào một thau nước trong chưa đổi được màu nhưng có đến hàng trăm giọt mực hay một lọ mực rớt vào thau nước thì màu nước trong — gọi là bản chất — có còn là một thau nước trong nữa hay không, hỏi các đồng chí ?

Ba Tòng lại bào chữa:

— Nhưng đảng ta đang thanh lọc hàng ngũ, trong sạch hóa cán bộ.

Bảng đưa hai tay lên cao:

— Ôi ! Mong mỏi thay ! Thượng đế hãy ban cho đảng ta một phép màu hoặc một chiếc đũa thần.

Quang rất đỗi ngạc nhiên. Anh bảo khẽ bên tai Lập:

— Ông ấy ăn nói bạo phổi quá. Coi chừng có ngày bị kiểm thảo khai trừ khỏi đảng.

Lập hạ thấp giọng để khỏi ai nghe lọt:

— Trong công ty xây dựng, ông ta nổi danh với biệt hiệu là «người hùng» hoặc là «chiến sĩ cô đơn». Hễ ngứa mắt, ngứa miệng là ổng «khạc» ra ngay, không sợ ai hết. Ông Tổng trưởng bộ xây dựng còn ngán ổng luôn. Là một cán bộ có tài, ổng coi trời bằng vung.

Anh nhấn mạnh thêm:

— Sản lượng ổng làm ra vượt quá chỉ tiêu, xí nghiệp của ông được ban khen là xí nghiệp tiên tiến, xuất sắc nhứt miền Nam, kể luôn cả miền Bắc. Chuyện mất đảng đối với ổng chỉ là chuyện rung cây nhát khỉ.

Lập kể cho Quang nghe vài mẩu chuyện về con người Mai Bảng làm Quang kinh ngạc: «Trong một chuyến từ Hà Tiên về họp tại Sàigòn với công ty xây dựng, Bảng làm nhiều chuyện ngoạn mục giống như truyện phim cao bồi. Xe Jeep lùn của ông đang chạy ngon trớn từ Bắc Mỹ Thuận về Trung Lường, dọc đường bỗng xuất hiện hai công an áo vàng bên lề vẫy tay bắt xe lại. Tài xế định ngừng thì Bảng gạt: «Chạy luôn. Đừng ngừng». Xe vượt qua hai công an viên, hai phát súng nổ chát chúa vút qua tai Bảng. Bảng đập lên vai tài xế bảo lùi xe lại nhanh. Tới ngang hai công an viên, ông nhảy xuống xe, rút khẩu súng lục đeo bên sườn, tiến thẳng lại chĩa vào mặt hai công an viên lên cò hỏi:

—« Tụi bây muốn gì ? Ăn cướp phải không ? Tao bắn vỡ sọ bây giờ.»

Hai công an viên chưa kịp đáp, Bảng trợn mắt hỏi tiếp:

—« Hồi nãy trong hai đứa, đứa nào bắn ? Nói nghe thử.»

Một trong hai công an viên lắp bắp đáp:

—« Tôi...chúng tôi là...công an.»

—« Ai cho lệnh tụi bay nổ súng ? Đứa nào nổ súng vừa rồi ? »

—« Chúng tôi chỉ định...quá giang thôi chớ không...có ý gì khác.»

Mũi súng vẫn chĩa thẳng vào mặt hai công an viên, Bảng quát:

—« Hừ ! Muốn quá giang mà lại nổ súng à ? Tụi bay có biết xe này là xe gì và ai ngồi trên xe không hả ? Xe của cơ quan nhà nước và người ngồi trên xe là một cán bộ đảng viên đảng Cộng Sản Việt Nam, tụi bay hiểu chưa ?»

Hai công an viên gật gật đầu, rón rén:

—« Dạ, dạ biết...biết rồi...thưa đồng chí.»

Bảng điểm đầu súng vào mặt hai người đối diện, gằn từng tiếng:

—« Tao nói cho mà biết, lần sau tao bắn vỡ sọ ra. Trông thấy xe tao chạy tới là tụi bay hãy tránh mặt cho mau. Nghe rõ chưa ? Hừ, gặp xe, thấy cán bộ mà tụi bay còn làm trời như vậy huống hồ gì đối với xe đò, đối với nhân dân ? Rõ ràng tụi bay là loài sâu bọ trở thành người làm hư cuộc cách mạng tốn hao bao nhiêu xương máu. Cũng chính hạng cán bộ hách dịch của tụi bay mà nhân dân miền Nam ngày càng tránh xa chánh quyền cách mạng và họ coi tụi tao như một bọn ác quỷ không bằng.»

Ông đút súng trở vào bao, vỗ ngực bảo:

—« Tao cho phép tụi bay về báo cáo với thủ trưởng của tụi bay, tao là Mai Bảng, giám đốc xí nghiệp đá vôi Hà Tiên. Tao đã làm như vậy và nói với tụi bay như vậy.

Nếu cần, tao sẽ đến gặp thủ trưởng của tụi bay.»

Hai công an viên lần đầu tiên trong đời bị tạt ắt-xít vào mặt, nghe thấm rát và đau buốt thấu tim. Hai con sư tử vừa bị gã thợ săn bắn tên độc vào thân thể.

Leo trở lên xe, Bảng còn làu nhàu:

—« Sức muốn cho mỗi đứa một phát cho rồi đời mấy thằng chó để chuyên môn hiếp đáp dân lành. Đồ khốn nạn ! Tại lũ chó chết đó mà dân họ ghê tởm bọn này.»

Ông quay sang nói với bác tài:

—« Nhờ ai mà cách mạng thành công dễ như trở bàn tay ? Có phải nhờ nhân dân miền Nam yêu quý kháng chiến đánh đuổi ngoại xâm, dành lại độc lập và giải phóng dân tộc không ? Vậy mà khi cướp được chánh quyền rồi, tụi nó nhìn dân như nhìn kẻ thù, đối xử với dân như địch. Hừ, chỉ có trời xuống đây mới đảo ngược được tình thế.»

Nghe Lập kể, Quang nhìn Bảng với ánh mắt kinh ngạc thoáng có sự nể trọng. Lòng ngưỡng mộ của anh theo về với loại người mới từ Bắc tràn xuống miền Nam càng bị chi phối sau lần anh bị ban biên ủy của tờ báo anh cộng tác phê bình chỉ trích nặng nề và đe dọa anh là cơ quan sẽ không cho anh vào biên chế nếu anh không sửa đổi chiều hướng viết lách từ đường lối báo chí tư bản, Mỹ-Ngụy sang đường hướng sáng tác xã hội chủ nghĩa gồm có các tính: đảng tính, giai cấp tính, quần chúng tính...vv...Bài vở của anh bị sửa chữa nát bét qua ba lần kiểm duyệt từ ông tổng thư ký, chủ bút đến vị bí thư chi bộ của tòa soạn. Đọc lại bài báo được đăng, Quang hoang mang không còn nhận ra đó là bài viết của mình nữa. Ngoài sự sửa đổi lối hành văn, bài báo của anh còn bị cắt xén, bị nhồi nhét thêm vào những khẩu hiệu của đảng, những lỡi vàng ngọc của bác Hồ dạy dỗ công nhân, dạy dỗ toàn dân.

Quang thắc mắc. Quang hờn dỗi. Quang nghe lòng mình dâng ngập tự ái của một ký giả, nhưng Quang không dám phản đối, dù chỉ rất nhẹ nhàng. Thiên chức của người cầm bút đã bị nền báo chí mới, báo chí xã hội chủ nghĩa bẻ cong, đảo ngược đã và đang làm Quang nghe cổ họng mình đắng nghét. Thời sáng tác huy hoàng nhứt của Quang dưới chế độ cũ không còn nữa. Ngày nào, anh tổng thư ký tòa soạn gạt bỏ hay sửa chữa một câu, một ý nhỏ trong bài viết, Quang đã thấy khó chịu, bất mãn và làm ồn cả lên rồi. Là một cây viết tên tuổi, anh tuyên bố thẳng thừng là anh chịu trách nhiệm với độc giả, không ai có quyền bắt anh phải viết thế này thế nọ theo ý muốn của người tổng thư ký tòa soạn luôn cả vị chủ báo.

Giờ đây, trước một sự đổi thay, Quang «hồ hởi, phấn khởi» lao đầu vào một ngành nghề mà ngay từ lúc đầu anh cho là thiết thực phục vụ dân tộc, tổ quốc vừa mới được giải phóng, thống nhứt. Anh có ngờ đâu tâm niệm và bầu máu nóng của anh đã không còn được nền báo chí từ trời Bắc vào Nam tán thưởng, hoan nghênh và sử dụng theo ý anh ước mơ và ngưỡng mộ. Hằng tuần, sau mỗi số báo xuất bản, tòa soạn lại họp, lại kiểm thảo, phê bình rút kinh nghiệm. Mỗi lần hội, mỗi lần họp là anh bị đưa lên bàn mổ. Có bài được đăng, anh cũng bị mổ, số báo nào không có bài đăng, anh cũng bị xẻ. Thân xác, tâm trí anh nát nhừ. Ban biên ủy bắt anh phải theo học lớp chính trị và nghiệp vụ tại tòa soạn tổ chức ba ngày trong tuần để anh sớm thấm nhuần đường lối sáng tác xã hội chủ nghĩa.

Quang mệt mỏi rã rời, ngán ngẩm, buồn tủi. Đã tuyệt vọng chưa ? Anh vẫn còn như đang nửa tỉnh, nửa mê.

Anh đang lội ngược dòng suối và mộng tưởng của anh càng lúc càng xa tầm với của anh.

Từ nãy giờ chỉ có Sáu Long lặng thinh ngồi nghe chưa tham gia một ý kiến nào. Dáng người dong dỏng cao, trán rộng, tai to, mũi cạo, đeo kính cận, Long có vẻ một nhà thông thái khác hẳn đa số cán bộ miền Nam hoặc miền Bắc ăn mặc gần như một thứ đồng phục quá giản dị đồng nghĩa với quê mùa. Anh hãy còn trẻ, tuổi khoảng trên dưới bốn mười. Anh mặc hoàn toàn khác với các đồng chí của anh. Mới gặp anh, người ta tưởng chừng anh là một thanh niên sống ở miền Nam.

Sau một hớp rượu martel-soda, anh rít một hơi dài thuốc «555», cất tiếng ngâm:

Lỗi này chỉ tại triều đình

Cả nước tham nhũng phải mình tôi đâu !

Anh trở giọng ngâm sa mạc:

Nắng mưa là bịnh của trời

Tham nhũng là bịnh của tôi...yêu vàng !

Bảng đập tay lên đùi cười vang:

— Ối chà ! Ối chà ! Hay...hay thật là hay. Cóc mà mở miệng là mưa có mà sập trời !

Sáu Thiên, Đỗ Thọ cười ngã lăn trên ghế nệm. Lập và Quang cũng cười nhưng hai anh không dám cười lớn tiếng như các quan cách mạng. Hai anh hiểu rõ tư thế và thân phận loại «cán bộ 30» của mình. Chỉ có Ba Tòng hơi nhếch mép cười rồi tắt ngấm. Ông ta phàn nàn:

— Các anh thì chỉ giỏi xuyên tạc thôi. Loại ví von đó chỉ nên để tụi ngụy chúng nó nói thì đúng hơn.

Sáu Long cất giọng trầm trầm:

— Đó là đồng dao, là thơ phú dân gian thời đại. Nó phát xuất không phải từ trong Nam mà lại là từ miền Bắc xã hội chủ nghĩa của chúng ta !

Đỗ Thọ phụ họa:

— Đúng như vậy. Chính đồng chí đại thi sĩ Tố Hữu cũng rất thuộc nằm lòng loại đồng dao, thi phú dân gian thời đại này. Nhà thơ lớn của chúng ta có cả một sưu tập rất dầy về loại này.

Bảng nốc cạn ly rượu của mình, chồm tới vừa rót thêm rượu vào ly Ba Tòng vừa bảo:

— Anh Ba này ! Anh quả đúng là một cán bộ gường mẫu, một giảng viên của trường đảng Nguyễn Ái Quốc, như anh không thể ăn nói đùa giỡn như bọn chúng tôi được. Anh là hạng cán bộ «Đầu đội chính sách, tay cầm chủ trương», nhưng xin lỗi anh, ở đây không có người ngoài, chỉ toàn là anh em đồng chí của mình không thôi mà !

Thấy Ba Tòng liếc nhìn Quang, Lập; Bảng tươi cười trấn an:

— Lại càng không sao nữa. Lập là nhân viên ruột của tôi. Chú ấy có lập trường cách mạng rất vững và là một công nhân tiên tiến, xuất sắc nhứt của xí nghiệp tôi. Còn ông ký giả kia thì càng «suya» hơn nữa. Tuy là ký giả «ngụy» nhưng anh đã giác ngộ cách mạng hiện đang công tác cho tờ Sàigòn-Giải Phóng. Như vậy, ở đây có ai là địch của chế độ ta đâu ?

Ông ngồi ngay ngắn lại, nghiêm giọng:

— Chúng ta nên nhìn thẳng vào sự thật, vào hiện trạng xã hội của cả hai miền đất nước Bắc Nam sau gần bảy năm được giải phóng. Chúng ta không nên sống trong tháp ngà hoặc với tư cách «ếch ngồi đáy giếng» để có cái nhìn sai lạc trước bao nhiêu sự thật thương tâm và đau lòng.

Giọng anh trở nên thật tình cảm:

— Tôi và có lẽ tất cả các đồng chí, chúng ta bỏ nhà, bỏ cha mẹ, anh em, bỏ học hành trốn vào khu đi kháng chiến, đi làm cách mạng vì dưới chế độ thực dân Pháp, nhân dân bị bức hiếp, đàn áp, xã hội đầy dẫy bất công, đất nước quằn quại dưới sức nặng của xiềng xích thống trị. Chúng ta hy sinh xương máu, hạnh phúc cá nhân để dành lại độc lập cho tổ quốc và tự do cho toàn dân. Ngày mới tập kết ra Bắc, một chiều lang thang bên bờ hồ Hoàn Kiếm, tôi đứng ngây người nhìn một gã ăn mày nằm co rúm trên băng đá công viên. Tôi đã không cầm được nước mắt trước cảnh tượng thương tâm ấy. Tôi tâm nguyện dâng hiến trọn đời mình cho tổ quốc, cho dân tộc để sẽ không còn trông thấy cảnh tượng thê thảm ấy nữa.

Ba Tòng tươi cười:

— Và anh đã đạt được ước mơ đó rồi. Miền Bắc xã hội chủ nghĩa chúng ta không còn ăn mày, đĩ điếm, đất nước đã được thống nhứt, toàn dân đã được giải phóng và tổ quốc Việt Nam đã tìm lại được độc lập, tự do.

Bảng rùn vai:

— Đó chỉ mới là hình thức, còn nội dung hãy còn nhiều gút mắc, rối nùi. Chúng ta mới chỉ thực hiện được một phần mười mơ ước. Chín phần còn lại đầy dẫy chông gai mà nếu không khéo lèo lái, cuộc cách mạng sẽ hỏng không phương cứu chữa.

Ba Tòng vừa định mở lời, Bảng đưa tay ngăn lại:

— Xin anh cho tôi nói hết ý đã. Hồi kết trở về Nam, tôi vẫn còn mang nặng trong tâm trí hình ảnh gã ăn mày ở bờ hồ Hoàn Kiếm. Nó ám ảnh tôi, có lẽ, đến suốt đời. Giờ đây, hình ảnh ghê tởm đó đầy khắp đường phố mang tên Bác.

Sáu Long, Đỗ Thọ, Sáu Thiên gục gặc đầu gián tiếp xác nhận điều Bảng nói là đúng. Lập thúc nhẹ cùi chỏ vào người Quang, khẽ bảo:

— Anh thấy ổng phổi bò chưa ? Muốn nói là nói, chẳng sợ gì hết.

Quang nhìn sửng Bảng. Lần đầu tiên từ ngày theo về với cách mạng xã hội chủ nghĩa, anh mới thấy một ông cán bộ đảng viên cộng sản ăn nói như «ngụy quân, ngụy quyền», dám công khai chỉ trích chế độ. Anh cũng đã từng nghe những luận điệu tưởng tự như vậy nhưng không phải phát xuất từ đầu môi của một cán bộ cộng sản. Trong nhân gian, từ thành thị đến thôn quê, người ta đã xầm xì bàn tán về sự bất lực của chánh quyền mới ở nhiều mặt: chính trị, xã hội, kinh tế. Vào những năm đầu, khi nghe ai đề cập đến bất công, tham nhũng, thối nát của chính quyền cách mạng, anh nổi giận, gân cổ lên cãi vã, biện hộ, bênh vực hết mình và một lần, tranh luận với một bạn đồng nghiệp cứ giờ không còn viết lách nữa, anh suýt choảng nhau với bạn, đe dọa tố cáo với hội văn nghệ thành phố về hành vi «xuẩn động, chống phá cách mạng» của bạn mình.

Bây giờ, Quang đã sáng mắt ra phần nào sau nhiều tháng năm bị nhồi nhét, tra tấn vì sáng tác của mình không thích hợp với đường lối sáng tác xã hội chủ nghĩa. Anh chỉ còn ngạc nhiên về lối ăn nói táo bạo của Bảng chứ không còn cảm thấy bứt rứt, khó chịu vì nghe có kẻ dám cả gan chỉ trích chính quyền cách mạng như trước đây nữa.

Anh nói với chính mình:

— Cán bộ đảng viên họ có quyền nói sao cũng được. Họ có cái thế của họ, thế của một đảng viên.

Lập nghe lọt câu nói bâng quơ của Quang. Anh mỉm cười:

— Và họ có cái lý của họ. Ngồi nghe họ nói, mình khoái cái lỗ nhĩ lắm. Đâu phải đảng viên nào cũng dám nói lên sự thật. Tình hình phải là sao đó, họ ức lòng mới nói lên sự thật, mổ xẻ thực trạng một xã hội sau sáu, bảy năm trời giải phóng.

Tiếng Bảng hỏi lớn cắt đứt cảm nghĩ của Lập lẫn Quang:

— Đồng chí Tòng diễn thuyết trước quần chúng như vậy, theo tôi còn có thể hiểu được, chở còn nói với anh em đảng viên với nhau thì lập luận đó không đứng vững được. Lúc nào và đến bao giờ người ta mới thôi đổ thừa cho chế độ cũ về bao nhiêu tệ nạn xã hội nhan nhản khắp đường phố ? Ăn mày, trộm cướp, gái mãi dâm, chợ trời, trẻ con lang thang đầu đường xó chợ moi thùng rác, bò dưới đất lượm xương do thực khách vừa ném xuống hoặc tranh nhau đoạt cho bằng được chút nước lèo còn sót lại trong tô phở, tô mì. Tất cả thảm cảnh ghê tởm đó mãi cho đến nay vẫn cứ được gán cho những danh từ cũ rích là «tàn dư Mỹ Ngụy». Một hai năm đầu mới giải phóng, mình nghe còn lọt lỗ tai chứ đến nay đã sáu, bảy năm rồi, tệ trạng xã hội kia càng ngày càng phổ biến hơn. Vừa phải thôi !

Đỗ Thọ bông đùa:

— Đồng chí Bảng coi chừng bị báo cáo là mất lập trường cách mạng đó nghen.

Ba Tòng cảm thấy nhột nhạt. Ông phản đối:

— Tôi không hèn như đồng chí nghĩ đâu. Cán bộ hay đảng viên có trách nhiệm của mình đối với đảng và tổ quốc.

Giọng Bảng càng trở nên nghiêm nghị:

— Nếu chúng ta có trách nhiệm đối với tổ quốc, chúng ta phải can đảm nhìn thẳng vào sự thật để sửa chữa kịp thời đường lối cai trị và quản lý đất nước. Người có tài phải được trọng dụng dù đó là người của chế độ cũ. Nói một cách tích cực hơn, chúng ta cần đánh đổ thật nhanh thật sớm óc bè phái, óc kỳ thị địa phương. Người Bắc, người Trung hay người Nam, nếu họ có tài, có thiện tâm, thiện chí phục vụ đất nước, nhân dân thì phải được chiếu cố, đãi ngộ xứng đáng. Tệ nạn chia rẽ, mất đoàn kết giữa Nam, Trung, Bắc trong hàng ngũ cán bộ chúng ta sẽ đưa đến một nội bộ nứt rạn hiểm nghèo.

Sáu Long chêm vào, giọng trầm trầm:

— Ai cần cán bộ có tài. Đã có một số vĩ nhân ở trung ưởng đảng và bộ chính trị ngự trị muôn năm ở trên chóp bu lãnh đạo và cai trị rồi !

Đỗ Thọ phụ họa:

— Giống hệt như một hoàng tộc. Vua trị vĩ cho tới ngày băng hà và truyền ngôi lại cho tay chân thân tín. Nếu vua có con thì là...cha truyền con nối. Con vua thì được làm vua, con sãi ở chùa thì quét lá đa.

Tiếng cười lại cất rộ lên. Vừa cười, Bảng vừa đào sâu thêm câu nói của Đỗ Thọ:

— Các quốc gia Tây phương tiên tiến, Tổng thống chỉ ngồi trên ngai vàng bốn năm hoặc bảy, tám năm là cùng. Nếu còn được dân thương, tín nhiệm, họ ở lại thêm một nhiệm kỳ nữa qua một cuộc bầu cử. Đó mới đáng gọi là dân chủ. Còn chúng ta thì...muôn năm, muôn năm !

Mặt Ba Tòng đỏ bừng. Ông nói giọng hờn dỗi:

— Nếu quý đồng chí không bằng lòng thì cứ việc thảo kiến nghị đệ trình thẳng lên bộ chính trị. Như vậy, tôi thấy tích cực và hữu hiệu hơn là ngồi ở đấy bình phẩm chỉ trích.

Đào xuất hiện, chấm dứt cuộc tranh luận của mọi người. Với nụ cười thật tươi trên môi, nàng nói khéo:

— Chúng tôi vụng về quá, làm món ăn hơi lâu bắt quý khách mất nhiều thì giờ chờ đợi. Mong quý vị thông cảm thứ lỗi.

Bảng đỡ lời:

— Không, không sao đâu cô Đào. Càng chờ lâu, chút nữa tụi tôi ăn càng ngon. Vả lại, từ nãy giờ, chúng tôi vừa nhắm rượu vừa nói chuyện với nhau thật vui.

Hơi ngả ngớn một chút, Đào hỏi:

— Các anh nói chuyện gì mà vui dữ vậy ? Có nói lén em hông ?

Bảng đưa tay che miệng:

— Không ai nói lén gì Đào hết. Chỉ nói lén nhà nước thôi.

Đào tròn mắt bảo:

— Ý chết ! Ở tù chết luôn đó nghen.

Bảng quay sang hỏi mọi người:

— Có vị nào sợ ở tù chết luôn không nào ?

Mọi người cùng cười. Ba Tòng ngả lửng về phía sau, thở ra.

Đào bông đùa:

— Mà không sao đâu. Các anh ở tù đã có em nuôi. Em nuôi kỹ lắm.

Bảng chồm tới lấy hộp thuốc «555» đã vời một nửa đưa lên cao bảo:

— Đi thăm nuôi, Đào nhớ tiếp tế cho bọn này thuốc có cán như vậy nghen chớ đừng cho hút loại thuốc «xa môi tắt» Vàm cỏ hay loại thuốc rẻ «bốc lăn xe», «xe đở la liếm» khổ thân tù nhân lắm đó.

Tiếng cười đùa lại vang lên. Đỗ Thọ nhìn Đào với ánh mắt trìu mến. Ông góp vui:

— Ít nhứt thì cũng thuốc thơm Thái Lan «Samit» để bọn này thơm râu đỡ ghiền !

Đào nói nhanh:

— Các anh đừng lo. Cái gì cũng có hết. Chỉ trừ thuốc phiện thì Đào chịu thua không có thôi.

Sáu Thiện bông đùa:

— Ai thì không biết chớ còn cô Đào thì có khá nhiều kinh nghiệm thăm nuôi tù nhơn. Cô thăm nuôi hai cậu Vũ, Hùng kỹ đến nỗi mà cả trại giam đồn ầm lên rằng hai cậu ấy là loại tù quý tộc !

Vũ, Hùng từ sau bếp đưa thức ăn lên phòng khách vừa tới ngang cửa bỗng dừng lại, nhìn nhau như chạm phải một vật gì cản bước chân lại. Đào trông thấy hai em, khẽ gọi:

— Vũ, Hùng, bưng đồ ăn lên đi hai em. Hơi muộn rồi đó. Mau lên.

Thoáng hiểu ý Vũ, Hùng, Bảng tiến lại nắm tay hai anh tươi cười bảo:

— Không hề gì đâu. Hai cậu đừng có ngại. Chuyện cũ đã qua rồi. Loại bỏ mặc cảm và ấn tượng kia đi. Coi như từ trước tới giờ chẳng có chuyện gì lạ xảy ra hết. Lên trên này với các anh.

Lập chạy xuống bếp phụ dọn bữa tiệc trả ơn Sáu Thiện. Quang cảm thấy mình quá bé nhỏ trước các cán bộ khách của Đào. Mặc cảm thua sút đẩy anh càng phút càng xa khỏi vị trí người yêu của Đào. Từ hờn dỗi, anh thầm trách Đào và thù ghét Mai Bảng. Anh có linh tính rồi đấy tình yêu giữa anh và Đào sẽ sống mất. Đào sẽ sa vào cạm bẫy của Bảng. So với người cán bộ, đảng viên ấy, thành tích cách mạng của một «ký giả giải phóng» non choẹt như anh chẳng thấm vào đâu. Còn vai trò của anh đối với gia đình Đào thì chẳng có gì đáng nói. Từ chuyện ông Tín Lập bị bắt đến hai em Đào sa lưới công an, Quang chẳng giúp ích được gì cho gia đình Đào. Trong lúc đó, Mai Bảng đã thực sự chạy lo và cứu thoát Vũ, Hùng không tốn một đồng. Và từ ngày có sự lui tới của Bảng, an toàn của gia đình Đào đối với chánh quyền địa phường gần như được bảo đảm. Tổ trưởng dân phố Lưởng không còn làm khó dễ cả nhà Đào nữa.

Quang còn lại cái gì để giữ nổi tình yêu của Đào ? Anh đào xới tận cùng trong con người anh để tìm một chút yếu tố khả dĩ giữ nổi tình yêu của Đào nhưng rốt cuộc anh chỉ thấy còn lại dư vị của mối tình xa xưa giữa hai người. Sợi dây nối liền giữa anh và Đào quả mong manh, bở rệu như tơ trời !

Anh rời khỏi phòng khách, bước ra sân ngước nhìn trời đầy sao lấp lánh, lắng nghe từng cơn hờn tủi nhỏ giọt tí tách trong hồn.

Gần mười một giờ đêm, khách ra về, chỉ còn lại Bảng, Lập và Quang. Ông bà Tín Lập lên lầu an nghỉ. Vũ, Hùng cũng lui vào phòng riêng. Đào ngồi giữa, Lập, Bảng ngồi hai bên. Quang bác ghế ngồi ngoài hàng ba xem sách. Anh đang đọc quyển «Thép đã tôi thế đấy».

Bảng nhìn ra ngoài hỏi Đào :

— Ông ký giả ấy có vẻ không ưa tôi lắm thì phải ?

Đào cười đáp :

— Tại tánh ảnh như vậy chứ không có gì hết. Xin anh đừng để ý tới ảnh làm gì.

— Thấy ổng buồn buồn như có chuyện gì làm phật lòng ổng vậy đó.

— Ảnh không được vui vì bấy lâu nay trong tòa soạn tờ báo ảnh cộng tác có chuyện hục hặc sao đó. Bài vở ảnh viết ít được đăng và...

Bảng cướp lời:

— Nếu đúng vậy thì cũng dễ hiểu thôi. Làm báo cách mạng khó lắm. Viết không đúng chủ trương, đường lối, ký giả, văn sĩ sẽ bị kiểm thảo, phê bình chịu không nổi. Đâu còn cái thuở người cầm bút muốn viết gì thì viết theo cảm hứng của mình nữa. Bác Hồ đã nói thẳng thừng rằng: báo chí, văn nghệ là công cụ tuyên truyền của đảng, của nhà nước. Bài báo, sáng tác phẩm vượt ra ngoài phương châm đó là không được phổ biến.

Lập góp ý:

— Anh ấy cũng cố gắng học tập đường hướng viết lách mới lắm chớ, nhưng nghe đâu sự nghiệp mới của ảnh vẫn không vững cho lắm.

Bảng khẳng định:

— Khó mà uốn nắn để trở thành ký giả cách mạng chuyên nghiệp lắm. Các ký giả miền Bắc được đào tạo tại đại học báo chí và trước khi cầm viết, họ đã là công cụ tuyên truyền của đảng, của nhà nước rồi. Còn đàng này, ổng ấy đã quen với nề nếp sáng tác tự do, bây giờ khó mà đi vào khuôn khổ sáng tác theo đường hướng văn nghệ, báo chí xã hội chủ nghĩa.

Ông thở ra nói tiếp:

— Có cố gắng cho lắm rồi cũng có ngày bị tụi nó cho ra rìa mà thôi. Thiếu gì nhà văn, ký giả cách mạng từ cục R đến miền Bắc xã hội chủ nghĩa bị gác bút, treo giò. Họ còn như vậy thì còn huống hồ gì các ký giả, nhà văn dưới chế độ cũ muốn chuyển hướng chạy theo chính phủ cách mạng. Họ không dùng lâu đâu.

Đào cất giọng buồn buồn:

— Tôi đã nói với ảnh ngay từ đầu rồi, ảnh không chịu nghe. Đợi đến khi sáng mắt ra thì đã quá muộn. Một lần lầm lỡ, ân hận đến suốt đời.

Bỗng Bảng nắm lấy tay Đào siết chặt, nhìn thẳng vào mắt nàng:

— Đào ! Cũng không nên trách ông Quang làm gì. Không phải chỉ có ông ấy đã một lần lầm lỡ đâu. Mọi người trong chúng ta, kể cả tôi, cũng đã một lần lầm lỡ.

Đào vẫn để yên tay mình trong đôi tay Bảng. Nàng tròn mắt hỏi:

— Anh nói gì kỳ lạ vậy ? Anh mà cũng...lầm lỡ nữa sao ?

Bảng gật đầu:

— Đúng vậy. Tôi cũng đã hơn một lần lầm lỡ, có nghĩa là tôi đã hai lần lầm lỡ. Cái lầm thứ nhứt trong đời tôi là đi kháng chiến. Cái lầm thứ hai là cưới vợ đảng viên !

Đào giật mình rụt tay về, ấp úng:

— Đi...kháng chiến...mà là...lầm lỡ sao ?

Bảng ngả lưng ra sau thở dài:

— Phải ! Đó là một lần lầm lỡ. Tôi vứt bỏ tất cả những gì quý nhứt trong đời như chuyện học hành, cha mẹ, anh em, nhà cửa, ruộng vườn lên đường theo tiếng gọi của núi sông, cùng với toàn dân vùng lên đấu tranh đánh đuổi ngoại xâm, tiêu diệt kẻ thù, xóa bỏ bất công, áp bức. Bầu máu nóng của tuổi trẻ thúc giục tôi làm một cái gì vĩ đại cho tổ quốc, cho nhân dân và cho chính bản thân tôi.

Đào ca ngợi:

— Đó là hành động vô cùng cao đẹp và là một sự hy sinh vô cùng cao cả đáng khâm phục.

Bảng cười nhạt:

— Ai cũng quan niệm như vậy và ai cũng tán thưởng, thần thánh hóa người kháng chiến, nhưng trước đây, có ai nghĩ rằng chính người đi kháng chiến sẽ trở thành cộng sản và cuối cùng những đảng viên cộng sản chúng tôi bị bắt buộc phục tòng và phụng sự cho chủ nghĩa cộng sản quốc tế hay không ? Họ chửi trong Nam là tay sai của đế quốc Mỹ, còn họ thì là tay sai của ai ? Nếu không phải Tàu thì cũng là Nga, là Liên Xô. Đàng nào thì cũng vẫn là lệ thuộc vào thế lực của ngoại bang.

Đào đi từ ngạc nhiên đến kinh dị. Nàng nghe toàn thân mình thấm lạnh. Kẻ đối diện đang làm nàng hãi sợ. Làm sao Đào có thể tin được một cán bộ đảng viên cộng sản cấp trung cao như Mai Bảng lại có thể phun ra lý luận rặt khuôn lý luận của người quốc gia mà cách mạng gọi là ngụy, là phản động như vậy được ?

Nàng nhìn Bảng kỹ hơn và rõ ràng Bảng vẫn là một cán bộ có nhiều tuổi đảng và hiện là giám đốc của một xí nghiệp nhà nước.

Không để ý tới nét mặt kinh ngạc của Đào, Mai Bảng nói tiếp:

— Vì dân mình nghèo đói, tôi đi kháng chiến. Vì mất tự do, tôi đi chiến đấu để đem lại tự do cho mọi người thân yêu. Vì không có chủ quyền, tôi hy sinh đời tôi để Việt Nam dành lại độc lập. Vì bất công, tham nhũng, tôi xả thân mưu tìm sự công bằng, bác ái và trong sạch. Tất cả những gì thiếu sót đó của đất nước tôi, dân tộc tôi là động lực thúc đẩy thanh niên Việt Nam cùng toàn dân đi kháng chiến. Chúng ta hy sinh tất cả để đổi mới cuộc đời, đổi mới xã hội và làm nở hoa trong lòng mọi người chớ không phải để tái diễn lại tấn tuồng cũ mà chúng tôi, chúng ta đã kinh tởm, hận thù.

Đào chưa biết phải tin hay không thể tin lòng dạ của gã đàn ông bên cạnh mình. Dù Lập có nói sơ về con người Bảng, nhưng Đào vẫn không dám xem Bảng như một người dân bình thường có luận điệu chống cách mạng. Nàng đang nghĩ gì về con người ấy ? Bảng thực sự bất mãn hay ông muốn dò đo thái độ của nàng đối với chế độ mới ? Dĩ nhiên Bảng đã biết rõ ý đồ của Đào, của cả gia đình nàng rồi. Những lần trốn đi nước ngoài của ông Tín Lập, Vũ, Hùng đã nói rõ cho Bảng nắm vững ý đồ đó của cả chính nàng nữa. Vậy, Bảng cần gì phải gợi ý để dò xét thêm nữa ?

Đào khẽ giật mình khi Bảng đột ngột hỏi:

— Đào nghĩ thế nào về tôi ?

Đào tự giải vây bằng cách quay sang hỏi Lập:

— Anh nghĩ sao về lý luận của anh Bảng ?

Lập nghiêm nghị đáp để lời mình sắp nói ra được đánh giá đúng mức chở không phải là lời nịnh bợ:

— Tôi cho đơ là tâm tình trung thực của một người yêu nước chân chính. Khi ta yêu chân thật một cái gì, ta không chỉ thấy mặt đẹp của cái đó rồi nhắm mắt khen ngợi, đề cao mà cần nên khách quan nhìn thẳng vào sự thật xấu xa, dở bẩn của nó để tìm phường cách sửa chữa.

Bảng nghe mát lòng mát dạ với nhận xét của cộng sự viên thân tín. Tận đáy lòng mình, ông nghĩ như vậy, mơ ước như vậy. Ông lại hỏi Đào:

— Còn Đào thì sao ?

Đào tươi cười:

— Tôi cũng nghĩ tưởng tợ như anh Lập, nhưng mà...

— Nhưng sao ? Đào cứ nói thẳng ra đi. Không sao hết, chỗ bạn bè thân thiết, mình không có gì phải dâu nhau hết.

Ngập ngừng trong đôi giây, Đào nói không giấu diếm:

— Tôi chỉ sợ một ngày nào đó, ý kiến và tâm sự của anh sẽ lọt đến tai thượng cấp của anh rồi anh sẽ không còn được yên thân. Tôi nghe nói đảng cộng sản kiểm soát gắt gao tư tưởng của cán bộ đảng viên lắm.

Bảng rùn vai:

— Tôi không cần gì hết, kể cả đảng tịch, kể cả tù tội. Từng chiến đấu trong lòng địch, tôi còn không sợ chết, sợ tù thì sá gì ngày giờ này tôi bị tù, bị khai trừ ra khỏi đảng. Đảng tịch đã làm gì được cho tôi, cho gia đình tôi ? Chúng tôi có thể nấu chín bao nhiêu huy chương, bằng khen thưởng để thay cơm gạo, thịt cá nuôi sống mình không ?

Đào bảo đùa:

— Dân chúng miền Nam nói là «bảng đỏ sao vàng» có đúng không anh ?

Lập che miệng cười. Bảng ngỡ ngác chưa hiểu câu hỏi của Đào:

— Đào muốn nói gì mình chưa hiểu nổi ?

Đào vẫn giữ nụ cười quyến rũ trên môi:

— Cho tới ngày này rồi mà anh chưa hiểu câu đó sao ?

— Nghĩa là sao ?

Lập đáp thay Đào:

— Thưa anh, đó là câu nói lái có ý không tốt cho lắm đối với cán bộ đảng viên. «Bảng đỏ sao vàng» đọc lái lại là «bỏ đảng sang giàu» đó.

Bảng lập lại khe khẽ:

— Bảng đỏ sao vàng là...bỏ đảng sang giàu. Bỏ đảng sang giàu. Bỏ...

Bỗng ông đập tay lên đùi, lớn tiếng:

— Hay ! Hay tuyệt ! Nhân dân miền Nam mình có lối nói lái tài tình.

Ông trở tay về phía trước, nghiêm mặt tiếp luôn :

— Mà đúng đó chớ ! Còn trong đảng, trung thành với đảng thì cán bộ còn rách mướp, ăn chay lạt quanh năm vì có dám làm chuyện phi pháp đâu. Nhưng khi bỏ đảng rồi thì chuyện gì họ cũng dám làm hết nên mau giàu và trở nên sang trọng. Đúng, đúng quá chừng.

Đào hỏi khéo :

— Mà anh thì...có muốn sang giàu không ?

Bảng hơi bẽn lẽn :

— Sang giàu thì ai lại không muốn. Là con người chớ có phải là thánh sống đâu, nhưng...làm sao để trở thành sang giàu mới là cái khó.

— Thì cứ làm theo câu nói lái kia kìa.

— Là phải bỏ đảng ?

Đào cười, Lập cười. Bảng cũng không nín được cười.

Ông rít một hơi dài thuốc «555», chồm tới hỏi Đào :

— Ý Đào muốn nói là tôi đảo chánh lật đổ chánh quyền cách mạng hay là...ôm súng đánh cướp ngân hàng nhà nước để trở thành giàu và sang ?

Đào khoa hai tay trước ngực lắc đầu :

— Ý chết ! Không phải vậy đâu. Ai đi xúi dại anh làm chuyện động trời động đất như vậy ?

— Vậy chớ làm sao ?

Đào liếc nhìn Lập rồi quay sang nắm tay Bảng đáp :

— Anh Lập sẽ bàn riêng với anh. Anh Lập đại diện cho bọn tụi tôi. Nếu anh đồng ý chấp thuận, anh sẽ trở nên sang và giàu ngay.

Đứng lên, nàng bảo Lập :

— Anh ở trong này bàn với anh Bảng nghen. Em ra

ngoài với anh Quang. Để ảnh ngồi ở ngoài một mình trông tội nghiệp quá !

Lập đứng lên theo:

— Được rồi, cô để chuyện ấy anh bàn với anh Hai thử xem sao ? Có gì thì cô tiếp với anh.

Đào gởi đến Bảng ánh mắt đầy quyến rũ và nụ cười mời mọc, lách mình tiến thẳng ra hàng ba. Bảng ngồi ngây người như vừa bị thôi miên. Chưa hiểu nổi chuyện Lập sẽ bàn với mình là sao, ông còn đang hoang mang thì tiếp ngay sau đó, ánh mắt, nụ cười của Đào lại lôi ông rơi tõm vào vực sâu quyến rũ và càng làm ông bồng bềnh, chới với giữa khoảng không ! Ông nhìn theo nàng không nháy mắt. Ông nghe thật rõ tiếng đánh nhịp hỗn loạn của con tim. Dáng vóc hài hòa của thiếu nữ đã nuốt chửng hồn phách ông mất rồi !

Dù nghe rõ tiếng chân phía sau lưng và biết rõ đó là Đào. Quang vẫn ngồi lặng yên nhìn ra đường phố về đêm.

Đến bên Quang, Đào hỏi khẽ:

— Anh chưa về à ?

Quang xoay người và ghế về phía Đào hỏi lại:

— Em đuổi khéo anh phải không ?

Đào vẫn giữ nguyên sắc mặt thản nhiên:

— Coi kìa, anh nói gì nghe lạ vậy ? Sao lại đuổi khéo anh ? Tại vì em thấy cũng đã khuya rồi và anh...

Quang cướp lời:

— Và tôi đã trở thành thừa thãi trong nhà này rồi. Hử, tôi đã dư hiểu chỗ đứng của tôi rồi. Tôi về đây.

Anh đứng phắt dậy, đẩy ghế sát vào tường. Đào giữ tay anh lại:

— Anh Quang, anh làm gì kỳ cục vậy hả ? Em có làm gì để anh cau có, gắt gỏng với em như thế chớ ?

Quang càng làm gĩa hơn:

— Làm gì thì em tự hiểu lấy. Cần gì tôi phải nói ra nữa ? Nếu em có đủ can đảm nói thẳng ra điều em muốn, anh sẵn sàng vĩnh biệt ngôi nhà này ngay.

Đào cau mày, chồm tới sát mặt Quang:

— Điều gì em muốn chớ ? Em muốn cái gì mới được chớ ?

Quang mím chặt môi, cúi gầm mặt không đáp. Đào rùn vai, nói bâng quơ:

— Thật vô lý hết sức ! Muốn gì thì cứ nói thẳng ra đi. Không ai hiểu nổi thái độ kỳ quặc ấy.

Quang cười gằn:

— Hừ ! Không có lửa làm sao có khói ? Tôi chưa điên đâu. Tôi còn tỉnh lắm mà !

Đào hỏi thẳng:

— Hay là anh ghen với anh Mai Bảng ?

Nàng vừa chạm trúng vào vết thương đang làm Quang muốn ngã bịnh. Nó đã và đang hành anh nhức nhối ngày đêm. Niềm lo sợ mất Đào khác nào trái bom nổ chậm đã gài chặt trong tâm tưởng anh. Tiếng đồng hồ của quả bom kêu tích tắc càng phút càng sát gần giờ thảm sát. Ngày nào anh cũng tìm cách đến nhà gặp mặt Đào. Lúc gần đây khi có sự xuất hiện của Mai Bảng bên cạnh Đào, anh càng gặp Đào thường xuyên hơn trước, nhưng càng gần Đào, anh lại thấy mỗi lúc anh mỗi thêm xa nàng. Đào như tảng đá nam châm xoay trọn chiều dưởng về phía Bảng trong khi anh đang ở cuối chiều âm lạnh giá, vô duyên.

Anh cười nhẹ:

— Ghen với tưởng ! Làm sao tôi có đủ yếu tố và tư thế mà ghen với người ta. Một đàng là cán bộ đảng viên cao cấp, giám đốc một xí nghiệp quan trọng, còn một đàng thì...chỉ là một ký giả quèn !

Đào bất mãn cực độ. Nàng không ngờ Quang có thể thấp kém đến độ như vậy được. Dù trách Quang không có lập trường vững trước thời cuộc đổi thay, anh tỏ ra yếu mềm như cành liễu ngả nghiêng theo chiều gió thổi, Đào vẫn còn thương anh, muốn lôi kéo anh trở về với tư cách của một người cầm bút chân chính. Nàng chờ đợi và hết sức kiên nhẫn chờ đợi một ngày nào đó ngọn lửa đỏ trong lòng anh cháy thấp rồi lu dần đến hồi tắt ngấm, nàng sẽ giúp anh làm lại cuộc đời mới và cùng với nàng ôm gọn hạnh phúc cuộc tình đầu đời trong vòng tay, nhắm thẳng vừng hồng rực rỡ trước mặt mà đi tới, vượt tới tuyệt đỉnh yêu đương.

Đào thừa hiểu Mai Bảng muốn gì khi đến với nàng, nhưng nàng không sợ có một ngày nào đó Quang sẽ gục ngã phía sau ước vọng cuồng say của Bảng. Nàng vẫn còn là nàng. Nàng giữ vai trò chủ động và cũng chính nàng, nàng hiểu rõ nàng hơn ai hết.

Đào nghiêm nghị nhìn thẳng vào mắt Quang:

— Anh, đừng ghen bóng ghen gió như vậy mà làm thương tổn danh dự của em. Trước mặt em, không hề có sự so sánh giữa anh và anh Bảng, lại càng không có sự đánh giá thấp hay cao giữa hiện tại của hai người. Anh vẫn là Quang, còn Bảng vẫn là Bảng, một người mới quen biết đây thôi. Em xem Bảng như là một ân nhân của gia đình em. Nhờ anh ấy can thiệp mà Vũ, Hùng được cứu khỏi vòng tù tội.

Quang chống chế:

— Nhưng trong cách đối xử có khác lạ một cái gì và cái gì đó đã được xác minh là tôi nghĩ đúng.

— Dĩ nhiên là có khác. Anh là người trong nhà còn

Bảng là kẻ mới quen, một người bạn mới đến với gia đình này thì em bắt buộc phải vồn vã, bãi bui hơn trong cách tiếp đãi chở ? Như vậy cơ gì đáng cho anh đặt thành vấn đề ghen tức rồi nghi ngờ vu vơ đâu ?

Đào so vai tiếp luôn :

— Vả lại, anh ấy đã có vợ con rồi kia mà ! Một cán bộ đảng viên có cấp bậc cao nào dám làm chuyện bất chánh ? Thành tích cách mạng mấy chục năm trời chẳng lẽ họ dám thả trôi sông hết sao ?

Quang vẫn bám chặt vào nghi ngờ :

— Thiếu gì cán bộ đảng viên vào Nam công tác bị hủ hóa vì tiền, vì gái. Có vợ cán bộ, họ cảm thấy mất cả lạc thú, hạnh phúc của một người chồng. Đồng chí vợ có ngang quyền với đồng chí chồng, thậm chí, bà vợ còn lấn lướt ông chồng ra mặt. Động một chút là ông chồng bị bà vợ lôi ra chi bộ đảng phê bình, kiểm thảo. Đối với đảng, vợ là đồng chí của chồng, trách nhiệm trong gia đình được chia đôi. Vợ giặt quần áo, thổi cơm thì chồng phải tắm rửa heo, cho heo ăn. Con cái sanh ra được xem là kết quả của nhu cầu sinh lý, chúng nó là con của đảng, của nhà nước, cha mẹ không được quyền đánh chửi chúng nó. Bởi bao nhiêu ràng buộc đó mà khi vào Nam, về Nam, đa số cán bộ đảng viên thấy đàn bà, con gái trong này xinh đẹp, nết na, sạch sẽ, yêu chồng, chiều chồng tuyệt đối, ăn nói lại dịu dàng, ngọt ngào, mấy ổng mê mệt rồi sa ngã quên bẵng đi vợ con gia đình, luôn cả đang. Biết sẽ có hậu quả nhưng mấy ổng hưởng thụ trước cái đã. Hạ hồi sẽ phân giải.

Đào phì cười :

— Anh cũng dám nhận xét, phê bình cách mạng như vậy nửa sao ?

Quang vung tay vào nhà:

— Loại đó đã xảy ra khắp mọi nơi và chắc chắn sẽ còn xảy ra dài dài nữa. Nó là chuyện dài nối tiếp nhau không bao giờ có đoạn kết.

Đào chép miệng thở ra:

— Vậy chớ bây giờ anh muốn em phải xử trí sao đây ?

— Ồ ! Chuyện đó là của riêng em làm sao tôi biết được ?

— Hay là em nên chấm dứt sự liên hệ với anh ấy cho đẹp lòng anh, để anh hết ngờ vực, ghen hờn ?

Quang vừa định nói toạc ra hết những nhận xét của riêng mình về sự giao du thân mật giữa Đào và Bảng thì chợt có tiếng máy xe honda nổ dòn trước cửa rào. Ánh đèn xe rọi thẳng vào nhà. Bóng chiếc Jeep lùn của Mai Bảng đậu trên sân cỏ lộ hiện trước tầm mắt Đào, Quang. Bác tài xế đang ngủ gật trên tay lái bị tiếng máy honda đánh thức, loạng choạng nhảy xuống xe ngơ ngác nhìn quanh.

Câu chuyện gay cấn giữa Đào và Quang bị cắt đứt bởi tiếng gọi từ ngoài vọng vào:

— Chị Đào ơi ! Chị Đào !

Đào chạy vội ra trong khi Quang chuẩn bị ra về. Lòng anh no cứng hờn dỗi. Anh ném vào phòng khách cái nhìn cay cú. Chiếc xe đạp Phượng hoàng — quà tặng của Đào để anh làm phương tiện di chuyển — bị anh lôi xệch ra khỏi nhà xe. Lần đầu tiên nó bị hất hủi, dằn vặt đau đớn.

Cổng rào vừa hé mở, Quang lách mình ra ngoài, phóng lên xe còng lưng đạp nhanh như trốn chạy.

Đào không kịp giữ Quang lại, tâm trí nàng đang căng thẳng vì tiếng gọi của người lạ mặt ngoài kia. Bỗng dưng, Đào linh cảm có chuyện gì bất trắc xảy ra và nàng phải sẵn sàng đương đầu đối phó.

Ánh đèn đường vàng vọt yếu đuối không đủ sáng giúp Đào nhận ra kẻ đối diện:

— Ai đó ? Xin lỗi...

Cô gái nắm lấy tay Đào:

— Chị không nhận ra em sao ? Lan, em là Lan nè chị.

Đào đổi ngay sắc mặt, ôm choàng Lan vào lòng, tíu tít:

— Lan, em Lan ! Trời ơi ! Vậy mà chị cứ tưởng đâu là...tiên nga giáng xuống nhà chị chớ !

Lan đánh nhẹ lên vai Đào nũng nịu:

— Chị này thiệt, cứ chọc em hoài. Tiên với nga cái gì không biết nữa. Chung Vô Diệm thì có ' !

Tài xế lái xe ôm vẫn để' máy nổ dòn. Ánh đèn vẫn cháy rọi sáng cổng rào.

Lan quay lại bảo:

— Ông tắt máy xe chờ tôi một chút.

— Mà chờ có lâu lắm không cô ?

— Chờ lâu tôi sẽ trả thêm tiền cho. Ông đừng lo.

Máy xe tắt. Đèn xe tắt. Đường phố trở về im vắng, buồn tênh. Tiếng rao «phở» kéo dài, ngân vọng, tan vỡ giữa thinh không.

Đào kéo Lan vào nhà. Lan ghị đứng lại bảo:

— Em phải về ngay chị à ! Cho chị hay tin rồi em về liền.

— Tin gì ?

— Em vừa đến nhà chị Yến tìm chỉ nhưng nhà không có ai. Ngỡ là chị ấy tới đây, em chạy đến hỏi chị coi có chị ấy ở đây không ?

— Không có chị Yến ở đây. Mà có chuyện gì vậy

Lan ?

Thấy bóng người tài xế của Bảng tới gần, Lan bấm nhẹ vào tay Đào. Hiểu ý Lan, Đào day lại nói với người tài xế :

— Ông Năm vào nhà chơi đi. Ở ngoài này sương xuống lạnh chết.

Ông Năm tài xế thở ra :

— Không biết chừng nào ông giám đốc mới về. Khuya quá rồi. Sáng ngày mai tôi còn phải chuẩn bị xăng nhớt đưa ổng trở về xí nghiệp nữa.

Đào trấn an ông ta :

— Chắc là cũng sắp về rồi đơ ông Năm. Ông rán đợi một chút nữa.

Người tài xế già đội mũ lưỡi trai lên đầu, lách mình qua cổng rào ra ngoài :

— Tôi tới đàng ngã tư kiếm ly cà phê uống cho đỡ buồn ngủ. Cô làm ơn nói lại với ông giám đốc kẻo ra không thấy tôi, ổng rầy chết luôn.

Đào nói nhanh :

— Ông Năm yên tâm. Tôi sẽ nói lại với ông giám đốc. Không sao đâu.

Đợi bác tài đi xa rồi, nàng giục Lan :

— Chuyện gì vậy hả em ? Chị sốt ruột quá.

Giọng Lan thấp xuống như chỉ đủ cho Đào nghe thôi :

— Anh Hoàng vừa về tới. Có một thanh niên tên là Thái theo về với ảnh.

Đào giật mình :

— Hả ? Em nói sao ? Anh Hoàng...đã về ?

— Ảnh về tới nhà em lúc chạng vạng tối. Trông ảnh thảm quá. Ảnh muốn gặp chị Yến.

Đào hỏi bâng quơ :

— Tại sao ảnh không trốn trên vùng ấy mà lại mò về ?

Lan kề sát vào tai Đào thì thầm:

— Sào huyệt của bọn ảnh bị khám phá sau lần ảnh và một số anh em lính quốc gia hợp tác với lực lượng Fulro đánh vào đồn điền cao su Dầu Tiếng. Nhiều lính bảo vệ đồn điền bị giết, còn bên anh Hoàng thì có ba người chết và sáu người bị thương, trong đó có ảnh.

Đào hốt hoảng:

— Cái gì ? Anh Hoàng bị thương à ?

Lan ngó vô nhà, che miệng Đào:

— Ý chết ! Chị nói lớn quá, coi chừng người ta nghe được. Nguy hiểm dữ lắm.

Đào hỏi bối rối:

— Rồi bây giờ...anh Hoàng...ở đâu ?

— Ảnh đang trốn trong nhà em. Em đã nói với chị rồi.

Đào vỗ nhẹ tay lên trán:

— Không...không phải vậy. Chị muốn hỏi là...hiện giờ ảnh còn...bị thương không ?

— Ảnh bị thương không nặng lắm. Một viên đạn AK làm tét da đùi ảnh. May mà không trúng xương. Nếu trúng xương chắc là chân ảnh phải bị cưa.

Đào chép miệng:

— Anh ấy gan lì quá. Đã bị săn đuổi mà ảnh còn dám tấn công người ta. Gan thì có gan nhưng làm như vậy liều lĩnh quá. Chẳng giải quyết được gì mà chỉ nguy hiểm cho tánh mạng thôi.

Nàng kéo Lan vào nhà. Lan níu lại:

— Không, em không vào nhà đâu. Em chỉ muốn biết bây giờ chị Yến ở đâu báo tin cho chỉ hay rồi em về ngay. Ở trong nhà chị có khách và nghe đâu như là một ông cán bộ giám đốc chi đó.

Đào tươi cười trấn an:

— Không sao đâu em. Với ông cán bộ này chị dám bảo đảm với em là chị muốn gì được nấy.

Lần đầu tiên từ ngày quen với Bảng và hiểu được ước mơ thầm kín của Bảng, Đào dám nói ra một điều mà nàng không sợ sai lầm. Nhưng Lan làm sao hiểu nổi và dám tin theo lời Đào:

— Chết đi chị ơi ! Cách mạng mà biết tung tích anh Hoàng thì không những một mình anh Hoàng bị giết chết mà cả nhà em cũng chết theo luôn với ảnh.

Đào kê sát vào tai Lan thì thầm. Sắc mặt Lan biến đổi từng chập, nàng không sao tin nổi những điều rót thẳng vào tai mình.

Lan ấp úng:

— Chị...dám chủ...quan như vậy sao ?

Đào kéo vai Lan sát vào ngực mình, tươi cười:

— Chị tràn đầy tin tưởng. Hy sinh hạnh phúc cá nhân cho hạnh phúc và tương lai của số đông người, chị sẵn sàng đánh đổi. Đi em. Vào nhà với chị.

Nghiêng đầu nhìn ra đường, Lan bảo:

— Nhưng em còn phải...

Hiểu ý Lan, Đào đề nghị:

— Em trở ra trả tiền xe ôm đi rồi chút nữa, chị sẽ đưa em về nhà.

Trong lúc Lan trả tiền cuốc xe ôm, Đào đứng yên giữa sân cỏ cạnh chiếc Jeep lùn của Bảng. Tâm tư nàng đầy ấp niềm vui, nỗi buồn. Từ ngày miền Nam thân yêu của nàng tan vỡ dưới gót giày của đoàn quân chiến thắng từ Bắc vào, từ rừng ra, nàng hứng chịu biết bao nhiêu biến cố dồn dập, đổ xô tới vây kín lấy đời nàng. Cơ sở làm ăn của cha mẹ tiêu tan, một số lớn của cải của gia đình qua hai lần kiểm kê tài sản bị cướp đoạt, người cha già tổ chức vượt biên bị bắt bớ cầm tù, một lần nữa của cải lại tiêu ma rồi đến lượt hai đứa em bị sa lưới. Nỗi buồn vật chất không làm Đào héo úa bằng nỗi buồn tinh thần, trong đó, con người Quang hư hỏng, lạc lối, tìm bắt ảo ảnh !

Nàng chỉ có mỗi một an ủi nhỏ còn sót lại, đó là cuộc sống của gia đình nàng chưa đến nỗi nào so với hàng triệu gia đình khác ở miền Nam sau 30-4, ngày mà những kẻ chiến thắng gào thét là «Ngày Giải Phóng» ! Cảnh sụp đổ nhanh chóng của triệu triệu người sau bảy năm chung đụng với cách mạng đã làm vỡ mộng, sáng mắt biết bao nhiêu kẻ thả mồi bắt bóng, những lau sậy ngả theo chiều gió vừa đổi hướng.

Dẫy biệt thự đối diện nhà Đào của các sĩ quan, giám đốc ngân hàng hoặc bỏ đi nước ngoài hoặc đi học tập cải tạo, giờ đây đã trở thành tổ ấm của cán bộ. Vườn hoa biến thành vườn rau cải, hồ tắm trở thành hồ nuôi cá vồ, cá tra, cá phi. Chúng nó lớn lên bằng phân người ! Ga-ra ngày nào là nhà che nắng mưa cho các hiệu xe danh tiếng: Mercedès, Toyota, Mazda, Peugeot..., giờ hóa thành nhà nuôi heo hoặc trại gà. Vừa đặt chân vào cổng biệt thự, khách đã ngửi thấy mùi hôi thúi. Thậm chí, chủ nhân mới còn dành ra một hai phòng nuôi heo theo kế hoạch nhà nước «tăng gia sản xuất», «kinh tế tự túc» cải thiện đời sống cán bộ, công nhân viên !

Đào đã nghĩ tới một ngày nào đó, ngôi biệt thự của mình sẽ bị tịch thu để làm chuyện công ích cho phường nhà. Đã có tin bắn đến tai Đào: ủy ban nhà đất quận muốn mượn nhà Đào làm «Nhà giữ trẻ» vì nó rộng, lớn và có đủ điều kiện vệ sinh, an toàn nhứt phường. Sở dĩ mãi cho tới ngày nay nó chưa thuộc về «nhân dân» vì gia đình

Đào được xem là gia đình cách mạng qua sự bảo đảm của ông chú bà con của Đào, một cán bộ đảng viên từ Bắc đổi vào Nam và hiện công tác tại công ty du lịch.

Dù sao thì Đào cũng đã tiên liệu rồi một ngày nào đó cả nhà nàng sẽ phải hồi hưởng về ở trong ngôi nhà tổ tiên dưới Mỹ Tho. Vấn đề chỉ còn là thời gian thôi. Sớm muộn gì rồi chuyện phải đến sẽ đến.

Nghe động tịnh bên ngoài, Bảng và Lập cùng kéo ra. Bảng hỏi lớn tiếng:

— Chuyện gì vậy hả Đào ?

Lan đi sát bên Đào, hỏi khẽ:

— Liệu ông ấy có dám làm chuyện phi thường đó không chị ?

Đào ôm vai Lan dìu vào nhà:

— Anh Lập sẽ cho tụi mình biết, nhưng chị tin là anh ấy, trước nhứt, sẽ giúp anh Hoàng qua cơn hoạn nạn.

— Nhưng anh Hoàng là...kẻ thù của cách mạng, là...

Đào tin tưởng:

— Chỉ có cách hóa giải sự dị đồng của hai người về mặt quan điểm chính trị.

Sau khi giới thiệu Lan với Lập, Bảng, nàng giữ Bảng ở lại ngoài hàng ba với mình, còn Lập và Lan đi thẳng vào phòng khách.

Đào, Bảng ngồi sát bên nhau. Gió thổi nhè nhẹ. Một vài cánh hoa sứ rơi rụng. Bên nhà Hạnh, tiếng cãi vã vọng sang. Ngày cả nhà Hanh, Hùng và Trang Đài đi kinh tế mới không còn xa nữa. Một cán bộ ngân hàng sẽ tiếp thu ngôi biệt thự ấy.

Đào hỏi khẽ:

— Anh nghĩ sao về đề nghị của anh Lập ?

Bảng ngập ngừng:

— Tôi...anh thỉ...cần có thời gian suy nghĩ thật kỹ trước khi...trả lời dứt khoát...

— Và có thể anh sẽ từ chối ? Thôi thỉ tùy anh vậy, em không dám ép.

Bảng nắm lấy tay Đào :

— Đào, em ! Không phải vậy. Anh muốn nói khác hơn là...

Đào đánh thẳng vào tự ái của Bảng :

— Em cũng biết đó là một hành động hết sức nguy hiểm có thể làm mai một hiện tại vàng son của một vị giám đốc cao cấp như anh.

Bảng siết chặt tay Đào hơn :

— Đào, không phải vậy đâu. Vấn đề không nằm ở chỗ mất hay còn đảng, kể cả nguy hiểm mà anh sẽ phải gánh lấy một mình. Thương em, anh sẵn sàng hy sinh tất cả.

Lần đầu tiên Bảng dám công khai bầy tỏ lòng mình trước mặt Đào. Từ hai tháng quen biết, lui tới với Đào, ông chỉ dám gián tiếp cho Đào hiểu rằng ông rất mến Đào, muốn đi xa hơn tình bạn, nhưng chưa bao giờ ông có đủ can đảm giải bày tình yêu thầm kín của mình. Giờ đây, đứng trước một đề nghị táo bạo của Đào, Bảng thấy không còn cơ hội nào tốt hơn để trao thẳng tới người con gái tuyệt vời ấy trái tim thiếu vắng tình yêu đắm đuối trong suốt hai mười mấy năm trời ông bị giam hãm dưới vòm trời miền Bắc xã hội chủ nghĩa.

Ông không hề nghĩ tới chuyện lợi dụng nhu cầu khẩn thiết của Đào bằng cách bắt Đào phải trả giá đắt mà thực lòng, ông muốn Đào hiểu rõ lòng ông hơn, nghe rõ hơn tiếng con tim ông đập mạnh trước con người trọn vẹn của Đào. Ông đã từng đem vợ ông ra so sánh với Đào trên mọi bình diện : tuổi tác, sắc vóc, trình độ học vấn, đạo đức, xã giao và bản chất phụ nữ miền Nam so với nữ cán bộ miền Bắc...vv... Nhắm mắt lại, mỗi lần nằm bên cạnh bà vợ đảng viên, Bảng lại nhớ tới Đào, ông nhớ Đào nhiều, ông trằn trọc suốt đêm. Ông ước gì người đàn bà nằm ngủ ngáy pho pho bên cạnh mình là Đào, là người đàn bà trong mộng ấy.

Mỗi lần vì nhu cầu sinh lý, ông ăn nằm với vợ, ông chỉ tìm thấy lạc thú đơn phương. Người đàn bà nằm trở ra như khúc gỗ ! Ông thèm thuồng một lời nói ngọt ngào, âu yếm của kẻ đồng hành khi ông đạt tới đỉnh hạnh phúc của mỗi lần gần nhau. Ông thèm rỏ dãi một nụ cười của vợ. Một tiếng kêu sung sướng khẽ cất lên cũng đủ làm ông chìm lỉm dưới đáy vực yêu đương. Ông đi một mình giữa sa mạc tình chồng vợ. Ông khao khát một ngụm nước mát ái ân.

Gặp Đào, ông tìm thấy nơi Đào tất cả những thèm thuồng, khao khát ấy. Nếu chiếm hữu được Đào, ông tin chắc đời ông sẽ có đầy đủ, có tất cả.

Đào kéo ông đến sát hơn còn mê đắm:

— Mến anh, em không dám bắt anh phải hy sinh cả một sự nghiệp cách mạng lừng lẫy đánh đổi được bằng xương máu.

Bảng đặt chiếc hôn nồng cháy lên bàn tay thon nhỏ của Đào. Đào định giật tay lại nhưng không hiểu sao nàng để yên cho Bảng hành động đột ngột.

Giọng Bảng da diết:

— Đào em ! Anh đã chán ngán quá rồi. Hơn nửa đời người, anh hiến dâng cho một thiểu số người đang ngự trị trên chớp đỉnh của đảng Cộng sản Việt nam. Bọn yêu nước của tụi anh đem xương máu vãi ra cho họ đạt thành lý tưởng hay nói cho đúng hơn là tham vọng chính trị của họ để rồi tụi anh được cái gì ? Nhân dân được cái gì ? Đã bảy, tám năm rồi, nhận dân hai miền Nam Bắc vẫn nghèo, vẫn khổ, vẫn chưa có tự do và vẫn bị đối xử tệ bạc. Em cứ tin rằng dù mười năm, hai mươi năm hay lậu hơn nữa, người dân Việt Nam nói chung và dân miền Nam nói riêng vẫn nghèo đói, vẫn bị bóc lột và kềm kẹp. Là người trong đảng, anh hiểu rõ chủ trương, đường lối của người cộng sản, của chủ nghĩa cộng sản hơn ai hết.

Ông kẹp bàn tay Đào giữa đôi tay mình, tiếp :

— Trong gia đình anh ở Nam cũng có nhiều người đi lính, làm công chức cho chính quyền cữ. Trở về Nam, anh không hề mở miệng trách cứ một ai vì anh thông cảm hoàn cảnh của từng người một. Ngược lại, người trong Nam cũng có bà con, anh em đi tập kết hoặc trốn vào R. Đó là tính chất đặc thù của lịch sử dân tộc chúng ta. Anh hiểu rõ nếp sống của bà con người Nam mình. Họ không thể chịu nổi chế độ cộng sản, và họ cũng không thể sống chung với người cộng sản và họ đã lầm lỡ tin tưởng người đi theo kháng chiến khi đã chiến thắng sẽ trở về đáp đền lòng tin yêu của họ. Họ không ngờ mình bị chế độ mới đối xử tệ bạc, phản bội !

Ông nhấn mạnh hai chữ phản bội, tiếp luôn :

— Người cộng sản dành lấy độc quyền yêu nước và khôi hài thay, họ bắt người dân phải trung thành, phải tôn thờ chủ nghĩa của họ. Ai ghét đảng cộng sản là kẻ thù của người cộng sản. Như vậy đâu còn là dân chủ, là tự do nữa. Còn việc dân miền Nam bỏ quê hương trốn ra nước ngoài tìm tự do, anh tưởng đảng và nhà nước này phải đặt thành vấn đề, sửa chữa lại đường lối cai trị, lãnh đạo. Đồng bào miền Bắc — thành trì của chủ nghĩa xã hội — cũng đã bắt đầu bỏ xứ ra đi nữa rồi. Trí thức, chuyên viên tiếp tục vượt biển, già trẻ, bé lớn, đủ mọi thành phần xã hội bồng bế nhau trốn đi. Tại sao chúng ta không xem đó là một hiện tượng nhân dân ghét bỏ chế độ, bất hợp tác với chánh quyền cách mạng ?

Đào lặng thinh để Bảng trút hết tất cả những gì u ẩn, thầm kín trong lòng một cán bộ đảng viên. Ông càng phản đối sai lầm của chế độ, Đào càng thấy rõ mưu định của mình có nhiều triển vọng thành tựu.

Nàng lôi Bảng tới gần hơn quyết định dứt khoát của ông :

— Anh không muốn giúp tụi em thì cũng chẳng sao ! Tụi em sẽ tự lo lấy vậy.

Bảng khẳng định :

— Anh không từ chối đâu, song em nên để anh có đủ thì giờ nghiên cứu lại vấn đề. Tổ chức một chuyến đi không phải là chuyện tầm thường. Khó khăn và nguy hiểm lắm. Sơ xảy một chút là đổ vỡ hết. Anh muốn là khi đã làm là phải thành công. Thất bại, chúng ta chết hết cả đám, kẻ tù, người tội, tài sản, nhà cửa bị tịch thu. Ở Hà Tiên, Rạch Giá, bao nhiêu tổ chức vượt biển bị vỡ, các nhà giam không còn chỗ chứa tù nhân, đa số là tù vượt biển.

— Anh Lập có nói số vàng dành riêng cho anh không ? Tụi em sẽ để lại cho anh năm mười lượng.

Nhìn thẳng vào đôi mắt quyến rũ của Đào, Bảng nghiêm giọng :

— Đào ! Tiền, vàng ai lại không ham, không muốn ? Nhưng không phải mới nghe tới tiền, ngửi thấy hơi vàng là chúng ta nhào tới chụp lấy rồi không cần gì tới hậu quả ghê gớm sẽ xảy đến cho mọi người. Vàng đối với anh chưa thành vấn đề khi sự việc chưa thành. Điểm chính của tổ chức vượt biển theo anh là làm sao đưa được các thanh niên ra nước ngoài để chúng nó có cơ hội ăn học thành tài để sau này trở về nước phục vụ dân tộc và phụng sự tổ quốc. Đó mới là điểm cơ bản. Vượt qua bao nhiêu hiểm nguy, kể cả cái chết trên biển cả, thanh niên đặt chân đến các quốc gia tự do để rồi ăn chơi, bê tha, tự hủy hoại thân thể mình, làm trò cười cho người ngoại quốc thì đáng tiếc và hổ thẹn biết chừng nào.

Đào cất giọng buồn buồn:

— Chuyện đó hạ hồi sẽ phân giải. Còn tùy thuộc quyết tâm của từng cá nhân khi được toại nguyện. Điểm chính, theo em, là làm sao giúp cho họ rời khỏi một chế độ làm cho họ đau khổ đến cùng cực, đưa họ ra chiến trường làm bia đỡ đạn để đảng Cộng sản Việt nam thực hiện cho kỳ được cái mà họ gọi là nghĩa vụ quốc tế cao cả ! Như hai thằng em của em, chúng nó có là đảng viên cộng sản đâu mà bắt nó phải hy sinh cho cái nghĩa vụ quốc tế cao cả đó chứ ?

Bảng gật đầu:

— Anh rất tán thành ý kiến đó của em. Số đông cán bộ tụi anh cũng phản đối cuộc chiến đang diễn ra bên Kampuchia. Thế giới lên án nặng nề cuộc chiến tranh xâm lăng đó.

Đào thở ra:

— Em nản quá ! Em muốn bỏ cuộc !

Bảng chồm tới hỏi:

— Em nói gì kỳ vậy ? Tại sao lại bỏ cuộc ?

Ông siết chặt tay Đào, cam kết:

— Anh sẽ cố gắng giúp em thành công. Em hãy yên tâm.

Nhớ ra chuyện gì đó, ông lắp bắp:

— Nhưng mà...anh thấy...không ổn lắm...

— Chuyện gì ?

— Em cùng đi trong chuyến này ?

Đào bông đùa :

— Nếu em đi luôn ?

— Thì không bao giờ có chuyến đi ấy.

— Tại sao ?

Bảng không do dự :

— Tại vì trái tim anh cấm anh đánh mất em.

Đào làm mặt nghiêm nghị :

— Em không muốn bị cách mạng buộc tội hủ hóa cán bộ cách mạng và chính anh cũng sẽ bị kết tội yêu đường bất chính. Vả lại, em không thể mang tiếng là kẻ giật chồng của cán bộ đảng viên.

Vẫn giữ chặt bàn tay Đào, Bảng nói như tuyên thệ :

— Nếu em ở lại với anh, anh sẽ làm một chuyến khác và cùng ra đi với em. Một chuyến đi sẽ được tổ chức vô cùng chu đáo, bảo đảm an toàn một trăm phần trăm Chúng ta sẽ thoát và một khi đã thoát rồi thì những điều em lo ngại sẽ không còn nữa.

Đào giật mình :

— Cái gì ? Anh mà cũng muốn...trốn đi nữa à ?

Bảng gật đầu khẳng định :

— Phải ! Anh sẽ ra đi. Anh ra nước ngoài không phải để hưởng thụ, tìm tự do hoặc chạy theo các chế độ tư bản. Anh muốn làm một chuyện khác với tất cả những người vượt biển.

— Chuyện gì ?

— Một khi đến một quốc gia tư bản như Pháp chẳng hạn, anh sẽ tìm cách gặp các lãnh tụ đảng Cộng sản Pháp nói cho họ biết rõ con đường sai trái của đảng Cộng sản

Việt nam hoặc tìm gặp các lãnh tụ Liên Xô vạch cho họ thấy rõ lối cố vấn của họ chẳng những đã và đang làm cho đảng Cộng sản Việt nam ngày càng thêm sa lầy mà còn giết chết dân nhân dân Việt Nam nữa.

Trước cơn ngạc nhiên của Đào, ông nói tiếp, giọng cường quyết:

— Người xưa thường nói về thân phận người con gái dưới thời phong kiến «phận gái mười hai bến nước, trong nhờ đục chịu». Anh và một số anh em khác, cũng tự ví mình như phận gái mười hai bến nước, nhưng tụi anh khác một điểm là «trong thì nhờ, còn đục thì lóng phèn» cho nó trong trở lại chớ không ráng chịu đâu. Nếu không đi ra nước ngoài được mà ở lại trong nước thì bọn tụi anh sẽ tổ chức một cuộc kháng chiến mới chống lại tập đoàn lãnh đạo kia.

Đào hỏi trổng:

— Chuyện có thật như vậy sao ?

Đôi mắt Bảng sáng rực lên:

— Tại sao lại không có thật ? Ở Miệt Thu Cà Mau, nông dân hợp tác với cán bộ bỏ làng xã kéo nhau vào rừng lập vùng giải phóng tự trị rồi. Thằng Lộc, cận vệ trước của anh đã về quê nhập vào vùng giải phóng đó. Ngay tại thành phố Hồ Chí Minh này cũng đã có một số tổ chức của cán bộ đảng viên ngấm ngầm hoạt động chống lại đảng và nhà nước rồi. Họ chỉ chờ có cơ hội để dựng lên một ngọn cờ.

Đào lại hỏi:

— Ngọn cờ gì ?

Bảng đáp nhanh:

— Ngọn cờ cách mạng mới.

Đào cười nhạt; Bảng cau mày:

— Tại sao em cười ?

Đào thở ra :

— Cách mạng mới rồi cũng vậy thôi. Trước hay sau thì cũng vẫn là cộng sản. Các anh bất mãn, các anh làm cuộc cách mạng mới nhưng các anh có thoát khỏi đường lối Mác-xít, Lê-nin-nít hay không ?

Bảng lúng túng :

— Người cộng sản mới sẽ...làm cho dân no, dân ấm và...có tự do chớ không phải như hiện giờ.

Đào lắc đầu, vỗ nhè nhẹ lên tay Bảng :

— Thôi, cho em xin đi ! Cho tới ngày nay, chính các anh còn chán rồi thì đừng nói gì dân chúng. Ngán, sợ chế độ cũ, người dân ngỡ đâu ngọn cờ cộng sản về sẽ đem lại no ấm, hạnh phúc, tự do cho mình nhưng thực tế đã trả lời cụ thể là họ đã lầm lỡ tin tưởng, ngưỡng vọng. Ngọn cờ quốc gia hay ngọn cờ cách mạng, nói rõ hơn là ngọn cờ cộng sản đã không còn là ước mơ của dân tộc này nữa.

Nàng đay nghiến :

— Các tướng lãnh, những công chức cao cấp, mấy tay chính trị gia của chế độ cũ, tất cả đều trốn chạy trối chết ra nước ngoài đem theo vợ đẹp, con ngoan và bao nhiêu tài sản ăn cắp của dân. Bây giờ, nghe tin họ rục rịch thò đầu ra đấu tranh hăm he sẽ trở về giải phóng đất nước, nhưng bọn họ đều thò tay nhận tiền của Mỹ, của Tàu và bám đít ngoại bang để trục lợi, làm chính trị kiểu sa-lông. Nhân dân miền Nam bị họ lừa gạt, bỏ rơi nghe tin ấy đều phỉ cười và bảo thẳng họ rằng : «thôi đi, các ông đừng hát xiệc nữa. Mặt nạ yêu nước thương dân của các ông đã rơi xuống từ lâu rồi.»

Bảng hỏi bâng quơ :

— Như vậy ngọn cờ nào mới được nhân dân tín nhiệm

và ủng hộ ?

Đào rùn vai :

— Ngọn cờ nào cũng được miễn không phải là của hai chế độ đó. Dân tộc Việt Nam đang mơ tìm ngọn cờ của Quang Trung, ngọn cờ dân tộc. Dân mình làm chủ lấy mình. Dân mình có quyền tự quyết không lệ thuộc vào ảnh hưởng của ngoại bang. Một chính quyền mạnh được toàn dân ủng hộ, được thế giới giúp đỡ và tôn trọng. Đất nước chúng ta có nhiều tài nguyên và là cửa ngõ của Đông Nam Á. Chúng ta phải tự ví mình như một cô gái đẹp có rất nhiều chàng trai si tình ham muốn. Chúng ta phải để cho họ thèm muốn, bỏ tiền của, nhân lực, tài lực ra để chúng ta nuôi sống đầy đủ, sung túc mọi người thân trong gia đình chúng ta. Chúng ta không nên ngã vào vòng tay của ai hết vì một khi đã lấy họ rồi thì chúng ta sẽ mất hết tình yêu của bao nhiêu chàng trai khác và sẽ bị họ làm chủ, sai khiến và hành hạ.

Bảng nhìn Đào với ánh mắt khâm phục. Ông càng nghe tâm hồn mình đắm đuối, si dại trước người con gái nõn nà ấy.

Ông vuốt tóc Đào :

— Em lý luận khá lắm. Anh phục em. Nhưng chỉ tiếc một điều là ước mơ của em phi thực, gần như không tưởng. Xin lỗi em nhé ! Thế giới đã chia ra hai ý thức hệ : tư bản và cộng sản. Rời bỏ bên nào, chúng ta sẽ bị bên kia nuốt chửng. Muốn hiện hữu và trường tồn, chúng ta phải đứng hẳn về một phe, một phía.

Đào cười gằn :

— Đó, chính vì vậy mà chúng ta mới mất chủ quyền và tự quyết. Phe quốc gia đã đứng hẳn về phía Mỹ nên khi Mỹ bỏ rơi, chế độ quốc gia tan rã. Còn bây giờ, nếu

Nga bỏ Việt nam, liệu cộng sản Việt nam còn hiện hữu và trường tồn hay không ? Nếu em không lầm thì hiện giờ, thế giới đã manh nha chia ra làm ba mà phe thứ ba là khối phi liên kết và khối đó đang làm hai con sư tử Nga, Mỹ lo sợ rồi tìm đủ mọi cách gây chia rẽ, phá rối, làm cho tan vỡ.

— Anh không tin khối ấy đứng giữa một cách trọn vẹn. Không ảnh hưởng ở Nga thì cũng ở Mỹ.

— Anh không tin, anh nghi ngờ thì đó là quyền của anh nhưng có một điều chắc chắn là các quốc gia Á Phi không muốn dựa vào thế lực của hai siêu cường kia. Đó là một nhu cầu của sự hiện hữu và trường tồn, cộng thêm lý tưởng dân tộc tự quyết. Họ đáng khinh hay đáng trọng khi mà họ không thích lệ thuộc ở ngoại bang ?

Bảng cảm thấy lòng mình bị chi phối phần nào bởi con đường dân tộc mà Đào vừa ném tới. Rõ ràng dân tộc Việt Nam trải qua bao nhiêu biến cố lịch sử từ lệ thuộc Tàu, Pháp, Mỹ, Nga, thân phận nhược tiểu vẫn là con cờ của ngoại bang. Việt Nam chưa tự quyết được cho thân phận mình bao giờ. Dưới chế độ nào, trong ý thức hệ đấu tranh nào, người dân Việt Nam vẫn cùng khổ. Chiến tranh liên miên và kéo dài. Người thanh niên Việt Nam tiếp tục ngã gục ngoài chiến trường không phải để cho chính hạnh phúc, tương lai của đời mình, càng không phải cho nền độc lập, tự do của tổ quốc mà chỉ là chết cho tham vọng điên cuồng của một số nhân vật chính trị làm tay sai cho đế quốc, thực dân cũ, mới.

Ông nói bâng quơ:

— Khó quá ! Làm sao thực hiện được con đường ấy ?

Đào tươi cười:

— Đó là ước mơ cuối cùng của dân tộc Việt Nam.

Người thực sự yêu đất nước này, dân tộc khổ đau này phải theo về con đường đó. Chuyện khó hay dễ không nằm trong chính sách mà tự nổi biệt tài của người làm chính trị, kẻ dựng lên ngọn cờ đấu tranh được toàn dân theo về.

— Ai là kẻ đứng ra dựng lên ngọn cờ ?

Đào đưa tay ra trước:

— Nhân dân Việt Nam đang chờ đợi con người ấy, vị cứu tinh dân tộc ấy. Và chỉ có đường lối dân tộc ấy mới thực sự hóa giải được hận thù giữa các phe phái, ngăn chặn được cảnh tàn sát lẫn nhau giữa hai nhóm người của hai chế độ cũ, mới.

Có tiếng chân từ trong phòng khách vọng tới. Đào xoay lại thấy Lan đang rón rén bên cửa.

Nàng vụt đứng lên:

— Chết chưa ! Mải nói chuyện mà quên mất Lan. Lan ơi ! Chị xin lỗi em nhé !

Lan tươi cười:

— Dạ, không hề chi ! Em chỉ sợ quá giờ giới nghiêm và...ở nhà lo sợ, mong tin.

Bước tới ôm vai Lan dìu tới trước mặt Bảng, Đào trấn an:

— Không sao đâu em. Quá giờ giới nghiêm, anh Bảng đây sẽ đưa em về nhà.

Quay sang Bảng, nàng hỏi nửa đùa nửa thật:

— Có phải vậy không anh ? Anh không từ chối chớ ?

Bảng đứng lên đáp:

— Suya là mình không từ chối rồi. Đi với anh thì không sợ giới nghiêm. Rủi công an có chặn lại bắt, mọi người cùng ngủ bót một đêm cho vui.

Mọi người cùng bật cười. Bảng cười to tiếng nhất.

Lập tiến ra, khều tay Đào, hỏi thật khẽ bên tai nàng:

— Xong chưa em ? Anh lo quá !

Đào nắm tay Lập kéo ra một góc hàng ba, đáp:

— Trên nguyên tắc thì ảnh đã chịu rồi. Còn một vài râu ria chút đỉnh nữa thôi.

— Râu ria gì ? Về vấn đề tiền hả ?

— Không phải vậy ! Ảnh muốn em ở lại với ảnh.

Lập lắc tay Đào:

— Rồi...cô trả lời làm sao ?

Vỗ nhẹ lên ngực Lập, Đào cười nụ:

— Anh hãy yên tâm. Em chỉ cần kế hoạch lớn thành công mà thôi. Chuyện râu ria sẽ được giải quyết sau.

Nàng quay lại bảo:

— Thôi, chúng ta coi lên đường đi. Còn mấy phút nữa là tới giờ thiết quân luật rồi đó.

Bảng trở vào phòng khách tìm chiếc cặp da. Lập vừa định xáp lại gần Lan và Đào thì Đào ngăn lại:

— Thôi, anh về đi. Nếu rảnh, ngày mai anh trở lại đây, chúng ta bàn sâu hơn chuyện vừa rồi.

Lập nhìn Lan với ánh mắt dò xét. Từ nãy giờ ngồi trong phòng khách với Lan, anh không nói, không hỏi gì cả. Đầu óc anh căng thẳng về chuyến đi sắp tới, trong đó có anh và vợ con anh. Anh đã bàn sơ qua với Bảng về một vài chiến thuật «đổ quân». Là trưởng ban cung tiêu văn phòng đặt tại thành phố, anh có cả một kho xăng dầu và trọn quyền điều động xe cộ, tài xế lên xuống Hà Tiên — thành phố Hồ Chí Minh — trong tay anh hiện có đầy đủ giấy tờ mà Bảng đã ký tên sẵn phía dưới để anh dễ dàng trong công tác nhận, chuyển vật tư về xí nghiệp. Chỉ cần Bảng đồng ý tổ chức chuyến đi mà bãi «đổ quân» nằm sát cạnh xí nghiệp, anh sẽ sử dụng tất cả giấy tờ kia vào việc chuyển «công nhân giả» xuống bãi bến một cách an toàn.

Anh nghi Lan là một trong số «khách hàng» của Đào. Chỉ đơn giản thế thôi.

Cỗi xe honda chạy ra cổng rào, Lập đùa với bác tài xế của Bảng:

— Ráng thức đợi chút nữa nghen ông Năm. Tháng này anh Hai sẽ tăng lương cho.

Ông Năm tài xế trề môi:

— Cái khỉ khô ! Tao sẽ xin chuyển qua lái xe vận tải còn sướng hơn. Cứ thức khuya đợi ổng cái điệu này có ngày tao tự vận chết còn sướng hơn. Sáng ra, tao lại nói láo với bà xã ổng là ổng bận đi họp đêm.

Ông hạ thấp giọng lầm bầm:

— Cán bộ cao cấp chế độ nào cũng đồng một chứng bịnh. Tránh vỏ dưa gặp vỏ chuối. Số mình là số con rệp. Không đi làm nằm nhà thất nghiệp mình bị phường khóm chửi bới, mắng mỏ là đồ ăn bám, ký sinh trùng xã hội. Còn đi làm thì lương không đủ nhậu với bạn bè một bữa. Chết sướng hơn !

Trước khi phóng xe ra đường, Lập châm thêm một câu đùa cợt:

— Ráng lên ông Năm, ráng một chút nữa ông sẽ lãnh cấp bằng «anh hùng lao động» liền.

Ông Năm nạt:

— Thôi đi mày ! Chỉ có anh hùng «lao phổi nặng» thôi. Tao đã thấy rõ mấy cái ba sườn rồi nè. Quỷ ơi là quỷ.

Tiếng Lập cười hòa lẫn với tiếng máy xe honda nổ dòn.

Lan nắm tay Đào hỏi, giọng thấp xuống:

— Bộ chị cũng đi theo xe ông ấy nữa hả ?

Đào gật đầu:

— Chị đi theo. Chị rất cần gặp anh Hoàng.

— Rồi ông cán bộ kia thì...

— Chị sẽ giới thiệu cho hai người biết nhau.

Lan hốt hoảng:

— Cái gì ? Chị...có điên không ? Ông ấy là cán bộ cách mạng còn anh Hoàng là...

Đào vuốt má Lan:

— Em tin ở chị. Không sao đâu. Chị dư sức hóa giải mọi phe phái.

Bảng hấp tấp bước ra, giục mọi người:

— Đi đi ! Khuya lắm rồi. Bà con mình lên đường.

Đào tắt đèn trong ngoài, khóa trái cửa phòng khách, nắm tay   Lan dìu đi theo Bảng.

Lan theo chân mọi người ra xe, lòng ngổn ngang chất ngất hoài nghi và lo sợ. Đào dẫn cán bộ đảng viên đến gặp Hoàng để làm gì ? Liệu Bảng có để yên cho Hoàng hay ông sẽ tố cáo Hoàng với chính quyền cách mạng địa phương ? Lan nhìn Bảng, nhìn Đào. Nàng sợ Hoàng bị bắt hơn cả lần Hoàng trốn dưới hầm nhà nàng. Và lần này, nếu anh bị bắt, Lan sẽ lãnh đủ trách nhiệm vì chính nàng là kẻ gián tiếp đưa Hoàng vào bẫy.

CHƯƠNG II

Bà Tư tới lui trước cổng rào, lòng bà hồi hộp, bồn chồn. Bà không hiểu sao Lan đi lâu quá, gần hai tiếng đồng hồ nàng vẫn chưa trở về. Giữa thời buổi khó khăn, xã hội ngày một thêm mất an ninh, trộm cướp lộng hành, kẻ gian bị bắt chỉ ngày hôm sau đã được công an thả ra, thậm chí khổ chủ đi thưa gởi, chánh quyền địa phương hỏi vặn lại: «Ông, bà có chịu nuôi cơm chúng nó không, nếu đủ sức nuôi cơm tù chúng nó, tụi tôi sẽ bắt giữ ngay» ...vv...Tất cả những nhiễu nhương đó làm bà Tư lo sợ cho Lan, đứa con gái cưng của bà. Bắt cóc, hãm hiếp rồi thủ tiêu hoặc siết cổ nạn nhân đến chết bỏ trôi sông, hình ảnh ghê rợn đơ đỡ xô tới, bủa vây tâm trí bà.

Một bóng áo vàng từ xa tiến về phía bà. Bà Tư vừa định quay vào nhà để tránh mặt Ngọc — gã công an khu vực thường lui tới nhà bà không phải để kiểm soát, theo dõi chuyện gì khác mà chỉ để ve vẫn Lan — thì Ngọc đã gọi :

— Bác Tư ! Bác Tư !

Bà Tư đứng lại, tươi cười hỏi :

— Có chuyện gì đó chú Ngọc ?

Tới trước mặt bà, Ngọc nhìn vào nhà hỏi :

— Cô Lan đã về chưa hả bác ?

Bà Tư khẽ giật mình :

— Ủa, mà sao chú biết Lan, con gái tôi đi vắng ?

Ngọc nhe răng cười :

— Dạ hồi nãy cháu thấy cô Lan đi khỏi nhà. Cháu ngồi trong quán cà phê đầu ngõ chờ cô trở về mà tới giờ này vẫn chưa thấy cô về.

Tuy hơi bực mình, bà Tư vẫn trầm tĩnh hỏi :

— Chú chờ Lan nó trở về chi vậy ?

— Dạ, bữa nay tới lượt cô Lan đi gác đêm. Cháu muốn báo cho cô hay tin.

Bà Tư tròn mắt :

— Đi gác đêm ? Sao lại gác đêm chớ ?

— Dạ, theo phiên họp của phường đội thanh niên tuần qua thì từ nay trở đi, mỗi tổ dân phố sẽ đề cử một danh sách thanh nữ phụ trách an ninh về đêm cho khu phố của mình. Tối nay đến lượt tổ của cô Lan và cô Lan trực gác từ một giờ sáng đến ba giờ sáng.

Ngọc trấn an bà Tư :

— Thưa bác, nói là gác chứ thực ra chỉ đi tới đi lui dọc theo hai bên đường để khi nào thấy có gì bất thường như trộm đạo hay người lạ mặt di chuyển trong giờ giới nghiêm thì người gác tri hô lên và kịp thời thông báo cho cơ quan an ninh phường hay biết để chạy tới đối phó. Chỉ đơn giản vậy thôi. Vả lại, hai tuần lễ mới tới phiên mình một lần.

Từ trong nhà Nam lầm lũi đi ra. Anh cũng sốt ruột chờ Lan đem tin tức trở về. Hoàng và Thái đang trốn dưới hầm, còn ông Tư thì say nhừ, ngủ như chết trong phòng riêng trên lầu.

Không để bà Tư kịp có phản ứng về ca gác đêm của con gái mình, Ngọc hỏi dò :

— Hình như nhà bác Tư có chuyện gì không bình thường thì phải ?

Bà Tư hơi biến sắc. Nhờ bóng đêm, Ngọc không nhận ra cơn bối rối của bà :

— Mà tại sao chú hỏi tôi như vậy ?

Ngọc mỉm cười :

— Có khó gì đâu bác. Lúc nãy cháu thấy cô Lan có vẻ hấp tấp vội vàng dữ lắm. Đụng đầu cháu, cổ không kịp chào hỏi gì hết.

Hai thằng bé trờ tới cứu thoát bà Tư khỏi cơn bối rối. Thằng anh trạc chín tuổi dắt thằng em trai độ sáu tuổi. Hai đứa đều ở trần mặc quần đùi rách đít. Trên vai mỗi đứa đeo lủng lẳng một cái bị bằng vải đủ màu sắc đen, đỏ, trắng, vàng. Chúng nó dơ bẩn không thể tả. Có lẽ nhiều tháng, ngày, hai đứa chưa từng tắm gội.

Thằng anh đưa tay ra trước van xin bà Tư :

— Con lạy bà. Bà cho tụi con xin chén cơm nguội. Em con từ sáng tới giờ chưa ăn gì hết. Đói lắm bà ơi !

Thằng em dỗ dẻ :

— Bà cho con xin cái áo cũ bận cho đỡ lạnh. Con lạnh quá bà ơi !

Ngọc gạt tay hai đứa bé xuống, hất hàm :

— Ê, tụi bay ở đâu mà giờ này còn lang thang ở đây

hả ?

Như không sợ Ngọc dù hai đứa bé thừa biết đó là công an viên, thằng anh đáp:

— Tụi tôi hổng có nhà.

Trong khi đó thằng em vẫn tiếp tục lập lại câu van xin khi nãy:

— Bà cho con xin cái áo cũ bận cho đỡ lạnh. Con lạnh quá bà ơi !

Ngọc nạt:

— Câm họng mày lại. Trả lời các câu hỏi của tao đấy nè.

Hắn day sang thằng anh:

— Không có nhà à ? Vậy là vô gia cư rồi ! Tối tụi bay ngủ ở đâu ?

— Dạ ngủ ở vỉa hè.

— Ba má tụi bay đâu ?

— Dạ ở nhà.

Ngọc trợn mắt:

— Mày nói là không có nhà thì sao ba má tụi bay lại ở nhà ?

Thằng anh đáp thản nhiên:

— Ba má tụi tôi ăn ngủ ở vỉa hè. Vỉa hè là nhà của tụi tôi.

Ngọc vẫn trợn mắt:

— Mà vỉa hè nào ? Đường nào ?

— Vỉa hè đường gì đó tui hổng biết, tui chỉ biết là gần vườn Tao Đàn à !

Ngọc lẩm bẩm:

— Gần vườn Tao Đàn là đường Duy Tân hoặc Lê Văn Duyệt hoặc Hồng Thập Tự. A, nói vậy là tụi bay thuộc về dân đi kinh tế mới trốn về đây mà. Phải vậy không ?

Thằng anh gật đầu. Ngọc cay cú:

— Ở vùng kinh tế mới sung sướng không chịu, kéo nhau về thành phố để ngủ đường, ngủ chợ. Ở trển có nhà nước cho cơm gạo lại có đất trồng trọt chăn nuôi...

Thằng anh chặn ngang:

— Dạ đâu có.

— Đâu có gì ?

— Hổng có gì hết trọi. Hổng có gạo, tụi tui phải ăn khoai lang, khoai mì, luôn cả đọt mì nữa. Đứa em ba tuổi của tụi tui ăn đọt mì bị trúng độc chết tươi. Còn đất thì khô cứng. Gà vịt có gì ăn đâu mà sống ? Chết hết trơn hết trọi hà ông ơi ! Đói quá, ba má tui phải trốn về đây đó à !

Ngọc tát vào má nó, mắng:

— Mày chỉ nói láo thôi. Coi chừng ở tù bây giờ.

Thằng anh vừa vuốt má vừa nói:

— Dạ đâu có nói láo. Thiệt mà ông. Nếu ở kinh tế mới sướng, tụi tui đâu có trốn về đây ?

Cảm thấy mình đuối lý, Ngọc dọa:

— Tao bắt tụi bay về phường về cái tội nói xấu chính sách của nhà nước, của cách mạng.

Bà Tư can thiệp:

— Cho tôi xin đi chú Ngọc. Tụi nó khổ lắm rồi.

Ngọc đay nghiến:

— Làm biếng làm nhác, nói vậy còn dễ nghe hơn. Từ ngày dân đi kinh tế mới bỏ trốn về thành phố, nạn trộm cắp, đĩ điếm mới phát triển làm cho phường khóm mất trật tự, an ninh.

Bà Tư nắm tay hai thằng bé:

— Vô đây bà cho ít gạo đem về ăn. Để bà coi có quần áo cũ bà cho bận. Vào trong nhà với bà.

Bà Tư có cơ hội thoát khỏi tay công an viên Ngọc. Thực lòng bà, bà cũng muốn giúp đỡ hai đứa bé khốn khổ.

Nam vừa định theo chân bà Tư thì Ngọc gọi giật ngược anh lại:

— Anh Nam, ở lại đây cho tôi nói chuyện ·này.

Vốn ghét Ngọc từ lâu, Nam hỏi trổng:

— Chuyện gì ?

Ngọc cười xã giao:

— Tôi biết anh không ưa tôi, nói cho đúng hơn là anh ghét tôi.

Nam so vai:

— Tôi không ghét ai hết. Mà hỏi sức đâu ghét, thù người dửng ?

Ngọc mỉm cười nhìn Nam trân trối. Nam hất hàm bảo:

— Anh muốn nói chuyện gì thì cứ nói đi. Tôi vào nhà có chút việc cần.

— Anh không đợi Lan về à ?

— Vô nhà đợi em tôi về cũng được kia mà ? Cần gì phải đứng ngoài này ?

— Lan đi đâu vậy anh ?

Nam bực mình:

— Nó đi đâu thì đi, tại sao anh lại hạch hỏi như vậy ? Người dân không còn được tự do đi đứng nữa hay sao ?

Ngọc phân bua:

— Không phải là tôi có ý tò mò muốn biết chuyện riêng của Lan mà chỉ tại vì hồi nãy tôi thấy Lan có vẻ hấp tấp vội vàng như có chuyện gì khác thường xảy ra vậy đó. Chỗ quen biết tôi muốn tìm hiểu để nếu cần sự tiếp sức của tôi, tôi sẽ sẵn sàng góp một tay.

Nam nghĩ thầm: «Nhà tao đang có chuyện đây. Cho

mày biết để mày vây bắt anh Hoàng à ?». Anh nhún vai:

— Chẳng có chuyện gì hết. Nhà đang kẹt tiền, má tôi sai Lan chạy đến mượn tiền một người bạn để đi chợ ngày mai. Chỉ có vậy thôi. Sợ trễ giờ giới nghiêm, nó hấp tấp vội vàng. Đơn giản thế thôi.

Ngọc cười:

— Tôi không tin.

Nam sừng sộ:

— Vậy chớ anh nghi ngờ chuyện gì ? Tôi thấy anh vô lý hết sức. Thét rồi người dân lại bị các anh kềm kẹp không còn được tự do nữa. Tôi vào nhà đây, anh muốn nghĩ gì thì cứ việc.

Anh quay gót đi nhanh vào nhà. Tuy nói cứng song anh phập phồng lo sợ Ngọc sẽ khám phá ra sự có mặt của Hoàng và Thái trong nhà mình. Anh lại nghĩ tới chút nữa đây, Lan trở về và Ngọc sẽ chận nàng lại hạch hỏi lôi thôi. Không khéo bình tĩnh đối phó, Lan sẽ làm lộ tông tích của Hoàng và Thái.

Ngọc nói với theo:

— Chủ nhựt này anh đi đào kinh ở Lê Minh Xuân đó nghen. Không được vắng mặt hay thuê người lao động thay đó.

Nam phất tay ra sau:

— Đi thì đi. Ngán gì ?

Trong nhà, bà Tư trút thêm gạo vào bị của thằng em. Hai đứa bé đang nhai ngấu nghiến búng cơm trong miệng. Bỗng thằng em trút tô cơm đang ăn vào bị của anh. Bà Tư chau mày hỏi:

— Sao con không ăn hết đi mà lại trút cơm vào bị ?

Vừa đưa tay quệt miệng, nó vừa đáp:

— Con để dành cho ba má con và em con ở nhà.

Bà Tư xúc động mạnh. Bà vuốt tóc nó:

— Thì con cứ ăn hết cho no đi. Có gạo rồi, ba má con sẽ nấu cơm ăn.

Thằng anh đáp:

— Bà ơi ! Khuya rồi, nấu cơm ngoài đường, công an họ la chết đi. Trong giờ giới nghiêm, họ cấm đốt lửa.

Nó lại trút luôn phần cơm của mình vào bị. Bà Tư nhìn hai đứa bé với ánh mắt trìu mến. Mới bi lớn mà chúng nó đã hiếu thảo rất đáng phục. Ăn chưa đủ no, chúng nó đã nghĩ tới cơn đói của cha mẹ và đứa em ở vỉa hè.

Bà chép miệng:

— Tội nghiệp biết chừng nào ! Đầu xanh vô tội sớm bị đọa đày ! Nhà hết cơm rồi, phải chi còn bà cũng vét cho tụi con hết. Để bà đi lục coi có áo quần cũ bà cho tụi con bận.

Thằng anh nói với theo bước chân của bà:

— Áo quần người lớn nghen bà. Ba má con chỉ có một bộ đồ thôi. Dơ lâu rồi hổng có áo quần thay.

Nam hỏi:

— Còn tụi em thì sao ? Tụi em chỉ có mỗi cái quần xà lỏn hả ?

— Dạ, tụi em hổng cần. Bận vậy được rồi anh.

— Để anh cho một quần tây, em về nói với má em cắt đôi ra, sửa lại cho tụi em mặc. Khúc trên cho đứa lớn, khúc dưới cho đứa nhỏ.

Đợi Nam đi xa rồi, thằng em nói khẽ với anh:

— Để coi quần còn mới hông ? Nếu còn mới, tụi mình đem về cho ba bán lấy tiền hút thuốc, mua bánh cho thằng Tí ăn.

Thằng anh đánh nhẹ lên đầu em trai bảo:

— Nói nho nhỏ vậy mày. Họ nghe được họ đổi ý bi

giờ đó.

Bà Tư, Nam đem ra hai bộ đồ cũ của bà và Lan, một quần tây đã ngả màu nhưng vẫn thẳng nếp. Hai đứa bé nhận ngay, nhét vội vào bị, vái chào các ân nhân, đi nhanh ra đường.

Nam nói với theo:

— Áo quần để mặc nghen hai em. Đừng cớ đem bán chợ trời.

Thằng anh quay đầu lại nhe răng cười:

— Dạ, dạ hổng có đâu anh. Tụi em...bận hết...bận hết !

Bà Tư nói với Nam:

— Thây kệ họ con. Để mặc hay bán lại, tùy ý họ. Mình bố thí làm phước. Gặp thời buổi gạo châu củi quế này, giúp nhau là bổn phận của mọi người. Lá lành đùm lá rách.

Nam bông đùa:

— Rồi mà sẽ thấy cảnh «lá rách đùm lá nát» cho coi !

Hai mẹ con cùng bật cười. Bỗng bà Tư tắt nụ cười hỏi trổng:

— Sao con Lan nó đi lâu dữ vậy cà ? Hổng biết có chuyện gì không ?

Nam trấn an mẹ:

— Chắc là nó loay hoay đi tìm nhà chị Yến. Cũng có thể là chị Yến không có nhà, nó chạy tới nhà chị Đào hỏi thăm tin tức rồi chị Đào cầm giữ nó lại sao đó nên mới lâu dữ vậy.

Nhìn về phía phòng Lan, bà Tư hỏi khẽ:

— Cậu Hoàng với cậu gì đó đã ăn cơm chưa con ?

— Anh Hoàng với Thái đã ăn no rồi. Con cũng đã thay băng vết thương cho anh Hoàng. Vài ngày nữa ảnh sẽ lành hẳn. Con cho ảnh uống hai viên trụ sinh.

Bà Tư lo ngại:

— Phải tìm cách đưa hai cậu ấy trốn một nới nào an toàn hởn, chở ở đây lâu, má sợ quá. Thằng Ngọc nớ cứ lui tối hoài, có ngày nó sẽ biết được tông tích người lạ mặt trong nhà mình.

Nam chưa kịp trấn an mẹ thì ngoài cổng rào có tiếng xe và người lao xao. Hai mẹ con chạy vội ra, nửa mừng nửa lo. Lan đã trở về nhưng sao lại có xe cộ và đông người ?

Ngoài cổng rào, Bảng, Đào và Lan xuống xe. Bảng bảo ông Năm tài xế tắt đèn, đợi mình. Ông vỗ ngọt ông Năm :

— Anh cố gắng tối nay. Ngày mai tôi cho anh ngủ thẳng cẳng tới trưa.

Ông Nam thắc mắc:

— Nhưng thưa anh Hai, ngày mai mình còn phải lên đường trở về xí nghiệp thiệt sớm nữa ?

— Chiều mới đi. Mình lên đường khoảng ba, bốn giờ chiều.

Ngọc trông thấy Lan, bước tới hỏi:

— Cô đã về rồi đó à ? Đi đâu về vậy Lan ?

Lan hơi lúng túng:

— Tôi...đi có việc cần.

— Việc cần gì vậy hả ?

Bảng can thiệp:

— Chuyện gì vậy hả cô Lan ?

Lan bám nhanh vào cái phao:

— Dạ, ông Ngọc đấy muốn điều tra tôi bỏ nhà ra đi làm gì từ nẫy giờ ? Tôi không hiểu tại sao kỳ cục như vậy ?

Bảng lại nổi «máu giang hồ» hất hàm hỏi Ngọc:

— Đồng chí muốn gì mà hạch hỏi người dân như vậy

hả ? Đồng chí cơ đi quá trớn trong quyền hạn cán bộ của đồng chí không ?

Ngọc nhìn Bảng với ánh mắt của một cán bộ cấp dưới anh ta đoán chừng Bảng không phải là một cán bộ tầm thường. Với chiếc Jeep lùn, với tài xế và thân hình vạm vỡ, nhất là gương mặt đầy sắc khí ngang tàng, Bảng phải là một cấp chỉ huy cỡ giám đốc hay trưởng ty gì đó. Anh ta ấp úng:

— Tôi làm bổn phận...của một nhân viên an ninh địa phương.

Bảng trỏ tay vào người Lan, trừng mắt hỏi tiếp:

— Và người con gái này là một kẻ gian hay là một kẻ thù của chính quyền cách mạng ? Có phải thế không ?

Ngọc lúng túng:

— Không...không phải vậy.

— Vậy chở tại sao anh — ông không gọi Ngọc là đồng chí nữa — đòi làm bổn phận của một công an viên ?

Đào nói xen vào để giải quyết cho nhanh câu chuyện:

— Nếu tôi không lầm thì gia đình cô Lan là gia đình có công với cách mạng. Đã có công với cách mạng mà còn bị công an theo dõi điều tra nghi ngờ đủ thứ thì còn ai dám theo về với cách mạng nữa ?

Nam chêm vào:

— Theo tôi thì ông Ngọc đấy theo dõi Lan, em tôi, không phải vì vấn đề an ninh mà vì một nguyên nhân thầm kín nào đó, nói trắng ra là chuyện tình cảm riêng tư của ổng.

Ngọc đỏ mặt tía tai. Nam vừa đánh trúng ngay vào yếu điểm của anh ta. Anh ta muốn tháo chạy nhưng vẫn chưa nhắc chân lên nổi.

Bảng hỏi thẳng:

— Có đúng như vậy không hả ?

Ngọc chống chế:

— Chỉ là...vu cáo thôi ! Tôi...chẳng có tình ý gì... đen tối cả.

Bảng bồi thêm một đòn nữa bằng cách gạn hỏi Lan:

— Cô là nạn nhân, vậy cô cứ thẳng thừng nói cho mọi người biết có phải ông cán bộ công an đây đeo đuổi tán tụng cô không ?

Không để lỡ mất cơ hội tốt, Lan quạt luôn:

— Dạ, tôi không muốn bị đeo đuổi hàng ngày nữa. Tôi cũng không muốn bị dị nghị, mang tai mang tiếng.

Ngọc quay gót đi thẳng ra đầu hẻm, nghe cõi lòng mình tê tái. Lần đầu tiên trong đời, anh ta bị một vố đau điếng.

Bảng bật cười:

— Cô Lan trả lời hay tuyệt. Chắc là nó hận cô lắm.

Đào phụ họa:

— Cứ tưởng bở ! Cho bỏ cái tật dùng uy quyền bắt nạt lương dân. Chắc là hắn tưởng đàn bà con gái khoái công an lắm. Làm vợ công an chỉ để mọi người chung quanh ghét cay ghét đắng mà thôi.

Nàng giới thiệu Bảng với Nam. Nam giật mình trợ mắt nhìn Lan. Sắc mặt anh tái hẳn. Hiểu ý anh, Đào tươi cười:

— Không sao đâu anh Nam. Anh Bảng là bạn rất thân của tôi. Anh ấy có ý giúp anh Hoàng đó. Anh hãy yên tâm.

Bảng đỡ lời Đào:

— Tôi đã nghe sơ qua về tình hình của anh Hoàng. Tôi muốn hiểu rõ hơn để định liệu một giải pháp an toàn cho anh ấy.

Nam vẫn chưa dám tin. Làm sao anh tin được một chuyện ngang trái như vậy ? Một đàng là cán bộ cách mạng, một đàng là một sĩ quan tình báo trốn học tập cải tạo và đã một lần cầm vũ khí tấn công một cơ sở sản xuất của nhà nước. Anh không biết Lan hoặc Đào đã khai thật hết cho Bảng rõ về con người và hành động táo bạo của Hoàng chưa ?

Lan mời mọi người vào nhà. Đi sát bên em gái, Nam hỏi khẽ :

— Cái gì kỳ cục vậy Lan ? Em có điên không mà dẫn cách mạng về đây ?

Lan bấm nhẹ vào tay anh :

— Không sao đâu. Chị Đào muốn cứu anh Hoàng và anh Thái đó. Ổng sẽ giúp chị Đào tổ chức vượt biển.

Nam dừng bước, nhìn sững em gái. Anh nghe tai mình lùng bùng như vừa nghe một tiếng sét nổ. Anh không thể nào tin được. Anh ngỡ mình vừa nghe lầm câu nói của Lan.

Lan nắm tay Nam kéo đi tới. Nam bước theo em như kẻ mất hồn. Thấy có người lạ mặt, bà Tư đứng nhìn sững. Bà chưa hiểu gì cả. Bà không ngờ Lan trở về dẫn theo cả Đào và gã đàn ông lạ mặt. Bà thoáng nghi ngờ Bảng không phải là dân thường mà là một chức sắc cách mạng sao đó.

Sau khi giới thiệu khách với chủ nhà, Đào nắm tay bà Tư nắn bóp hỏi thăm sức khỏe của bà và ông Tư. Đã nhiều lần lui tới với Lan và Nam, Đào đã trở thành người thân của gia đình này. Đôi lần, nàng chở gạo, thức ăn từ dưới tỉnh nhà đem cho gia đình Lan. Bà Tư xem Đào như con cháu ruột còn Đào thì đối xử với ông bà Tư như cha mẹ mình. Sự liên hệ mật thiết giữa Đào và gia đình Lan từ nhiều năm qua đã trở nên gắn bó.

Dưới hầm, Hoàng nghe văng vẳng tiếng người từ phòng khách vọng xuống. Anh nói với Thái:

— Chắc là Lan đã tìm gặp được Yến rồi đó.

Thái gật đầu:

— Em cũng tin như vậy. Chị Lan đi lâu dữ.

— Có lẽ Yến đi vắng, Lan phải chờ nên lâu như vậy.

Thái hỏi bâng quơ:

— Mà không biết chị Yến có cách gì gỡ rối cho tình hình này không ?

— Anh không cần Yến tìm một chỗ trốn an toàn cho tụi mình. Anh chỉ cần Yến kiếm cho anh một số tiền để anh có phương tiện đi tới Suối Vàng ở Đà Lạt. Như anh đã nói, ở đó có cơ sở chiến đấu rất an toàn. Lực lượng Fulro ở cao nguyên rất mạnh.

— Đi đường từ Sàigòn lên tới Đà Lạt, em thấy rất nguy hiểm. Trạm xét khắp nơi. Giấy phép đi đường không phải dễ kiếm.

Hoàng đặt hết niềm tin nơi người yêu:

— Yến xoay sở hay lắm. Có tiền là Yến lo được tất cả. Là dân đi buôn, Yến chạy vạy giỏi lắm.

Có tiếng giở nắp hầm. Hoàng, Thái lùi sát vào một góc. Tiếng chân nhiều người bước xuống cầu thang gỗ. Ngọn đèn nhỏ bật sáng. Hoàng, Thái không nhận ra mặt người xuống hầm trước nhứt. Đào vừa xoay người lại, Hoàng gọi khẽ:

— Đào !

Đào bước nhanh tới, đưa hai tay ra trước:

— Anh khỏe chứ, anh Hoàng ? Gặp lại anh, em mừng quá.

Hoàng vừa định chạy tới bắt lấy tay Đào thì dừng ngay lại, trố mắt nhìn Bảng vừa đặt chân xuống bậc thang cuối cùng. Bóng người Bảng che mất một vùng ánh sáng. Hoàng lùi về phía sau, lưng anh chạm vào tường hầm. Thái cũng không giữ được bình tĩnh.

Đào trấn an:

— Không sao đâu anh Hoàng. Đó là Bảng, bạn thân của em.

Bảng bước vội tới chìa tay ra, tươi cười:

— Xin chào anh ! Hân hạnh được biết anh.

Bảng tới sát trước mặt Hoàng, tay ông vẫn chìa ra chờ Hoàng nhưng Hoàng vẫn đứng ngây người nhìn ông trân trân. Hoài nghi, lo sợ căng thẳng đầu óc anh. Trước mặt anh và Thái, người đàn ông xa lạ ấy là mối đe dọa hiểm nghèo. Nếu không có sự hiện diện của Đào thì cả Hoàng lẫn Thái, hai người đã chuẩn bị sẵn sàng đối phó hoặc thoát nhanh lên thang hầm trốn chạy rồi.

Đào giục Hoàng:

— Bắt tay anh Bảng đi anh. Có gì đâu mà anh sợ ? Bạn với nhau cả mà !

Bảng gỡ rối cho Hoàng, vừa vỗ nhè nhẹ lên vai Hoàng, ông vừa tươi cười bảo:

— Thôi, không sao hết. Ảnh chưa hiểu mình nên ảnh lo sợ đó thôi. Chút nữa ảnh sẽ hiểu ra.

Đào giới thiệu:

— Đây là anh Hoàng, cựu sĩ quan dưới chế độ cũ. Còn đây là anh Bảng, giám đốc xí nghiệp đá vôi ở Hà Tiên.

Nàng day sang nhìn Thái, ấp úng:

— Còn đây là...

Có tiếng Nam phía sau:

— Đó là Thái, em út của anh Hoàng.

Nghe Đào giới thiệu, Hoàng càng thêm bối rối. Anh chưa hiểu tại sao nàng không dấu hộ anh mà lại nói toạc ra anh là cựu sĩ quan của chế độ cũ ? Anh đã rõ gã đàn ông đối diện là ai rồi. Anh đang trực diện với kẻ thù. Đứng trên hai chiến tuyến, làm sao anh và Bảng có thể là bạn của nhau được ?

Anh thu hết bình tĩnh hỏi Đào với giọng trách móc :

— Tại sao kỳ vậy Đào ? Còn Yến đâu ? Tại sao Đào lại đưa tôi vào cảnh huống này chớ ?

Đào ôn tồn đáp :

— Anh hãy bình tĩnh. Em sẽ giải thích cho anh hiểu hết. Yến không có nhà, Lan chạy đến nhà em tìm Yến báo tin anh có mặt ở đây. Em đưa anh Bảng gặp anh đâu có phải để bắt anh đem nộp cho cách mạng mà anh sợ.

Hoàng gằn giọng :

— Nhưng để làm gì kia chớ ? Tôi thà chết chớ không để bị bắt.

Bảng tươi cười trấn an Hoàng :

— Anh yên chí lớn. Bắt người không phải là ngành, nghề của tôi. Tôi chỉ là cán bộ kỹ thuật. Tôi xin lập lại câu nói của Đào khi nãy : tôi là bạn thân của Đào, anh là bạn của Đào, tôi cũng là bạn của Đào, vậy chúng mình là bạn của nhau. Tôi bắt anh đem nộp cho chính quyền, tôi sẽ được cái gì ? Lên chức ư ? Không lên được một chức. Tăng lưởng ư ? Cũng không nốt ! Chỉ được có mỗi một cái là lập trường cách mạng của tôi sẽ được đảng xác minh thêm một chút nữa. Nhưng, đáng tiếc thay, tôi đã chán ngấy rồi, tôi không còn cần đảng xác minh lập trường của tôi nữa. Tất cả đều không thì tại sao tôi lại bắt anh ?

Mọi người lặng thinh. Hoàng, Thái vẫn chưa hoàn toàn tin lời Bảng. Hành động đánh phá cách mạng, chống đối cách mạng, phản động, tàn dư Mỹ-Ngụy mà chánh quyền Dầu Tiếng gán cho anh và đồng bọn vẫn là mối đe dọa thường xuyên bắt hai người phải cảnh giác trước mọi người lạ mặt. Ở đây, người lạ mặt đó lại là một cán bộ cách mạng quan trọng.

Bảng nói toạc ra ý muốn của mình:

— Nếu tin tôi, tôi sẽ cứu hai anh ngay tức thì. Tôi có thừa khả năng làm chuyện đó.

Đào phụ họa:

— Thật vậy đó anh Hoàng và cậu Thái ạ. Tôi đã nói rõ hết cho anh Bảng biết rồi. Theo tôi tới đây, anh Bảng chỉ có mục đích là cứu anh và cậu Thái.

Thái đánh bạo hỏi:

— Cứu mà...cứu bằng cách nào ?

Bảng nghiêm nghị đáp:

— Tôi mang hai anh về làm công nhân của xí nghiệp tôi. Trước mắt là như vậy. Chuyện gì khác sẽ tính sau.

Để Hoàng, Thái thêm tin tưởng, ông tiếp luôn:

— Ở xí nghiệp tôi có nhiều sĩ quan, hạ sĩ quan dưới chế độ cũ. Nào là Hưởng, cựu trung úy pháo binh, Tân, đại úy quân y, nào là Thời, thượng sĩ truyền tin, Dũng, cán bộ thông tin chiêu hồi...vv...nhiều lắm. Hưởng và Tân ăn ở chung với tôi và ban đêm hai anh ấy thay nhau gác đêm với súng ống đầy đủ. Vùng tôi làm việc hiện bị tụi Miên đỏ phá rối.

Ông day sang nói với Đào:

— Em biết không, mấy xếp của anh ở công ty xây dựng chỉ trích anh đã dùng nhiều người của chế độ cũ mà còn dám giao súng cho họ gác đêm nữa. Họ sợ có ngày anh bị giết. Anh thì không sợ gì cả. Nếu tới số, anh đã bị anh em giết từ lâu rồi. Cả năm nay rồi, anh vẫn còn sống nhăn, thậm chí anh còn được anh em thương mến nữa.

Ông cười nhẹ tiếp luôn:

— Ăn ở, đối xử sao cho anh em, bà con thương mến, kính nể mới là cái khó của một cấp chỉ huy. Anh em công nhân miền Nam làm việc tốt lắm. Làm ra làm, chơi ra chơi. Anh không hiểu tại sao cách mạng cứ nghi ngờ rồi bỏ rơi hết người có nhiệt tình của miền Nam ? Cứ tin dùng đi. Kẻ có tội thì trừng trị,   còn người muốn làm ăn thì phải trọng dụng người ta chớ ?

Ông rùn vai:

— Tại bị bạc đãi, nghi ngờ mà dân Nam xa lánh cách mạng. Còn ai không thích chế độ này hoặc không sống nổi dưới chế độ mới thì cứ để cho người ta đi tìm đất sống, đi tìm tự do. Mắc gì phải ngăn cản, bắt bớ, tù đày ? Càng cấm, họ càng đi nhiều hơn.

Hoàng, Thái buông dần hoài nghi, lo sợ. Chưa bao giờ hai anh nghe một cán bộ đảng viên có luận điệu như vậy. Đối với anh, Mai Bảng là một hiện tượng lạ.

Đào tươi cười hỏi Hoàng:

— Như vậy anh đã chịu tin chưa ? Anh còn nghi ngờ, sợ sệt gì nữa không ?

Thái ngó Hoàng hỏi ý. Hoàng vẫn đang hoang mang, chưa chịu vứt ra khỏi đầu óc điều mà Đào vừa hỏi. Hình thù một cạm bẫy hiện ra trước mắt anh. Một sĩ quan tình báo như anh không cho phép dễ tin lời ngon ngọt, bùi tai của địch. Sự thật lòng Bảng như thế nào ? Cũng chỉ là từ đầu môi chót lưỡi của ông phát ra. Sự thật ở xí nghiệp Hà Tiên như thế nào ? Cũng chỉ là từ môi miệng của ông về ra. Chỉ cần lầm tin một lần thôi, đời Hoàng và cả đời Thái sẽ tiêu ma.

Nam vỗ về Hoàng:

– Chỉ còn con đường đó thôi anh Hoàng à ! Anh và Thái nên chọn theo chứ đừng phiêu lưu nữa. Tôi thấy nếu anh tiếp tục...

Sợ Nam nói hở để lộ hành tung của mình và đồng bọn, Hoàng chận ngay lại:

– Dù gì thì tôi cũng cần có thì giờ suy nghĩ. Chuyện không đơn giản đâu.

Bảng tán thành:

– Đúng vậy. Hai anh cứ suy nghĩ kỹ đi. Bao giờ cũng được. Lúc nào tôi cũng sẵn sàng mở rộng cửa xí nghiệp đón tiếp hai anh.

Ông đánh thẳng vào hoàn cảnh của Hoàng, Thái:

– Tuy nhiên theo tôi thì hai anh nên sớm có quyết định dứt khoát. Cứ né tránh hoài, hai anh mất hết tự do đi đứng. Về dưới Hà Tiên với sự che chở, bảo vệ của tôi, hai anh không sợ gì nữa hết và biết đâu hai anh sẽ có dịp thoát ra nước ngoài ?

Nghe nói đến nước ngoài, Hoàng ngước lên nhìn Bảng hỏi:

– Ông sẽ để yên cho chúng tôi đi ra nước ngoài sao ?

Bảng tươi cười:

– Như tôi đã nói lúc nãy, ai trốn đi được thì cứ đi. Người không muốn ở lại thì dù có cấm cản, bắt bớ, tù đày, chính phủ chỉ ngày mỗi tạo thêm bất mãn, hận thù mà thôi. Duy chỉ có một điều tôi cần nói thẳng với kẻ ra đi là khi đã tìm được tự do, tạo dựng được đời sống mới chớ nên ngủ quên trên vật chất đầy đủ của xứ người, không còn nhớ tới đất nước mình, dân tộc mình. Hãy cố gắng học hỏi cái hay, cái đẹp, nhất là kỹ thuật khoa học của xứ người để sau này có dịp trở về giúp nước, giúp dân.

Thái hỏi:

336

— Ông nghĩ là người bỏ xứ ra đi sẽ có ngày trở về Việt Nam hay sao ? Họ có được phép trở về mà không bị bắt bớ, tù đày không ?

Bảng đưa tay lên cao nhìn Đào đáp:

— Tôi muốn nói tới một tương lai rất xa. Không biết là bao giờ nhưng thế nào rồi cũng có ngày họ quay trở về xứ sở.

Đào mỉm cười. Nàng hiểu ý Bảng muốn nói. Ông nhìn nàng là ông ngụ ý muốn lập lại con đường dân tộc mà nàng đã cho ông một khái niệm về tương lai chính trị của một Việt Nam thoát khỏi ảnh hưởng và kềm tỏa của ngoại bang.

Thái nói liền:

— Một khi đã ra đi, người tỵ nạn Việt Nam trên xứ người chỉ còn biết nhìn về quê hương xứ sở mà nhớ mong thương tiếc chở không dám nghĩ tới ngày về khi các ông còn hiện diện, nắm chặt chánh quyền trong tay. Họ là kẻ thù của chế độ hiện hữu này.

Bảng rùn vai:

— Ai biết được ngày mai ?

Đào đến bên Hoàng thì thầm bên tai anh. Vừa nghe Đào nói, Hoàng vừa liếc nhìn Bảng từng chập. Sắc mặt anh biến đổi theo câu chuyện mà đối với anh thật quá lạ thường.

Hoàng hỏi khẽ:

— Còn Quang thì sao ?

Đào thở ra:

— Anh ấy hiện như kẻ đứng ở cuối đường, tiến thối lưỡng nan. Ảnh đã thấy rõ giấc mơ của ảnh không bao giờ hiện thực được. Con đường ảnh đã chọn, đã và đang đưa ảnh tới vũng lầy.

Hoàng hậm hực:

— Cho nó chết luôn. Đáng đời nó lắm.

Anh hỏi khẽ:

— Đào sẽ ra đi hay ở lại với ổng ?

— Nếu có đi, em sẽ đi chuyến sau. Em phải ở lại với ba má. Lỡ chuyện không thành, em còn nhà để ba má ở và chuộc Vũ, Hùng ra. Đi trọn ở lỡ có bề gì kẹt lắm. À này anh, cậu Thái đó là ai vậy ? Tại sao cậu ấy lại theo anh ?

Hoàng liếc nhìn Thái đang ngồi dưới nền gạch dựa lửng vào tường:

— Thái là con của một cán bộ hồi kết. Nó không đồng lập trường với cha, bỏ nhà lên sống với một người bạn ở kinh tế mới Minh Hòa. Đi rừng làm củi, nó gặp anh rồi trốn theo bọn anh luôn. Nó gan lì lắm.

— Nhà cậu ấy ở đâu ?

— Kế bên nhà em.

— Hả ? Cái gì ? Kế nhà em ? Mà kế nhà em đâu có ai là…cách mạng đâu ?

— Anh cũng không biết nữa. Nghe nó nói là nhà nó ở miệt nhà em. So hai số nhà, anh biết là nhà nó ở kế nhà em.

Đào rời Hoàng đến bên Thái cúi xuống hỏi:

— Cậu ở gần nhà chị hả ?

Thái cháu mày hỏi lại:

— Nhà chị ở đâu ?

Đào nói ra số nhà và tên đường.

Thái gật đầu:

— Phải rồi, nhà em ở sát bên nhà chị.

— Nói vậy em là con của chị Hạnh và …anh Hùng ?

Giọng Thái buồn buồn:

— Má em là Hạnh !

Đào nắm tay Thái kéo đứng lên :

— Vậy là như một gia đình rồi. Chị và chị Hạnh thân nhau lắm.

Nàng nhìn đăm đăm vào đôi mắt buồn da diết của Thái. Nàng cố tìm ở Thái nét hao giống Hạnh và Hùng. Nàng ngập ngừng như chưa hiểu nổi một điều :

— Nhưng sao em...không giống anh Hùng, ba của em?

Thái cọc lốc :

— Không, em không giống ông ấy. Người đó không phải là cha em.

Hoàng giải thích :

— Cha của Thái là một cán bộ cách mạng người Nam hồi kết. Người tên Hùng là cha ghẻ của Thái.

Bảng chồm tới hỏi :

— Cán bộ ấy tên là gì ? Đâu, Thái nói tên coi tôi có quen không ?

Đào giục :

— Nói tên ba ruột của em đi. Biết đâu anh Bảng quen biết ông ấy ?

Thái hỏi trổng :

— Để làm gì ?

Mọi người đều ngạc nhiên, trừ Hoàng. Trong những ngày sống bên nhau, chiến đấu bên nhau trong vùng núi Cậu, Thái tâm sự nhiều với Hoàng, trong đó cảnh trái ngang giữa Ninh và anh đã từng làm anh nghe tim mình nhức nhối. Cha ruột ở một chiến tuyến, con ở phía bên này và cha là kẻ chiến thắng còn con là lính của một đại tướng đầu hàng ! Ngoài tình máu thịt, hai người là kẻ thù của nhau ! Trong đời Thái chỉ còn có mỗi tình thương duy nhất đó là mẹ, là Hạnh, cạnh đó còn có đứa em gái khác cha : Trang Đài. Cùng với trăm, triệu binh sĩ cộng hòa bị tưởng tá, các nhà chính trị giả hình phản bội, Thái mất tất cả niềm tin và điểm tựa. Anh cảm thấy cuộc sống mình đã trở thành vô vị, chán chường. Tuổi trẻ của anh bây giờ là sa mạc, nghĩa trang. Dư vị đắng cay của một ngày buông súng, cởi bỏ quân phục, lủi thủi đi giữa hàng quân thắng trận, đã từng thúc đẩy Thái đi tìm cái chết âm thầm và tủi nhục. Hình ảnh bà mẹ khổ đau đang bị giằng co giữa chồng trước chồng sau, một người đàn bà Việt Nam chịu đựng quá nhiều tủi hờn, ngang trái đã níu giữ Thái lại. Không một phút nào Thái quên mẹ và không một giây nào Thái không lo sợ mẹ ngã quỵ dưới áp lực của kẻ đang thắng và người đã thua. Thỉnh thoảng Thái hỏi Hoàng:

—« Liệu má em có chịu đựng nổi cơn ghen của ông Hùng và sự đeo đuổi của cha ruột em không ?»

Hoàng chỉ biết an ủi, vỗ về thằng em kết nghĩa một cách vu vơ, vô thưởng vô phạt vì chính anh cũng đành chịu bó tay trước thực trạng của gia đình Thái, nếu anh là Thái, là hiện tượng đặc thù của chiến tranh Việt Nam. Đôi lần Thái muốn bỏ rừng núi về thăm mẹ, về để biết bây giờ mẹ ra sao ? Em gái ra sao ? Nhưng Hoàng và các anh em đồng đội khuyên ngăn anh. Mọi người đều tin chắc rằng nếu về thăm nhà, thăm mẹ, Thái sẽ không kềm giữ được lòng mình và anh sẽ không còn trở về với anh em nữa. Thảm kịch của đời mẹ chắc chắn sẽ vũ trang Thái hành động táo bạo. Người mẹ của anh vốn đã và đang đau khổ sẽ càng khổ đau thêm.

Câu hỏi cọc lóc của Thái làm cụt hứng mọi người. Qua thực là như vậy, Thái nói cho mọi người, nhứt là Bảng biết tên cha ruột anh — Ninh — để làm gì ? Không làm gì được cả !

Hoàng tiết lộ :

— Tôi nghe Thái nói cha ruột của em là Ninh, Trương Xuân Ninh.

Bảng lập đi lập lại tên Ninh. Bỗng ông đập tay lên đùi lớn tiếng:

— À, tôi nhớ ra rồi. Ninh hói, thằng Ninh hói. Hồi còn ở Bắc, nó cùng công tác với tôi ở Thái Nguyên, khu gang thép Thái Nguyên. Lúc tôi đi tu nghiệp giám đốc ở Ba Lan thì nó đi Liên Xô học kinh tế và đỗ phó tiến sĩ. Nó hồi kết sau tôi vài tháng. Thôi, tôi nhớ ra rồi. Hình như là hiện nay nó đang là trưởng phòng giáo vụ của một đại học thành phố. Trời ơi ! Tưởng là ai chớ còn thằng Ninh hói thì tôi có lạ lùng gì ?

Đào hỏi khẽ:

— Có đúng vậy không em ?

Thái lắc đầu:

— Em không biết nhiều về ông ấy.

— Nhưng em đã gặp ông Ninh rồi chớ ?

— Chỉ một lần. Lần đầu tiên và cũng là lần cuối.

Đào vụt nhớ ra chuyện gì, nàng vỗ tay lên trán:

— Thôi, chị nhớ lại rồi. Sau 30-4, ông ấy có đến nhà tìm chị Hạnh. Ổng gặp chị và chị Hạnh, mẹ em cũng đã gặp lại ổng rồi.

Giọng Thái đột nhiên hờn dỗi:

— Sự lui tới của ổng làm mẹ em đau khổ quá nhiều. Cậu Hùng dằn vặt mẹ em đủ điều.

Bảng, Đào, Nam và luôn cả Hoàng nhìn Thái với ánh mắt trìu mến đầy cảm thông. Thái có lý khi anh ném ra cơn hờn dỗi ấy.. Sự trở về hay nói theo Thái, sự sống lại của một người cha không là nỗi vui mừng của anh và không lấn át nổi tình mẫu tử của anh đối với Hạnh dù Hạnh đã tái giá, dù anh đã bỏ nhà đi hoang từ tuổi bé thơ để phản đối sự khắc nghiệt của người cha ghẻ.

Bảng nói trổng:

— Ninh nó đã có vợ con lúc còn ở miền Bắc rồi mà ? Mà nó còn đi tìm gặp lại vợ cũ làm gì ?

Đào gục gặc đầu:

— Chị Hạnh khéo thật. Vậy mà em chẳng hay biết tí gì về chuyện đứa con riêng của chị. Từ nào giờ em cứ ngỡ chị và anh Hùng có mỗi Trang Đài là con. Hèn chi em nghe anh chị thường hay cãi vã nhau. Em cứ ngỡ đâu anh chị bất hòa về cuộc sống mới đầy khó khăn như bao nhiêu cảnh gia đình khác từ sau ngày 30-4. Không ngờ chỉ vì chuyện tình xưa nghĩa cũ !

Bảng thở ra:

— Chuyện thương tâm này khá phổ biến. Anh đã nghe nhiều vụ ngang trái như vậy rồi, chẳng hạn như cha nội Hồng Đào, giám đốc đại học kiến trúc, trước ngày đi tập kết, nó đã có một đời vợ ở Cà Mau. Ra Bắc một thời gian, không biết làm cách nào nó cưới một nữ cán bộ cùng học đại học kiến trúc với nó. Trong khi đó bà vợ ở lại miền Nam cứ tin tưởng, chờ mong hai năm sau hiệp định đình chiến Hồng Đào sẽ trở về với mình. Chờ mãi, đợi mãi, tới hai mười mốt năm, bà vợ ấy vẫn ở vậy mặc dù ở tuổi hoa niên, bà từ chối biết bao nhiêu người đến xin hỏi cưới. Bà có biết đâu người xưa đã sang ngang, đến chừng gặp lại chồng cũ thì bà mới bật ngửa là Hồng Đào đã có vợ con khác rồi. Hồng Đào dám cả gan đề nghị bà vợ trước tụt xuống làm thứ thiếp vì nó đã có bà đầm chính thức rồi. Khóc một hồi, bà vợ kiên trinh đau khổ ấy xạc Hồng Đào một trận rồi vĩnh biệt luôn.

Ông cười nhẹ nói tiếp:

— Bộ thằng Hồng Đào nó tưởng là đàn bà miền Nam

mê cán bộ cao cấp lắm chắc ! Nó dám đề nghị người vợ trước làm bé thì nó to gan thật. Đảng cộng sản có cho phép đàn ông đa thê đâu mà nó muốn có một bà vợ «sở-cua» ? Bà ấy không giết nó chết là may lắm rồi. Có biết bao nhiêu phụ nữ miền Nam gặp phải cảnh huống đau lòng đó khi cán bộ miền Nam hồi kết gặp lại người xưa ! Chiến tranh là phá hủy, là tiêu diệt, là bạo tàn.

Trên nhà, Lan và bà Tư dõi hồn xuống căn hầm bí mật, sốt ruột chờ mọi người trở lên. Đèn phòng khách vẫn sáng choang. Tắt đèn, Lan sợ Ngọc còn rình rập bên ngoài sẽ sinh nghi. Nàng chưa vội tin Ngọc đã buông rời gia đình nàng ngay sau khi nhận một vố khá đau điếng của nàng, của Bảng. Dù Bảng có cứu Hoàng, Thái ra khỏi nhà nàng thì sự có mặt của hai anh trên xe Jeep vẫn làm Ngọc đặt thành vấn đề mà nghi ngờ theo dõi sau này.

Bà Tư hỏi Lan :

— Sao lâu quá vậy con ? Gần một giờ sáng rồi.

Lan trấn an mẹ :

— Chắc là gần xong rồi. Muốn thuyết phục nổi anh Hoàng, con tưởng không phải là chuyện dễ. Con sợ...

— Con sợ gì ?

— Con sợ ảnh không chịu theo cán bộ. Ông Bảng là một cán bộ đảng viên, còn anh Hoàng là một sĩ quan của quốc gia.

Bà Tư nói như nói với Hoàng :

— Người khôn ngoan phải biết lợi dụng thời cơ. Túng thế thì phải tòng quyền. Hàn Tín còn lòn trôn giữa chợ. Ngày xưa Quan Công không nghe lời Khổng Minh đi đại lộ về tiểu lộ nên mới bị Tào Thao phục kích suýt vong mạng. Tránh voi chẳng xấu mặt nào !

Có tiếng giở nắp hầm và tiếng chân người bước lên

thang gỗ. Lan chạy nhanh vào phòng riêng.

Thấy Nam lên trước nhứt, nàng chạy tới hỏi:

— Sao anh ? Xong chưa ?

Không để Nam kịp đáp, Lan hỏi tiếp luôn:

— Anh Hoàng có chịu theo ông Bảng không ?

Nam bước tránh sang một bên nhường lộ cho ông Bảng. Không nghe anh trả lời, Lan vẫn phập phồng lo sợ. Lâu lắm rồi, nàng mới gặp lại Hoàng. Tình cảm đối với gã đàn ông kia cách đây bảy năm, lúc Hoàng trốn dưới hầm nhà nàng giờ chỉ còn là kỷ niệm. Ở tuổi vừa mới lớn, Lan đã rung động lần đầu tiên trong đời trước một người đàn ông đang nguy khốn. Hình ảnh Hoàng đã làm nàng thao thức mất ngủ suốt một thời gian, nhưng rồi sau một lần theo Yến đi thăm và tiếp tế cho Hoàng ở rừng Minh Hòa, Lan tự nhủ với lòng là sẽ cố quên tất cả những gì mình đã âm thầm ban tặng cho anh. Tình yêu giữa Yến-Hoàng không cho phép nàng làm nó vẩn đục, tan vỡ. Hoa tình yêu ấy nở giữa bão tố, phong ba nhưng nó vẫn tươi đẹp, sắc màu nó vẫn rực rỡ, hương thơm nó vẫn ngào ngạt, nồng nàn.

Lan chỉ tha thiết muốn Hoàng được giải cứu và không như thuở nào nàng bùi ngùi, thương tiếc khi Hoàng từ giã ra đi mà giờ đây, nàng sẽ mừng chảy nước mắt nếu Hoàng thoát khỏi nơi này. Hoàng càng đi xa, về một chân trời tự do nào mà nàng sẽ không bao giờ còn gặp lại anh, nàng cũng sẽ cầu nguyện cho Hoàng tai qua nạn khỏi. Lan không hiểu nổi đó là tình cảm gì ? Nàng muốn hiểu đó là tình cảm của một đứa em gái đối với người anh trai thân thương.

Sau lưng Bảng là Thái. Lan vẫn sốt ruột chờ Hoàng. Bảng bảo Nam:

— Anh chịu khó ra nói với người tài xế của tôi cho xe nổ máy đi. Chúng tôi đi ngay sau đó.

Hoàng lên tới bậc thang chót đưa tay xuống hầm khẽ bảo:

— Em nắm tay anh kẻo té.

Đào cười:

— Đừng khi dễ em nghen. Em lên một mình như chơi.

Hoàng tối trước mặt bà Tư, cúi đầu lễ phép:

— Thưa bác, một lần nữa cháu xin cảm ơn hai bác, cô Lan và Nam đã cứu giúp cháu. Ơn này cháu không bao giờ dám quên.

Bà Tư tươi cười:

— Có gì đâu cậu. Gặp hoạn nạn, mình giúp lẫn nhau bác cho là thiêng liêng và cao đẹp. Cháu đừng lưu ý tới làm gì.

Day sang Lan, Hoàng trìu mến:

— Cô Lan, tôi không biết nói gì hơn để bày giải lòng quý mến của tôi đối với Lan. Mỗi lần có mặt tại nhà này, tôi lại quấy rầy Lan. Nếu được Lan cho phép, tôi xin Lan coi tôi là anh Nam, còn tôi, tôi xem Lan như em gái ruột của tôi.

Lan xúc động không cầm được nước mắt:

— Em...không mong mỏi gì hơn là...xin ơn trên độ trì anh...tai qua nạn khỏi và...sau này anh...tìm được tự do.

Hoàng nắm tay Lan. Nước mắt nhỏ xuống thấm ướt tay Hoàng.

— Lan, em ! Có chuyện gì khó khăn, em hãy tìm gặp Yến. Yến sẽ giúp em và gia đình để trả nghĩa ơn hộ anh. Anh cũng chưa biết rồi đây đời anh sẽ ra sao. Nếu một mai nghe tin anh chết, xin em thắp hưởng vái hồn anh,

anh sẽ che chở gia đình em. Sống không báo ân được thì khi đã chết, anh sẽ đền đáp món nợ lớn hôm nay.

Lan ôm mặt khóc ngất. Hoàng ra đi mà sao Lan tưởng chừng như vĩnh biệt !

Nàng không còn nghe được lời cám ơn, từ giã của Thái.

Mọi người đã lên xe và xe đã lăn bánh, Lan vẫn còn gục đầu bên cửa tức tủi.

Ánh đèn chiếc Jeep đã khuất. Ngoài trời bóng đêm che kín tầm mắt nhòa lệ của Lan. Tiếng vạc ăn đêm bay ngang lưng trời cất lên buồn như tiếng kêu tuyệt vọng của kẻ ở cuối đường hầm không còn lối thoát.

CHƯƠNG III

Hạnh và Trang Đài xuống xe lam ở đầu ngã ba làng Phước Lâm. Người tài xế lôi mấy giỏ thức ăn của khách đặt bên vệ đường. Khói xe mịt mù làm Hạnh và một số hành khách ngồi trên xe xặc xụa, chảy nước mắt. Có tiếng phản đối :

— Trời ơi ! Khói gì quá trời vậy không biết nữa ?

Bác tài hét ầm lên tranh với tiếng máy nổ đinh tai nhức óc :

— Ráng chịu cho quen bà con ơi ! Xăng không đủ chạy thì phải pha thêm nhiều dầu cặn chớ. Mai mốt hết luôn dầu cặn, xe cộ ngừng chạy, bà con chỉ có nước cuốc bộ thôi.

Một bà hành khách pha trò :

— Hết đầu, hết xăng thì đổ nước lạnh vô chạy. Dễ

ợt hà !

Mọi người cùng phỉ cười. Bác tài lại la lớn:

— Chạy dầu cặn nhiều quá, xe nó cũng banh xác nay mai thôi. Tụi tôi mua dầu cặn cũng với giá chợ đen đó nghen. Cái gì cũng giá chợ đen, chợ đỏ hết trọi ã ! Giải nghệ là vừa rồi !

Bà khách kia lại khôi hài:

— Không còn dầu thì lấy bò lấy trâu kéo xe cũng được vậy. Trâu bò chỉ cần cho ăn cỏ thôi mà cỏ thì có trời cho, khỏi phải tốn tiền mua xăng dầu chợ đen, chợ đỏ, chợ tím...

Vừa rồ máy xe, bác tài vừa gân cổ lên nói:

— Thôi đi má ơi ! Nói bưới nói móc nhà nước có ngày vô ấp đớ. Vô ấp ở nhà phải nuôi cơm chở trại tù hổng có nuôi cơm đâu. Hổng có người đem cơm gạo nuôi thì khi mãn tù mình phải đóng tiền cơm mỗi ngày hai đồng đó. Sáng một đồng, chiều một đồng với mỗi bữa ăn một chén cơm lửng lửng không có đồ ăn, kể cả muối hột !

— Bộ anh có ở tù rồi sao mà rành dữ vậy ?

Bác tài nạt:

— Đừng có nói bậy nà ! Nói đại xui bỏ mẹ đi.

Chiếc xe lam gập ghềnh lội qua con đường làng lồi lõm. Nó chông chênh như muốn đổ. Khói đen bốc mù mịt đất trời !

Trang Đài ngỡ ngác hỏi mẹ:

— Má, bộ ở tù chánh phủ hổng cho ăn hả ?

Hạnh lắc đầu:

— Má cũng không biết rõ nữa. Nghe người ta nói vậy mình hay vậy thôi.

Trang Đài rùn mình:

— Ghê quá ! Ở tù mà hổng có cho ăn thì chết ngắc

liền.

Nhìn năm giỏ thức ăn nằm bên đường, Hạnh không biết phải làm sao mang cho hết về đến nhà cha mẹ.

Nàng bảo con:

— Con ở đây giữ đồ đạc nghen, để má đi trước vào nhà ngoại nhờ thằng Cồn ra gánh đem vô.

Trang Đài nhăn mặt:

— Vậy chở con đi luôn về nhà ngoại với má hổng được sao ?

— Chết ! Để đồ đạc ở đấy không có người coi mất hết con ơi !

Trang Đài ngây thơ:

— Ở dưới ruộng bây giờ cũng có ăn cắp nữa hả má ?

Hạnh thở ra:

— Ở đâu bây giờ cũng có trộm cắp hết con à ! Nghèo khổ qúa sanh ra trộm cắp. Thôi, con ở đấy nghen. Má đi trước vào nhà ông bà ngoại.

Nhìn theo mẹ, Trang Đài nói lầm bầm một mình:

— Dù mình có nghèo cách mấy mình cũng không bao giờ ăn cắp. Ăn cắp xấu lắm. Bị bắt bỏ tù mình hổng có gì ăn chắc là chết chở sống hổng có nổi.

Hạnh vén ống quần lội vào bờ đất nhỏ dẫn vào nhà ông bà Bảy Đức. Một nửa bờ đất bùn non còn ướt. Hạnh phải dò từng bước một để khỏi té xuống ruộng nước.

Tới giữa đường, bỗng Hạnh nghe từ đàng xa phía trước mặt tiếng la thất thanh vọng tới:

— Trời ơi là trời ! Ruộng lúa của tui mà họ chiếm hết, đoạt hết nè trời !

Hạnh đừng bước ngây người nhìn một người đàn ông trần truồng vừa la bai bải vừa chạy vòng tròn quanh thửa ruộng, phía dưới có mười mấy người đàn bà dừng tay gặt lúa ngó dáo dác.

Người đàn ông trần truồng kia cắm đầu chạy vòng vòng, miệng tru tréo:

— Trời Phật quỷ thần, thiên địa xuống mà coi. Lúa của tui họ kéo tới gặt hết rồi kìa ! Tui khổ quá mà ! Cướp giựt của tui mần chi. Trời ơi là trời !

Anh ta chổng mông, đưa hai tay lên cao réo gọi quỷ thần. Đám công gặt la hét, túa chạy trở lên bờ.

Người đàn ông thoát y uỗn người về phía trước, trợn mắt quát:

— Nè, còn cái này nữa nè ! Mấy người cắt luôn đem về mà ăn đi. Cắt đi, gặt luôn đi. Nè, nè !

Đám phụ nữ chạy tán loạn. Một số người đứng coi cười bò lăn ra đất. Hạnh thẹn đỏ mặt, dù nàng ở xa cảnh tượng cười ra nước mắt ấy. Bỗng có tiếng tu-huýt rít vang và tiếng quát tháo:

— Bắt lấy nó ! Trói nó lại. Đồ phản động.

Bốn người đàn ông từ đâu xuất hiện đuổi theo gã đàn ông trần truồng. Anh ta vừa chạy vòng vòng theo bờ ruộng, vừa la:

— Quân ăn cướp. Quân khốn nạn ! Có giỏi thì bắt tao đi. Tao hổng sợ đâu.

Toán bốn người chia ra làm đôi. Một nửa đuổi theo nạn nhân, một nửa chạy ngược chiều chặn đầu anh ta. Anh ta tông một cú đá vào một tên ngã nhào xuống nước rồi nhảy qua trái lội sình cố thoát thân, nhưng chỉ được vài thước, anh ta đã bị túm lấy. Sau một cơn vật lộn dưới sình lầy, anh ta bị đè bẹp dí. Kẻ đấm, người đá. Anh ta chỉ còn là một cây thịt mềm nhũn. Bị trói hai tay ra sau, anh bước đi không còn vững nữa. Người anh ngả nghiêng, thỉnh thoảng lại khuỵu xuống.

Mỗi lần anh ngả nghiêng, anh nhận mấy thoi; mỗi lần anh khuỵ xuống, anh lãnh mấy đá. Môi anh mấp máy như muốn nói điều gì. Mũi anh nhuộm đỏ máu tươi. Người ta mang anh về trụ sở ủy ban nhân dân xã.

Hạnh đứng chết lặng. Cảnh tượng tàn bạo trước mặt làm tim nàng đau nhói. Chưa bao giờ, nàng chứng kiến một cảnh đánh người man rợ đến như thế. Hạnh không nhắc chân lên được nữa. Con người lõa lồ kia không còn làm trò cười cho những kẻ đứng xem và cũng không còn làm hổ thẹn những thợ gặt lúc nãy nữa. Tất cả đứng lặng thinh. Trong ánh mắt họ long lanh nỗi niềm thương xót, phẫn uất. Không một ai dám hó hé hay can gián. Họ đứng nhìn cảnh đấm đá, thoi đạp như khán giả xem chiếu bóng.

Có tiếng động sau lưng. Hạnh day lại thấy một thanh niên đang muốn vượt qua. Nàng nép qua một bên nhường lối đi.

Nàng hỏi:

— Cậu ơi ! Cậu có biết chuyện gì đó không ?

Thanh niên lắc đầu:

— Tôi hổng biết.

Gã đáp cọc lốc rồi đi thẳng. Hạnh tiếp tục đoạn đường còn lại. Gần tới nhà, nàng đã thấy bà Bảy Đức từ xa tiến nhanh về phía con gái

Bà reo mừng:

— Hạnh ! Con về đó à ? Con đi một mình hay có...

— Dạ có con Đài nữa, thưa má !

— Ủa, con Đài đâu rồi ?

— Nó ngồi giữ đồ đạc ngoài đường lộ. Con vô trước nói má biểu thằng Cồn ra gánh đồ giùm con. Đồ đạc nhiều nặng quá, mẹ con con mang vô không hết.

Bà Bảy réo gọi thằng Cồn. Từ trong nhà Cồn lên

tiếng đập. Nơ chạy vội ra mừng Hạnh. Nơ xách đòn gánh với cặp giống bằng dây kẽm chạy như bay ra đường lộ.

Bà Bảy nắm tay con gái, âu yếm hỏi:

— Hổng có chồng con về với con sao ! Hùng nó ở nhà hả con ?

Giọng Hạnh buồn buồn :

— Chuyện hơi dài dòng, vô nhà con sẽ nói hết cho má nghe.

Bà Bảy biến sắc:

— Chuyện gì vậy con ? Má lo quá ! Chuyện lành hay dữ vậy con ?

Hạnh nhìn về hướng gã đàn ông bị đánh đi giữa đám người hung bạo kia hỏi mẹ:

— Má à ! Có chuyện gì mà ông nọ bị đánh đập dữ vậy hả má ?

Bà Bảy thở ra:

— Chuyện ruộng nương đó mà con. Từ ngày chánh phủ bắt nông dân mình vô hợp tác, ở dưới này thôi thì có chuyện rắc rối lu bù. Người chịu vô, kẻ thì không. Tối ngày thiên hạ cứ bàn tán về chuyện hợp tác, hợp tác.

— Mà sao ông ấy bị đánh đập dữ vậy ? Mấy người đánh đá ổng là ai mà sao...

— Mấy người đó là công an, du kích xã, còn thằng đó là thằng Tư Trạch. Cha mẹ nó chết hết, chỉ còn mình nó thôi. Nó chỉ có một sào ruộng hương hỏa. Xã biểu nó vô hợp tác, nơ không chịu. Hai mùa rồi, nó làm ruộng trúng, đóng thuế cho chánh phủ đàng hoàng, tới mùa này, nó đổ tiền bạc ra mua phân bón, giống tốt làm ruộng. Hợp tác xã nông nghiệp xã không nói gì tới nó hết, nơ tưởng đâu là người ta sẽ để yên cho nó làm. Hổng ngờ đến khi lúa vừa chín, xã cho người tới gặt lúa của nó. Nó tức giận nổi điên tuột quần tuột áo chạy vòng vòng kêu trời kêu đất. Nó làm vậy để mấy bà thợ gặt mắc cỡ bỏ chạy hết. Công an xã hay được kéo du kích tới đánh bắt nó như vậy đó con.

Hạnh chép miệng:

— Tội nghiệp biết chừng nào. Công của bỏ ra mà không được hưởng, anh ấy tức giận là phải. Lẽ công bằng ở đâu ?

Bà Bảy lắc nhẹ tay con gái:

— Thôi con, về dưới này con nên giữ mồm giữ miệng. Con nói họ nghe được khổ lắm.

Tới sân nhà, bà trỏ tay lên mái lá, nói khẽ:

— Ba má phải lén ra đồng ban đêm tuốt lúa của mình vừa chín tới đem vô dấu trên mái nhà kia kìa.

Hạnh ngạc nhiên:

— Chi vậy má ? Lúa của mình thì mình hưởng chớ tại sao mình lại đi...ăn cắp của chính mình ?

— Ấy, tại vì con chưa hiểu đó thôi. Mình phải làm vậy để có mà ăn cho đủ tới vụ mùa sau. Nếu để lúa còn nguyên cán bộ nông nghiệp tới kiểm tra cho là trúng mùa, ruộng hạng A, sang năm nhà nước bắt đóng thuế, đóng nghĩa vụ chết luôn. Phải làm sao như là thất mùa, ruộng xấu để có cái mà sống con ởi !

Bà cười nói tiếp:

— Con biết hông, ruộng của hợp tác xã thì lủa thưa, còn ruộng của dân chưa vào hợp tác thì tốt lắm nhưng bị cái nạn ăn trộm lúa ban đêm nên cũng như không. Đêm nào ba mày cũng thức dậy đôi ba lần rọi đèn canh chừng ruộng. Trộm dạo này lộng quá con ởi !

Hạnh ngao ngán. Nàng càng thương cha mẹ nhiều hơn. Ngày nào nhà ông bà Đức lúc nào lúa cũng đầy bồ, gà vịt từng đàn từng lũ; ao nước chung quanh nhà đầy cá, đầy tôm. Đời sống nông dân sướng vạn lần thành thị. Vậy mà ngày nay, tất cả đều biến đổi. Cần Giuộc thuộc tỉnh Long An được xem là một trong những vựa lúa, rừng cá của miền Nam, bây giờ nông dân phải trộm lúa của chính mình để đủ ăn !

Gà vịt nuôi phải kê khai. Lỡ chúng nó có mắc gió, mắc toi chết, chủ nhà phải khai báo. Muốn ăn con gà, con vịt, nông dân ngay ngáy lo sợ bị tố cáo với chính quyền cách mạng địa phương. Ngày xưa, gà vịt nuôi ở nhà quê ngon hơn gà vịt thành thị. Thịt nó xăn, ngọt và thơm. Hôm nay, chúng nó ốm tong ốm teo, làm thịt ra chỉ toàn là xương. Chủ nhà có lúa, gạo thừa đâu mà cho chúng ăn no, mập. Chúng phải chạy bươi tìm trùng, dế mà sống.

Cá ngoài ruộng, cá trong ao đi về đâu, không ai biết được. Kế hoạch thủy lợi đem nước biển về đồng giết sạch cá tôm. Cần Giuộc không cần thủy lợi, nhưng huyện, xã vẫn phát động thi đua. Kết quả thủy lợi đã giết sạch cá nuôi thiên nhiên. Nông dân phải mua cá nhà nước về nuôi. Cá vừa lớn là có trộm tới câu, lưới sạch rồi !

Ông bà Đức, thằng Côn ăn cơm lưỡng, mỗi bữa một tô với mắm ruốc. Làm việc nặng nhọc quần quật suốt ngày, một tô cơm làm sao đủ no, đủ sức mà «lao động vinh quang», Côn phải trổ mánh gạt ông bà Đức. Cũng một tô cơm như ai, nhưng Côn ém tô cơm của mình thật chặt, đầy vun lên tới múi, mỗi khi nó đưa tô cơm lên miệng, nó nín thở xeo nai đôi đũa thật lẹ để còn kịp thở.

Nhà còn cơm ăn ngày hai buổi là may lắm rồi. Nhiều gia đình đông con phải ăn cơm độn với khoai, với bo bo hoặc trưa cháo, chiều cơm. Có người đã phải hái bông cỏ nấu thành cháo lót dạ, dành cơm cho bầy con.

Trước đây, người ở quê tiếp tế gạo cho thân nhân ở

thành thị. Bây giờ, mỗi lần về thăm cha mẹ, Hạnh mua gạo giá chợ đen tiếp tế cho mẹ cha.

Hạnh siết tay mẹ, dịu dàng:

— Má nói với ba đừng làm ruộng nữa. Làm ruộng cực khổ, tốn hao mà không đủ ăn thì phí công lao quá. Ba má cứ lo trồng rau cải, cây trái bán lấy tiền mua gạo ăn, con thấy tiện lợi hơn. Ba đi canh ruộng ban đêm như vậy, có ngày gặp trộm lĩ lợm, dữ dằn đánh ba chết. Thỉnh thoảng, con đem gạo về phụ thêm cho đủ ăn.

— Ba con có nghề võ.

— Nghề võ không bảo đảm được sanh mạng của ba đâu. Ba đã già yếu rồi. Gặp trộm nó đông, nó mạnh hơn, ba không chống cự lại nổi đâu.

Bà Đức thở ra:

— Tụi con tiếp tế hoài thét rồi cũng kiệt quệ thôi. Thời buổi làm ăn khó khăn, ai cũng phải lo thủ thế để sống hết.

Ông Đức đi ruộng về, thấy con gái ông reo lên:

— Kìa Hạnh con ! Con mới về tới hả ? Có đứa nào về với con không ?

Hạnh chạy tới ôm lấy cha. Nước mắt chảy dài trên má nàng. Ông Đức ngạc nhiên hỏi :

— Hạnh, sao con khóc vậy ? Có chuyện gì không con? Nói ba nghe đi con, đừng có dấu ba.

Hạnh nghèn nghẹn:

— Con...thương ba má quá ! Già yếu rồi mà...ba má vẫn còn khổ !

Ông Đức ôm vai con gái dìu đi vào nhà. Ông cười bảo:

— Đừng lo ngại cho ba má con ! Ngày nào còn sống, còn đi đứng được là ba má còn làm việc. Ở dưới quê, coi vậy chớ không khổ như tụi con ở thành đâu. Ba gĩa rồi, ba chẳng sợ gì hết. Muốn tới đâu thì tới.

Giọng ông trở nên nghiêm nghị:

— Ba vái trời cho ba sống thêm vài năm nữa để coi chuyện đời sẽ thay đổi ra sao ? Chửi Mỹ, chửi quốc gia, bây giờ đụng đầu với cộng sản, thiên hạ mới biết đá biết vàng.

Ông ngó mông ra ngoài hỏi:

— Có con Đài, cháu ngoại cưng của ba về không con ? Còn thằng Hùng chồng con nó ở trên Sàigòn không về chung với con à ?

Thoáng trông thấy bóng Trang Đài tung tăng đi phía trước, thằng Cồn quảy gánh đồ đi phía sau, ông Đức reo lên:

— Kìa, kìa ! Con Đài nó vô tới rồi kìa. Được về quê với ông bà ngoại coi bộ nó sướng dữ đa !

Bà Đức vẫy tay gọi Hạnh xuống bếp với bà.

Ông Đức ra trước sân đón Trang Đài. Ông bế xốc nó lên hôn lia lịa:

— Cưng của ngoại ! Có nhớ ông ngoại không hả ? Trang Đài dẫy nẩy:

— Nhột, nhột quá ông ngoại ơi ! Râu ông ngoại cứng quá hè !

Nó nắm chòm râu của ông Đức, cười bảo:

— Râu ông ngoại giống râu của bác Hồ quá chứng ! Đặt Trang Đài trở xuống đất, ông Đức mắng yêu:

— Nè, chó con của ngoại. Đừng ví ông ngoại với ông đó.

Trang Đài chau mày hỏi:

— Sao vậy hả ngoại ?

— Ổng khác, ông ngoại khác. Ổng là cộng sản còn ông

ngoại chỉ là nông dân thôi. Ông ngoại không muốn giống với cộng sản.

— Bộ ông ngoại ghét cộng sản lắm hả ?

Giọng ông Đức thấp xuống như ông muốn nói với chính ông :

— Ông đã lầm, mọi người đều lầm. Một lần lầm lỡ, một lần mình tự giết chết mầm sống của đời mình và của giống nòi.

Trang Đài ngước hỏi :

— Mà ông ngoại nói gì vậy ?

Ông Đức vuốt râu, cười đáp :

— Ông ngoại chửi ông ngoại đó con !

Suốt chín năm toàn dân kháng Pháp, ông Đức đã bỏ nhà, bỏ vợ và Hạnh vừa được ba tuổi, vào khu kháng chiến. Bị tù rồi ra tù, ông trở về thành hoạt động cho đến ngày ký kết hiệp định đình chiến. Vì có vợ con và thuộc gia đình phú nông, ông không được tập kết ra Bắc. Ông được lệnh ở lại nằm vùng. Chỉ vài năm sau, ông lại bị bắt giam ở nhà lao Long An mất bốn năm. Được trả tự do, ông mất liên lạc với tổ chức. Từ đó, ông quay trở về với gia đình sống bên cạnh vợ con. Ngày 30-4, ông tìm đến gặp ủy ban nhân dân cách mạng tỉnh. Không ai thèm tiếp ông. Ông trở về ủy ban nhân dân huyện Cần Giuộc, người ta nhìn ông bằng cặp mắt xa lạ. Đến gặp các cán bộ xã, ông bị cáo buộc là mất lập trường cách mạng, tự cắt đứt với tổ chức trốn về vui hưởng hạnh phúc gia đình.

Ông cố gắng chứng minh. Không ai buồn nghe ông nói. Và một năm sau, năm mẫu ruộng hương hỏa của ông bị trưng thu sung vào hợp tác xã nông nghiệp. Ông chỉ còn lại ba sào ruộng để canh tác nuôi sống gia đình.

Mộng đẹp của ông tan thành mây khói. Từ hoài nghi,

ngờ vực, ông thấy rõ dần rồi thật rõ một điều ghê tởm là mình đã lầm lỡ quá nặng nề. Hùng, con rể của ông từng là sĩ quan chế độ cũ, cũng đủ cho người ta loại ông ra ngoài hàng ngũ gia đình cách mạng.

Hai ngày gây biến động lớn trong đời ông, đó là ngày Ninh, rể đầu của ông đi tập kết. Ông đã vui sướng, hãnh diện biết mấy với đứa con rể xứng đáng ấy. Ông không thấy được nỗi buồn sâu kín của Hạnh, con gái ông bị bỏ lại sau lưng Ninh với đứa con khờ dại mới lên ba. Và ngày thứ hai, ở ngày ấy, ông cảm thấy nhục nhã, đau xót vô cùng, đó là ngày Hạnh về sống với Hùng, một thiếu úy không quân. Bây giờ ông đã thấy rõ sự thật và ông chọn cho mình một thái độ dứt khoát đối với chính quyền hiện hữu.

Ông hỏi Trang Đài:

— Ba con bận chuyện gì mà sao không cùng về với má con hôm nay ?

Trang Đài thỏ thẻ:

— Ba má con giận nhau rồi ông ngoại ơi ! Con buồn quá ông ngoại ơi !

Ông Đức cằu nhằu:

— Lại giận nhau nữa rồi ! Khổ ghê !

Ông gạn hỏi cháu:

— Mà con có biết ba má con giận nhau về chuyện gì không ?

Trang Đài khai thật:

— Dạ tại cái ông cán bộ ấy cứ tới nhà con hoài rồi hễ ông ra về là ba má con cãi lẫy nhau om sòm lên vậy đó, ông ngoại !

Ông Đức khẽ giật mình:

— Cán bộ ! Cán bộ ! Mà...ai vậy kìa. À, phải rồi, chắc nó chở không còn ai khác nữa.

Ông lầm bầm :

— Mà sao từ hồi nào tới giờ mình không nghe con Hạnh nó nhắc gì tới thằng đó vậy cà ? Nếu là nó thì...nó còn sống và đã hồi kết ?

Trang Đài nắm tay ông lắc nhè nhẹ :

— Ngoại ơi ! Anh hai con lâu nay đi mất tiêu, ảnh hổng có về thăm con, ba má con. Chắc là ảnh vượt biên rồi đó ngoại.

Đầu óc ông Đức đang bị chi phối bởi hình ảnh Ninh. Lâu nay ông và bà Đức những tưởng Ninh đã chết. Nếu Ninh còn sống và đã hồi kết về Nam, anh đã xuống đây thăm cha mẹ vợ rồi. Có đâu đã bảy, tám năm qua, Ninh vẫn biệt tăm và Hạnh không hề nói tới người xưa mỗi lần về quê viếng thăm cha mẹ ?

Ông vẫn còn bán tín bán nghi. Bỗng Trang Đài hỏi ông một câu phá tan hoài nghi của ông :

— Ông ngoại, mà tại sao anh Thái con lại gọi ông cán bộ ấy là ba và ổng gọi anh con là con vậy hả ngoại ?

Ông Đức tròn xoe hai mắt :

— Cái gì ? Con nói sao ? Thằng Thái gọi... nó là ba và nó gọi thằng Thái là con ?

Trang Đài thỏ thẻ :

— Bữa hôm đó, lâu lắm rồi, ổng và anh con gặp nhau tại nhà con. Hai người cãi lộn với nhau dử lắm rồi anh con bỏ đi luôn tới giờ hổng về nhà con nữa. Con nhớ ảnh quá hè !

Nó rưng rưng nước mắt. Hình ảnh Thái hiển hiện trong đầu óc nó. Tình máu thịt khuấy động lòng non nớt, thơ ngây của nó.

Ông Đức nói bâng quơ :

— Vậy là đúng nó rồi. Không còn ai khác nữa.

Ông rời cháu ngoại đi nhanh vào nhà. Ông thẳng xuống bếp thấy Hạnh đang ngồi trò chuyện với bà Đức và Nhị, cháu gái của ông. Ông muốn hỏi ngay Hạnh về Ninh, nhưng có Nhị, ông đành phải chờ.

Nhị đang hăng tiết, chửi đổng:

— Tổ mẹ tụi nơ. Muốn gì thì cứ nói trước với người ta đi để người ta lo liệu. Tụi nơ chờ khi lúa chín rồi, nhào tới ăn cướp. Thằng Tử Trạch nơ hiền chờ gặp tui, tụi nó nát xương hết. Cởi truồng chạy la như vậy hổng có hay bằng xách dao rượt đâm chết đí mẹ tụi nó luôn. Bề nào cũng ở tù, thà làm một cái cho đã nư giận rồi vô ngồi tù cũng sướng cái đời.

Bà Đức rầy:

— Mày ăn nói hổng có giữ mồm mép có ngày mang họa vào thân.

Nhị vung tay nói càng to tiếng hơn:

— Mợ già mợ sợ tụi nơ chớ tụi con đách sợ tụi nó. Bọn quỷ vương ra đời, mọi người đều khổ. Hết bị quốc gia làm khó dễ, bi giờ đến tụi trời đánh thánh vật làm khổ sở. Hết đất sống rồi nè trời !

Chị vỗ bồm bộp lên bụng chửa, chửi tiếp:

— Tui ngủ với chồng tui có bầu cũng bị tụi nó phê bình, mắng chửi nói sao tui hổng chịu kiêng cử theo kế hoạch gia đình. Tụi nó sợ để con để cái tùm lum rồi không đủ lúa gạo mà nuôi. Mấy con mẹ bí thư xã, tỉnh, ngủ với chồng có sướng không mà nhiếc mắng mấy bà chửa ? Đồ đí ngựa, đí chơ thúi...

Mặt Hạnh đỏ bừng. Từ nào tới giờ nàng chưa nghe ai nói trây như người em bà con của mình. Bà Đức cười gượng quở Nhị :

— Nhị ơi ! Nói tục vừa vừa vậy. Nói hổng biết ngượng

360

cái lỗ miệng, hay thiệt !

Nhị càng làm dữ:

— Với tụi nớ mình phải chửi như vậy mới đã. Mợ với chị Hạnh nghĩ coi có tức hông, tụi nớ bắt tui lên xã biểu vợ chồng tui phải đem thằng Tèo con của tụi tui ra trình diện để đi lính, nếu thằng Tèo lẩn trốn thì vợ hoặc chồng phải ở tù thế con, ở tù cho tới chừng nào thằng Tèo ra trình diện mới tha cha hoặc mẹ ra. Ở tù mình phải tự nuôi cơm chớ nhà nước hổng có cho ăn.

Hạnh hỏi:

— Rồi dĩ tính sao ?

— Tui liều mạng ngồi tù chứ nhứt định không cho thằng Tèo đi bộ đội. Vô lính là nó sẽ bị đưa qua Cao Miên làm bia đỡ đạn ở bển, bỏ mạng sa tràng ngay. Tui xin ngồi tù thế cho anh Thể nhưng tụi nớ hổng chịu. Tụi nớ nói tui có chửa ở tù rồi đẻ trong tù khổ lòng lắm. Nói thiệt, có chỗ nào vượt biên bảo đảm, tui bán nhà lo cho chồng, cho con đi cho rồi. Bực quá trời, chịu hết nổi !

Bà Đức vỗ về:

— Thôi đi con, Nhị ! Thần khẩu hại xác phàm. Tai vách mạch rừng, tai họa xảy tới không biết đâu mà lường trước được.

Ông Đức xen vào:

— Bà cứ để cho nó chửi đi. Nó có lý của nó. Ai ai cũng chửi hết chớ hổng phải một mình nó.

Nhị mỉm cười chế cậu mình:

— Cũng tại cậu hết. Cậu ủng hộ tụi nó hết mình, cậu chịu tù tội bao nhiêu lần rồi bây giờ cậu cơ hưởng được cái khỉ khô gì đâu mà cậu mợ còn bị họ lấy lúa ruộng gần hết.

Ông Đức biện hộ:

— Không phải một mình tao bị lầm. Cả nước đều lầm!

Nhị cười khẩy:

— Chạy đàng mồ gặp đàng mả. Tránh vỏ dưa đạp nhằm vỏ chuối té xặc máu ra !

Hạnh dịu dàng hỏi Nhị:

— Dĩ có thực lòng muốn dượng Thế và thằng Tèo đi không ?

Nhị quả quyết:

— Chồng con tui mà đi thoát được, nói thiệt nghen chị, tui sẽ vật heo ăn mừng, tạ lễ trời phật, đất nước ông bà.

Bà Đức chế diễu:

— Thôi đi mày ơi ! Tiền bạc đâu mà đòi đi với đứng? Tao nghe nói mỗi người đóng tới hai, ba cây gì đớ. Mày bán hết nhà cửa đồ đạc, gà vịt và cặp heo bất quá chỉ đủ đóng cho thằng Tèo thôi. Đó là nói thành công kìa chớ nếu thất bại, chồng con mày tù tội, nhà cửa mất hết lấy gì cho mẹ con mày che mưa nắng ?

Nhị vẫn một mực:

— Che cái chòi ở cũng được nửa mổ. Tui chỉ sợ chuyến đi thất bại thôi. Nếu thành công thì tui liều, cũng hy sanh hết cho chồng, cho con. Ở lại đây riết rồi cũng chết chùm hoặc là có ngày cũng ngồi tù.

Hạnh nhỏ nhẹ:

— Tôi sẽ cố gắng chạy lo cho dì. Tôi không dám hứa chắc nhưng tôi có chỗ này khá bảo đảm. Tôi sẽ cho dì hay tin sau.

Nhị reo lên:

— Thiệt hả chị ? Trời ơi ! Em...mừng quá trời đi !

— Tôi không dám hứa chắc lắm, tuy nhiên tôi sẽ cố gắng hỏi giúp dì. Bao giờ có tin tôi sẽ báo cho dì hay.

— Phải đưa trước bao nhiêu hả chị ?

— Chuyện tiền bạc sẽ tính sau. Dượng Thế thì tôi không biết sao chớ còn cháu Tèo thì nhiều hy vọng hơn. Nó ở tuổi quân dịch, nên cho nó đi trước.

Nhị nắm tay Hạnh siết chặt:

— Một mình thằng Tèo cũng đủ rồi chị à ! Nó đi được là vợ chồng em mừng hết lớn rồi. Ráng giúp tụi em nghe chị Hạnh. Vợ chồng em đội ơn chị suốt đời.

Hạnh tươi cười:

— Ơn với nghĩa gì đâu ? Mình là bà con ruột thịt với nhau, giúp đỡ nhau là bổn phận thiêng liêng.

Nhị nói với ông bà Đức:

— Về con sẽ lo bán hết gà vịt và cặp heo để chuẩn bị trước. Trời ơi, con mừng quá cậu mợ ơi !

Bà Đức căn dặn:

— Mày nói với chồng mày ráng giữ kín, đừng có nói cho ai biết hết, kể cả thằng Tèo. Chuyện chưa tới mà đã ở tù rồi thì khổ lắm. Dính tới con Hạnh nửa đó.

— Con biết mà ! Mợ khỏi dặn con.

Nhị hết lời cám ơn Hạnh. Chị cáo lui, mặt mày hớn hở như vừa trúng số độc đắc.

Bà Đức hỏi dò con gái:

— Bộ con có quen biết với người tổ chức vượt biên hả ?

Hạnh thuật sơ lại cho ông bà Đức nghe kế hoạch tổ chức chuyến đi của Đào. Nàng không dấu dự định của mình cho Hùng và Trang Đài cùng ra đi ở chuyến đó.

Ông Đức hỏi thẳng:

— Bộ con tính ở lại một mình sao ? Con không đi với chồng con con sao ?

Bà Đức phụ họa:

— Nếu chắc ăn thì con nên đi luôn đi. Kẻ đi người ở

rồi làm sao gặp được nhau nữa !

Hạnh thở ra :

— Con chán đời quá rồi ba má à ! Anh Hùng đổi tánh làm con khổ quá !

Bà Đức đưa ra nhận xét của mình :

— Chắc là tại nó lúng túng trước thời cuộc đổi thay, vừa không có công ăn việc làm, vừa bị chánh quyền địa phương gò bó nên nó bực mình kiếm chuyện gây gỗ với con. Đờn ông ở thời buổi này khổ lắm. Con nên hiểu như vậy mà thông cảm chồng con.

Ông Đức nghĩ khác hơn vợ. Ông nhắm thẳng vào sự xuất hiện của Ninh và ông quả quyết đó là nguyên nhân chính đã khuấy động hạnh phúc gia đình của con và rể ông.

Ông kéo ghế ngồi sát bên Hạnh, cật vấn :

— Hạnh con, có phải thằng Ninh nó còn sống và đã trở về Nam gặp lại con không ?

Hạnh ngạc nhiên :

— Sao ba biết như vậy ?

Bà Đức giật mình lắp bắp :

— Ông...nói cái gì lạ vậy ? Ninh nào còn sống và đã... trở về gặp lại...con Hạnh ?

— Thì thằng Ninh chồng trước của con Hạnh chớ còn Ninh nào nữa ?

— Trời đất ! Thằng Ninh...còn sống và...

Ông Đức vỗ về Hạnh :

— Nói sự thật cho ba má biết đi con. Ninh nó tìm gặp con phải không ?

Hạnh cúi đầu lặng thinh. Nước mắt ứa ra, không phải vì nàng đang xúc động mà chỉ vì ông Đức vừa chạm trúng vào vết thương của gia đình nàng. Đã nhiều năm tháng, nàng cố tìm một lối thoát cho gia đình và cho chính bản thân, nhưng trước mặt, sau lưng nàng, sừng sựng vách đá và hun hút hố sâu. Nàng chỉ còn biết đứng lặng yên, xuôi tay thúc thủ.

Ông Đức hỏi luôn :

— Hạnh ! Nó muốn gì mà đi kiếm con hoài như vậy chớ ?

Bà Đức thắc mắc :

— Hổng lẽ nó muốn trở lại với con ?

Ông Đức đổ quạu :

— Ai cho phép nó trở lại mà nó đòi trở lại ? Vợ đã có chồng khác, bộ nó không biết sao ? Hừ, tại nó cứ tới lui, la cà mà biểu sao thằng Hùng nó không ghen ? Cán bộ cách mạng gì bê bối tham lam dử vậy ?

Bà Đức vuốt tóc con gái hỏi dò :

— Mà con còn thương thằng Ninh không ?

Hạnh lắc đầu. Nước mắt nhỏ giọt lên đôi bàn tay sạm nắng của nàng.

Ông Đức đay nghiến :

— Còn thương với yêu ! Hai mươi mấy năm trời, nó chỉ biết đảng và nhà nước của nó chớ có nghĩ tới vợ con nó nheo nhóc khổ sở của nó còn ở lại miền Nam đâu ? Vả lại người ta đã có chồng khác rồi.

Hạnh nghẹn ngào :

— Không phải như vậy đâu...ba má ơi !

— Vậy chớ còn chuyện gì khác nữa ?

— Thằng Thái...con của con và...ảnh.

Ông Đức trợn mắt :

— Nó muốn gì về thằng Thái chớ ? Nó muốn bắt con của nó lại à ? Ô, chuyện nực cười thiệt tình. Thái nó đã lớn khôn rồi, nó muốn theo ai thì nó theo. Ăn thua nơi nó chở có phải con quyết định được đâu mà nó kiếm chuyện với con ?

Hạnh ngước lên lau khô nước mắt; nàng tự trấn tĩnh, cố dập tắt ngọn lửa khổ đau đã từng thiêu đốt tâm tư nàng:

— Chuyện trở lại với con, anh ấy chỉ đề cập tới ở ngày đầu gặp lại nhau thôi. Con đã cường quyết từ chối vì tình yêu ban đầu của con trao gởi cho ảnh đã chết sau bao nhiêu tháng năm dài chờ đợi không nhận được mảy may tin tức. Con đã có chồng khác và đã có con với anh Hùng. Sống chung với nhau mười mấy năm trời, Hùng đối xử với con thật trọn vẹn, ảnh tỏ ra xứng đáng, nếu không vì chuyện thằng Thái bất phục Hùng rồi giữa nó và Hùng cắt đứt liên hệ với nhau thì gia đình con hoàn toàn hạnh phúc. Bên chồng, bên con, con không biết đứng hẳn về ai ? Con chỉ biết âm thầm nuốt nước mắt để cho Thái nó sống xa con. Thật tình con cũng bất lực trước cái lý của thằng Thái.

Lặng thinh trong giây lát, Hạnh tiếp:

— Ninh chỉ trích con tại sao không hướng dẫn, giáo dục Thái nơi theo chỉ hướng của cha theo về với cách mạng mà lại để Thái theo Mỹ-Ngụy hư hỏng cả một đời tuổi trẻ.

Bà Đức nhìn chồng. Bà muốn hỏi ý kiến của ông về luận điệu của Ninh. Bà nhận thấy Ninh có lý một phần. Dưới mắt người dân miền Nam, người lính quốc gia mang nhiều tai tiếng về lãnh đạo tồi tệ, vì tệ nạn bè phái, tham nhũng từ trên xuống dưới. Tướng bất chính thì quân bất minh. Tướng bỏ chạy trước thì quân có điên gì ở lại chiến đấu tới giọt máu cuối cùng ? Lính ma, lính kiểng đóng hụi chết dài dài cho cấp chỉ huy, lập bè, lập đảng dìm lẫn nhau kẻ có thiện chí, có tài thì bị đày ải, nhận chìm xuống không cho ngốc đầu lên nổi, kẻ bất tài, vô hạnh nhờ khéo nịnh bợ, lòn lỏi hoặc bắt mối gái cho xếp, dâng vàng cho xếp thì được nâng đỡ, che chở, thăng quan tiến chức đều đều.

Tất cả thối nát đó đã góp phần lũng đoạn và ung rữa hàng ngũ quốc gia để rồi khi người bạn đồng minh Hoa Kỳ rút chân ra khỏi miền Nam, chế độ liền sụp đổ nhanh chóng như một đêm động đất !

Ông Đức đổi sắc mặt, gằn mạnh từng tiếng:

— Nó dám cả gan chỉ trích con như vậy sao ? Miền Bắc thắng, nó mới cho là dân trong Nam này là tà, là ngụy. Biểu nó xuống đây gặp tao nè. Tao cho nó một trận nên thân.

Ông hỏi:

— Nó có vợ con gì không ?

— Ảnh đã có vợ và hai con gái.

Ông đay nghiến:

— Giỏi dữ ! Đi tập kết bỏ vợ con lại, ra Bắc cưới vợ khác rồi trở về trách móc vợ cũ không biết dạy dỗ con cái để nó là kẻ thù của cha. Hứ, quân chó má, khốn nạn ! Để tao lên Sàigòn gặp nó cho nó một trận bỏ lối dạy đời vô trách nhiệm.

Bà Đức nhỏ nhẹ hỏi Hạnh:

— Thái có nhìn cha nó không con ?

Hạnh đáp giọng buồn hiu:

— Thái nó chẳng những không nhìn cha mà còn xem Ninh như kẻ thù.

Ông Đức gật đầu:

— Nó có lý của nó. Chắc là nó bị thằng Ninh nhiếc mắng, nguyền rủa sao đó nên nó chống cự lại và không thèm nhìn ?

Ông hỏi tiếp:

— Mà này, nó lui tới hoài chi vậy ?

— Vẫn chuyện cũ, chuyện thằng Thái !

Ông Đức chửi đổng:

— Mẹ tổ ! Lý kẻ mạnh bao giờ cũng thắng.

Bà Đức nhận xét:

— Có lẽ tại vì nó lui tới luôn nên thằng Hùng nó ghen tuông rồi có chuyện rầy rà trong nhà trong cửa hoài ? Đàn ông nào cũng thấy khó chịu khi người chồng trước của vợ mình cứ lui tới, lân la. Dù không có chuyện gì bậy bạ xảy ra, Hùng nó cũng đặt thành vấn đề ngờ vực, hờn ghen.

Ông Đức lớn tiếng:

— Nó tới nhà hoài sao con không đuổi nó ? Nó làm gì được tụi con mà con sợ ?

Hạnh thở ra:

— Con chỉ sợ cho anh Hùng thôi ! Dù sao anh Hùng cũng là...

Ông Đức cướp lời:

— Hùng nó đã học tập cải tạo rồi. Nó đã giải ngũ dưới chế độ cũ, nếu nó phải cải tạo dài lâu thì họ đã bắt nó ở tù từ khuya chớ không để yên cho nó như vậy đâu.

— Nhưng phường khóm vẫn cứ đeo đuổi gây khó dễ ảnh hoài ba má à ! Họ bắt đi đào kinh, ảnh phải đi làm thủy lợi rồi ghép ảnh vào đội lao động cưỡng bách của phường.

— Vậy rồi con sợ thằng Ninh nó tìm cách hãm hại chồng con hả ?

— Con muốn đưa anh Hùng đi càng sớm càng tốt. Thoát sớm được ngày nào, đời ảnh đỡ sa lầy và sung sướng ngày ấy.

Bà Đức hỏi:

— Hùng nó chịu đi với con Trang Đài bỏ con lại không ?

— Ảnh chịu đi nhưng không muốn do con chạy lo. Ảnh tự lo lấy. Suốt tháng nay, ảnh thường đi vắng nhà. Ảnh đang đi tìm bãi bến.

Bà Đức ngó mông ra ao cá :

— Dạo này nghe nói người trốn đi bị bắt nhiều lắm. Không khéo Hùng nó bị bắt khổ lắm.

Có bóng người xuất hiện ngoài cổng. Không ai bảo ai, ông bà Đức và Hạnh bỏ ngang câu chuyện đang bàn cãi. Ông Đức đã nhận ra mặt hai người từ ngoài đi vào nhà.

Ông lẩm bẩm :

— Lại nó nữa rồi. Giỏi thật ! Đánh hơi có người từ Sài gòn về là nó mò tới.

Hạnh hỏi :

— Ai vậy ba ?

— Thằng Tư Mão, trưởng ban du kích xã, con hùm xám của địa phương này.

Bà Đức lo ngại hỏi Hạnh :

— Con về có giấy tờ đầy đủ không con ? Họ có thể...

Ông Đức chận lại :

— Bà không phải lo. Hạnh là con cái trong nhà chớ không phải ai đâu xa lạ. Con cái ở xa về thăm cha mẹ không được hay sao ?

Hạnh trấn an :

— Không sao đâu ba má ! Con có xin giấy tờ đi đường.

Tư Mão và một tên du kích cận vệ bước vào nhà. Không buồn chào hỏi gia chủ, anh ta hỏi giọng hách dịch :

— Nhà có khách phải không ? Từ đâu về vậy ?

Ông Đức không trả lời. Tư Mão hất hàm về phía ông

Đức :

— Tôi hỏi sao ông Bảy không trả lời ?

Ông Đức giả vờ :

— Tôi không hiểu chú muốn hỏi ai ?

— Không phải hỏi ông thì còn hỏi ai khác nữa ?

Ông Đức cười đáp :

— Vậy mà tôi cứ tưởng chú hỏi cái cột nhà chớ !

— Ông lúc nào cũng tỏ ra bất mãn với cán bộ hết.

— Đó là do chú có mặc cảm như vậy thôi, chớ tôi già cả rồi, tôi nào dám bất mãn đối với cách mạng, đối với cán bộ chánh quyền ?

Bà Đức thấy tình hình căng thẳng, bà vội mời Tư Mẫo :

— Mời chú Tư ngồi chơi. Để tôi nấu nước pha trà ngon chú giải khát.

Tư Mẫo nhìn Hạnh với ánh mắt tò mò :

— Cô ở đâu về đây ?

Hạnh thản nhiên đáp :

— Tôi từ Sàigòn về.

Vừa ngồi xuống ghế, Tư Mẫo vừa dạy đời :

— Tối năm nay rồi mà còn nhắc tới hai tiếng cũ rích Sàigòn, Sàigòn ! Phải nói là thành phố Hồ Chí Minh, thành phố hẳn diện được mang tên «Bác». Chúng ta đã đánh đổi biết bao nhiêu xương máu mới có được cái tên vàng ngọc ấy. Cô hiểu ra chưa ?

Hạnh mỉm cười :

— Tại tôi quen miệng như vậy rồi. Thành phố Sàigòn hay thành phố Hồ Chí Minh thì cũng vậy thôi. Tên nào cũng chỉ là một địa danh.

Tư Mẫo cãi lại :

— Cô nói vậy sao được ? Sàigòn là thủ đô của bọn Mỹ

Ngụy, còn thành phố Hồ Chí Minh là tiêu biểu cho thành công vĩ đại của cách mạng, của chế độ xã hội chủ nghĩa. Cái gì của Mỹ, Ngụy phải hủy diệt đi, quên hết đi, đừng nhắc nhở tới nữa.

Ông Đức bực mình hỏi đỡ:

— Chú nói vậy chớ còn biết bao địa danh vẫn còn nguyên hiệu đó như Cần Giuộc, Long An, Huế, Vĩnh Bình, Kiên Giang...vv...đều là tỉnh, huyện của chế độ cũ, tại sao không đổi tên khác đi ?

Tư Mão lúng túng:

— Cái đó...thuộc về...chính sách của đảng, của nhà nước cách mạng, tôi...hổng biết.

Anh ta đánh lạc hướng câu chuyện để thoát ra ngõ bí:

— Tôi muốn biết cô đây là ai và về đây có giấy phép đi đường không ?

Giọng ông Đức thản nhiên:

— Nó là con của tôi, con ruột của tôi. Nó có đầy đủ giấy tờ.

Tư Mão ngạc nhiên:

— Cô là...con ruột của ông ? Thiệt vậy không ?

— Không lẽ tôi mạo nhận người dưng là con ruột của tôi được à ?

— Sao lâu nay tôi không biết ?

Ông Đức cười:

— Không lẽ mọi người dân phải đem hết bà con ruột thịt của mình ở khắp nơi về làng xã để giới thiệu, trình diện với chính quyền địa phương à ? Tuy nhiên, tôi có khai trong bản lý lịch cá nhơn là tôi có con cái ở Sàigòn. Không tin, chú về đọc lại hồ sơ lý lịch của tôi coi có đúng vậy không ?

Tư Mão đuối lý, búng tay bảo Hạnh:

— Cô trình giấy tờ cho tôi xem.

Trong lúc Hạnh lục trong bóp tìm giấy tờ, ông Đức cằu nhằu:

— Càng ngày càng khó hơn. Nhà nào có khách cũng bị chánh quyền dòm ngó, nghi kỵ hết.

Tư Mão giải thích:

— Bọn phản động càng hoạt động chống lại chánh quyền, bọn Trung Quốc càng gia tăng nỗ lực phá rối biên giới ở miền Bắc và đế quốc Mỹ càng tuyên truyền chống chế độ xã hội chủ nghĩa, chúng ta càng nên cảnh giác đề phòng. Phải bóp chết mầm mống phá rối trị an ngay từ trong trứng nước.

Vừa trao giấy đi đường qua tay Tư Mão, Hạnh hỏi đùa:

— Chắc là ông nghi tôi thuộc các tổ chức phản cách mạng đó ?

Tư Mão so vai:

— Bổn phận của chúng tôi là tìm hiểu ai là giặc, ai là dân lành. Trong xã đã có mầm mống chống lại cách mạng rồi. Vả lại đã có một vài kẻ muốn trốn ra nước ngoài bị bắt.

Hạnh lại hỏi dò:

— Và ông lại nghi tôi muốn trốn ra nước ngoài ?

— Biết đâu được ?

Ông Đức bật cười chế diễu:

— Muốn vượt biển ai lại về đây tìm đường đi ? Cửa biển, bờ biển mới là chỗ dễ trốn đi hơn.

Giọng Tư Mão nghiêm nghị:

— Tại ông không biết mà nói vậy đó thôi chớ huyện Cần Giuộc hiện giờ là đường đi vượt biển rất tốt. Ghe nhỏ, dân vượt biển gọi là tắc-xi, chở người từ thành phố Hồ Chí

Minh chạy theo sông Cần Giuộc đổ xuống kinh Nước Mặn rồi đổ ra cửa Vàm Láng. Từ cửa Vàm Láng tàu lớn – gọi là con cá – ra biển không xa lắm. Đã có nhiều tổ chức vượt biển bị bắt trên sông Cần Giuộc rồi. Nhà lao huyện không còn chỗ chứa tù vượt biển.

Cầm tờ giấy đi đường của Hạnh trong tay, anh ta lật qua lật lại rồi trao qua cho tên cận vệ đọc. Anh ta dốt đặc, ngay cả ký tên, anh ta cũng chỉ biết gạch dấu thập ! Mấy lần được lệnh đi học bổ túc văn hóa, anh đều kiếm cách từ chối khéo hoặc giả bệnh hoặc viện cớ chuyện nhà đa đoan chưa cắp sách đến trường học i, tờ được. Anh ta sợ sau một khóa học bổ túc, anh ta sẽ mất chức. Nhiều cán bộ xã đã bị thay thế tương tự như vậy rồi.

Nghe đọc xong giấy đi đường, Tư Mẫo day sang hỏi ông Đức :

– Cô Hạnh đây về thăm ông bà Bảy mà có ngủ đêm lại đây không ?

Hạnh đáp thay cha :

– Nếu tiện tôi sẽ ngủ lại một đêm sáng mai trở về Sàigòn.

– Ngủ lại đêm tại sao không đến xin phép chính quyền địa phương ?

Ông Đức bảo :

– Tôi chưa kịp hỏi qua ý kiến con gái tôi. Vả lại, từ giờ tới tối, tôi còn đủ thì giờ đi xin phép kia mà ?

Tư Mẫo nhìn quanh quất hỏi :

– Có ai cùng về với cô không ?

– Có.

– Ai đâu ? Người đó có giấy đi đường không ?

– Không !

Hai mắt Tư Mẫo trợn trừng :

— Không có à ? Biểu nó ra đây cho tôi hỏi.

Trang Đài từ ngoài chạy vào. Nó đưa con cá lên reo mừng:

— Ông ngoại ơi ! Con vừa câu được con cá bự ghê nè ông ngoại ơi !

Hạnh nói với Tư Mão:

— Đó, nó đó. Ông muốn hỏi gì thì hỏi đi.

Tư Mão ấp úng:

— Nó là...con nhỏ...đó à ?

— Đúng vậy ! Người cùng theo tôi về thăm ba má tôi đó. Bị lớn đó, thưa ông, có cần có giấy đi đường không ?

Tư Mão lúng túng:

— Nếu nó đủ...mười tám tuổi thì cũng phải có giấy... đi đường.

Hạnh cười nhẹ:

— Còn vài năm nữa nó mới đủ tuổi xin giấy đi đường!

Bà Đức đem bình trà lên rót ra ly mời Tư Mão nhưng anh ta đã đứng lên cáo lui.

— Tôi còn bận nhiều chuyện quan trọng khác phải đi ngay. Nhớ đem giấy tờ tới ủy ban xin phép ngủ đêm lại đây đó nghen.

Anh ta và cận vệ đi nhanh ra ngoài.

Hạnh thở ra:

— Người dân mất hết cả tự do ! Thiếu ăn, nghèo khổ chưa bằng thiếu tự do và bị bóp nghẹt đời sống tinh thần.

Ông Đức phụ họa:

— Bởi vậy thiên hạ mới liều chết mà ra đi. Thà một phút huy hoàng còn hơn ngàn năm le lói. Giải phóng đâu chưa thấy mà đã thấy khổ hơn con trâu, con bò. Dân Việt Nam mình có lẽ vì phạm nhằm tội ác diệt chủng cả dân tộc Hời, Chàm nên mới bị trả quả quá lâu như vậy đó. Có lẽ chết còn sướng hơn.

Bà Đức và thằng Cổn lo buổi cơm chiều. Vừa làm gà, bà vừa liếc nhìn chung quanh, phập phồng lo sợ có người đi ngang nhà trông thấy. Thằng Cổn đem chôn lông gà dưới gốc cây khế ngọt sau nhà.

Lâu lắm rồi thằng Cổn mới được một bữa cơm ngon miệng và no nê. Ông bà Đức nấu một nồi cơm to và cho thằng Cổn ăn thả giàn. Ăn xong, nó ra cửa sau vỗ lên cái bụng no cứng, mỉm cười sung sướng. Nó hy vọng Hạnh và Trang Đài ở chơi lâu để nó được ăn thật no và ngon miệng. Nó đã quá ớn món mắm ruốc xào khô chấm dưa leo rồi.

Dọn rửa chén bát xong, nó nằm co tròn trên chiếc võng lắc ngủ say như chết.

Trời vừa nhá nhem tối, ông bà Đức đã đóng kín cửa trước sau. Ngọn đèn dầu leo lét chỉ đủ cho mọi người né tránh đồ đạc trong nhà.

Hạnh hỏi:

— Chưa tối lắm mà ba má đã cửa đóng then gài sớm dữ vậy ?

Ông Đức đáp:

— Dạo này trộm đạo dữ lắm con. Vả lại, mình không đi đâu ra ngoài hết mình nên đóng cửa sớm thì tốt hơn. Ai nấy đều rút trong nhà, chỉ khi nào có chuyện cần mới cầm đèn ra ruộng thôi. Đi đêm mà không có đèn nguy hiểm lắm. Thấy bóng người, du kích xã đi tuần bắn nát thây. Sau tám giờ tối là giới nghiêm.

Xa xa có tiếng chó sủa vọng lại. Cảnh vật yên lặng như tờ. Hạnh nghe rõ tiếng muỗi bay.

Bà Đức nói trổng:

— Lính đi tuần rồi đó !

Có tiếng súng nổ vang dội.

Hạnh ngạc nhiên:

— Họ bắn ai vậy ?

Ông Đức bực dọc:

— Lại đi bắt thanh niên trốn nghĩa vụ nữa rồi. Giống hệt cảnh bắt lính ngày xưa.

Ông cười nhạt tiếp luôn:

— Lớn tiếng rộng họng chửi người ta cái gì, ngày nay họ làm y theo cái đó và còn làm dữ dằn hơn nữa chớ. Bắt ép con dân đi lính kiểu đó thì còn đánh đấm cái nỗi gì được chớ ? Đúng như con Nhị nó chửi: chỉ là bắt thanh niên qua Kampuchia làm bia đỡ đạn mà thôi. Quân đội cần có đông lính để nhận viện trợ của Liên Xô vĩ đại và phải gây ra chiến tranh luôn luôn để chế độ trường tồn và nhuộm đỏ các nước lân bang.

Bà Đức cần nhẳn:

— Thôi đi ông ! Thây kệ họ. Phê bình chỉ trích chẳng những không có lợi gì mà lỡ họ nghe lọt, ông sẽ bị rắc rối, lôi thôi !

— Nói cho đã rồi có chết cũng không hề gì. Quá nhiều điều chướng tai gai mắt chịu không nổi, làm thinh không được.

Tiếng chó, tiếng súng hòa lẫn vang vọng xa xa. Hạnh khẽ hỏi:

— Có nhiều người bị bắt, bị bắn không ba ?

Ông Đức hậm hực:

— Có chớ sao không, nhưng con số thanh niên bị bắt và bị bắn không đáng kể cho lắm. Cha mẹ cho con cái trốn lên Sài gòn làm thuê, làm mướn. Ba còn nghe đồn có người dám cho con vô rừng chiến đấu nữa. Thanh niên chưa ra khỏi nhà thì ban đêm ra ngủ ngoài ruộng, rẫy, bụi bờ !

Bà Đức nhăn nhó khoát tay:

— Tôi biểu ông nín đi. Cứ nói toàn chuyện nguy hiểm không hà ! Họ nghe được biểu ông chỉ nhà nào có con trốn vô rừng chiến đấu rồi ông trả lời sao cho trôi ? Khổ lắm mà !

Ông Đức rùn vai:

— Họ hỏi, tôi sẽ nói là tôi chỉ nghe thiên hạ đồn đại như vậy thôi.

— Nghe đồn rồi đi nói đi nói lại cũng bị bắt, bị tù nữa đó ông ơi !

Ngoài trời gió bắt đầu thổi mạnh. Tiếng lá cành khua động. Từng ánh chớp chiếu rọi vào nhà. Ngọn đèn dầu lung linh như muốn tắt. Tiếng chó sủa nghe gần hơn.

Ông bà Đức bắt đầu lo ngại. Mỗi khi có tiếng chó sủa từ xa, ông bà nghi đó là du kích xã tuần tiễu, ruồng bố; tiếng chó sủa gần nhà, ông bà nghi có kẻ gian rình rập, bắt trộm gà vịt, hái trộm rau trái, gặt trộm lúa ngoài đồng hoặc câu trộm cá trong ao. Gặp trường hợp đó, nếu chưa khuya lắm, ông Đức xách đèn lồng xông ra ngoài đánh đuổi trộm đạo, nếu đã khuya lắm, ông đứng trong nhà tay đập thùng thiếc, miệng la hét inh ỏi gián tiếp xua đuổi bọn bất lương.

Trông thấy cha với tay rút cây mác treo trên vách, Hạnh hỏi nhanh:

— Ba ! Ba định làm gì vậy ?

Cầm cây mác bén ngót trong tay, ông Đức nghiêm nghị đáp:

— Chắc là có trộm đạo gì đây ? Ba chém nó rụng đầu.

Hạnh ngăn lại:

— Thôi ba ơi ! Kệ họ ba à ! Nghèo khổ quá, họ phải ăn trộm. Chém giết họ làm gì mang tội hả ba ? Bần cùng sanh đạo tặc mà !

— Con nói vậy chớ nếu cứ để tụi nó lộng hành, nhà mình sẽ bị vét sạch không còn cái quần mà bận. Phải làm cho chúng nó kiêng sợ một chút.

Qua tiếng mưa rơi, mọi người trong nhà nghe tiếng chân dẫm lên cành cây khô bên ngoài.

Ông Đức lẩm bẩm :

— Tụi nó đã tới sát gần nhà rồi đó.

Ông đòi mở cửa để ra ngoài nhưng bà Đức, Hạnh cố giữ ông lại. Bà Đức thổi tắt đèn. Bóng tối phủ kín mọi vật. Ông Đức cầm cây mác nhọn gót tiến sát lại cửa sau, lắng tai nghe ngóng.

Tiếng mưa rơi trên lá cành, trên mái nhà đều đều. Ông Đức lẩm bẩm :

— Mày cạy cửa tao để cho mày cạy. Ló đầu vô là lãnh một mác rụng đầu ngay nghe con.

Bà Đức, Hạnh nín thở chờ đợi. Hai người cùng có chung một ước vọng : «Nó bỏ đi cho rồi ! Nó vô nhà, ông Đức sẽ gây nên tội ác, tội giết người». Hai mẹ con, không ai bảo ai cùng cất tiếng tằng hắng một lượt.

Ông Đức day lại, đưa tay lên miệng «suỵt» một tiếng khẽ. Bỗng có tiếng gọi nho nhỏ từ ngoài vọng vào :

— Ba ơi ! Má ơi !

Mọi người cùng giật mình đánh thót. Chuyện gì lạ lùng vậy chớ ? Ai ngoài kia mà gọi : «Ba ơi ! Má ơi !» ?

— Ba má ơi ! Mở cửa cho co vô. Mau đi ba má !

Bà Đức và Hạnh run lẩy bẩy. Hạnh vụt nghĩ tới Hùng. Chỉ là Hùng mà thôi mới gọi ông bà Đức bằng ba, má. Nàng linh cảm có chuyện gì bất trắc xảy tới cho Hùng. Nhưng tại sao Hùng xuống đây vào giờ này ?

Ông Đức lên tiếng hỏi :

— Ai đó ?

— Con là Hùng ! Con đây ba má ! Mở cửa cho con vô lẹ đi ba má !

Hạnh khẽ kêu lên:

— Trời ơi ! Anh Hùng !

Bà Đức giục chồng:

— Thằng Hùng đó ông. Mở cửa cho nó vô đi ông. Lẹ lên !

Ông Đức vẫn còn hoài nghi ông vặn hỏi:

— Thiệt là Hùng đó không ?

— Dạ phải ! Con đây nè ba !

— Vậy chớ...vợ mày...tên gì ?

— Dạ, là Hạnh ! Hạnh là vợ của con.

Hạnh chạy tới cửa. Trong bóng tối dày đặc, nàng chạm mạnh vào người ông Đức. Ông nói nhanh:

— Khoan đã ! Để ba hỏi thêm chút nữa.

Đoạn ông hỏi vọng ra ngoài:

— Còn con mày tên là gì ?

— Dạ, con gái con là Trang Đài. Mở nhanh cửa cho con vô đi ba !

Ông Đức vừa rút cây song hồng tấn cửa vừa hỏi bà Đức:

— Thắp đèn lên đi bà. Đúng là thằng Hùng rồi !

Cánh cửa vừa hé mở, một bóng người lẻn nhanh vào nhà. Ông Đức định đóng cửa lại, nhưng Hùng chận lại bảo:

— Chờ một chút ba !

Anh giục:

— Tín, vô đi em ! Mau lên.

Anh kéo Tín vào trong, khép cửa lại.

— Được rồi đó ba. Ba đóng chặt cửa lại đi.

Bà Đức đang mò kiếm hộp quẹt trên tủ thờ. Ông Đức càng thúc hối, bà càng quýnh quáng, tay chân run lẩy bẩy.

Hạnh chưa thấy rõ mặt chồng. Nàng hỏi giọng hốt hoảng:

— Anh Hùng ! Có chuyện gì...vậy hả anh ?

Hùng vẫn chưa thấy rõ mặt vợ. Anh ngạc nhiên:

— Em cũng có mặt ở đây nữa sao ?

Ông Đức đáp thay con gái:

— Vợ con của con vừa về tới hồi xế này. Mà...con ở Sàigòn xuống tới hay là...

Bà Đức đánh quẹt mồi vào tim đèn. Ánh sáng loé lên. Mọi người đã trông thấy mặt nhau. Hạnh bước vội tới ôm tay Hùng:

— Chuyện gì vậy hả anh ? Anh...làm sao vậy hả ?

Hùng giới thiệu Tín với Hạnh:

— Đây là Hạnh, vợ của anh. Còn đây là Tín, em kết nghĩa của anh đó Hạnh.

Bà Đức đưa khăn cho Hùng lau khô đầu tóc. Ông Đức mở tủ lôi áo quần của mình ra, giục Hùng và Tín thay áo quần ướt sũng trên người hai anh.

Hạnh sốt ruột đợi Hùng cho biết nguyên nhân anh xuất hiện đột ngột. Sự có mặt của Tín bên cạnh Hùng càng tạo thêm nghi ngờ cho nàng.

Hùng vẫy tay gọi mọi người đến gần mình. Anh căn dặn cha vợ:

— Ba, từ giờ tới sáng, có ai gọi cửa, ba đừng có mở cho họ vô nghen ba. Nếu ba nghi lính kêu cửa thì ba báo ngay cho con biết, con sẽ lỏn trốn ra ngoài. Nhớ nghen ba!

Ông Đức gật gật đầu:

— Ờ, ờ ! Ba...nhứt định...không mở cửa ! Con yên tâm.

Bà Đức hỏi:

— Mà có chuyện gì vậy con ?

380

Hạnh giục:

— Nói cho em, cho ba má biết chuyện gì đi anh. Em... sợ quá !

Giọng Hùng càng thấp xuống:

— Anh và Tín vừa trốn thoát !

Ông Đức vặn ngọn đèn nhỏ lại. Đã sợ ngay từ phút đầu, giờ bà Đức và Hạnh càng sợ hơn.

Tín ngồi co rút hai chân trên ghế run lập cập. Anh lạnh quá, lạnh vì mắc mưa và lạnh vì đang sợ bị bắt trở lại.

Hùng thuật lại đầu đuôi câu chuyện anh và Tín bị bắt. Chiều hôm trước, Tín chở Hùng trên xe honda từ chợ Xóm Củi về quê vợ anh ở xã Long Phụng thuộc huyện Cần Giuộc. Sau khi xem xét bãi bến, Tín rủ Hùng đến nhà một người quen cách nhà không bao xa chơi. Sau chầu rượu, thấy Tín có mang theo máy ảnh, người bạn xin Tín chụp vài «bô» cho cha mình để sau khi ông chết, con cháu có hình ông mà thờ phượng. Tín chấp thuận ngay. Con cháu đưa ông cụ ra ngồi giữa sân nhà, sắp xếp cảnh trí cho Tín chụp ảnh. Hùng phụ giúp Tín một tay sửa chữa ngay ngắn thế ngồi của cụ già.

Tín vừa chụp xong hai kiểu hình, bỗng từ ngoài cửa rào có tiếng gọi. Tín, Hùng dậy lại thấy ba công an viên đứng sừng sững trước mặt. Một công an viên lững thững đi vào sân, hất hàm hỏi Tín có giấy phép chụp ảnh không ? Hùng giải thích cho anh ta hiểu Tín chụp ảnh không lấy tiền, chụp ảnh giúp gia đình người bạn thôi chớ không phải hành nghề chuyên môn. Công an viên nọ lại hỏi Tín và Hùng có biết chánh quyền địa phương cấm chụp ảnh không ? Hùng đáp là không và lý luận rằng: ở Sàigòn, chỗ nào cấm chụp ảnh là có một tấm bảng vẽ máy ảnh có hai đường chéo ngang. Thấy tấm bảng đó, ai còn dám chụp ảnh sẽ bị bắt giữ và tịch thu máy.

Lập luận của anh bị bác bỏ: «Thành phố Hồ Chí Minh không phải là xã Long Phụng. Ở đây chính quyền địa phương đã ra thông cáo cấm chụp hình dù bất cứ dưới hình thức nào. Chụp ảnh đồn bót, cơ quan cách mạng là trọng tội, tội giúp tài liệu cho Mỹ, Ngụy, cho Trung Quốc đánh phá các cơ sở của chính quyền cách mạng...vv...»

Mặc cho Hùng, Tín giải thích, phân trần và xin tha cho lần đầu vì không biết rõ lệnh cấm của chính quyền nên đã lầm lỡ, các công an viên vẫn tịch thu máy ảnh và bắt hai anh về đồn công an.

Trong lúc Hùng, Tín làm bảng kiểm điểm và khai lý lịch, một nữ cán bộ bước vào. Đăm đăm nhìn Tín một chập, cô này la lớn:

— «Tôi nhớ ra rồi ! Thằng này là tên thiếu úy ngụy trước kia làm công an phó xã Long Phụng. Nó bắt nhiều đồng chí của chúng ta đó».

Nàng xấn tới chộp tóc Tín, lật mặt anh ngược lên hỏi có đúng như vậy không ? Tín chối dài. Nữ cán bộ nọ tát thật mạnh vào mặt anh chửi: «Tổ mẹ mày, chối hả ? Chính tao đã bị mày bắt giam và giải về nhà lao Cần Giuộc đây nè. Má mày đây nè, mày nhớ ra chưa ?»

Tín chết điếng. Anh không thể nhớ ra một chuyện cũ cách đây gần mười năm. Anh là sĩ quan cảnh sát và có một thời gian anh là chỉ huy phó xã Long Phụng. Anh vẫn cứ chối, anh quả quyết mình chỉ là hạ sĩ truyền tin và sau 30-4-75, anh đã trình diện học tập ba ngày.

Hùng càng thêm lo sợ sau khi trưởng ban công an xã đọc bảng kiểm điểm và lý lịch của anh, tuyên bố: «Ngoài cái tội chụp hình không giấy phép, hai tên này còn một tội khác là toan tính vượt biên».

Tử tội chụp hình lén đồn bót, cơ quan cách mạng chuyển cho Mỹ, Ngụy, Trung Quốc, hai anh bị ghép thêm tội vượt biển. Vậy là hết hy vọng trở về nhà gặp mặt vợ con ! Kể cả kế hoạch chuyến đi cũng đổ vỡ.

Tín, Hùng bị tống giam. Chiếc xe honda bị tịch thu, kể cả máy ảnh. Cả hai anh không khai thật chỗ ở của mình. Kinh nghiệm vượt biên dạy rằng: một khi bị bắt, can phạm nên phủ nhận mưu đồ trốn ra nước ngoài và không nên khai rõ địa chỉ của mình. Chính quyền sẽ tầm đến nhà và tịch thu tài sản, nhà cửa. Kẻ đi trước dạy người đi sau.

Nhà giam của xã chỉ là một căn buồng nhỏ vách ván, lợp tôn. Cửa nhà giam khóa sơ xài. Xã chỉ tạm giam can phạm một ngày. Sáng hôm sau bị can sẽ bị áp giải về huyện.

Nửa đêm, Tín và Hùng đã quyết định vượt ngục. Chờ đợi thời cơ mãi tới chiều hôm nay, hai người mới có cơ hội tự giải thoát. Uỷ ban nhân dân xã Long Phụng được tin có một nhóm người lạ mặt từ xã lân cận vượt ranh giới, liền huy động toàn lực lượng công an và quân sự đuổi bắt. Cơ quan xã chỉ để lại hai du kích canh giữ.

Tín điều nghiên kỹ tình hình. Chỉ cần hai lần đạp mạnh vào vách nhà giam, Hùng và Tín đã tìm ra lối thoát. Từ xã Long Phụng về tới nhà cha mẹ vợ không bao xa, Hùng rủ Tín về đây tạm trú một đêm rồi sáng sớm hôm sau sẽ trở về Sàigòn. Cơn mưa chợt đến từ lúc chạng vạng tối đã hỗ trợ hai người trốn thoát.

Nghe xong, mọi người đều thở phào.

Bà Đức rưng rưng nước mắt:

— Nhờ ơn Trời Phật phò hộ độ trì nên tụi con mới thoát được tai nạn. Để rồi má cúng tạ lễ cho hai con.

Hạnh nhìn Hùng với ánh mắt trìu mến:

— Anh thoát nạn, em mừng quá ! Em có hay biết gì đâu .

Tín mở lời :

— Chắc thế nào tụi nó cũng đang lùng kiếm tụi tôi dữ lắm !

Ông Đức trấn an :

— Không sao đâu cháu. Bác có cách đối phó với tình hình này cho tới ngày mai hoặc lâu hơn nữa.

Ông hướng dẫn Tín, Hùng vào phòng riêng của mình, trỏ tay xuống gầm giường, tươi cười bảo :

— Hai anh em tạm trốn dưới hầm này. Coi vậy chở an toàn lắm. Tuy không còn dùng tới nữa nhưng bác vẫn thường xuống dọn dẹp sạch sẽ để rắn rít, chuột bọ không ẩn náu được.

Ông cười gằn nói tiếp :

— Hồi đó bác gái từng dấu cán bộ, kháng chiến quân dưới đó cả tháng trời. Gia đình bác nuôi họ cu cu. Họ tới lúc nào, dù đã nửa đêm, bác gái cũng lo cơm nước đầy đủ không thắc mắc gì hết. Ngày nay, mỗi lần hai bác tới cơ quan xin giấy tờ, tụi nó bắt chờ đợi cả buổi trời, hết giờ tụi nó đuổi về biểu chiều hay ngày mai trở lại. Ngoài ra họ còn làm khó dễ đủ điều, bắt trở đi trở lại năm lần bảy lượt.

Ông nghiến răng :

— Nói thiệt nghen, nếu có đổi đời lần nữa, tụi nó mò tới xin che dấu, bác cũng chỉ hầm này cho tụi nó trốn nhưng ngay sau đó bác nấu nước sôi chế từ trên xuống cho tụi nó chín thịt, lột da hết trơn hoặc bịt nắp hầm lại cho tụi nó chết ngộp không còn một móng.

Tín mỉm cười. Anh nắm tay ông Đức, cảm động :

— Cháu xin đội ơn bác. Hai bác là ân nhân của riêng

cháu.

Ông Đức xua tay:

— Không có chi ! Ơn nghĩa gĩ đâu cháu ơi ! Hùng là rể của bác, cháu là bạn của Hùng, bác xem cháu như Hùng vậy thôi. Cứu người lâm nạn là bổn phận thiêng liêng của mọi người. Xuống hầm nghỉ đi cháu, bác sẽ đem mền gối xuống.

Hạnh cầm tay Hùng khẽ hỏi:

— Anh quyết định ra đi bằng con đường ở đó sao ?

Hùng thở ra:

— Hiện giờ anh cũng chưa biết ra sao nữa. Trở lại Long Phụng, rủi bị bắt lần nữa, anh sẽ...

— Hay là anh nên nghe em đi bằng đường Hà Tiên ?

— Liệu có bảo đảm lắm không ?

Hạnh tin tưởng:

— Ở dưới đó bãi bến tốt lắm. Một cán bộ cách mạng giám đốc một xí nghiệp đứng ra tổ chức thì bảo đảm hơn những bãi bến khác.

Hùng vụt hỏi:

— Em có đi cùng với anh và con không ?

— Em chờ anh và con đi tới nơi tới chốn rồi sẽ liệu định h sau.

Hùng cười nhạt:

— Tại vì em kẹt chở gĩ ?

Hạnh hiểu ngay điều Hùng muốn đề cập. Đau khổ hẳn rõ trên mặt nàng. Nàng nhăn nhó:

— Em van anh đừng nghi ngờ xằng bậy nữa, tội nghiệp em. Em đã khẳng định nhiều lần với anh là hình ảnh, tình yêu của em đối với Ninh đã chết từ lâu trong tim em rồi. Và cũng từ lâu, đời em chỉ có anh, có Trang Đài và Thái mà thôi. Anh có tin em hay không là tùy nơi anh.

Hạnh gục đầu, nàng muốn khóc, khóc không phải để chứng minh điều mình đã nói ra, đang nói ra trước mặt Hùng là sự thật, mà khóc vì uất ức đầy cứng trong lòng.

Hùng đòi biết lý do Hạnh ở lại. Hạnh giải thích:

— Tổ chức nào, dù chu đáo tới đâu cũng có kẽ hở. Em không cùng đi với anh và con chỉ vì em muốn nuôi anh trong tù và tìm cách cứu anh ra khỏi tù lỡ chẳng may chuyến đi thất bại. Phải có người ở ngoài chạy lo cho người kẹt bên trong. Em sẽ đi chuyến sau với chị Đào.

Nàng phủ dụ chồng:

— Thôi anh à, đã tới lúc chúng ta nên cắt đứt câu chuyện cũ để tập trung đầu óc, nỗ lực vào chuyện mới, chuyện sắp sửa xảy đến. Chúng ta không còn nhiều thì giờ nữa.

Hùng muốn nói gì nữa nhưng lại thôi. Anh lững thững leo xuống hầm. Đầu óc anh rối bời. Lối thoát đời anh vẫn chưa lộ hiện rõ ràng, cụ thể. Nó còn xa xôi, diệu vợi quá ! Anh vẫn chưa dám đặt hết niềm tin vào chuyến đi ở Hà Tiên. Việc Hạnh ở lại hoặc sẽ đi chuyến sau vẫn ám ảnh, chi phối tâm trí anh. Và Ninh vẫn chưa làm anh hết lo sợ vu vơ.

Hạnh cố gạt bỏ tất cả ra khỏi tâm trí, nàng chỉ còn mỗi mục tiêu hành động và ước vọng cuối cùng trong đời là chuyến đi. Dù có hai kẻ thân thương nhứt sẽ rời xa nàng và không biết đến bao giờ gặp lại, nàng vẫn hằng cầu nguyện chuyến đi ấy thành công và hai kẻ thân yêu đó vĩnh viễn xa mình. Hạnh phúc đời nàng sẽ nở hoa rực rỡ cũng từ đó.

CHƯƠNG IV

Mai Bảng ký giấy cho Lập mướn nhà Đào làm văn phòng liên lạc của xí nghiệp đá vôi Hà Tiên. Lập dời văn phòng từ công ty xây dựng về đây. Để danh chánh ngôn thuận và để chánh quyền địa phương khỏi nhòm ngó, Lập dựng bảng văn phòng liên lạc khả lớn trước cổng rào. Tất cả xe và công nhân xí nghiệp về công tác tại thành phố Hồ Chí Minh đều phải ghé qua văn phòng gặp Lập và Lập bố trí tất cả công tác vận chuyển xăng dầu, vật tư mọi thứ, đưa công nhân cũ, mới trở về xí nghiệp cũng xuất phát từ địa điểm này.

Chợ trời dọc theo đường nhà Đào cũng đã dẹp từ lâu. Dân chợ trời kéo về hoạt động hoặc ở chợ Tân Bình, hoặc trước cửa phi trường Tân Sơn Nhứt. Lập cho xe xí nghiệp lớn, nhỏ đậu dài dài dọc theo vỉa hè. Anh chủ tâm biểu dưỡng lực lượng tại đây để qua mặt phường khóm. Và bên trong nhà Đào, lưởng thực đủ loại, kể cả quần áo của khách vượt biên đầy dẫy. Đào, Lập và Vũ, Hùng – hai em Đào – xếp gọn vào các thùng gỗ, cạc-tông, bên ngoài ghi đậm hàng chữ: «Vật tư của xí nghiệp đá vôi Hà Tiên».

Đào hợp sức với hai anh em Lan, Nam và kỹ sư công chánh Thọ từ Lâm Đồng xuống, thành lập đội xây dựng tuyển mộ công nhân nam nữ từ các nơi về công tác xây cất nhà cửa cho xí nghiệp của Bảng.

Công nhân thiệt, giả được trộn lẫn nhau. Mỗi lần tuyển mộ được mười công nhân thiệt, Lập dùng xe tải chở xăng dầu, vật tư chở thêm năm, sáu công nhân giả về Hà Tiên. Lập được phép của giám đốc xí nghiệp ký tất cả giấy công tác cho các công nhân. Khách vượt biên dưới lớp áo công nhân màu xanh được Lập cấp giấy tờ hợp pháp. Giấy công tác của xí nghiệp có dấu và chữ ký của giám đốc được Bảng chuyển cho Lập cả trăm tờ.

Lập chỉ việc đánh máy tên công nhân vào là hợp pháp trăm phần trăm.

Lập móc nối với ba tài xế xí nghiệp. Mỗi chuyến đưa công nhân về Hà Tiên, anh tặng cho 300 đồng. Ngoài ra anh còn hứa nếu mọi chuyện êm xuôi trôi chảy, ngày đi, anh sẽ cho mỗi người gởi một thân nhân hay một khách hàng, tùy họ định giá, nhưng không quá ba cây vàng một người.

Lập nhậu rất cứ khôi, tài xế nào cũng thích nhậu. Anh được cảm tình của hầu hết tài xế già, trẻ của xí nghiệp.

Tại thành phố, mọi chuyện lớn nhỏ đã có Lập, Đào, Yến lo. Dưới Hà Tiên, kỹ sư Thọ, anh em Vũ, Hùng và Hoàng, Thái sắp xếp đưa công nhân giả vào bãi nằm cách xí nghiệp   một trái núi đá vôi. Nam sẽ theo xe về Hà Tiên ở chuyến «chuyển quân» sau cùng.

Từ ngày nhà Đào trở thành một thứ «hậu cần» của xí nghiệp, Quang ít khi lui tới như trước đây. Quá bận rộn với bao nhiêu công việc tổ chức và thường đi vắng nhà, Đào không còn thì giờ rỗi rảnh tiếp chuyện với Quang. Anh thua buồn, nghĩ rằng Đào đã quên dần anh và đã ngả vào vòng tay Bảng mất rồi.

Thân phận anh ở tờ Sàigòn Giải Phóng ngày một thêm hẩm hiu. Đợt xếp ký giả dưới chế độ cũ vào biên chế, ngạch trật đã qua, Quang vẫn còn là ký giả khế ước, hợp đồng. Đa số bài vở của anh bị loại. Ban biên ủy chuyển anh sang khâu nhiếp ảnh kiêm lái xe. Anh thua buồn xin nghỉ việc. Không ai buồn giữ anh lại. Sự ra đi của anh âm thầm, lặng lẽ như một thực khách rời khỏi một tiệc ăn đông khách.

Lân la thường xuyên ở tòa soạn báo Tin Sáng, anh năn nỉ Ngô Công Đức thu nhận anh, nhưng vị chủ nhiệm «thừa nước đục thả câu» này cũng chỉ cho anh chân chạy tin hàng ngày. Dù vậy, Quang vẫn cắn răng nhận việc. Cộng tác với tờ báo tư nhân duy nhất này chẳng được bao lâu, Quang lại thất nghiệp. Tờ Tin Sáng được lệnh của trung ương phải tự đình bản. Chủ nhiệm Ngô Công Đức dâng lên chính phủ kiến nghị xin được giải tán vì «đã hoàn thành xứ mạng phục vụ cách mạng và nhân dân !»

Từ một vài cây viết lập nhiều thành tích nịnh Liên Xô vĩ đại như Lý Quý Chung đến chính trị gia đầu hàng Dưởng Văn Ba, nhà báo xu thời Hồ Ngọc Nhuận, ký giả cộng sản đứt liên lạc, mất đảng tịch Phan Ba...vv... cả một bộ biên tập gồm tới những 200 người bị đuổi về vườn không chút luyến lưu. Một cơ sở báo chí rộng lớn lọt vào tay chính phủ. Quang không còn đất đứng nữa.

Đào gặp Quang lần chót tại nhà. Nàng muốn cứu Quang, đưa anh ra nước ngoài, nhưng lại sợ Quang biết được tổ chức đang trên đà thuận lợi, anh sẽ phá hư đại cuộc. Đào chưa tin Quang từ bỏ «lập trường cách mạng» của anh. Chẳng may anh phản đối rồi đi tố cáo thì chính Đào là kẻ giết chết mộng đẹp của hàng trăm người, trong đó, Bảng là người bị tội nặng nhất.

Dù Đào khoe với Quang rằng mình đang đóng góp với cách mạng, bằng cách hợp tác xây dựng xí nghiệp đá vôi Hà Tiên ngày một thêm vững mạnh, Quang vẫn không tin Đào đã thay đổi lập trường. Anh cho rằng vì muốn hợp lý hóa sự lui tới gần gủi giữa Đào và Bảng nên Đào mới cho mướn nhà làm văn phòng liên lạc và thành lập đội xây dựng như thế đó.

Được tin Quang đau nặng nằm chờ chết tại căn phòng trên cao ốc cạnh rạp Hưng Đạo, Đào bỏ hết mọi việc đến gặp anh. Quang ốm tong teo, nằm bẹp dí trên tấm nệm mousse trải dưới sàn nhà. Đầu tóc bờm xờm, râu mọc tua tủa, Quang già hẳn đi.

Trông thấy Đào bước vào, anh chống tay ngồi dậy nhưng lại khuỵ trở xuống ngay. Đào đặt vội giỏ trái cây lên bàn, tiến nhanh lại bên Quang bảo:

— Anh cứ nằm nghỉ. Đừng ngồi dậy. Anh đau sao không cho em biết sớm ?

Quang mệt mỏi:

— Em bận nhiều...công việc quá, anh không dám... bảo tin cho em biết. Vả lại...anh không còn muốn...sống nữa...

— Đừng nói vậy không nên ! Đau thì có thuốc uống, có bác sĩ trị cho mau mạnh.

— Mà ai...cho em hay tin vậy ?

— Anh Lê. Ảnh vừa cho em hay tin anh đau là em chạy tới đây ngay.

Quang càu nhàu :

— Thằng kỳ cục quá. Ai mượn nó không biết nữa ?

Lê cho Đào biết rõ tất cả. Quang bị cảm nặng nằm vùi mấy ngày liền không thuốc men và cũng không được ai săn sóc. Anh nhứt quyết không chịu uống thuốc hay đi khám bác sĩ, khi Lê đến thăm anh thấy anh đau nặng. Ăn uống gì anh cũng từ chối. Anh muốn chết. Đời anh đã trở nên vô vị, thừa thải rồi. Số tiền một ngàn đồng của Ngô Công Đức phát cho khi chia tay, Quang đã xài hết nhẵn từ lâu. Căn phòng anh đang ở cũng đã bị cơ quan quản lý đòi lại. Thất nghiệp đã đẩy anh vào đường cùng, lại thêm nhiều chuyện phũ phàng dồn dập đến khiến anh chỉ còn thấy cái chết là con đường giải thoát.

Đào xả cam mời Quang. Quang lắc đầu từ chối. Đào hỏi Quang cần ăn gì không nàng sẽ đi mua, Quang một mực chối từ.

Đào hỏi thẳng :

— Anh muốn chết phải không ? Không ăn uống, không thuốc men, anh đau nặng như vậy, anh chịu sao cho nổi ?

Quang khẳng định :

— Chỉ còn lối thoát đó thôi. Chết là giải thoát !

— Đâu phải đau nằm chờ chết là lối thoát. Còn nhiều lối thoát khác nữa kia mà.

Quang ôm ngực ho một chập. Đào nâng người anh lên cao hơn một chút để anh bớt ho. Anh thở hổn hển :

— Không...không còn con đường...nào nữa hết. Trước mặt anh...mọi nẻo đều...đóng kín.

— Nếu anh muốn, em sẽ chỉ đường cho anh thoát ra khỏi cảnh bế tắc.

— Đường nào ?

— Rời khỏi đất nước này.

Quang ngước lên nhìn Đào:

— Là...vượt biên...phải không ?

Đào gật đầu:

— Người ta không cho dân sống, hít thở không khí tự do thì dân tìm đường tự cứu lấy mình và gia đình con cháu mình. Ở quê nhà, anh không còn đất sống thì anh nên ra đi.

Quang thở ra:

— Làm sao đi được ?

Đào hiểu câu nói của Quang qua một nghĩa khác:

— Em sẽ tìm cách đưa anh đi.

Quang lặng thinh. Anh đang chiến đấu với nội tâm, soát xét sâu thêm con người anh và quá khứ của đời anh.

Đào thúc giục:

— Sao hả anh ? Anh đồng ý chớ ?

Lần đầu tiên, Quang thành thực nhứt:

— Anh cảm ơn em, nhưng anh không muốn hèn nhát với chính mình. Anh đã tự lừa dối anh, phản bội chính anh và bạn bè bằng hữu. Anh đã xây lâu đài trên cát, mộng mơ không làm sao bắt lấy, cầm nắm trong tay. Anh đã lầm đường, anh đã lạc lối. Anh muốn tự xử lấy anh. Một trí thức như anh mà lầm lỡ như thế không còn đáng sống nữa.

Anh tựa lưng vào tường lắc đầu lia lịa:

— Không, không, anh không đi đâu hết ! Anh sẽ...

Chuỗi ho chợt tới cắt đứt câu nói của anh. Anh ôm ngực ho rũ rượi, đôi mắt trợn trừng.

— Anh...anh Quang !

Máu tươi tuôn ra miệng, mũi Quang, thấm đỏ cả áo anh và nhuộm ướt gối mền.

Anh từ từ ngã chúi về phiá trước, người anh co quắp lại. Máu tiếp tục tuôn trào. Quang nằm bất động. Đào kinh hoảng lay gọi liên tục :

— Anh Quang...anh Quang ơi ! Tỉnh lại...anh ơi !

Nhưng anh đã chìm sâu vào hôn mê. Đào tông cửa chạy ra ngoài cầu cứu. Các cửa phòng đều đóng kín, im lìm. Nàng chạy xuống đường nhờ người gọi xe cứu thương chở Quang vào bệnh viện cứu cấp. Cả nửa giờ sau, xe hồng thập tự mới đến. Quang không còn nữa. Anh vĩnh biệt Đào, vĩnh biệt tất cả trở về với cát bụi. Anh đã tìm được con đường giải thoát và có lẽ chỉ có con đường đó mới giải thoát được thực trạng của những ai cùng khổ dưới một chế độ xem họ như kẻ thù của giai cấp vô sản chuyên chính !

Đào đứng ra cáng đáng đám tang. Ngày tiễn đưa xác Quang lên lò thiêu Thủ Đức, chỉ có Đào và một vài người bạn còn thương Quang, sẵn sàng tha thứ Quang. Đào đưa tro tàn hài cốt Quang vào chùa Vĩnh Nghiêm để hồn anh được ấm cúng với khói nhang và kinh kệ. Nàng đã nghe tin đồn tất cả mồ mả ở các nghĩa trang tư hay công sẽ bị cải táng, nhường đất trống để nhà nước làm việc công ích, nàng không muốn Quang nằm dưới lòng đất lạnh và sau này không còn ai lo cho Quang nữa. Người sống chưa yên thân thì khi đã chết, rồi cũng không yên mả. Đào vẫn còn thương Quang, dù trong tim nàng, tình yêu thuở nào đã phai nhạt dần. Lỗi ở Quang tất cả. Cho tới giờ phút này, Đào chưa mở rộng cửa lòng cho Bảng bước vào. Quen biết, thân thiết với Bảng, Đào chỉ xem như là một thứ như cầu hết sức cần thiết cho lợi ích của một số đông người.

Đào đã cho Hạnh hay tin Thái hiện đang có mặt ở Hà Tiên và anh sẽ lên đường trong chuyến đi sắp tới.

Hạnh mừng chảy nước mắt. Được tin con bình an và sắp vượt thoát đất nước đau thương, nàng liền theo chuyến xe chở xăng dầu xuống xí nghiệp. Lập xếp cho Hạnh ngồi cạnh tài xế không như bao nhiêu công nhân giả thiệt khác phải ngồi phía sau, trên những phuy dầu chịu mưa nắng suốt quãng đường dài hơn hai trăm cây số đầy ổ gà, hang lỗ. Hạnh nóng lòng muốn gặp mặt con càng nhanh càng tốt. Lần gặp gỡ này, mẹ con sẽ vĩnh viễn xa nhau. Hạnh biết rõ như thế, nhưng cũng như đối với Hùng, với Trang Đài, Hạnh tha thiết mong mỏi chuyến đi thành công và Thái sẽ không bao giờ gặp lại mẹ ! Vĩnh biệt nào cũng đau thương và đầy nước mắt, song ngày nay, người Việt Nam đưa tiễn nhau tại bãi bến, kẻ ở người đi vẫn vĩnh biệt nhau mà sao mừng vui, sung sướng chảy nước mắt !

Hùng chưa xuống nằm bãi. Anh chờ cận ngày đi mới lên đường. Nhà đã rao bán nhưng vợ chồng Hùng không dám treo bảng mà chỉ nhờ người quen biết mai mối. Nhà đáng giá mười lượng vàng, chỉ bán được bảy lượng thôi, nếu bán được, chủ nhà chỉ lấy sáu cây, còn một cây tặng cho người giới thiệu.

Bán được nhà không phải là chuyện dễ. Muốn bán nhà, gia chủ phải hồi hưởng hoặc đi kinh tế mới và khi tin bán nhà đến tai nhà chức trách, gia chủ bị theo dõi, điều tra. Bán nhà để làm gì ? Có phải để vượt biên không ? Chính quyền có thể từ chối thủ tục bán nhà, bán đất. Tuy nhiên dân thành phố vẫn tìm ra được kẻ hở mà chui lọt qua mọi trở ngại, khó khăn. Đút lót, hối lộ cho nhân viên hữu trách, quen gọi là «thủ tục đầu tiên» tức là «thủ tục tiền đâu», việc khó khăn cách mấy cũng có khả năng giải quyết.

Hạnh móc nối với Mai, cô bạn láng giềng, vợ sắp cưới của Phường, một trung úy công an phó phường nhà. Trước 30-4, Mai là bà thẩm phán Ngân. Ngân bị bắt và đưa đi cải tạo tận miền Bắc. Vốn quen thói ăn xài phung phí, Mai không chịu nổi cảnh nhà nghèo túng mà phải nuôi nhiều miệng ăn. Nàng có nhan sắc và thân hình hấp dẫn lọt vào «mắt xanh» của Phường. Từ ngày quen rồi yêu Mai, Phường đổi tánh, tỏ ra dễ dãi với dân chúng trong vùng. Ai có việc gì khó khăn cứ đến nhà gặp Mai. Mọi chuyện sẽ được giải quyết nhanh chóng. Mai và gia đình thoát cảnh túng quẫn. Vàng, tiền mặt, cả đến kim cương, vòng cẩm thạch đắt tiền, Mai có thừa thãi.

Nàng nhận lời Hạnh. Nàng mua lại căn nhà gồm luôn vật dụng bên trong với giá sáu lượng, nhưng không phải tiền của của riêng nàng mà của một người cậu vẫn còn khá giàu. Cậu Mai chịu mua với giá tám lượng theo lời đứa cháu gái. Ông mua nhà cho Mai và Phường ở để trả ơn Phường đã đỡ đầu, bao che cho ông tiếp tục buôn vàng và đồng hồ. Đã có nhà sang trọng ở, Mai và Phường lại có thêm hai cây vàng xài chơi. Chỉ có Phường mới có đủ tư cách mua lại căn nhà ấy. Với chức vụ hiện tại, Phường chỉ cần đãi một chầu rượu với thịt chó là các cơ quan hữu trách về nhà cửa từ phường lên tới quận sẽ ký giấy tờ cho Mai và ông ta.

Thủ tục bán nhà đã xong, Mai chỉ còn chờ ngày Hạnh, Hùng giao nhà. Dĩ nhiên, vợ chồng Hạnh chỉ đánh tiếng là mình bán nhà để về vùng giãn dân ở ven xa lộ Biên Hòa. Hùng và Trang Đài sẽ ra đi. Hạnh sẽ tạm thời về sống với ông bà Đức một thời gian chờ chuyến đi thứ hai với

Đào và Bảng.

Một hôm, Ninh trở lại tìm gặp Hạnh. Vẫn là chuyện Thái, đứa con chung của hai người. Ninh nghi Hạnh đã đưa Thái ra nước ngoài. Chỉ có Hùng ở nhà. Trang Đài bỏ học về chơi ở quê ngoại.

Gặp Ninh, Hùng vừa lo ngại vừa chán ghét. Anh muốn né tránh nhưng Ninh đã vào đến tận phòng khách rồi.

Ninh hỏi giọng kẻ cả:

— Có Hạnh ở nhà không ?

Hùng đáp cọc lóc:

— Không ! Chỉ có mình tôi ở nhà.

Không đợi mời, Ninh ngồi xuống ghế, vắt chân lên gối, đảo mắt nhìn khắp phòng khách.

Anh nói chậm chậm:

— Hình như có gì thay đổi trong nhà này ?

— Chẳng có gì thay đổi hết ! Vẫn vậy thôi.

— Nếu tôi không lầm thì cái tivi và dàn chaine đã bước khỏi nhà này ?

Hùng so vai:

— Hết tiền xài, vợ chồng tôi đã bán ra chợ trời.

Ninh mỉm cười:

— Cái gì cũng tuôn ra chợ trời nên chính phủ không làm sao dẹp nổi tệ trạng xã hội ấy.

Hùng nhếch môi:

— Còn người mua thì vẫn còn kẻ bán. Khách hàng của các chợ trời là cán bộ.

Sắc mặt Ninh nghiêm lại:

— Anh công kích hàng ngũ cán bộ chúng tôi đó à ?

Hùng thản nhiên đáp:

— Dạ, tôi đâu dám. Tôi chỉ nói lên sự thật. Có lẽ ông cũng nhận thấy điều đó ?

Ninh gằn mạnh từng tiếng:

— Tôi chỉ thấy tư cách phản động của anh thôi.

Hùng khẽ giật mình nhìn thắng vào mặt Ninh:

— Ông buộc tội ư ?

— Anh tự biết lấy.

Hùng quên bằng tư thế của mình. Anh vụt đứng lên, xằng giọng:

— Xin lỗi, ông đến đây với tư cách nào ? Công an hay là người chồng cũ của vợ tôi ?

— Tôi đến gặp Hạnh để giải quyết dứt khoát một lần chót chuyện riêng của chúng tôi. Tôi không nhìn anh qua lớp áo của một sĩ quan ngụy, nhưng nghe anh ăn nói, tôi thấy rõ anh chưa giác ngộ. Nếu là công an tôi đã bắt anh, nhưng tôi chỉ đứng trên tư cách chồng trước của Hạnh. Tôi bắt anh hay tố cáo anh, người đời sẽ cho rằng tôi vì ghen tưởng với anh mà hành động như vậy.

Hùng nghe đầu nóng ran. Máu trong tim anh sôi sục, anh hết biết sợ là gì :

— Tôi muốn ông tố cáo tôi vì tư cách cán bộ giáo dục của ông không thể bắt giữ tôi. Còn tư cách chồng trước của vợ tôi, ông khỏi cần nói chuyện với tôi hôm nay. Ông về đi, kiên nhẫn chờ Hạnh có mặt ở nhà, ông sẽ trở lại gặp Hạnh.

Điều Ninh nghĩ về Hùng trước đây một phút đã hoàn toàn sai lạc. Hùng không sợ anh như anh lầm tưởng.

Anh xuống giọng:

— Giận nói vậy chớ tôi không thể hèn hạ hành động như vậy. Tôi muốn thử anh đó mà !

Hùng trở tay lên ngực hỏi:

— Ông muốn thử tôi ? Là sao ?

— Kinh nghiệm cho biết là nếu một người của chế độ

cũ còn âm thầm thù ghét chế độ mới làm bộ sợ sệt cán bộ cách mạng để che dấu tâm tưởng của mình, còn họ dám thẳng thắn đứng thẳng người trước cán bộ, trước chánh quyền cách mạng thì đó là họ đã thực sự giác ngộ.

Hùng cười thầm trong bụng. Nhận xét của Ninh không đúng với thực tế. Anh rùn vai:

— Tôi xét thấy hiện tại, tôi không làm điều gì lầm lỗi đối với chánh quyền cách mạng. Nếu tôi thực sự có tội thì cách mạng cứ việc bắt tôi, trừng trị tôi. Sau những ngày đi học tập, tôi trở lại tư thế của một người dân làm ăn lường thiện.

— Nhưng dù sao anh cũng là một sĩ quan của chế độ trước. Gột rửa cách gì cũng không sạch tì vết cũ.

— Nếu cách mạng nhìn người của chế độ cũ như vậy thì còn mấy ai là kẻ vô tội theo quan niệm của người cộng sản nữa ? Một triệu quân nhân có tới mấy mươi triệu thân nhân, nghĩa là mấy chục triệu người đó có dính líu ít nhiều tới chế độ cũ, trong đó vô số gia đình có con em, cha mẹ, chồng vợ liên quan tới cộng sản. Nếu phải giết hay bỏ tù người của chế độ cũ thì chính phủ cách mạng sẽ không còn mấy ai mà cai trị. Tôi tưởng chỉ còn có mấy ông quản lý đất nước và cai trị lẫn nhau.

Ninh phất tay:

— Thôi, gác chuyện đó qua một bên đi. Chúng ta nên bàn tới chuyện trước mắt.

Hùng làm mặt ngạc nhiên:

— Chuyện trước mắt ? Chuyện gì ?

— Hạnh và Thái, con tôi.

— Tôi những tưởng ông và Hạnh đã giải quyết xong xuôi chuyện đó rồi mà ?

Ninh lắc đầu:

— Chưa ! Hạnh và tôi vẫn còn gay cấn với nhau.

Hùng vụt nghĩ tới điều từng làm anh lo ngại và nghi ngờ :

— Có phải ông và Hạnh chưa dứt khoát được chuyện xưa, nghĩa là ông vẫn muốn...trở lại với...vợ tôi ?

Ninh lặng thinh, vuốt cằm ra chiều nghĩ ngợi mông lung.

Hùng giục :

— Sao ? Có phải thế không ?

Ninh mơ màng :

— Nghe tiếng gọi thiêng liêng, khẩn thiết của tổ quốc, trước nhu cầu độc lập của đất nước, tự do và chủ quyền của dân tộc, tôi hy sinh tất cả ra đi, bỏ lại sau lưng hạnh phúc gia đình, vợ con. Tôi những tưởng Hạnh sẽ nén lòng chờ đợi tôi, chỉ hai năm sau, tôi sẽ trở về đoàn tụ gia đình trong chiến thắng huy hoàng của toàn dân. Nào ngờ Hạnh đã cất bước sang ngang.

Hùng càng tin điều mình hằng hoài nghi là đúng. Nếu không phải thế thì Ninh còn nhắc tới làm gì chuyện Hạnh không nén lòng chờ đợi, cất bước sang ngang. «Rõ ràng ông ta nuối tiếc muốn trở lại với Hạnh». Hùng quả quyết như vậy.

Anh bảo thẳng :

— Nếu thật lòng ông muốn trở lại với Hạnh, tôi xin nhường, tình nguyện quên Hạnh để Hạnh chung sống với ông.

Ninh thở ra :

— Tôi đã có vợ con khác rồi và Hạnh đã có chồng khác. Hạnh vẫn yêu thương anh. Tôi không thể trở lại với Hạnh.

Hùng ngạc nhiên. Anh vẫn chưa hiểu rõ ý muốn của

Ninh:

— Nghĩa là sao ?

— Nghĩa là Hạnh và tôi, chúng tôi đều có trách nhiệm và bổn phận làm vợ và làm chồng. Chuyện trái ngang chỉ còn là dĩ vãng.

Hùng lắc đầu tỏ ý không thể hiểu nổi sự lui tới của Ninh. Nếu không phải để nối lại tình xưa nghĩa cũ, dù ép buộc gây áp lực hay quyến dụ làm xiêu lòng Hạnh thì từ nào tới giờ Hùng đã hiểu sai, nghi oan cho vợ rồi ? Không biết bao nhiêu lần Hạnh uất ức khóc lóc đính chánh hiểu lầm của Hùng, nhưng Hùng vẫn không tin, vẫn cáo buộc vợ mình còn yêu thương người chồng trước. Hoài nghi, ghen tưởng của Hùng đã làm tổn thương danh dự của Hạnh: dù yêu người chồng cũ đi nữa, nếu bỏ Hùng trở lại với Ninh, Hạnh vẫn mang tai tiếng, bị người đời dị nghị, dèm pha. Hạnh phúc của hai người cũng vì Hùng mà sứt mẻ và đi đến tan vỡ.

Ninh đánh tan mối hoài nghi, ghen hờn của Hùng:

— Tôi lui tới nhà này gặp Hạnh chỉ vì đứa con chung của chúng tôi, thằng Thái. Dù sao, nó cũng là máu mủ của tôi. Tôi thương nó lắm.

Hùng thở phào:

— Thì ra là vậy !

Ninh mỉm cười:

— Có lẽ từ lâu nay anh vẫn lo sợ tôi sẽ trở lại với Hạnh ?

— Tôi không sợ cho tôi mà tôi...cho rằng sự trở về của ông làm cho Hạnh khó nghĩ, khó xử.

— Cũng không có gì khó xử, khó nghĩ lắm đâu. Phải chi tôi chưa có vợ khác, tôi vẫn ở vậy rồi trở về gặp lại Hạnh đã có chồng khác thì Hạnh mới khó xử với tôi.

Ninh so vai nói tiếp:

— Mà xét cho cạn cùng thì dù Hạnh có phản bội lòng chung thủy của tôi mà cất bước sang ngang đi nữa, Hạnh cũng đáng được cảm thông và tha thứ. Sống cạnh bên nhau, chồng vợ còn có thể phản bội nhau thì huống hồ gì xa nhau những mấy chục năm trời.

Anh gián tiếp tự bào chữa cho mình. Hùng với bớt một nửa hờn ghen. Tâm trí anh từ lâu chất chứa đầy ắp nghi kỵ, hờn ghen không thể chỉ nghe Ninh giải thích ngần ấy mà gột rửa sạch được. Mặc cảm kẻ đến sau và kẻ thù của chế độ, ngăn cản anh hoàn toàn tin tưởng nơi lòng dạ của Ninh và Hạnh.

Anh hỏi dò:

— Có đúng là ông thường lui tới gặp Hạnh vì Thái, con ông không ?

Ninh cười:

— Làm sao cho anh tin ?

— Nhưng ông đã biết rõ là Thái không ở chung với chúng tôi, nó bỏ nhà đi từ khi mười bảy tuổi và từ sau 30-4 tới nay nó chỉ ghé qua thăm Hạnh một lần rồi biệt luôn không ai biết nó ra sao và ở đâu ?

Ninh nghiêm nghị:

— Tôi muốn biết sự thật về thằng Thái.

Hùng ngơ ngác:

— Kìa, tôi đã nói là nó đã...

— Nếu tôi không lầm thì Hạnh đã đưa nó đi nước ngoài rồi ?

Hùng khẳng định:

— Không. Không hề có chuyện đó. Tôi dám bảo đảm với ông như vậy.

Hạnh không cho Hùng biết Thái đang có mặt ở Hà

Tiên và chuẩn bị theo chuyến đi sắp tới. Nàng sợ Hùng nghe có Thái cùng đi chung với mình, anh sẽ từ chối hoặc vợ chồng lại có chuyện lôi thôi ở ngày giờ khẩn trương này. Hơn ai hết, nàng biết rõ Hùng - Thái đố ky nhau nếu không muốn nói là thù ghét nhau. Hạnh nói dối với Hùng là cần xuống Hà Tiên xem xét lại bãi bến, nếu thấy khá an toàn, nàng mới để Hùng đi.

Hùng chỉ biết có thế. Anh không chút nghi ngờ điều gì khác.

Ninh gật gù:

— Có thể là anh không biết, nhưng tôi tin điều tôi nghi ngờ là đúng sự thật.

Hùng phỏng đoán:

— Biết đâu nó đã chết rồi cũng nên ? Tại sao ông không cho giả thuyết đó là đúng ?

— Tôi không nghĩ là con tôi đã chết. Tôi muốn gặp lại nó để có chút việc cần.

— Việc gì thưa ông ?

Ninh lặp lại những điều trách móc Hạnh ở mỗi lần gặp gỡ. Anh vẫn dùng quan điểm, lập trường yêu nước, yêu dân theo kiểu người cộng sản để chỉ trích hành động của Thái trong đó Hạnh phải nhận lãnh trách nhiệm nặng nề của bậc làm cha mẹ.

Ninh cho mình đã chọn đúng đường và Thái, con anh, đã lầm lạc chạy theo lũ người bán nước, phản quốc.

Hùng cảm thấy nhột nhạt, anh tưởng chừng như Ninh đang đay nghiến, chửi thẳng vào mặt mình.

Anh đỡ cho Thái:

— Thái cho nó đã chọn đúng đường đó ông. Tuổi trẻ miền Nam tình nguyện cầm súng đánh giặc tin là mình chiến đấu cho lý tưởng của chúng nó. Nó không thích cộng sản, nó chống lại, nó tin tưởng nó có lý. Nếu miền Nam mang tai tiếng là do các cấp lãnh đạo quân sự và chính trị, do chế độ chở các thuộc cấp không chịu trách nhiệm trước lịch sử.

Hùng quên bẵng kẻ đối diện là một đảng viên cộng sản vẫn còn trung thành tuyệt đối với đảng, vẫn xem chủ nghĩa xã hội là duy nhứt đúng. Dù sao anh cũng từng là sĩ quan dưới chế độ cũ, nghe ai chửi rủa người của chế độ đó, anh mường tượng như chính mình bị nhiếc mắng !

Ninh không phật lòng vì lý luận của Hùng nặc mùi «phản động». Anh vuốt theo quan điểm của Hùng :

— Tôi muốn hướng bầu máu nóng tuổi trẻ của nó về chính đạo để phụng sự đất nước, phục vụ nhân dân. Con của công thì không giống lông cũng giống cánh. Cha là người yêu nước, yêu dân tại sao con cái lại phản nước, hại dân ? Có một đứa con như vậy, tôi cũng mất ảnh hưởng đối với đảng.

Hùng thấy rõ giữa mình và Ninh rõ ràng như nước với lửa, như hai chóp đỉnh ở bên này và bên kia bờ vực thẳm. Anh cũng thấy luôn hố sâu cách ngăn Ninh và Thái. Anh muốn tranh luận với Ninh về tình yêu tổ quốc và dân tộc, nhưng anh kịp nhớ lại tư thế của mình và kịp nhận ra người ngồi trước mặt mình là ai ?

Anh dập tắt ước muốn của Ninh :

— Thái nó là quân lính của chế độ trước, hơn nữa tánh nết nó ngang bướng không chịu nghe lời, đầu phục ai. Đi lính, nó ở tù dài dài, có lần nó bị đưa ra lao công chiến trường.

Ninh vẫn tin tưởng :

— Vẫn chưa muộn ! Con người ai cũng một đời lầm lỗi. Một lần lầm đường lạc lối không phải là một lần đi vào cái chết hay tiêu ma. Nếu được giáo dục, cải tạo, người lầm lạc sẽ giác ngộ và quay về đường ngay nẻo thẳng, trở thành hữu dụng. Tôi muốn Thái, con tôi sẽ nối gót tôi. nối chí tôi phục vụ tổ quốc và dân tộc của nó.

Hùng cười thầm. Anh liên nghĩ tới bao nhiêu đồng đội của mình hiện đang còn bị cầm tù ở miền Nam, miền Bắc mà chính quyền hiện hữu cho mặc áo nhung êm là «trại viên trại học tập cải tạo». Những danh từ hoa mỹ đó không xoa dịu được nỗi đau nhức của vợ con, cha mẹ trại viên và khóa học tập kéo dài hai năm, ba năm, bảy năm hay lâu hơn nữa đã phá hủy tận gốc rễ bao nhiêu gia đình. Con cái bỏ học ra đời tảo tần buôn thúng bán bưng với mẹ để có đủ tiền đi thăm nuôi chồng, cha. Sinh viên rời bỏ đại học nhảy thẳng vào các chợ trời. Giáo sư, luật sư, kể cả bác sĩ chuyển nghề tay mặt chọn lấy nghề tay trái: lái xe ôm, đạp xích lô, mở quán cà phê ôm. Văn nghệ sĩ, ký giả thuộc loại «chân yếu tay mềm» không thể «lao động nặng» được thì lang thang, vất vưởng như bóng ma trởi. Bạn bè đồng nghiệp không cầm được nước mắt khi thấy nhà văn Kiêm Minh suốt ngày thường trực trong bưu điện Sàigòn kiên nhẫn chờ được thuê viết một bức điện tín gởi ra nước ngoài lấy vài đồng mua bánh mì gậm cho đỡ đói. Khát nước, anh ngửa mặt lên hả miệng uống nước phông-tên ở công viên. Nhiều nhà văn, nhà báo khác đứng trước các ủy ban nhân dân phường, quận viết thuê đơn hoặc điền hồ sơ xin xuất ngoại chính thức. Nhà báo nổi tiếng Anh Quân tức Thắng Hề thuê xích lô đạp chạy kiếm ăn nuôi vợ và bầy con hồi hưởng về Long An. Gặp anh em, đồng nghiệp cũ, Anh Quân mừng quýnh, khoe mình đã sớm «giác ngộ» chuyển qua nghề mới để rồi chìa tay ra nhắn nhỏ bảo: «Vợ con tao đang đói, hai đứa nhỏ đã chết đuối trong mùa nước lụt vừa qua. Tao đạp xích lô cả ngày không nổi, cứ ngồi nghỉ mệt hoài. Mày có dư cho tao chút đỉnh sống cầm hơi !»

Ai ngăn được nước mắt trước thân hình xơ xác, bẩn thỉu và thực trạng cùng khổ của nghệ sĩ Anh Lân, trưởng ban Tân Dân Nam ? Anh đeo trước ngực tấm bảng ghi mấy hàng chữ đậm nét mực: «Tôi, kịch sĩ Anh Lân, trưởng ban Tân Dân Nam, vợ bỏ, nhà cửa bị mất, của cải tiêu tan. Tôi đang nghèo và đói. Bà con cô bác đã từng ái mộ thời vàng son của nghệ sĩ Anh Lân, xin giúp đỡ tôi ít nhiều sống qua ngày. Muôn vàn cảm tạ và tri ân».

Mới gia nhập «cái bang» đi hành khất, Anh Lân còn kiếm được khá nhiều của bố thí của bà con, khán giả ái mộ. Rồi lâu ngày chàng tháng, bộ xướng Anh Lân đã quá quen mắt với mọi người, cứ lầm lũi xuyên qua khắp ngõ ngách đường phố, không còn có mấy ai bố thí cho anh một mẩu bánh mì, một điếu thuốc đen Vàm Cỏ. Đa số đồng bào ruột thịt của anh cũng không hơn cuộc sống hiện tại của anh bao nhiêu !

Hùng cũng đã nhậu lai rai với nhà văn Nguyễn Thụy Long — nổi tiếng với loại tiểu thuyết viết về các tay anh chị du đãng — sau ngày anh được trả tự do. Ba năm tù chỉ vì tội làm ung rửa thế hệ tuổi trẻ bằng ngòi bút của mình Ra tù, bị vợ bỏ vì người bạn đầu ấp tay gối ấy là nữ cán bộ cộng sản nằm vùng ! Long theo bè bạn vào rừng đốn củi, hầm than. Dĩ nhiên là làm lậu. Công, tiền tiêu sạch vì bị bắt, phạt vạ, Long chuyển sang đi bán ve chai. Suốt ngày với chiếc xe đạp cọc cạch, anh lặn lội qua khắp hang cùng ngõ hẻm phố phường mua kính nguyên hoặc kính vỡ về bán lại cho Ba Tàu. Mãi rồi cũng không còn «nguyên liệu» ấy, Long cưới vợ khác, mở quán nhậu, kiếm sống qua ngày.

Hoàng Hải Thủy, cây viết phóng tác trứ danh, cũng lận đận, vào tù ra khám liền liền. Thủy bị bắt, không những chỉ vì tội làm việc cho cơ quan JUSPAO của phòng thông tin Hoa Kỳ, mà còn vì tội dám cả gan làm thơ kiêu ngạo bác Hồ; viết truyện ngắn, dài miêu tả thực trạng của miền Nam sau «giải phóng» lén gởi ra nước ngoài. Ra tù, Thủy hồn nhiên và yêu đời, sống bằng nghề làm hoa giấy với vợ con. Ngày nào, bàn tay mặt anh đã từng làm say sửa độc giả cả nước với những tác phẩm «Người vợ mất tích», «Chín tầng địa ngục», «Kiều Giang»,...vv...bây giờ nó vụng về kết từng đóa hoa hữu sắc vô hương ! Anh vẫn âm thầm sáng tác và vẫn âm thầm gởi tác phẩm qua bên kia bức màn sắt và anh lại vào nằm ấp !

Hùng làm sao tin được lời Ninh vừa bảo đảm ? Các trại cải tạo ngày một thêm đông trại viên. Trường học ít hơn nhà tù. Học sinh, sinh viên đã đoán biết được tương lai đen tối của đời mình ngay khi còn ở lứa tuổi học đường.

Hùng vừa định nói thẳng ra cảm nghĩ của mình về quan điểm của Ninh thì có tiếng chuông điện reo vang. Hùng vụt đứng lên nhìn ra cổng rào. Thấy bóng Lập, anh bảo Ninh:

— Xin lỗi, có khách. Ông vui lòng...

Ninh đứng lên theo:

— Thôi được, tôi về. Tôi sẽ trở lại một hôm khác. Hạnh về, anh làm ơn nói lại là tôi muốn gặp Hạnh để được biết tông tích của Thái.

— Hạnh về tôi sẽ nói lại. Ông yên tâm.

Ra tới cửa, Ninh căn dặn:

— Anh nói lại với Hạnh, dù tình xưa nghĩa cũ giữa tôi

và Hạnh không còn gỉ nửa nhưng Thái nó vẫn là con của tôi. Tôi còn sống và trở về đây, tôi muốn làm bổn phận người cha của tôi đối với Thái. Hạnh hãy để tôi có trách nhiệm đối với giọt máu của tôi. Hạnh đừng dấu tôi tông tích của nó nửa. Nó đã phi phạm tuổi xuân của nó. Nó sẽ theo tôi hiến dâng cho tổ quốc và dân tộc quãng đời còn lại.

Hùng đang sốt ruột gặp mặt Lập. Anh tin Lập từ nhà Đào qua đây muốn gặp anh chắc hẳn Lập đã có tin vui về chuyến đi sắp tới.

Anh gật đầu:

— Tôi sẽ chuyển lời ông cho Hạnh. Nếu Hạnh biết hiên giờ Thái đang ở đâu, tôi sẽ khuyên Hạnh nên cho ông biết.

Ninh tười cười vỗ nhẹ lên vai Hùng:

— Tốt lắm. Xin cám ơn anh.

Anh đi thẳng ra đường leo lên chiếc Dauphine có tài xế chực sẵn.

Hùng chạy nhanh ra chào Lập.

Lập nhìn theo chiếc xe hơi lắc lư phóng mạnh về phiá trước, hỏi:

— Ai vậy anh Hùng ? Chắc người ấy là cán bộ ?

Hùng không dấu:

— Chồng trước của Hạnh, vợ tôi. Ông ta là cán bộ, trưởng phòng giáo vụ của một đại học tại Sài gòn.

— Ổng tới gặp anh chi vậy ? Có chuyện gỉ rắc rối cho anh không ?

— Không rắc rối cho tôi mà cho vợ tôi.

Lập ngạc nhiên:

— Rắc rối cho chị Hạnh ? Mà chuyện gỉ chớ ?

Hùng lập lại cho Lập nghe ý muốn của Ninh.

Lập cười :

— Sức mấy Thái nó chịu quay về trên này để được người cha cách mạng giáo dục, cải tạo trở thành một cán bộ cách mạng mà ổng mơ tưởng.

Anh kéo Hùng vào nhà :

— Vô nhà tôi nói cho nghe tin này. Xong xuôi cả rồi.

Vừa theo Lập, Hùng vừa suy nghĩ. Anh vừa nghe Lập nói gì như thể là Lập đã biết hiện giờ Thái đang ở đâu đó.

Anh nhìn Lập :

— Anh biết Thái hiện giờ đang ở đâu à ?

Lập thản nhiên :

— Nó ở dưới bãi. Nó và anh Hoàng là cây đinh của chuyến đi.

Hùng nắm tay Lập kéo dựng lại :

— Cái gì ? Thái nó ở dưới...Hà Tiên ư ? Nó cũng...đi theo chuyến này à ?

— Ủa ! Nó cùng đi chuyến này. Tàu đã lo xong rồi. Đêm mốt là đỗ quân. Tôi được lệnh của anh Hai về chuyển hết người xuống bãi ngay tối nay. Chuyến chuyển quân này là chuyến cuối cùng. Anh sẽ đi tối nay. Đào đang trực bãi ở dưới ấy.

Hùng không nghe rõ hết lời Lập. Đầu óc anh đang xoay tròn theo tin Thái hiện có mặt tại bãi và cùng đi với mình trong chuyến này. Anh hoàn toàn không hay biết gì về sự có mặt đứa con riêng của vợ trong chuyến vượt biển.

Anh lẩm bẩm :

— Hèn chi Hạnh xuống Hà Tiên !

Lập trố mắt :

— Vậy là anh chưa hay biết gì à ?

— Không, không ! Tôi...không hay biết gì hết.

— Chị Hạnh không nói cho anh biết sao ?

Hùng chỉ lắc đầu.

Lập cười :

— À, chắc là chị Hạnh muốn cho anh một ngạc nhiên thích thú đó à ! Cha con cùng ra đi chung một chuyến.

Hùng không đính chánh. Anh hơi chùn bước ở chuyến đi này. Anh trách Hạnh. Anh muốn ở lại. Trước đây một phút, anh nôn nóng chờ đợi tin đi bao nhiêu thì hiện giờ, anh e ngại, mất hứng thú bấy nhiêu.

Anh lẩm bẩm :

— Có Thái đi chung bất tiện quá !

Nghe lọt câu nói của Hùng, Lập cau mày hỏi :

— Tại sao lại bất tiện ? Anh không thích Thái nó ra đi với anh à ?

Giọng Hùng buồn buồn :

— Nó không hợp với tôi. Nó không ưa tôi !

Lập đập lên vai Hùng cười :

— Ồ, tưởng chuyện gì chớ còn chuyện ưa hay không ưa không thành vấn đề. Nó là nó, anh là anh. Hai người cùng có chung sở nguyện rời khỏi xứ sở đau thương này đi tìm tự do, tìm đất hứa.

Anh giải thích thêm :

— Người dưng với nhau, trong cùng một chuyến tàu định mệnh, người ta còn xem nhau như thân nhân ruột thịt của nhau, giúp đỡ tương trợ lẫn nhau thì huống gì anh và Thái. Cha ghẻ, con riêng của vợ dù gì cũng là người cùng chung một gia đình. Hơn nữa, giữa Thái và Trang Đài có tình máu thịt với nhau. Thái nó không ưa anh nhưng nó phải thương yêu em gái của nó chớ ?

Hùng vẫn lưỡng lự. Anh chưa thấy có sự ổn thỏa giữa mình và đứa con riêng của vợ trong cùng một chuyến đi.

Tánh tình ngang bướng của Thái làm anh lo ngại. Anh nóng nảy, anh sợ sau này sẽ có chuyện không đẹp giữa anh và Thái khi cả hai cùng thoát và cùng ở chung trên hải đảo nào đó. Có Hạnh bên cạnh, hai người còn nể nướng nhau một chút. Vắng mặt Hạnh, cha ghẻ, con vợ sẽ cãi vã nhau tới cùng và có thể đi tới xô xát với nhau.

Hùng thở ra :

— Tôi muốn ở lại.

Lập kinh ngạc :

— Cái gì ? Anh nói sao ? Anh muốn ở lại à ?

Anh nắm vai Hùng lắc mạnh :

— Anh có điên không chở ? Mọi việc đã xếp đặt đâu vào đó cả rồi. Chỉ còn chờ ngày, giờ lên đường nữa thôi. Anh ở lại, con gái anh cũng sẽ ở lại. Rồi đời anh sẽ ra sao ? Con anh sẽ ra sao ?

Hùng nói khẽ :

— Tôi sẽ đi một chuyến khác.

— Ồ, đừng có nói điên như vậy nà ! Cờ đến tay thì cứ phất. Bộ anh tưởng chuyến đi nào cũng an toàn, bảo đảm hết sao ? Vượt biển chỉ có mười phần trăm hy vọng thành công thôi, còn chín mười phần trăm là tù, là chết trên biển cả. Trong chuyến đi này, mình hy vọng tránh được tù vì anh Hai Bảng bố trí vô cùng chu đáo về mặt bãi bến. Chúng ta chỉ còn sợ trên mặt biển mà thôi. Tuy nhiên chiếc tàu này là loại tàu đánh cá, đóng theo kiểu Thái Lan và trang bị máy mới, ba «lốc» đầu bạc. Tài công là chủ ghe, anh ta rất giỏi, đã từng đi đi về về giữa Việt Nam và Mã Lai. Đường viền duyên, anh ta rành một cây.

Lập giục :

— Thôi, anh coi thu xếp chuẩn bị đi với tôi tối nay. Trang Đài nó có ở nhà chở ?

Hùng đáp giọng buồn buồn như người vừa đánh mất một vật quý :

— Không, cháu nó về quê ngoại.

Lập thúc hối :

— Anh về ngay dưới quê đón cháu lên tức thời. Mười giờ đêm nay tôi cho xe chạy về Hà Tiên. Phải tranh thủ về tối bãi trước khi trời sáng. Anh sửa soạn về đón cháu nó đi. Tôi chờ anh đó. Tôi còn phải đi gom người nữa.

Lập kiếu từ ra về. Hùng lửng thửng vào nhà. Lòng anh bồi hồi, rã rời. Phải xa Hạnh, anh chưa thấy khó nghĩ bằng phải đi chung một chuyến tàu với đứa con ghẻ không hòa hợp với mình.

Anh gieo người rời nặng nề xuống ghế, nhắm mắt hình dung Hạnh, Thái, Trang Đài, cả chính anh và chuyến đi định mệnh !

ĐOẠN KẾT

Càng về khuya, ngoài trời càng lạnh. Gió biển thổi nhẹ, mặt biển gợn sóng lăn tăn. Vầng trăng từ trên cao trải thảm vàng óng ánh trên mặt nước trong xanh. Thỉnh thoảng vài tiếng chim Thăng Chài vang vang cất lên từ phía rừng mắm vọng lại. Bóng dãy núi vôi cao ngất rọi bóng xuống vùng nước bạc. Đêm nay biển thật êm. Giây lâu, tiếng máy ca-nô của đội biên phòng nổ dòn và ánh đèn pha phất qua lại xa xa.

Ánh trăng len vào khung cửa sổ căn nhà riêng của Bảng đủ sáng cho mọi người né tránh nhau lúc đi lại.

Bên ngoài êm vắng. Trong nhà chỉ nghe tiếng thở đều đều của người ngủ say và tiếng thở dài của kẻ đang trằn trọc thao thức. Yến, Lan và bà Ngọc — mẹ của một công nhân giả — ngủ trên nền xi-măng. Đào ngủ trên chiếc ghế bố nhà binh cách đó không xa. Bảng nằm ở một góc cuối nhà. Ngoài Đào và Hạnh, chỉ có ba người đàn bà ấy được Bảng cho phép ngủ tại nhà mình còn tất cả khách vượt biên nam nữ, già trẻ đều nằm tại bãi. Bảng cho ban giám đốc xí nghiệp biết Lan, Yến là hai phụ tá của Đào, đội trưởng đội xây dựng. Họ được phép ăn, ngủ trong nhà riêng của vị giám đốc xí nghiệp. Hạnh và Thái không rời nhau. Hai mẹ con sắp phải xa nhau vĩnh viễn. Nước mắt đã đổ nhiều ở lần gặp gỡ sau cùng này.

Đã một giờ sáng rồi, Đào vẫn chưa ngủ được. Nàng lăn trở mãi. Chuyến đi đã cận ngày, nàng càng thêm lo sợ. Mỗi chuyến chuyển quân được vuông tròn, trôi chảy, nàng mừng khôn tả. Chỉ còn chuyến sau cùng ở đêm nay nữa thôi là đủ số lượng của chuyến đi. Đào vẫn ngay ngáy lo sợ. Nếu Lập sơ xẩy để những người sau cùng bị bắt và chỉ cần một người yếu bóng vía khai sự thật thì cả một công trình sẽ đổ vỡ tan tành. Không chỉ đổ vỡ không thôi mà cả tổ chức sẽ bị vây bắt trọn ổ. Người bỏ xứ trốn ra đi càng nhiều, bộ máy công an càng hoạt động hữu hiệu và có dư mánh lới khám phá ra các tổ chức vượt biên. Xét trong người có một thoi vàng, một ít đô la, xét trong giỏ xách thấy một phong bánh chống đói, vài củ sắn, một gói gạo xấy hay một địa chỉ ở nước ngoài là công an biết ngay người đó đang trên đường xuống bãi. Từ đó, họ phăng lần ra tổ chức. Họ gài người vào các tổ chức vượt biên. Họ cũng đóng tiền, đóng vàng như người vượt biên thật. Khi đã biết bãi bến, họ thông báo với cơ quan an ninh và ngay trước giờ tàu vào bến, họ vây bắt trọn ổ.

Đào đã căn dặn rất kỹ tất cả bà con đừng mang theo trong người, trong giỏ xách những thứ nguy hiểm đó, bà con cứ đi mình không với giấy tờ tùy thân. Giấy phép xuống xí nghiệp đã có Lập trù liệu thật đầy đủ. Tuy nhiên, Đào vẫn sợ có người hoặc vô tình hay cố ý mang theo trong người vàng, đô la hay địa chỉ của thân nhân ở ngoại quốc. Ai cũng thủ thế cho phần mình sau này mà quên mất hiểm nguy sẽ xảy đến cho ban tổ chức và bao nhiêu người khác.

Đào khấn nguyện ơn trên phò hộ độ trì cho nàng, cho Bảng, cho mọi người, cho cả chuyến đi. Kể ra đi chỉ lo, sợ có một. Đào, người tổ chức, lo sợ tới mười. Trách nhiệm của nàng quá to lớn, nặng nề. Chuyến đi thất bại, cả trăm người vào tù, mấy chục gia đình tan nát, nhà cửa bị tịch thu.

Đang băn khoăn, khắc khoải trước mộng và thực, Đào chợt nghe có tiếng chân người tiến chầm chậm về phía mình. Nàng xoay người lại hỏi khẽ:

— Ai đó ?

— Suyt ! Anh đây !

Đào biết ngay đó là Bảng. Vẫn nằm yên, nàng liếc nhìn chừng về phía Lan, Yến.

Tới sát bên Đào, Bảng cúi xuống hỏi khẽ:

— Em chưa ngủ à ?

— Chưa ! Mà có chuyện gì vậy anh ?

Quỳ một gối xuống nền xi-măng, Bảng đáp:

— Anh muốn nói chuyện với em. Anh cũng ngủ không được.

Đào che tay lên miệng:

— Chuyện gì để sáng mai hẫy bàn. Giờ đã khuya lắm rồi. Coi chừng Lan, Yến còn thức.

— Họ đã ngủ say từ lâu rồi. Em đừng sợ.

Anh chồm tới hôn lên tóc Đào. Đào khẽ rùng mình. Nàng vẫn nằm yên. Bảng hôn lên trán nàng, vuốt má nàng.

Hơi thở của Bảng phớt nhẹ lên da thịt nàng.

Bảng thỏ thẻ:

— Em hãy đến với anh. Giường anh khá rộng.

Bàn tay Bảng chạm vào một bên ngực Đào. Đào đẩy tay ông ra bảo:

— Không được đâu !

Bảng nói bên tai Đào:

— Anh cố kềm lòng từ đêm qua nhưng anh không còn chịu được nữa. Anh yêu em. Anh hiến trọn đời anh cho em. Hãy cho phép anh một lần.

Đào bật ngồi dậy, bỏ chân xuống giường. Bảng kéo nàng đứng lên dìu đi về phía giường của mình. Đào theo anh, ngoái cổ nhìn về phía Yến, Lan.

Bang mừng quá. Ông ghì Đào sát vào người ông, âu yếm:

— Anh cám ơn em. Em biểu anh chết, anh sẽ chết ngay tức khắc.

Thay vì theo Bảng tới giường, Đào đi về phía cửa sau. Bảng ngạc nhiên:

— Kìa, em đi đâu vậy ? Giường anh ở hướng này nè !

Đào vẫn đi về phía cửa sau. Nàng tựa lưng vào song cửa sổ, đặt hai tay lên ngực Bảng, dịu dàng:

— Ở đây không phải chỗ, đúng ra là chưa phải lúc.

— Chỗ ở đâu và bao giờ ?

Đào lặng thinh, xoay người lại nhìn ra ngoài trời. Sóng biển óng ánh dưới ánh trăng vằng vặc.

Nàng nói bâng quơ:

— Trăng đẹp quá ! Mặt biển càng đẹp hơn. Cảnh trời nước thật hùng vĩ và thơ mộng.

Bảng chống hai tay lên song cửa tì người sát vào Đào, cúi xuống hôn lên cổ Đào, ngả ngớn hơi:

— Cưng của anh ơi ! Em sẽ cho anh ở đâu và bao giờ ? Nói cho anh biết đi cưng !

Đào nghe toàn thân nóng bỏng. Những nụ hôn đắm đuối của Bảng đốt cháy da thịt nàng. Đây là lần thứ ba trong đời, nàng được hôn và thực sự rung động. Lần đầu đã xa đây lâu lắm rồi, lúc nàng vừa mười tám tuổi. Gã con trai ôm ghì thân thể nàng, hôn lên má, lên môi nàng là Tân, một sinh viên trường luật. Tân và nàng yêu nhau đắm đuối, si dại nhưng nàng vẫn không hiến dâng cho người đầu đời tấm bằng trinh dù Tân hết lời năn nỉ, nài ép. Đào đã hứa cho Tân tất cả khi hai người đã làm lễ đính hôn. Đêm hoa chúc đối với Đào không quan trọng mấy vì đó chỉ là một đêm đánh dấu lễ thành hôn của hai kẻ đã có quá trình yêu nhau và tìm hiểu nhau. Cho Tân tất cả sau ngày đính hôn hay sau đêm hôn lễ, Đào nghĩ sự hiến dâng của người con gái cũng làm cho chồng mình niềm lạc khoái ngang nhau và tự bản thân người con gái đó cũng không bị mặc cảm tội lỗi gặm nhấm, xâu xé.

Tân ép lòng chờ đợi ngày đính hôn nhưng anh đã chết thảm trong một tai nạn xe hơi. Người yêu đầu đời chết, Đào cũng không còn ham sống nữa. Nếu không còn cha mẹ già và hai em thơ dại, Đào đã theo Tân về bên kia thế giới để cho trọn một cuộc tình keo sơn, gắn bó.

Nàng những tưởng mình sẽ không còn rung động trước một ai khác nữa. Không ngờ nàng lại gặp Quang và yêu Quang. Dù là một nghệ sĩ, Quang không hề đòi hỏi Đào chuyện xác thịt. Anh gần gũi Đào một cách trong sạch. Ôm nhau, hôn nhau, Đào và Quang biết dừng lại khi xác thịt lên cơn đòi hỏi cực độ. Cử chỉ, tư cách của Quang đã làm Đào quên dần người tình đầu. Nàng những tưởng Quang sẽ là người sau cùng đi sâu vào cuộc đời nàng, nào ngờ đâu biến cố đau thương của đồng bào miền Nam đã biến đổi con người Quang và giết lần mòn sự kính yêu của nàng đối với gã đàn ông ấy.

Rồi Quang lại chết, chết thảm không thua gì Tân. Bảng lại đến với nàng, yêu nàng tha thiết và làm cơ thể nàng rung động. Đào hỏi thầm: «Liệu Bảng có lại chết nữã không ? Không lẽ mình có số sát phu ? Ai yêu mình rồi cũng chết thảm cả !»

Đào hoảng sợ. Nàng sợ Bảng sẽ chết ngay trong chuyến đi này hoặc ở chuyến đi sau, trong đó Bảng và nàng sẽ cùng đi tìm chân trời tự do.

Bảng lập lại câu hỏi kéo Đào trở về thực tại.

Nàng thở ra đáp :

— Anh còn bổn phận làm chồng của anh đối với chị Nguyệt nữã.

Bảng không một chút ngần ngại :

— Gần Nguyệt, anh không tìm thấy sự hòa hợp giữa xác thịt và tâm hồn. Mỗi lần gần nhau, anh chỉ thấy có sự cọ xát của hai khối thịt và anh cho đó là một sự giải quyết của nhu cầu sinh lý mà thôi. Hạnh phúc tuyệt đối của vợ chồng khi gần gũi nhau không chỉ có ở sinh lý mà còn do nỗi tình yêu chân thành nữã.

Đôi má Đào đỏ ửng. Nàng tin Bảng bày giải sự thật của lòng ông và nàng tưởng chừng như tiếng rên siết của một kẻ khao khát một cái gì trọn vẹn trong hạnh phúc vợ chồng.

Áp má lên tóc Đào, Bảng thì thầm :

— Với em, anh sẽ thấy hạnh phúc trọn vẹn vì anh thực sự yêu em, yêu em tha thiết. Đào ơi ! Hãy ban cho anh niềm hạnh phúc ấy, em ơi !

Đào ngây ngất trước cơn thèm khát của Bảng nhưng

sự ưng thuận của nàng sẽ làm Bảng nhiệt thành hơn trong quyết định tổ chức chuyến đi hay sẽ làm ông tiêu cực sau khi đã được thỏa mãn ? Đào đã hướng cuộc đời mình vào kết quả của chuyến đi này. Nàng thương hai thằng em quá. Bảng bất cứ giá nào, nàng cũng phải cứu Vũ, Hùng dù nàng có phải đánh đổi với cái chết. Ngày nào Vũ và Hùng còn kẹt lại đây, ngay trong xứ sở, quê hương của chính chúng nó mà chúng nó không có quyền sống hạnh phúc, tự do thì Đào vẫn còn lo sợ ngày đêm. Hai đứa em đi thoát và đặt chân đến bến bờ tự do, nàng sẽ xuôi tay mặc tình cho mưa bão dập vùi thân xác.

Nàng thiêu đốt thêm cơn dục vọng của Bảng :

— Em vẫn còn nguyên vẹn. Em sẽ cho anh tất cả, em không tiếc gì với anh hết.

Bảng run lên. Ông ghì chặt Đào :

— Chừng nào ? Chừng nào hả Đào ?

— Không còn bao lâu nữa. Ngay sau chuyến đi thành công.

Bảng rối rít :

— Chắc như vậy hả em ?

— Em không lừa dối anh đâu. Em nguyện có trời đất chứng giám cho lòng thành thực của em.

Bảng hôn đấm đuối lên môi Đào. Đào không để Bảng thất vọng, nàng đáp trả với tất cả rung động nhiệt thành của cơ thể đang giữa dòng thác lũ của thú đam mê nhục dục. Đào chỉ là đàn bà như tất cả phái yếu khác không thể chai đá dửng dưng trước mọi kích thích của người khác phái.

Đẩy nhẹ Bảng ra, nàng hỏi :

— Anh, liệu tình yêu này sẽ đi về đâu hả anh ?

Bang dứt khoát :

418

— Về một chân trời đầy hoa thơm cỏ lạ, ở đó, anh và em sẽ sống tràn đầy hạnh phúc.

Đào mỉm cười chế diễu :

— Cán bộ cộng sản mà cũng ủy mị, thơ mộng dữ !

Bảng định lớn tiếng biện hộ cho chính mình thì Đào đưa ngón trỏ lên môi ông :

— Suỵt ! Đừng nói lớn quá ! Coi chừng anh lại đánh thức mọi người dậy chứng kiến cảnh tỏ tình của anh bây giờ !

Bảng hạ thấp giọng :

— Đảng viên cộng sản cũng là con người mà hễ là con người thì phải có lúc sống trọn vẹn cho con tim của chính mình. Họ có phải là thày tu đâu. Họ có đủ cái «tứ khoái» của một đời người. Ngay chính mấy cha lãnh tụ đảng và nhà nước cũng có vợ con và vẫn thích ăn ngon và gái đẹp. Chủ nghĩa cộng sản chỉ là một đạo như Thiên Chúa giáo hay Phật giáo và các đảng viên là những tín đồ. Có tín đồ ngoan đạo và vẫn có tín đồ xét lại thực chất của đạo mình đã và đang theo. Anh trót theo đạo ấy nhưng anh không mù quáng, cuồng tín nhắm mắt trước những sai trái của đạo. Trung Quốc đã theo đạo cộng sản quốc tế ba, bốn chục năm trời nhưng người Trung Hoa nhận thấy tu hoài mà thiên đường vẫn chỉ là ảo ảnh, bánh vẽ và nhân dân Trung Quốc vẫn nghèo đói, đất nước họ vẫn lạc hậu trước những bước nhảy vọt về khoa học kỹ thuật của thế giới. Họ đã mở mắt, mở rộng cửa cho ngoại nhân bước vào chung sống với họ. Họ đã thấy mình có lý. Thiên đường cộng sản, nói theo nhà văn cộng sản hồi chánh Xuân Vũ là *đường đi không tới* hay chỉ là *bó cỏ non treo trước mõm ngựa !*

Đào hôn lên trán Bảng :

— Anh sáng suốt lắm. Anh thật đáng yêu. Nếu tất cả đảng viên cộng sản Việt Nam đều được như anh cả thì nhân dân Việt Nam không đến nỗi quá đau khổ và bắt buộc phải trốn đi ngoại quốc.

Bảng gằn giọng:

— Anh biết hiện có rất đông đảng viên cùng chung tư tưởng và ước muốn như anh. Họ đã thấy rõ bản chất của chế độ, của chủ nghĩa cộng sản. Họ cũng đau buồn trước thảm cảnh hiện tại của nhân dân miền Nam. Họ yêu nước, tham gia kháng chiến để đem lại ấm no, hạnh phúc cho nhân dân và họ đã thất vọng não nề khi thấy xã hội càng ngày càng tồi tệ hơn. Họ muốn làm một cái gì để đổi mới đúng theo ước mơ của họ nhưng họ không có khí giới trong tay. Họ đành thúc thủ và sống âm thầm, một cuộc sống nghèo khổ của một công chức với đồng lương chết đói.

Đào tìm hiểu thêm quyết tâm của Bảng:

— Nhưng còn chị Nguyệt thì anh tính sao ? Bề gì thì chị ấy cũng là vợ chính thức của anh.

Bảng cười nhạt:

— Thật đơn giản. Anh và em sẽ ra đi ở chuyến sau. Nếu vì một lý do nào đó chúng ta chưa đi được thì anh sẽ làm đủ cách để được ly dị. Phải làm sao cho Nguyệt xin ly dị, chính Nguyệt đệ đơn ly dị chớ không phải anh. Luật cộng sản dành ưu tiên cho đàn bà. Chồng muốn ly dị mà vợ chưa muốn thì khó lắm.

Có tiếng súng nổ từ xa vọng lại. Đêm thanh vắng, tiếng nổ nghe rõ mồn một.

Đào hỏi giọng lo âu:

— Có tiếng súng kìa anh. Em lo quá !

Bảng trấn an:

— Không có chuyện gì đâu em. Đừng sợ. Lính đi tuần bắn hoảng tiêu ấy mà ! Dưới này thường hay có bọn lính Miên phá khuấy. Chúng nó nhắm vào cơ sở xi-măng Hà Tiên.

— Chỉ còn chuyến chuyển quân sau cùng mà sao em phập phồng lo sợ quá ! Không biết có trót lọt hay không ?

— Em đừng lo. Lập nó khéo léo lắm. Vả lại, anh đã cấp cho nó giấy tờ hợp pháp thật đầy đủ. Lỡ có ai bị bắt bớ, anh sẽ đứng ra bảo lãnh. Anh rất có thớ ở dưới này. Xếp biên phòng và công an nhậu nhẹt với anh luôn.

Ông cười nói tiếp:

— Mấy bố đó khoái loại sách khiêu dâm lắm. Anh nhờ Lập mua cả bộ ảnh 36 kiểu và báo Play-boy tặng cho các bố. Vừa xem, các bố vừa run cầm cập.

Cả hai cùng phì cười. Bảng tiếp tục đi tìm lạc thú trên người Đào. Ông quên hết mọi việc trên đời. Ông chỉ còn biết có mỗi mình ông và Đào dưới vòm trời này. Toàn thân ông run rẩy. Thiên đường chính là đây !

Hoàng và Giỏi — một cựu công an viên cộng sản bị sa thải vì lý do kỷ luật hiện đảm trách an ninh riêng cho Bảng — ngồi bên vệ đường chờ chuyến xe cuối cùng xuống tới. Theo kế hoạch của Lập thì vào khoảng năm giờ sáng, xe chở xăng dầu và công nhân sẽ về tới xí nghiệp. Xe phải về vào giờ đó để tránh sự dòm ngó của ban giám đốc và công nhân xí nghiệp. Xe chạy thẳng vào khu nhà riêng của Bảng, đổ quân xuống rồi quay trở về đậu trước cửa kho xăng dầu chờ sáng. Dĩ nhiên, Lập bố trí tài xế lái chuyến chuyển quân sau cùng này, anh chọn Tuyên, tài xế ruột của mình. Tuyên gởi thằng em trai vừa tới tuổi nghĩa vụ trong chuyến đi sắp tới.

Giỏi nhìn đồng hồ, chửi thề:

— Đ.M. giờ này rồi mà nó vẫn chưa tới. Bộ nó chờ mặt trời lên rồi mới mò xuống sao kìa ?

Giỏi từng đi lính dưới chế độ cũ. Anh đã mặc qua hai sắc áo dù và thủy quân lục chiến. Vì ba gai bị tù tội liên miên, Giỏi trốn vào khu theo Mặt trận Giải phóng do sự móc nối của đứa em họ nằm vùng. Không biết trong thời gian «hoạt động cách mạng» ở khu, anh có chửi thề, văng tục không ? Cũng vì hay chửi thề và ăn hối lộ các con buôn lúc anh đóng chốt đường Rạch Giá — Hà Tiên mà anh bị sa thải. Một ngày không thốt ra hai tiếng Đ.M. anh ăn cơm không vô.

Hoàng bình tĩnh hơn :

— Chắc cũng gần xuống tới rồi. Đường xá bị lụt lội phá nát hết, xe chạy không được mau.

— Đ.M. Lập nó phải biết trừ hao chớ ? Chỉ còn chuyến chót mà để hư bột hư đường thì Đ.M. tui giết nó liền.

Hoàng bảo :

— Chú mày bỏ bớt chửi thề đi. Muốn làm chuyện lớn, chú mày phải làm cho mọi người chung quanh trọng nể.

— Đ.M. tui muốn bỏ lắm anh à ! Nhưng Đ.M. nó quen miệng rồi. Khổ quá !

Hoàng bông đùa :

— Hễ mỗi lần chửi thề, chú mày vả lên miệng thật đau. Cứ vả cho sưng mỏ lên là hết chửi thề.

Giỏi gật gật đầu :

— Tui sẽ cố gắng. Đ.M. tui sẽ tự vả cho sưng mỏ lên mới được.

Tiếng súng từ Bình An nở dồn. Nhiều đốm lửa đỏ rực bay bay lên cao.

Giỏi lầm bầm:

— Đ.M. chắc là tụi du kích phối hợp với biên phòng đi bắt vượt biên. Ở xóm Lưới dưới Thạch Động lâu lâu đi lọt một chuyến. Ngày mai tôi sẽ phóng tin có vượt biên trong vùng để tụi nó đi bắt.

Hoàng giật mình:

— Cái gì ? Tối mai tụi mình «đánh» kia mà ? Chú phóng tin như vậy chết hết cả đám.

Giỏi cười:

— Bộ anh nói tui điên rồi sao ? Tui phóng tin giả để tụi mình vọt qua mũi tụi nó. Anh Hai và tui quyết định «đánh» lúc trời có trăng sáng. Có trăng, Đ.M. tụi nó không nghi người ta dám vượt biên. Tui sẽ bắn tối tai tụi nó là có mặt người lạ ở Bình An. Nghe tin là tụi nó dồn lực lượng xuống dưới đó và bỏ ngỏ cho bọn mình vọt êm ru.

Từ ngã ba Ba Hòn có ánh đèn xe rọi sáng.

Giỏi reo mừng:

— Đ.M. chắc là tụi nó xuống tới rồi kìa anh.

Hoàng gật gù:

— Ừ, chắc là xuống tới rồi đó.

Tiếng súng nổ gần hơn. Hoàng lo ngại:

— Họ đang tiến về phía mình.

— Anh đừng lo. Đã có đệ đây rồi.

— Chú làm gì được khi họ nghi ngờ ?

Giỏi nhún vai:

— Xe chở công nhân cho xí nghiệp vẫn thường về tới vào giờ này.

Chiếc xe vận tải loại «Ringo» — sản phẩm kỹ nghệ ô tô của Nga và Mỹ phối hợp chế tạo — chở đầy xăng dầu từ từ bò về phía Giỏi và Hoàng. Trên mười người, đa số mặc áo quần xanh công nhân — ngồi ngất nghểu trên các thùng phuy — Lập ngồi trong ca-bin với tài xế Tuyên.

Hai lần đèn pha rọi thẳng về phía xa. Tuyên đã trông thấy Giỏi và Hoàng đang lửng thửng đi ngược chiều với xe vận tải. Lập đập nhẹ lên tay Tuyên bảo:

— Ê, hình như có lính đi tuần từ Bình An đổ về phía tụi mình kìa.

Tuyên cau mày:

— Tôi cũng đã thấy bọn họ rồi. Không hiểu sao đêm nay lại có tuần tiễu như vậy ? Không biết có chuyện gì không ?

Lập đoán chừng:

— Nếu có chuyện gì bất trắc xảy ra thì Giỏi và anh Hoàng đã báo ngay cho tụi mình hay rồi. Có lẽ chỉ là sự canh tuần thường lệ thôi.

Xe đã tới gần Giỏi, Hoàng. Giỏi đưa tay ra chận xe lại. Anh leo lên vè xe hỏi vọng vào ca-bin:

— Ê, Đ.M. sao về trễ dữ vậy cố nội ?

Tuyên đập đập lên tay lái đáp:

— Đường xấu quá, tao đâu dám chạy mau. Chạy mau ở phía sau, bà con văng xuống đường hết trơn. Chạy chậm mà tao đã nghe có tiếng chửi phía sau rồi.

Giỏi chồm ra thùng xe phía sau hất hàm hỏi:

— Ai chửi tài xế đó, nói nghe thử. Đ.M. có xe cho đi an toàn là sướng thấy mẹ rồi còn bày đặt chửi bới nữa. Đi vượt biên chở bộ đi du lịch sao mà đòi xe Ford, Mercedès chạy êm cái đít ?

Hoàng đập lên bàn tọa Giỏi:

— Thôi đi ! Đừng hỏi lôi thôi nữa. Cứ chửi thề hoài, khổ quá !

Từ trên có tiếng Hùng nói vọng xuống:

— Tụi tôi đâu có chửi bới gì đâu. Tụi tôi chỉ rên

đường dẫn quá mà thôi.

Có ánh đèn pin từ phía trước rọi tới; ánh đèn chớp tắt từng chập. Giỏi hỏi Lập:

— Anh có đầy đủ giấy tờ hợp pháp cho họ chớ?

Lập gật đầu:

— Đầy đủ tất cả. A này, quên nữa...

Anh mở cửa xe, ngoái người ra sau bảo Hùng:

— Anh Hùng đưa Trang Đài xuống ngồi với tôi trong ca-bin. Thấy cháu nó ngồi phía sau, họ sẽ nghi ngờ lôi thôi.

Trang Đài níu tay cha khẽ hỏi:

— Mình đi đâu vậy ba?

Hùng vừa đỡ Trang Đài xuống đường vừa đáp:

— Ba đã nói là mình xuống dưới này thăm má. Má làm công nhân ở dưới này.

— Chở hông phải mình đi vượt biên hả ba?

Hoàng bảo nhanh:

— Suyt! Đừng có nói bậy. Mình đi làm công trưởng cho xí nghiệp đá vôi...

Giỏi càu nhàu:

— Mười tổ chức đổ bể hết chín cũng do nỗi cái miệng của con nít. Ghét ai đi có dẫn con nít theo lắm!

Anh nói với mọi người trên thùng xe:

— Nè, bà con nghe tui dặn nè. Lính có hạch hỏi cách gì bà con cũng một mực nói là xuống làm công nhân cho xí nghiệp nghe không. Cứ một mực nói như vậy dù có bị bắt. Nói bậy bạ ở tù hết cả đám đó. Mọi chuyện khác đã có tụi này đối phó. Mọi người hãy bình tĩnh.

Nhóm lính biên phòng và du kích xã Ba Hòn đi tới. Đông, trung úy công an biên phòng từ dưới đất rọi đèn vào mặt Tuyên hỏi:

— Xe của xí nghiệp nào đây?

Tuyên thản nhiên đáp:

— Của xí nghiệp vôi đá.

— Thủ trưởng là ai ?

— Mai Bảng.

— Xe chở gì đó ?

— Xăng và dầu.

Đông rọi đèn lên thùng xe phía sau thấy người lố nhố, lớn tiếng hỏi:

— Sao có chở cả người nữa ?

Trên xe, Hùng và mọi người bắt đầu lo sợ. Có người run bần bật như đang ở giữa trời giá buốt.

Lập đã xuống xe. Anh đi vòng qua phía Đông giải thích:

— Dạ đó là công nhân mới tuyển mộ cho công trường xây cất nhà cửa cho công nhân xí nghiệp.

— Họ có giấy tờ hợp pháp không ?

Lập đưa danh sách công nhân cho Đông. Đông rọi đèn đọc từng tên công nhân:

— Tất cả mười hai người. Đủ mười hai người chớ ?

— Dạ đủ. Không đủ, không thiếu.

Viên trung úy công an biên phòng ra lệnh cho thuộc cấp:

— Các đồng chí biểu tất cả xuống xe và khám thật kỹ các giỏ xách và giấy tờ hợp lệ của từng người.

Giỏi lớn tiếng:

— Bà con leo xuống xe hết đi cho nhà chức trách khám xét. Hãy bình tĩnh trả lời các câu hỏi của lính.

Mọi người lục đục xuống xe. Thùng xe cao, trời còn tối, bà con phải chật vật lắm mới đặt chân an toàn lên mặt đường. Phần sợ, phần bị tê chân, có người ngã ngồi xuống đất.

Lập hơi lo. Anh không biết có ai không nghe lời căn dặn của anh lại đem theo trong giỏ xách những thứ nguy hiểm khiến công an có thể nghi ngờ không ? Anh nín thở, khấn nguyện ơn trên che chở. Trong lúc cuộc khám xét diễn ra, Đông bông đùa với Giỏi:

— Lại gặp mày nữa rồi. Tao chán quá ! Mày đi đâu lởn tởn vào giờ này vậy ?

Giỏi đùa lại:

— Đang ngủ nghe có tiếng súng nổ, tui giật mình tỉnh giấc. Nghi là có vụ vượt biên đâu đây, tui mò ra kiếm chút cháo.

Đông cười hỏi:

— Để nhập bọn với chúng nó đi chung một chuyến à?

Giỏi trề môi:

— Đ.M. còn lâu tui mới đi. Thành tích cũ của tui mà qua tới nước tư bản, bọn vượt biên làm thịt tui ngay. Đừng có xúi dại hổng có nên. Ý tui là mò ra đây chụp một hai trự để lãnh thưởng hoặc chia vàng với các đồng chí đó !

Đông rọi đèn pin vào mặt Giỏi mắng:

— Cái tật chửi thề vẫn chưa bỏ. Mày thì chỉ có chết mới hết chửi thề thôi.

Giỏi cười dờn:

— Chửi thề chỉ là một tán thán từ thôi. Dân nước nào cũng có tiếng chửi thề hết. Anh không nghe mấy người Tàu hễ mở miệng ra là «tiêu na má nị» đó sao ?

— Luận điệu ngoan cố của bọn hư hỏng.

— Tại bị chê là hư hỏng nên thằng này mới bị khai trừ, nhưng không hề chi, không phục vụ được trong ngành công an thì thằng này phục vụ ngành sản xuất. Đàng nào thì cũng góp phần xây dựng đất nước, phụng sự tổ quốc xã hội chủ nghĩa.

Đông rùn vai:

— Tại ông Bảng uống thuốc liều nên mới dám dùng mày. Có ngày mày cũng đem bán ổng lấy tiền tiêu.

Giỏi cười ngất. Trong lúc trò chuyện vui vẻ với Đông, Giỏi vẫn theo dõi cuộc khám xét trước mắt. Lập cố làm mặt tỉnh nhưng trong lòng anh đang đánh lô tô. Mười một người đã lọt khỏi rồi chỉ còn có Hùng. Chỉ còn một sợi tóc nữa thôi.

Cầm giấy chứng minh nhân dân của Hùng trong tay, Hội, phó ban du kích xã hỏi:

— Dưới trào ngụy anh làm nghề gì?

Hùng cố lấy giọng bình tỉnh đáp:

— Thợ sơn.

— Có đi lính ngày nào không?

— Có. Tôi bị bắt lính và giải ngũ ở cấp bậc trung sĩ nhứt.

Hội vặn hỏi thêm:

— Có đi học tập không?

— Dạ có.

— Giấy chứng nhận học tập đâu, đưa xem.

Hùng bối rối. Sự nói láo của mình gài mình vào thế bí. Anh sợ nói thật ra mình là đại úy giải ngũ, Hội sẽ gây khó dễ hơn là một cấp bậc thấp kém.

Anh tìm kế hoãn binh để kiếm cách thoát ra ngõ bí:

— Thực sự tôi đã học tập xong. Qua ba ngày được gọt rửa tư tưởng, tôi đã thành tâm giác ngộ, từ biệt tội lỗi của mình đối với cách mạng, với đảng và nhân dân.

Đập đập giấy chứng minh nhân dân vào tay, Hội gằn mạnh từng tiếng:

— Tôi không hỏi anh đã giác ngộ hay chưa. Tôi chỉ muốn thấy giấy chứng nhận của uỷ ban quân quản thể thôi.

Hùng đánh liều :

— Tôi bỏ quên ở nhà.

Lập cuống lên. Anh nhào tới giải vây cho Hùng :

— Anh đã tin tôi chưa ? Trước khi đi tôi đã hỏi anh có đầy đủ giấy tờ trong người chưa, anh quả quyết là đầy đủ rồi. Đớ, bây giờ anh thấy hậu quả như thế nào không ?

Nương theo câu trách móc của Lập, Hùng cường đại câu đối thoại :

— Tôi cứ tưởng có giấy chứng minh nhân dân và có tên trong danh sách công nhân xí nghiệp là đủ rồi.

Lập làm mặt giận dữ :

— Anh để quên ở nhà mà để ở đâu ? Ngày mai tôi trở về thành phố Hồ Chí Minh lấy đem xuống cho.

— Tôi để trong tập hồ sơ gia đình. Anh có về ghé qua nhà biểu vợ tôi lục kiếm đem xuống đây giùm tôi.

Lập quay sang năn nỉ Hội :

— Tôi xin chịu trách nhiệm về chuyện này. Ngày kia tôi sẽ trở xuống trình giấy chứng nhận học tập của anh Hùng cho ông.

Hội cười nhẹ :

— Tôi tin là anh ta nói láo. Rất có thể anh ta trốn học tập rồi vờ nói là quên giấy tờ ở nhà. Tôi không tin.

Hùng đưa tay lên :

— Tôi xin thề với ông là tôi đã học tập. Thời gian học tập dành cho binh sĩ và hạ sĩ quan chỉ có ba ngày rồi được cách mạng cho về sum họp với gia đình, vợ con thì tội gì tôi phải trốn tránh ? Xin ông hãy tin lời tôi.

Ngồi trong ca-bin, Trang Đài nghe rõ cuộc đối thoại giữa cha và nhân viên công lực. Nó biết rõ là cha nó nói dối và nó run sợ Hùng sẽ bị bắt giữ. Nó muốn xuống xe, nhưng Tuyên giữ nó lại bảo:

— Em ở yên trên này. Không sao đâu. Đừng lo !

Trang Đài lo âu:

— Người ta sẽ bắt...ba tôi. Tội nghiệp ba tôi lắm...chú ơi !

— Không có sao. Em đừng xuống dưới. Ở yên trên này.

Hội truyền lệnh:

— Giữ anh này lại giải về xã. Bao giờ có giấy chứng nhận học tập hẵy hay.

Lập cuống lên. Anh cố cứu Hùng:

— Tôi xin bảo đảm cho anh ấy. Tôi hứa chắc với ông là sẽ...

Hội xua tay:

— Không ai có đủ tư cách bảo đảm hết. Tôi thi hành theo luật pháp. Trốn học tập là bị bắt. Thế thôi.

— Nhủng...anh ấy đã học tập rồi kia mà ?

— Tôi lập lại một lần nữa là bao giờ có giấy học tập trình ra, anh ta sẽ được tha.

Không biết Giỏi «làm việc» với Đông như thế nào mà Đông can thiệp giải vây cho Hùng:

— Thôi đi đồng chí Hội, có người bảo đảm chuyện ấy rồi thì cứ để chờ xem cái đã. Đồng chí cứ giữ giấy chứng minh nhân dân của anh ta lại. Bao giờ có giấy kia rồi đồng chí hẵy trả lại. Tội không đáng bắt về xã mất công canh giữ và tốn cơm.

Ông tiến lại đoạt lấy giấy chứng minh nhân dân trong tay Hội trả lại cho Hùng. Ông nói với Hội:

— Đồng chí Bảng rất tốt với anh em tụi mình. Bắt giữ người của ảnh, mình làm mất tình đoàn kết giữa đồng chí với nhau. Sáng mai, ảnh tới xã xin lãnh người của ảnh ra

430

không lẽ đồng chí từ chối ?

Mất hứng, Hội quay sang truyền lệnh cho Lập:

— Anh bảo đảm đem trình tôi giấy tờ đó nghen. Không có, anh đừng trách tôi.

Lập mừng húm:

— Dạ, dạ, tôi xin cam kết làm đúng theo lời ông dạy. Xin ông hãy tin tôi.

Anh đóng kịch với Hùng:

— Thế nào anh cũng sẽ bị chị rầy cho một trận nên thân. Đi đâu mình cũng phải có giấy tờ đầy đủ. Chánh quyền làm việc đúng luật, mình sơ hở là gặp rắc rối ngay.

Hùng quăng bắt với Lập:

— Đây là một bài học tôi xin nhớ đời. Tôi thất kinh rồi.

Đông phất tay ra lệnh đồng đội theo mình về thẳng cơ quan. Ông ta nhắn với Giỏi:

— Nhớ nghen mầy Giỏi. Không có là mầy chết với tao.

Giỏi lớn tiếng:

— Yên chí ! Yên chí ! Giỏi hứa là Giỏi giữ lời. Đ.M. thằng nào nói dóc !

Mọi người thở phào nhẹ nhõm. Vậy là thoát nạn. Người mừng nhứt không phải là Hùng mà là Lập. Chịu trách nhiệm chuyển quân xuống bãi mà để một người bị kẹt, anh không làm tròn bổn phận của mình và người bị bắt giữ ấy có thể làm đổ vỡ toàn bộ kế hoạch.

Giỏi vỗ ngực bình bịch, hí hửng:

— Nhờ thằng này hết. Không có thằng này là kẹt cả đám.

Lập nắm tay Giỏi, tươi cười:

— Mà anh làm gì vậy ?

– Đánh trúng vào chỗ yếu của trung úy biên phòng Đông. Tôi dựng đứng lên chuyện anh Hai Bảng sẽ mời ông nhậu một bữa thịt chó tám món và tặng cho ông một máy chiếu phim 8 ly với hai bộ phim con heo vô cùng độc đáo.

Hoàng, Lập, Tuyên cùng phỉ cười.

Tuyên dọa:

– Biết anh Hai có chịu không mà hứa ẩu đó tía non ? Lỡ không có, tía non mềm xương ra.

Giỏi nhún vai:

– Đ.M. anh Hai chịu hay không gì cũng có sao đâu mà sợ ? Tối ngày mai là mọi người vọt hết rồi. Vấn đề quan trọng là ổng chịu can thiệp giải vây người của mình. Đ.M., xong việc lớn rồi, anh Hai tiếc gì một bữa tiệc «hạ cờ tây» và máy quay phim với hai bộ phim con heo ?

Anh tự hào:

– Ở đời muốn thành công chuyện lớn, mình phải biết người biết ta. Phải tìm hiểu xem họ muốn gì, thích cái gì ? Tiền hay vàng, anh Hai không thể đem tặng cho họ được. Họ nghi ngờ liền. Đ.M. chỉ còn cơ nhậu nhẹt, tặng phim, sách báo tục tĩu là trúng mánh ngay.

Anh cất tiếng cười vang. Lập hối mọi người trở lên xe. Hoàng, Giỏi đeo hai bên cửa xe. Tuyên lái xe thẳng về hướng nhà Mai Bảng. Gió mát. Trăng sáng vằng vặc. Mặt biển óng ánh với từng con sóng gợn lăn tăn. Lòng người vừa thoát nạn chan hòa niềm vui sướng mông lung.

Niềm vui sẽ trọn vẹn khi con tàu yên lành tách bến ra khơi. Không ai dám an toàn bảo đảm con tàu sẽ an toàn cặp vào một bến bờ tự do nào đó. Mọi người có chung mối lo sợ là có thể gởi thân vào miệng cá hay nằm im dưới đáy biển bao la, nhưng tất cả đều có chung quyết tâm: thà chết còn hơn sống mất tự do.

*

Bảng ra lệnh tập họp tất cả thanh niên lại để ông nói rõ mục tiêu của chuyến đi. Ông không quan tâm tới số người lớn tuổi.

Thái theo các bạn trẻ đến dự cuộc họp mặt. Hạnh đi bên cạnh con, lòng chất ngất niềm vui, nỗi buồn.

Nàng nắm chặt tay Thái, âu yếm hỏi :

— Xa má, con có buồn không ?

Thái ôm vai mẹ kéo sát vào người mình :

— Không phải xa má lần này con mới buồn nhớ má. Suốt thời gian con bỏ nhà ra đi, sống xa má, con đã khóc rất nhiều mỗi lần nhớ về má. Ngày xưa, con phải xa má vì hoàn cảnh gia đình. Hôm nay, con phải xa má vì tình hình đất nước. Con sanh ra đời, con không có đất sống, con can đảm chấp nhận thực trạng của đời con. Má ơi ! Một mai con vượt thoát được rồi, con đã an phận, còn má, má ở lại, liệu má có chịu đựng nổi không ?

Hạnh, Thái cùng chảy nước mắt. Hạnh hôn nhẹ lên má Thai :

— Con, em con và...cậu con đi thoát là...má mãn nguyện rồi. Má không còn ham muốn chuyện gì khác nữa. Má đã lớn tuổi rồi, má chỉ muốn sống cho hạnh phúc và tương lai của những   người thân yêu nhứt đời mình.

Nàng lập lại ước muốn của mình :

— Thái con, một lần nữa má mong con hãy vì má, vì em gái của con mà giảng hòa với cậu con. Dù sao, Hùng cũng là...chồng của má, là cha ruột của em con. Ngày xưa, khi cha ruột của con bỏ mẹ con mình ở lại đi tập kết, nếu không có Hùng che chở, mẹ con mình không sống được yên đâu. Má không dấu con, má yêu cậu con nhiều lắm.

Thái thở ra :

— Con không thù ghét gì cậu Hùng. Tại cậu ấy có mặt

cảm đối với con, nói đúng hơn là cậu ghen tức với con mỗi khi thấy má chăm lo săn sóc con. Vì muốn má và cậu sống hạnh phúc bên nhau mà con đã bỏ nhà ra đi. Con vẫn hiểu giữa một bên là chồng, một bên là con, má khó xử sao cho vẹn toàn.

— Nhưng con có dám hứa trước mặt má là nếu đi thoát, con sẽ thường xuyên lui tới với cậu để dòm ngó, chăm sóc em con không ?

— Cũng còn tùy nổi cậu Hùng nữa.

— Má đã nói cho cậu con nghe tất cả sở nguyện của má. Cậu con đã bằng lòng và hứa danh dự với má.

Gần tới chỗ họp mặt, Thái đứng lại, nhìn vào đôi mắt rực sáng hân hoan của mẹ :

— Má, má có ý định trở lại với...ông Ninh không ?

Hạnh trố mắt hỏi lại :

— Con hỏi gì kỳ vậy ? Má trở lại với...cha ruột của con ư ?

— Con nghe cậu Hùng nói ông ấy lại tìm gặp má.

— Chở cậu Hùng không cho con biết là cha con muốn gặp lại con để xây dựng lại cuộc sống mới cho con sao ?

Thái nghiêm giọng :

— Thôi má, đừng nhắc tới ông ấy nữa. Hãy để con yên trí ông ấy đã chết như má đã từng trả lời những lần con hỏi má «Ba con đâu ? Con có ba không ?». Ổng muốn con trở thành một đảng viên như ổng và tiếp tục phụng sự, tôn thờ một chủ nghĩa ngoại lai như ổng đã và đang tôn thờ, phụng sự. Ổng chỉ nuôi ảo tưởng mà thôi. Nhân dân miền Nam muốn gì, dân tộc Việt Nam ước mơ những gì, đảng và nhà nước của ổng có cần đếm xỉa tới đâu ?

Anh lững thững tới sát sân họp. Hơn bốn mươi thanh niên nam nữ đã ngồi dài dưới đất. Ông Bảng đang chuyện trò với Đào và Lập. Cạnh bên ông là Giỏi. Lan, Nam, hai anh em Vũ, Hùng cũng đã có mặt giữa đám đông. Hoàng, Yến không được phép tham dự cuộc họp mặt.

Thái bảo Hạnh:

— Thôi, má trở lại bãi đi. Má yên tâm. Con có một phần trách nhiệm đối với Trang Đài, em con. Má trở về Sài gòn, nếu gặp lại ông Ninh, má cứ nói cho ổng hay là con đã chết và nói thẳng với ổng rằng: dù con còn sống, con cũng không theo con đường ổng đã chọn. Con đường con chọn là con đường dân tộc Việt Nam không làm nô lệ cho ngoại bang. Ngần ấy cũng đủ cho ổng sáng mắt ra rồi!

Anh nói thêm:

— Còn má có muốn trở lại với ổng hay không đó là quyền của má. Con là con, con không có ý kiến đối với hành động của bậc làm cha mẹ trong chuyện tình yêu.

Hạnh phản đối:

— Con không nên đánh giá thấp mẹ của con. Má vẫn mong chờ ngày sum họp, trùng phùng với các con và cậu Hùng con. Ninh, cha ruột con đã có vợ con khác rồi. Má không còn mảy may tình cảm đối với Ninh. Có còn gì chăng là sự liên hệ máu thịt giữa con và Ninh, nhưng con đã ra đi và con không nhìn Ninh là cha. Má còn gì để còn liên lạc với Ninh nữa? Dù sao, má cũng đã bị người ta kết tội là vợ của «lính ngụy» rồi!

Hạnh lùi về phía sau trong khi Thái tiến lên từ từ. Bảng lên tiếng hỏi:

— Đã đầy đủ chưa? Còn thiếu ai không?

Giỏi đáp:

— Thưa anh Hai, coi như đã đủ mặt, chỉ có thằng Toàn, Đ...(thấy Bảng trừng mắt nhìn mình, Giỏi ngưng ngay câu chửi thề), dạ, chỉ có thằng Toàn bịnh nằm lại bãi không tới đây được.

Lập vỗ tay yêu cầu mọi người giữ yên lặng.

Đợi cho thực sự yên lặng rồi, Bảng tặng hắng lấy giọng:

— Còn mười tiếng đồng hồ nữa, định mệnh sẽ quyết định số phần các em, các cháu. Chúng ta vẫn tin lời nói của người xưa «Mưu sự tại nhơn, thành sự tại thiên», nhưng chúng ta phải khẳng định dứt khóat một điều là tổ chức vượt biên khó khăn và nguy hiểm không thua gì một cuộc đảo chánh. Sơ xảy một chút là giết chết hết một số đông người, trong đó, nhà tổ chức bị trừng trị nặng nhất. Bác đây là người đứng ra tổ chức chuyến đi này và nếu thất bại, bác sẽ là nạn nhân đầu tiên. Nói thế không có nghĩa là bác sợ. Bác minh định lập trường để các em, các cháu tin nơi quyết tâm của bác là bác đã tiên liệu mọi hậu quả có thể xảy đến cho đời bác nhưng bác không sợ, bác sẵn sàng chấp nhận tất cả.

Ông rút thuốc đốt hút. Sau một hơi thuốc dài, ông tiếp:

— Tại sao bác không sợ ? Vì bác cho rằng hành động của bác là đúng, là hợp với nhân đạo và tình người. Sống dưới một chế độ mà người dân không thích và muốn ra đi, chính phủ nên để yên cho người ta ra đi. Tại sao lại ngăn cản, bắt bớ, tù đày, tịch biên nhà cửa, tài sản ?

Tiếng vỗ tay nổi lên. Có tiếng reo hò:

— Bác Hai nói đúng!

— Bác Hai có lý !

— Hoan hô bác Hai !

Bảng đưa tay ngăn lại:

— Như vậy vẫn chưa gọi là đủ. Trước làn sóng người vượt biển liều chết ra đi, nếu bác là đảng là nhà nước, bác nên soát xét lại đường lối cai trị, quản lý đất nước. Những kẻ ra đi, như các em, các cháu đây, không phải vì nghèo đói mà bỏ xứ sở tìm đến các quốc gia tân tiến, giàu mạnh để mưu sinh, để kiếm cái ăn, cái mặc. Muốn ra đi, các em, các cháu phải có vàng, đóng vàng cho ban tổ chức mới được đưa đi. Như vậy đâu có phải kẻ trốn đi là vì kinh tế như lời cáo buộc của chính phủ ? Các em, các cháu có đồng ý với bác như thế không ?

Lại có tiếng vỗ tay và tiếng cổ võ :

— Đúng vậy đó bác !

— Họ nói láo để che lấp nhược điểm của chính sách cai trị hà khắc và độc tài.

Giọng Bảng trở nên tha thiết :

— Hỡi các em, các cháu thân mến, tổ chức đưa các bạn trẻ ra nước ngoài, bác chỉ có mỗi ước mơ là khi đã ổn định được cuộc sống mới trên xứ người, các em, các cháu nên cố gắng học hành tới nơi tới chốn, nhất là các ngành khoa học kỹ thuật tân tiến của người ta để sau này có cơ hội quay về xứ sở giúp dân, giúp nước, đưa đẩy một nước Việt Nam lạc hậu, chậm tiến đuổi bắt kịp theo thế giới, năm châu. Bác sẽ hối hận và đau lòng biết bao nhiêu khi nghe được những người bác đã đưa đi trở thành thứ cặn bã của xã hội xứ người, quên gốc, quên nguồn, an phận với số kiếp lưu vong không còn đoái tưởng tới quê hương, dân tộc mình.

— Không bao giờ ! Không bao giờ !

— Bác Hai hãy đặt hết niềm tin nơi chúng con.

Bảng vẫy tay mỉm cười :

— Bác mong mỏi các em, các cháu sẽ giữ đúng lời hứa hẹn, cam kết với bác hôm nay. Đất nước này vẫn là một Việt Nam yêu dấu của các em, các cháu. Dân tộc đau khổ này vẫn là dân tộc Việt Nam của các em, các cháu. Bao nhiêu người thân yêu còn ở lại ngày đêm vẫn mong chờ ngày về vinh quang của các em, các cháu. Hãy tin tưởng rằng ngày về của các em, các cháu, nước Việt Nam sẽ đổi khác. Không có gì tồn tại mãi với thời gian. Nếu không phải là một Trung Quốc đã tỉnh ngộ thì cũng là một nước Việt Nam mới có một đường lối chính trị thích ứng với dân tộc và không lệ thuộc bởi một ngoại bang nào.

Ông liếc nhìn Đào. Đào khẽ gật đầu. Tràng pháo tay tán thưởng vang lên. Người bàn ra, kẻ tán vào, cảnh họp mặt trở thành huyên náo.

Bảng chận lại:

– Các bạn – ông đổi cách xưng hô đột ngột đầy vẻ thân ái – đừng khinh địch đó nhé. Ở đây, tuy khá an toàn nhưng chúng ta cũng nên cảnh giác để phòng. Thường có dân địa phương đi đốn củi quanh đây. Sẵn đây, tôi muốn nói thẳng với các bạn là đừng tưởng với sự đóng góp hai cây mỗi người là đủ trả giá cho một chuyến đi. Tiền của chỉ là phương tiện cho tổ chức đạt tới thành quả tốt đẹp. Tình cảm giữa chúng ta mới đóng vai trò then chốt. Các bạn hãy xem nhau như người chung một nhà, con chung một cha. Trước khó khăn, gian khổ, các bạn hãy giúp đỡ nhau bằng tình thương ruột thịt. Các bạn nên rộng lượng tha thứ cho nhau trước mọi bất đồng về vật chất cũng như tinh thần. Hôm nay chỉ là bước đầu, ngày mai mới thực sự hiểm nguy và trong những ngày nổi trôi trên biển cả lại càng gian nguy hơn. Rồi khi may mắn sống sót tìm được đất liền, các bạn nên quan niệm từ đó chỉ mới là đoạn đầu của đường dài làm lại cuộc đời mới. Tôi mong mỏi dù ở đâu, trong hoàn cảnh, trạng huống nào, cũng nên xem nhau như anh em ruột thịt.

Ông kết thúc buổi họp mặt:

— Đây là lần gặp gỡ sau cùng giữa tôi và các bạn. Có thể chúng ta vĩnh viễn xa nhau và cũng có thể chúng ta sẽ gặp lại nhau ở một ngày lịch sử mà toàn dân mong ước, đợi chờ. Dân tộc Việt Nam đã từng mong ước và đợi chờ nhưng không được đền đáp gì cả. Chúng ta lại mong ước và đợi chờ một lần nữa. Chúng ta hy vọng lần tới đây mọi người sẽ được toại nguyện. Còn ở đây, tôi xin hướng tâm hồn về các bạn ở một chân trời nào đó. Đã xa quê hương yêu dấu này rồi, các bạn hãy nhớ lời nhắn nhủ, kỳ vọng của tôi hôm nay. Được như vậy, dù đời tôi có ra sao, tôi vẫn thỏa mãn và vui sướng vô cùng. Xin cầu nguyện cho tất cả các bạn được an lành và gặp nhiều may mắn. Cảm ơn các bạn.

Bảng bắt tay từng người một. Nụ cười thật tươi nở thắm trên môi ông. Nhiều thiếu nữ ôm chầm lấy ông, hôn ông và khóc rấm rức. Tất cả gái trai vây chặt ông như không muốn rời xa ông nữa. Họ tưởng chừng như mình sắp phải vĩnh biệt một đại ân nhân, kẻ liều thân cứu mình thoát khỏi cảnh địa ngục trần gian.

*

Đào ngồi ủ rũ trong một góc tối từ trưa tới giờ. Nàng không còn buồn cử động nữa. Đã mấy ngày rồi, nàng chỉ ăn liếm láp cho qua mỗi buổi cơm. Người nàng gầy hẳn đi. Tóc rối, nàng cũng không buồn chải gỡ.

Bức thư của Hảo, một sinh viên trường đại học cơ điện Thủ Đức từ Singapour gởi về cho gia đình nhờ chuyển lại cho Đào còn nằm trên mặt bàn ngay trước mắt Đào. Nàng đã đọc đi đọc lại bức thư ấy không biết bao nhiêu lần rồi. Mỗi lần đọc lại là nàng không cầm được nước mắt.

Đào với tay bật đèn sáng lên. Những giòng chữ mềm mại của Hảo lại hiện ra trước mắt Đào.

Singapour, ngày 15 tháng 2 năm 1979

Bác Hai kính mến,

Con là Hảo, một trong số người đi trong chuyến tàu hôm ấy. Con vội vàng viết thư này gởi về kính mến thăm bác, dì Đào và tất cả bà con trong ban tổ chức, đồng thời con xin tường thuật chuyến đi gian khổ nhưng đầy may mắn của tụi con. Tối hôm ấy, tàu vừa rời bãi được ba tiếng đồng hồ thì máy hỏng. Tất cả tụi con khiếp đảm quá, những tưởng mộng đẹp của tụi con sẽ tan thành mây khói. Nhờ biển êm, chiếc tàu nổi lềnh bềnh trên mặt nước. Nếu có gió lớn thì chắc tàu đã trôi tiếp trở vào bờ rồi. Chú tài công vừa là chủ tàu thật bình tĩnh và can đảm hết sức. Chú ấy hiệp sức cùng chú thợ máy hì hục sửa chữa gần một tiếng đồng hồ sau máy mới nổ trở lại. Trời ơi, tụi con mừng quá bác ơi, nhưng không ai dám reo hò gì hết. Tất cả nằm bẹp dí dưới hầm tàu đầy nước đá, nín thinh không dám nhúc nhích. Tàu tiếp tục chạy thẳng ra hải phận quốc tế, trực chỉ Mã Lai. Đi được một ngày một đêm mà không có chuyện gì đáng tiếc xảy ra. Tụi con coi như đã thoát. Ai nấy có cảm tưởng như mình sống lại lần thứ hai.

Đến xế chiều ngày ấy, bỗng tụi con trông thấy một chiếc tàu đánh cá thật lớn đuổi theo phía sau. Chú tài công mở hết tốc lực cố chạy cho thoát, nhưng chiếc tàu lạ kia mỗi lúc một gần hơn và cuối cùng tụi con bị chận lại. Thì ra đó là bọn hải tặc Mã Lai. Chúng lùa hết tụi con qua tàu chúng nó rồi mở cuộc lục soát khắp cùng tàu không chừa một chỗ nào. Vợ chồng chú tài công bị mất nặng nhất, trọn vẹn số vàng mấy chục cây lấy của ban tổ chức đều bị cướp vét sạch.

Chúng lục soát khắp người tụi con, lột sạch những gì mang theo trong người từ tiền đô-la đến cà rá, dây chuyền, nhẫn hột xoàn, kể cả đồng hồ. Bọn con gái tụi con tin chắc thế nào cũng bị chúng nó làm ô nhục, nhưng như có ơn trên phù hộ, tụi chúng nó chê tụi con, lùa hết mọi người trở về tàu của mình rồi mở máy chạy thẳng. Tụi con không có đứa nào bị ô uế. Thật hú vía bác Hai ơi !

Qua ngày hôm sau, tàu gẫy bánh lái không còn sửa chữa được nữã. Hoàn toàn tuyệt vọng rồi. Lúc đó gió lớn nổi lên, biển đầy sóng, con tàu như chiếc lá lắc lư dữ dội và quay tròn. Mọi người khấn nguyện. Riêng con, con kể như sắp phải làm mồi cho cá, con nhắm mắt chờ cái chết đến.

Có tiếng còi tàu lớn cất lên văng vẳng. Chú tài công reo hò inh ỏi : «Có tàu đến cứu mình bà con ơi ! Sống rồi bà con cô bác ơi !». Con mở mắt nhìn về phía xa thấy một con tàu lớn hơn tàu con cả trăm lần đang trực chỉ về phía tụi con. Thêm một lần nữã tụi con chết đi sống lại bác Hai ơi ! Đó là tàu buôn Hòa Lan. Họ thả người xuống xem xét tình trạng chiếc tàu lâm nạn và họ quyết định cứu tụi con. Họ nhận chìm tàu vượt biển, đưa tụi con thẳng về Singapour gởi vào trại tị nạn, chờ ngày đón tụi con về định cư ở Hòa Lan.

Bác Hai kính mến,

Con quên báo cho bác và dì Đào hay là sau khi kiểm điểm lại con số người đi, tụi con thấy thiếu mất một người, đó là chú Hoàng, chồng của dì Yến. Dì Yến khóc ngất đòi nhảy xuống biển. Tụi con phải ngăn cản, can gián mãi, dì Yến mới từ bỏ ý định tự vận. Theo lời chú Hùng nói lại thì hình như là chú Hoàng có ý định ở lại từ trước nên ở chuyến chuyển người bằng ghe máy ra tàu lần thứ chín, không thấy chú Hoàng đâu hết. Giữa phút giây hiểm nghèo ấy, ai cũng lặng thinh, không dám gọi tìm nhau nữa. Có lẽ vì vậy mà dì Yến không hay chú Hoàng ở lại. Anh Nam và chị Lan nghi chú Hoàng ở lại để theo chú Giỏi vào trốn trong dãy núi đá vôi lớn nhứt ở Hà Tiên. Ở đó hãy còn một số lính quốc gia đang lẩn trốn không chịu ra trình diện. Lính việt cộng mở nhiều cuộc hành quân tảo thanh vẫn không bắt được người nào.

Bác Hai,

Giờ đây, tụi con đã hoàn toàn thoát nạn và đang dẫm chân lên vùng đất tự do. Tụi con đã tìm lại được tự do, được ngoại nhân đối xử đầy lòng nhân đạo. Tụi con nghĩ về bác, nhớ về bác và thương bác như cha mẹ của tụi con. Nhờ lòng hy sinh cao cả của bác mà tụi con thấy hoa đời mình bừng nở trở lại và tràn trề hy vọng ở tương lai của tuổi trẻ. Những lời dặn dò, nhắn nhủ chân thiết của bác lúc nào cũng vang dội bên tai tụi con. Tụi con xin cam kết ghi nhớ công ơn của bác, của dì Đào và nguyện sẽ cố gắng hết sức mình ăn học thành tài để một mai trở về quê hương trong một hoàn cảnh lịch sử khác, tụi con xây dựng lại đất nước và phục vụ dân tộc Việt Nam của tụi con. Dù trong tình huống nào, tâm hồn tụi con cũng hướng về tổ quốc thân yêu, về người mẹ Việt Nam đang rách nát, khổ đau. Tụi con hằng cầu nguyện bác và dì Đào sớm đạt thành sở nguyện ở chuyến đi thứ hai.

Cuối thư, riêng con, xin ơn trên ban cho bác và dì Đào thật nhiều hạnh phúc và may mắn.

Con của bác
Võ Đông Hảo.

Đào bưng mặt khóc ngất. Lá thư nhòa lệ rơi xuống

nền gạch. Hình ảnh Bảng vụt về vây chặt lấy tâm tư nàng. Bảng đâu còn tự do nữa ! Ông đang nằm trong khám lạnh Chí Hòa, không một ai thăm nuôi.

Sau chuyến đi ấy, Bảng từ Hà Tiên trở về nhà với ý định sẽ xin nghỉ phép một tuần. Xe đỗ trước cổng, ông xách cặp đi thẳng vào trong. Vừa bước qua ngạch cửa, ông nghe có tiếng nạt lớn : «Giơ tay lên. Đồng chí có cử chỉ chống lại, tôi bắn liền tại chỗ».

Một công an viên chĩa súng thẳng vào mặt Bảng, một người khác giật lấy chiếc cặp da trong tay ông.

Tuy kinh ngạc, Bảng vẫn dõng dạc hỏi :

— Tôi có tội gì mà các đồng chí đòi bắt tôi chở ?

— Tội tổ chức vượt biên chở còn tội gì nữa ? Đồng chí có khéo giả vờ không ?

— Bằng cớ nào buộc tội tôi như vậy ?

Viên công an móc trong túi ra một gói giấy nhỏ bên trong có một lượng vàng y. Kẹp giữa hai mảnh rưỡi vàng y có một mẩu giấy ghi hàng chữ: «Tôi đã đóng đủ số vàng cho ông rồi đây. Vàng hiệu trái núi thật đúng tuổi. Ký tên Nguyễn Thái Bảo - Thị Nghè.».

Nguyệt, vợ Bảng, vô tình lục trong túi quần của Bảng bắt gặp tang chứng đó. Nàng nổi giận, chửi Bảng trong lúc ông vắng nhà rồi đến thẳng công an tố cáo Bảng tổ chức vượt biên.

Không để Bảng kịp nói với Nguyệt câu nào, công an còng tay ông lại và áp giải ra xe.

Nguyệt lạnh lùng nhìn theo chồng, cười gắn :

— Cho ông ham vật chất phản đảng nghen. Đáng đời ông lắm !

Đào chết lịm khi hay tin Bảng bị bắt. Nàng không biết làm sao cứu ông. Bảng đã cứu biết bao nhiêu người bị giam trong một nhà tù vĩ đại. Giờ đây chỉ một mình ông bị giam trong căn phòng nhỏ hẹp, nhưng không còn ai có thể cứu ông được nữa.

Nếu được đọc lá thư của Hảo chắc Bảng cũng ngậm cười nơi ngục tối. Những người trai trẻ đã từng vỗ tay hoan hô ông ở buổi họp mặt ngày nào, khi hay tin ông vì họ, vì muốn giải thoát họ mà giờ đây ông lãnh tù tội một mình, tất cả có ai nhỏ giọt nước mắt khóc cho tai biến của đời ông không ? Khi đã biết đời mình đã hơn một lần lầm lỡ, ông muốn làm một cái gì cụ thể hơn, ích lợi hơn lần ông háo hức ra đi cứu nước.

Đào nhìn lại tấm ảnh chụp bán thân Bảng treo ở góc tủ. Nụ cười của Bảng thật tươi. Trước mắt Đào, trong tâm hồn Đào, Bảng không còn là một cán bộ đảng viên mà là một con người bình thường đầy lòng nhân ái và tình thương của ông mới quả thật là tình thương có ý nghĩa trung thực nhứt của nó.

Paris, Đông 1985
SĨ TRUNG

Cùng một tác giả

ĐÃ XUẤT BẢN

– THƯƠNG NHỚ MỘT MÌNH (Sống Mới)
– BÓNG CHIM TĂM CÁ (Sống Mới)
– ĐƯỜNG VÀO TÌNH YÊU ((Sống Mới)
– XA MẶT CÁCH LÒNG (Sống Mới)
– MƯỜI NĂM HƯƠNG LỬA (Nam Cường)
– VỰC SÂU QUYẾN RŨ (Sống Mới)
– XIN MỘT BÔNG HỒNG CHO TUỔI THƠ (Đất Sống)
– SÓNG BẠC ĐẦU (Đất Mới)
– NHƯ CHIM LẠC ĐÀN (Đất Mới)
– SAU LƯNG THÀNH PHỐ (Sàigòn)
– TƯƠNG TƯ HẠNH PHÚC (Sống Mới)
– MỘT LẦN LẦM LỠ (Nam Á, Paris 1986)

SẮP XUẤT BẢN

– CHIẾN SĨ CÔ ĐƠN
– CHÂN TRỜI XA LẠ